AF863815

ഗ്രീൻ ബുക്സ്

ജലപർവ്വം

എസ്. മഹാദേവൻ തമ്പി

പത്രപ്രവർത്തകൻ, കഥാകൃത്ത്, നോവലിസ്റ്റ്
എന്നീ നിലകളിൽ ശ്രദ്ധേയൻ.
ആലപ്പുഴ ജില്ലയിലെ മുതുകുളത്ത് ജനനം.
നാട്ടിലെ പ്രാഥമിക വിദ്യാഭ്യാസത്തിനു ശേഷം
ഡൽഹി യൂണിവേഴ്സിറ്റിയിൽ ധനതത്ത്വശാസ്ത്രവും
ജേണലിസവും പഠിച്ചു. പത്രപ്രവർത്തകനായി തുടക്കം.
പിന്നീട് സർക്കാർ സർവീസിൽ ചേർന്നു.
കേരള സർക്കാരിന്റെ ഇൻഫർമേഷൻ പബ്ലിക് റിലേഷൻസ്
വകുപ്പിൽ അഡീഷണൽ ഡയറക്ടറായിരുന്നു.
ഇപ്പോൾ മീഡിയ കൺസൾട്ടന്റ്. നോവലുകളും
കഥാസമാഹാരങ്ങളുമായി പതിനൊന്ന് കൃതികൾ.
തമിഴ്, കന്നഡ, ഹിന്ദി, സംസ്കൃതം, ഇംഗ്ലീഷ്
ഭാഷകളിലേക്ക് കൃതികൾ വിവർത്തനം ചെയ്യപ്പെട്ടിട്ടുണ്ട്.
സംസ്ഥാന സർക്കാരിന്റെ എസ്.ഐ.സി.എൽ അവാർഡ്,
പ്രശസ്തമായ ഉറൂബ് അവാർഡ് എന്നിങ്ങനെ നിരവധി
സാഹിത്യ പുരസ്കാരങ്ങൾ നേടിയിട്ടുണ്ട്.

ഗ്രീൻ ബുക്സ് പ്രസിദ്ധീകരിച്ച
ഗ്രന്ഥകർത്താവിന്റെ ഇതര കൃതികൾ

(നോവൽ)

അലകളില്ലാത്ത കടൽ

ആസാദി

(കഥ)

അപരാഹ്നത്തിൽ
അവസാനിക്കുന്ന ഒരു ദിവസം

ആകാശങ്ങളുടെ അവകാശികൾ

അതിരുകൾ

കണ്ടൽക്കാട്

(Translations)

Purge (അലകളില്ലാത്ത കടൽ)
Azadi (ആസാദി)

നോവൽ

ജലപർവ്വം

എസ്. മഹാദേവൻ തമ്പി

ഗ്രീൻ ബുക്സ്

green books private limited
gb building, civil lane road, ayyanthole,
thrissur- 680 003, kerala, ph: +91 487-2381066, 2381039
website: www.greenbooksindia.com
e-mail: info@greenbooksindia.com

branches:
thrissur 0487-2422515
thiruvananthapuram 0471-2335301
calicut 8589095307

malayalam
jalaparvam
novel
by
s. mahadevan thampi

first published august 2012
reprinted november 2023

illustrations : namboothiri
cover design : rajesh chalode

printed in india
repro india ltd

isbn : 978-93-80884-95-0

₹ 300.00
GBPL/445/2009/X005

മുഖക്കുറി

രാഷ്ട്രീയവും വിശ്വാസവും ചതിയും വഞ്ചനയും സമർപ്പണവും ജീവത്യാഗവും കൊണ്ട് സമൃദ്ധമായ ഒരു നീണ്ട ചരിത്രം മുല്ലപ്പെരിയാറിനുണ്ട്. വളഞ്ഞുപുളഞ്ഞ് ജട പിടിച്ചൊഴുകുന്ന ആ ചരിത്രഗതിയിൽ നിന്നും കണ്ടെടുക്കേണ്ടതാണ് മുല്ലപ്പെരിയാറിന്റെ രാഷ്ട്രീയം. ഭീതിദമായ ഒരു രാഷ്ട്രീയ പ്രശ്നത്തിന്റെ പകർപ്പെഴുത്തല്ല ഈ നോവലിലൂടെ വായിക്കപ്പെടുന്നത്, പ്രകൃതിയുടെ അന്തർഭാവങ്ങളിലേക്കുള്ള ചില ഒറ്റയാൾ തുഴച്ചിലുകളാണ്. 'ജലപർവ്വം' അർത്ഥപൂർണമായ ഒരു പരിസ്ഥിതി പഠനത്തിന്റെ വായനയാകുന്നു. മഹാദേവൻ തമ്പി നടത്തുന്ന ഈ അന്വേഷണത്തിന്റെ പുറകിൽ ബൃഹത്തായ ഗവേഷണമുണ്ട്. ലഘുവായ അദ്ധ്യായങ്ങൾ, മനസ്സിൽ തട്ടുന്ന കഥാപാത്രങ്ങൾ, ഇതെല്ലാം മികച്ചൊരു വായനയെ സാധൂകരിക്കുന്നു. ഇതൊരു നോവൽ മാത്രമല്ല, ചരിത്ര പഠനം കൂടിയാണ്. ഒരു അണക്കെട്ടിനെ മുൻനിർത്തി അതിന്റെ ഭൂതവർത്തമാനകാലങ്ങളിലൂടെ കേരളത്തിന്റെയും തമിഴ്നാടിന്റെയും ഒരു കാലഘട്ടത്തെ അടയാളപ്പെടുത്തുവാനുള്ള ശ്രമം. ഓരോ മലയാളിയും വായിച്ചിരിക്കേണ്ടതാണീ കൃതി.

കൃഷ്ണദാസ്
മാനേജിങ് എഡിറ്റർ

ജലപഥങ്ങൾ ഉണ്ടാവുന്നതും മാഞ്ഞുപോവുന്നതും

വെള്ളമായിരിക്കും അടുത്ത ലോകമഹായുദ്ധത്തിന്റെകാരണം എന്ന വാക്കുകളെ അന്വർത്ഥമാക്കുംവിധമാണ് കേരളവും തമിഴ്നാടും തമ്മിൽ മുല്ലപ്പെരിയാർ തർക്കം നിൽക്കുന്നതും വാദങ്ങൾ. എതിർവാദങ്ങൾ കോടതിവിധികൾ. ചാനൽ ചർച്ചകൾ എന്നിവയിലൂടെ ഇരുസർക്കാരുകൾ ഏറ്റുമുട്ടുമ്പോൾ അതിനിടയിലൂടെ ശ്രദ്ധിക്കപ്പെടാതെ പോവുന്ന ചിലതുണ്ട്. ആരും തോൽക്കാത്ത ആരും ജയിക്കാത്ത ആരും തോൽക്കരുതാത്ത ഒരു യുദ്ധമാണ് മുല്ലപ്പെരിയാർപ്രശ്നം. ഡാമിന്റെ സുരക്ഷയെ സംബന്ധിച്ച ഭീഷണികൾ ഉയരുമ്പോൾ ആ ഭയം മനോരോഗത്തോളം എത്തിയ ഒരു സമൂഹം അവിടെയുണ്ട്. ആ നിലവിളികൾ പോലും നമ്മുടെ ഭരണാധികാരികളെ സ്പർശിക്കുന്നില്ല. പ്രതിപക്ഷത്താവുമ്പോൾ പക്ഷം ചേരാനും ഭരണപക്ഷത്താവുമ്പോൾ പരിഹസിക്കാനുമാണ് നമ്മുടെ നേതാക്കന്മാർ സമരങ്ങളെ ഉപയോഗിക്കുന്നത്. ആ അണക്കെട്ടിനെന്തു സംഭവിച്ചാലും അത് മുല്ലപ്പെരിയാറിന്റെ മാത്രമോ ഇടുക്കി നിവാസികളുടെയോ പ്രശ്നം മാത്രമാവില്ല എന്നറിയാമെങ്കിലും പൊതുസമൂഹം ഇത്തരം കാവ്യങ്ങളോട് സ്വീകരിക്കുന്ന നിസ്സംഗത അദ്ഭുതപ്പെടുത്തുന്നതാണ് സമ്പത്തും സാങ്കേതികവിദ്യയും നൽകുന്ന ധൈര്യമാവാം അവർക്ക്. പക്ഷേ വെള്ളത്തിന്റെ ഒരു കുത്തൊഴുക്കിൽ ഏതു സാങ്കേതികവിദ്യയുടെ ഏതു കണ്ടുപിടുത്തത്തിനാണ് നമ്മെ രക്ഷിക്കാനാവുക? എന്തെങ്കിലും പ്രതിവിധികൾ ആരായാനുണ്ടോ എന്ന തരത്തിൽ പോലും ആരും ചിന്തിക്കുന്നില്ല. ഒരു കോടതിവിധിയുണ്ടാവുമ്പോൾ ഒരു ഭൂകമ്പമുണ്ടാവുമ്പോൾ ന്യൂസ് നൈറ്റ് ചർച്ചകൾ പൊടിപൊടിക്കുന്നു. പരസ്പരം പഴിചാരുന്നു. ഇതൊക്കെ നമ്മുടെ മുന്നിലുള്ള സംഭവങ്ങൾ. അതിനപ്പുറത്ത് മുല്ലപ്പെരിയാർ കരാറുണ്ടാവുന്നതും അണക്കെട്ടിന്റെ ചരിത്രവും പ്രതിപാദിക്കുന്ന നോവലാണ് എസ്. മഹാദേവൻതമ്പിയുടെ 'ജലപർവ്വം'. അതിന്റെ ഗവേഷണബുദ്ധികൊണ്ടും വിവിധ മേഖലകളിൽ പകർന്നു തരുന്ന അറിവുകൊണ്ടും ഈ നോവൽ അനുവാചകനെ അദ്ഭുതപ്പെടുത്തും.

'ജലപർവ്വം' എന്ന നോവൽ മൂന്നു പാരായണസാദ്ധ്യതകൾ നമുക്കു തരുന്നു. ഒന്ന് മുല്ലപ്പെരിയാർ ഡാം ഉണ്ടാവുന്നതു വരെയുള്ള ചരിത്രമാണ്. എങ്ങനെയാണ് ഒരണക്കെട്ട് ഉയർന്നുവന്നത്, തമിഴ്നാടുമായി നിതാന്തമായൊരു ശത്രുതയിലേക്കു കാര്യങ്ങൾ എങ്ങനെയാണ് നീങ്ങിയത്, അത്തരമൊരു ജലജയിൽ നിർമ്മിച്ചതുകൊണ്ട് നമുക്കു നഷ്ടപ്പെട്ടതെന്തൊക്കെയാണ് എന്നിവയൊക്കെ ഈ വായനയിൽ ലഭിക്കുന്നു. വാക്കാട് എന്ന കുടുംബത്തിന്റെ നാലു തലമുറയുടെ ചരിത്രമാണ് നോവലിന്റെ രണ്ടാമത്തെ തലം. ഇത് മുല്ലപ്പെരിയാറിന്റെ ചരിത്രത്തോട് ഇഴപിരിഞ്ഞാണ് കിടക്കുന്നതെങ്കിലും ഇന്നത്തെ സാമൂഹ്യജീവിതത്തിൽ നിന്ന് വ്യത്യസ്തമായൊരു തലം അവിടെ കാണാം. ആ അണക്കെട്ടിനോടു ചേർന്ന് കേരളീയ സമൂഹത്തിന്റെ ഇന്നത്തെ അവസ്ഥകളുടെ ചിത്രമാണ്.

വഞ്ചനയുടെ കയ്പ് നിറഞ്ഞ ചരിത്രം

മുല്ലച്ചാലും പെരിഞ്ചാലും ചേർന്നയിടം അണകെട്ടി വെള്ളം തിരിച്ചുവിട്ട് കൃഷിക്കു യോഗ്യമാക്കുക എന്നൊക്കെ ഏറ്റവും ബാഹ്യമായി പറയുന്നുണ്ടെങ്കിലും അതിനപ്പുറം അതാസൂത്രണം ചെയ്തവർക്ക് മറ്റ് അനേകം ലക്ഷ്യങ്ങളുണ്ടായിരുന്നു. കാട്ടിലെ സമ്പത്തു മുതൽ വനവാസികളായ സ്ത്രീകൾ വരെ ഈ ലക്ഷ്യങ്ങളിൽ ചിലതു മാത്രമായിരുന്നു. അതുകൊണ്ടുതന്നെയാണഅ മുല്ലപ്പെരിയാറിനെ സംബന്ധിച്ച് ചതിപ്രയോഗങ്ങളുടെ അരങ്ങേറ്റം നടക്കുന്നത്. അനന്തപദ്മനാഭദാസനായ തനിക്ക് ആ ഇഷ്ടത്തിനനുസരിച്ചേ പ്രവർത്തിക്കാനാവൂ എന്ന് വിനയാന്വിതനാവുന്ന തിരുവിതാംകൂർ മഹാരാജാവ് പൊന്നുതമ്പുരാനെപ്പോലും വിലയ്ക്കെടുക്കാൻ കെല്പുള്ളവ തന്റെ മുന്നിൽ നിൽക്കുന്നതെന്ന് അറിയുമ്പോൾ നിസ്സഹായനാവുന്ന വെള്ളം ഗതി തിരിച്ചുവിട്ടാൽ തമിഴ്നാട്ടിൽ കാർഷിക സമൃദ്ധിയുണ്ടായാലും കേരളത്തിൽ വരൾച്ചയുണ്ടാവും എന്ന കാര്യം അദ്ദേഹത്തിനറിയാമായിരുന്നു. സ്വന്തം സൈന്യത്തിന്റെ ദുർബ്ബലത. കപ്പം കൂട്ടിയാലോ എന്ന ഭയം ഇവയൊക്കെ ചേർന്ന് അദ്ദേഹത്തെ കൂടുതൽ നിസ്സഹായനാക്കുന്നു. അവസാനം തൊണ്ണൂറ്റി ഒൻപതു വർഷത്തേക്ക് ഒരു കരാർ ഒപ്പിടുന്നു. അത് ഒരു ഒൻപതു കൂടി ചേർത്ത് 999 ആക്കുന്നവരുടെ ലക്ഷ്യങ്ങൾ വെള്ളം മാത്രമല്ലെന്ന് പകൽ പോലെ സ്പഷ്ടമാണല്ലോ.

8000 ഏക്കർ പരന്നു കിടക്കുന്ന ഒരു ജലപ്പരപ്പുണ്ടാവുന്നു. അതോടെ ഒരു ജലപ്പരപ്പുണ്ടാവുന്നു. അതോടെ വികസനത്തിന്റെ പുതിയ സാമ്രാജ്യങ്ങളാണോ ഉണ്ടായത്? അതിനപ്പുറം എന്തെല്ലാം നഷ്ടങ്ങളാണ് ഉളവായത്? അതിനപ്പുറം എന്തെല്ലാം നഷ്ടങ്ങളാണ്

ഉളവായത്. അതു വിശദമായിത്തന്നെ എസ്. മഹാദേവൻതമ്പി ജലപർവ്വം എന്ന നോവലിൽ പ്രതിപാദിക്കുന്നു. വളരെ നാടകീയ മായും അതീവചാരുതയോടും എന്നാൽ ഉള്ളുപൊട്ടുന്ന നൊമ്പര ത്തോടുമാണ് ഈ വിവരണം നോവലിസ്റ്റ് കാടേറി കറിയായി ലൂടെയും കാടൻ കറുമ്പൻ എന്ന വനവാസിയിലൂടെയും നൽകു ന്നത്.

വൻകിട ഡാമുകൾ പുരോഗതിയുടെ പ്രത്യക്ഷ ഉദാഹരണ ങ്ങളായിട്ടാണ് സ്വീകരിക്കപ്പെട്ടത്. പ്രകൃതിക്കുമേൽ മനുഷ്യന്റെ വിജയമായി ഘോഷിച്ച അണക്കെട്ടുകൾ ആധുനിക ആരാധനാല യങ്ങൾ എന്നാണ് ആധുനികകാലത്ത് വിശേഷിപ്പിക്കപ്പെട്ടത്. അത്തരം വിശേഷണങ്ങളുപയോഗിച്ച് അദ്ഭുതം കൂറിയവർ തന്നെ പിന്നീട് ഇവയെ ശവകുടീരങ്ങൾ എന്നും വിളിച്ചു. സൈലൻസ്ഡ് റിവേഴ്സ് (Silenced Rivers) എന്ന ഗ്രന്ഥത്തിൽ പാട്രിക് മക് കള്ളി (Patrick Mc Cully) പപറയുന്നത് ഡാമുകൾ 'സർവനാശത്തിന്റെ ദേവാലയങ്ങൾ' (Temples of Doom) ആണെന്നാണ്. ഇത്തരം പറ ച്ചിലുകൾ പരിസ്ഥിതി ഭീകരവാദികളിൽ നിന്നോ വികസന വിരോധി കളിൽ നിന്നോ ദോഷൈകദൃക്കുകളിൽ നിന്നോ ഉണ്ടായതാണ്. പറഞ്ഞൊഴിയാൻ എളുപ്പമായിരിക്കും. അതിനു മുൻപ് ആ പഠന ങ്ങളിലൂടെ കടന്നുപോവേണ്ടതുണ്ട്. ഭക്ഷ്യ സ്വയംപര്യാപ്തതയുടെ പേരിലാണ് വൻകിട ഡാം പദ്ധതികൾ കടന്നുവന്നതെങ്കിൽ ഡാമു കളോട് ചേർന്ന് ധാന്യവിളകൾ വളരെ കുറവാണ് എന്നതാണ് വാസ്തവം. ഈ പ്രദേശങ്ങളിലെ കർഷകർ പൊതുവേ നാണ്യ വിളകളിലേക്കു തിരയുന്നതാണ്. അനുഭവം ഡാമുകൾ ജലസേച നത്തിന് ഉതകും എന്ന വാദം കേരളത്തിലെ വരണ്ടുണങ്ങിയ കനാ ലുകൾ കണ്ടിട്ടുള്ളവരാരും അംഗീകരിക്കുകയില്ല. അവ വെള്ളപ്പൊ ക്കത്തെ നിയന്ത്രിക്കും എന്നാണ് മറ്റൊരു വാദം. വെള്ളം കെട്ടി നിർത്തിയിരിക്കുന്ന ഒരു സ്ഥലത്ത് ഒരു ചെറിയ മഴ പെയ്യുമ്പോൾ പോലും ഡാം തുറന്നു വിടേണ്ടി വരികയും സർവ്വനാശം സംഭവി ക്കുകയും ചെയ്യുന്നു. ഹിരാക്കുഡോ ഭക്രാനംഗലോ ഏതും ഉദാഹരിക്കാം. വൻകിട ഡാമുകൾ സൃഷ്ടിക്കുന്ന മറ്റൊരു പ്രശ്നം സാമൂഹ്യമാണ്; കുടിയൊഴിപ്പിക്കൽ. സ്വന്തമായതെല്ലാം നഷ്ടപ്പെട്ട് ഏറ്റവും അപരിചിതമായ ഒരു സ്ഥലത്തേക്ക് എടുത്തെറിയപ്പെടുന്ന പാരിസ്ഥിതിക അഭയാർത്ഥി സമൂഹങ്ങൾ. പുനരധിവാസം ഒരി ക്കലും ഫലപ്രദമാവാറില്ല. ചരിത്രത്തിലെ ഏറ്റവും വലിയ നുണ യാണ് അതെന്നു പറയേണ്ടി വരും. ലിംഗവിവേചനത്തിന് കുടിയൊഴി പ്പിക്കൽ ആക്കം കൂട്ടുന്നതായും പഠനങ്ങൾ കണ്ടെത്തുന്നു. സ്വന്ത മായി ഭൂമിയുണ്ടായിരുന്ന പലരും പുതിയ സ്ഥലത്ത് എത്തുമ്പോൾ

പുരുഷനാണ് ഭൂഉടമസ്ഥൻ എന്ന നിയമത്തിൽ പാർശ്വവത്ക്കരിക്കപ്പെടുന്നു. വനവും മണ്ണും നദിയുമായി ചേർന്ന് അവർ ചെയ്തുകൊണ്ടിരുന്ന തൊഴിലുകളിൽ നിന്ന് പറിച്ചെറിയപ്പെടുന്നു. സാംസ്കാരികവും ഭക്തിപരവുമായ അവരുടെ നിലനിൽപ്പുകളെല്ലാം നഷ്ടമാവുന്ന ഒരു ജനതതി എവിടെയും വേരുപിടിക്കാനാവാതെ അലഞ്ഞുതിരിയുന്നു.

ഡാമുകൾ ഉയർന്നുവരുമ്പോൾ മുങ്ങിപ്പോവുന്ന പ്രദേശങ്ങളാണ് മറ്റൊരു പ്രശ്നം. ഇന്ത്യയിൽ മാത്രം പതിനഞ്ചു ലക്ഷം ഹെക്ടർ വനഭൂമി ഡാം നിർമ്മാണത്തോടു ചേർന്ന് മുങ്ങിപ്പോയിട്ടുണ്ട്. ഇതിനൊപ്പം മുങ്ങിപ്പോയ ജൈവവൈവിധ്യത്തിന് ആർക്കു വിലയിടാനാവും?

സസ്യവും ജീവന്റെ വലയിൽ ചെയ്യുന്ന ധർമ്മം എന്താണെന്ന് നമുക്കറിയില്ല. അതിനു മാത്രമേ അറിയുകയുള്ളു. അതില്ലാതെയാവുന്നതോടെ ജീവന്റെ വലിയ വലയിൽ ഒരു കണ്ണി നഷ്ടപ്പെടുകയാണ്.

അണക്കെട്ടുകൾ ഉളവാക്കുന്ന ദൂഷ്യഫലങ്ങളുടെ പഠനങ്ങൾ വന്നത് പിന്നീടാണ്.

ജലപർവ്വത്തിൽ ഈ ദുരന്തങ്ങൾ അതിനു സാക്ഷിയായ ഇരയായ ഒരു സമൂഹത്തിന്റെ അനുഭവങ്ങളായിത്തന്നെ വിശദമായി പ്രതിപാദിക്കുന്നു. പതിന്നാലാം അദ്ധ്യായത്തിൽ ഒൻപതു വർഷത്തെ തടവിനുശേഷം കാടേറി കറിയ തിരികെ എത്തുമ്പോൾ കാണുന്ന കാഴ്ചയിൽ കാടന്മാരുടെ കുടിലുകളില്ല. കാടന്മാരില്ലായിരുന്നു. മലയില്ല നദിയില്ല. ആകെ കണ്ടത് ഒരു തടാകമാണ്. കെട്ടിനിർത്തിയ വെള്ളമാകട്ടെ തന്നെ പുച്ഛത്തോടെ നോക്കുന്നതായിട്ടാണ് കറിയായ്ക്കു തോന്നിയത്. ഒരു പാരിസ്ഥിതിക നഷ്ടം അവതരിപ്പിക്കാനായി കാടൻ കറുമ്പൻ എന്നൊരു കഥാപാത്രത്തെ നോവലിസ്റ്റ് സൃഷ്ടിക്കുന്നു. അയാൾ ആനത്തുമ്പികളുടെ മുട്ടകൾക്കു കാവലിരിക്കുന്നവനും അറുപത്തിമൂന്നിനം തുമ്പികളെ തിരിച്ചറിയാനാവുന്നവനും കാടിന്റെ മുക്കും മൂലയും കാണാതെ അറിയാവുന്നവനുമാണ് എന്നും അയാളുടെ ശരീരത്തിന്റെ ഭാഗം പോലെ ഒരു ആനത്തുമ്പി ഉണ്ടാവുമായിരുന്നു. അണക്കെട്ടിന്റെ പണി പുരോഗമിച്ചതോടെ “മുല്ലച്ചാലിന്റെയും പെരിഞ്ചാലിന്റെയും ഇരുകരകളിലുമുള്ള വള്ളിപ്പടർപ്പുകളും ചെടികളുമാണ് ആദ്യം മുങ്ങിയത്. അവയുടെ മുകളിൽ പാറിപ്പറന്നിരുന്ന തുമ്പികളെ കാണാനില്ല. അടിയിലുണ്ടായിരുന്ന ചെങ്കീരികളും നീർക്കോലികളും എങ്ങോട്ടു പോയെന്നറിയില്ല. ഈ നദികളുടെ തീരങ്ങളിൽ മാത്രം കണ്ടിരുന്ന പൂവാലിയും തോവാലിയും അപ്രത്യക്ഷമായി.”

കറുമ്പന്റെ കുടിയും കുടുംബവും വിശ്വസ്തനായ നായയും മുങ്ങിപ്പോയിരുന്നു. അത്രയ്ക്ക് കാടിനെ സ്നേഹിച്ചിരുന്ന ഒരു കഥാപാത്രത്തിലൂടെ ഈ നഷ്ടങ്ങളുടെ കഥകൾ അവതരിപ്പിച്ചത് ഉചിതമായി. അനേകം സസ്യങ്ങളെക്കുറിച്ചും അവയുടെ പ്രത്യേകതകളെക്കുറിച്ചും വനവാസികൾ അവ ഉപയോഗിച്ചിരുന്ന രീതികളെക്കുറിച്ചും ഈ നോവലിൽ പറയുന്നുണ്ട്. അതൊന്നും നേരിട്ട് പറയുന്നില്ല. സന്ദർഭൗചിത്യം പാലിച്ചുകൊണ്ടുതന്നെയാണ് പരിചയപ്പെടുത്തുന്നത്. അനപത്യതയെ നേരിടാൻ സന്താനവല്ലിയും ശിവശിലയും കാട്ടിൽ നടക്കുമ്പോൾ ക്ഷീണമകറ്റാൻ കൃഷിഭോജ്യം. മുല്ലപ്പെരിയാറിന്റെ വിചിത്രമായ കരാർ സൃഷ്ടിച്ചവന്റെ കള്ളങ്ങൾ പുറത്തെടുക്കാൻ ഏറ്റച്ചീന്തിന്റെ തളിര് എന്നിങ്ങനെ ആധുനികമായ എല്ലാ കണ്ടുപിടുത്തങ്ങളോടും കിടപിടിക്കുന്ന വിദ്യകൾ കാട്ടിലുണ്ടായിരുന്നു. അപരിഷ്കൃതരായ കാട്ടുമനുഷ്യർക്കറിയാമായിരുന്നു. വികസനവാദികളെ സംബന്ധിച്ചിടത്തോളം തുമ്പികളുടെയോ കുറ്റിച്ചെടികളുടെയോ നഷ്ടം നഷ്ടമല്ലായിരിക്കാം. പക്ഷേ, ഇവയൊക്കെ ഇല്ലാതാക്കി പകരം നേടിയതെന്തൊക്കെയാണ്? അവസാനിക്കാത്ത ഭയവും ഉത്കണ്ഠകളുമോ?

മുല്ലപ്പെരിയാറിൽ പണി തുടങ്ങുന്നതിനു മുൻപ് മുന്നൂറ്റി അമ്പതോളം കാടക്കുടികൾ ശിവമുടിക്കു ചുറ്റുമുണ്ടായിരുന്നത് ഏഴായി ചുരുങ്ങി മൊട്ടമേട് എന്നൊരു കുന്നിലേക്കു മാറ്റപ്പെട്ടത് നോവലിൽ പറയുന്നു. മത്സ്യസമ്പത്തില്ലാതെയായ തേനീച്ചകൾ കൂടുക്കൂട്ടിയ മരങ്ങൾ നഷ്ടപ്പെട്ട പൂക്കൾ വിരിഞ്ഞ വള്ളിപ്പടർപ്പുകളേ വെള്ളം അപഹരിച്ച ഒരു കാട്ടിൽ വനവാസിക്ക് എന്തു ചെയ്യാനാവും? ഒരു ജലസമാധി തന്റെ നിയോഗമെന്നു തിരിച്ചറിയുന്നത് ഒരു ഉൾവിളിയാലല്ല. തന്റെ ജീവിതം പുതിയ സാഹചര്യങ്ങളോട് ഇണങ്ങില്ല എന്നറിഞ്ഞുമാണ്. അതിനൊരുങ്ങുന്നതിനു മുൻപ് അവൻ പറയുന്ന ചില വാക്കുകൾ ഇന്നും പ്രസക്തവും ശ്രദ്ധാർഹവുമാണ്.

“ശിവമുടിക്കും പെരിയമലയ്ക്കും താഴെ അറുനൂറു നാഴിക വ്യാപിച്ചു കിടന്ന വനമെല്ലാം വെള്ളത്തിലായി മലയിലും മേട്ടിലും താഴ്വരയിലുമുണ്ടായിരുന്ന കാടരുടെ നാലു ഗോത്രങ്ങളിൽ പലരേയും കാണാനില്ല. വേടരുടെ മൂന്നു ഗോത്രങ്ങളും അരയരുടെ ആറു ഗോത്രങ്ങളും പാടേ അപ്രത്യക്ഷമായി. അവരുടെ ഭാഷ, പാട്ട്, ആചാരങ്ങൾ എല്ലാം ഇങ്ങിനി വരാതെവണ്ണം ഈ മലയിൽ നിന്നേ മാഞ്ഞു പോയി. ഇവിടെ മാത്രമുണ്ടായിരുന്ന മക്കു മുതൽ മഞ്ചോട്ടി വരെ ചത്തു പൊങ്ങി. മുക്കനീച്ച മുതൽ കാട്ടുപരുന്തുവരെ അപ്രത്യക്ഷമായി. എന്റെ തുമ്പികളെയൊന്നും കാണാനില്ല. കാടില്ലാതെ കാടനെന്തു ജീവിതം?

“എന്റെ കാട് എനിക്കു തിരിച്ചു തരാൻ നിങ്ങൾക്കാവുമോ? മുങ്ങിപ്പോയ എന്റെ കൂട്ടരെ എനിക്കു മടക്കിത്തരാനാവുമോ? മഹാമരങ്ങളെയും അതിൽ കൂടുക്കൂട്ടിയ പറവകളെയും തിരിച്ചുതരുമോ?

ഈ ചോദ്യം നമുക്കു നേരെയാണ് വികസനത്തിന്റെ വികല ധാരണകൾ പുലർത്തുന്ന നമ്മുടെ സമൂഹത്തിനു നേരെയാണ്. എന്നിട്ടും നമ്മളിപ്പോഴും അണക്കെട്ടുകളാണ് പരിഹാരം എന്നു വാദിച്ചുകൊണ്ടിരിക്കുന്നു.

ഡാം നിർമ്മിച്ച് വെള്ളം കൊണ്ടുപോകുമ്പോഴും അവർക്കാവശ്യമുള്ളപ്പോൾ മാത്രം അതു കൊണ്ടുപോവുക എന്ന സ്വാർത്ഥപൂരിതമായ തീരുമാനത്തിലൂടെ ഇവിടെയുണ്ടാവുന്ന കെടുതികൾ നോവലിൽ കടന്നുവരുന്നു. തോട്ടങ്ങളുടെ നാശം വെള്ളം കൂടുതൽ കൂടുതൽ സ്ഥലം അപഹരിക്കുന്നത് വനമേഖലയുടെ വിസ്തൃതി കുറയുന്നത് ഒക്കെ ഇതിൽ കടന്നുവരുന്നു. വെള്ളം തരുന്നവരെ വെള്ളത്തിൽ മുക്കിക്കൊല്ലുന്നത് കൊലപാതകത്തിനു സമമാണ്. എങ്കിലും അങ്ങനെയൊക്കെ സംഭവിക്കുന്നു. നമ്മുടെ ഭരണാധികാരികൾ കാലാകാലങ്ങളിൽ ഇതിനോടൊക്കെ പുലർത്തിവന്ന മനോഭാവങ്ങളും ഈ നോവൽ അനാവൃതമാക്കുന്നു. എഴുതപ്പെട്ടതു മാത്രമല്ല ചരിത്രം. യഥാർത്ഥ ചരിത്രം മറ്റെന്തോ കൂടിയാണെന്ന് ഈ നോവൽ നമ്മെ ഓർമ്മപ്പെടുത്തുന്നു. ഇതിൽ ചരിത്രത്തെ സംബന്ധിച്ച പരാമർശവും അതു ശരിവെയ്ക്കുന്നു. വാക്കാട്ടെ എഴുതപ്പെട്ട കുടുംബചരിത്രവും കാത്തുവിന്റെ ഓലകളും തമ്മിലുള്ള വ്യത്യാസത്തിൽ ഇത് കാണാം.

ആശ്രയിക്കുന്നവരെ സ്വീകരിച്ച ഒരു കുടുംബകഥ

വാക്കാട് കുടുംബത്തിന്റെ നാല് തലമുറയുടെ കഥയാണ് ‘ജലപർവ്വം’ എന്ന നോവലിന്റെ കഥ. അവരും അവരോട് ചേർന്നു നിൽക്കുന്നവരുമായ ആളുകളാണ് ഇതിലെ സമൂഹം. യോഗേശ്വരൻ എന്ന സിദ്ധന്റെ ഉപദേശപ്രകാരം കൃഷി ആരംഭിക്കുന്ന കാടേറി കറിയ എന്ന സാഹസികന് തനിക്കും തന്റെ സന്തതിപരമ്പരകൾക്കും ഈ വെള്ളവും ഈ സസ്യജാലങ്ങളും തുണയാവും എന്ന കാര്യത്തിൽ സംശയമൊന്നുമില്ല. കാടിനെയും കാടരേയും പരമാവധി അറിഞ്ഞും ഉൾക്കൊണ്ടും ജീവിക്കുന്ന കാടേറി കറിയ ആ സമൂഹത്തിന്റെ ഉത്കണ്ഠ നീക്കാനാണ് ആദ്യം മണ്ണ് അണ തകർക്കുന്നത്. തന്റെ അരുവികളെ തടവിലാക്കാൻ ആരു തീരുമാനിച്ചു ആരതിനു സമ്മതിച്ചു എന്നൊക്കെ അയാൾ സന്ദേഹിക്കുന്നത് അവയെ അത്രമേൽ സ്നേഹിക്കുന്നതുകൊണ്ടുമാണ്.

മഹാരാജാവിന്റെ ധർമ്മസങ്കടം അയാളേറ്റു വാങ്ങുന്നു. വെള്ളക്കാരന്റെ ധാർഷ്ട്യത്തെയും സഹായികളായ തമിഴ് ബ്രാഹ്മണരുടെ ചതികളെയും തന്റേടം കൊണ്ട് പ്രതിരോധിക്കുന്നു. അയാളെ അപഹരിച്ചു കൊണ്ടുപോയി ഒൻപതു വർഷം തടവിൽ പാർപ്പിച്ചു മാത്രമാണ് അവർക്കു ഡാം നിർമ്മിക്കാനായതെന്നും ഓർക്കേണ്ടതാണ്. തിരികെ വന്നപ്പോൾ ചതികളുടെ കയ്പ് അയാളെ തകർത്തുകളയുന്നു. അതിന്റെ കാരണക്കാരെ കണ്ടെത്തി നിർദ്ദാക്ഷിണ്യം ശിക്ഷ വിധിക്കാൻ യാതൊരു മടിയുമില്ല. അവിടെ കാട്ടുനീതികളാണ് അയാളെ ഭരിക്കുന്നത്. ഇതേ സ്വഭാവം തെറ്റു ചെയ്തവർക്ക് വഞ്ചന നടത്തുന്നവർക്ക് കാട്ടുനീതിയനുസരിച്ച് ശിക്ഷ നടപ്പാക്കുന്ന സ്വഭാവം അവർ പരമ്പരയാ തുടർന്നുപോരുന്നതു കാണാം. ഭൂമിയുടെയും മണ്ണിന്റെയും ഉള്ളറിഞ്ഞ് അതിനെ സ്നേഹിച്ച് കൃഷി ചെയ്യാൻ അവരെ ഉപദേശിക്കാനും തുണ നിൽക്കാനുമായി ഓരോരുത്തർ. എന്നും ഒപ്പവുമുണ്ട് യോഗേശ്വരൻ, സിദ്ധപ്പ ശിവപ്പ, ഡെസ്മണ്ട് പെരേര എന്നിങ്ങനെ സുമനസ്സുകൾ അവർക്കു കാവൽ നിന്നു. ആ കുടുംബത്തിലെ ഒരംഗമായി പ്ലാന്തോട്ടത്തിൽ അച്ചനും വേണ്ടസമയത്ത് ഉചിതമാംവണ്ണം ഉപദേശങ്ങൾ നൽകി.

കഞ്ചാവ് കൃഷിയെ പ്രോത്സാഹിപ്പിക്കാനോ അതിനെ നീതികരിക്കാനോ അവർക്കാവുന്നില്ല. വേഗം ലാഭം എന്നൊരു കണ്ണേ ഈ വ്യക്തികളെ സ്പർശിക്കുന്നില്ല. നിയമത്തിനും നീതിക്കും എതിരായി ഒന്നും ചെയ്യാൻ മുതിരുന്നുമില്ല. സ്വാതന്ത്ര്യസമര സേനാനികളെയും തീപ്പൊരിതങ്കനെയും ഒളിപ്പിക്കുന്നത് ബ്രിട്ടീഷുകാരോടുള്ള പക മൂലമാണ്. പിന്നെ ആശ്രയം തേടിയെത്തുന്നവരെ ഉപേക്ഷിക്കുന്ന സ്വഭാവം അവർക്ക് ഇല്ലാത്തതിനാലും. നീരാൽ എന്ന വൃക്ഷം. കാസിനേ കേദാർ നാഥ് - വാക്കാട്ട് കുടുംബത്തിന്റെ ആശ്രയവൃക്ഷമാണ്. അവർ ഹൈറേഞ്ചിലെത്തുന്ന കാലത്ത് ആരാധനാമൂർത്തി എന്ന നിലയിൽ സ്വീകരിക്കുന്ന വൃക്ഷമാണത്. അവരുടെ ജീവിതവും വിശ്വാസവും നിലനില്പും അതിനോടു ചേർന്നാണ് രൂപപ്പെടുന്നത്. അതുകൊണ്ടുതന്നെ അതിനെ ഉണക്കി കളയുന്നവനോട് ഒരുതരത്തിലും പൊറുക്കാൻ മലമാത്തനോ മകനോ കഴിയുന്നില്ല. അതീവക്രൂരമായ ശിക്ഷകൾ തന്നെ അവർക്കു വിധിക്കുന്നു. പക്ഷേ, നാനൂറു വർഷം നിലനിൽക്കുകയും ജലത്തെ സൂക്ഷിക്കുകയും ചുറ്റുപാടുകളെ വരൾച്ചയിൽ നിന്ന് സംരക്ഷിക്കുകയും ചെയ്യുന്ന ഒരു വൃക്ഷത്തെ - വൃക്ഷചക്രവർത്തിയെ ഉണക്കി കളഞ്ഞവനോട് എന്തിനു ദയ കാണിക്കണം?

ആശ്രയിച്ചെത്തുന്നവരെ ഉപേക്ഷിക്കാതെ സ്വീകരിക്കാനും ആവശ്യങ്ങളറിഞ്ഞ് സഹായിക്കാനും ഓരോ കാലത്തും ഈ കുടുംബത്തിലെ നാഗരായവർ ശ്രദ്ധിക്കുന്നുണ്ട്. ഭൂമി വേണ്ടവർക്ക് ഭൂമി, വിത്തും വളവും വേണ്ടവർക്ക് അങ്ങനെ. കൃഷിപ്പിഴ നേരിടുമ്പോൾ പണം ആവശ്യങ്ങളിൽ കൂടെ നിൽക്കാൻ അവർ ശ്രദ്ധാലുക്കളാവുന്നു. പള്ളിയും പള്ളിക്കൂടങ്ങളും പണി കഴിപ്പിച്ചും മലമ്പനി വരുമ്പോൾ ഡോക്ടറെയും ആശുപത്രിയും സജ്ജീകരിച്ചും സേവനത്തിന്റെ മഹത്തായ പാതകൾ അവർ വെട്ടിത്തുറക്കുന്നു. തീപ്പൊരി തങ്കനെയും കൂട്ടരെയും സംരക്ഷിക്കുന്നതും നവമണിലംഗത്തിന്റെ കല്യാണം നടത്തുവാൻ മുന്നിട്ടിറങ്ങുന്നതുമൊക്കെ തങ്ങൾക്ക് ശരി എന്നു തോന്നുന്നവയിൽ ഉറച്ചുനിൽക്കാനുള്ള ധൈര്യം മൂലമാണ്. പക്ഷേ തങ്ങൾക്ക് അനർഹമായതൊന്നും അവരാഗ്രഹിക്കുന്നതേയില്ല. സഖാവ് തങ്കൻ കല്ലേലി എസ്റ്റേറ്റ് വാക്കാട്ടെ തോട്ടങ്ങളോട് ചേർക്കാം എന്ന നിർദ്ദേശം വെയ്ക്കുമ്പോൾ അത് സ്വന്തം പണം കൊടുത്ത് വാങ്ങി തൊഴിലാളികളുടെ പേരിൽ രജിസ്റ്റർ ചെയ്യാൻ വാക്കാട് വർഗീസ് ജോർജ്ജ് പണിക്കർ എന്ന വക്കൻ കാണിക്കുന്ന മഹാമനസ്കത ഇതിനോടു ചേർത്ത് വായിച്ചെടുക്കണം. നവമണിലിംഗം തമിഴ്നാട്ടിലെ ഭൂമിയെപ്പറ്റി പറയുമ്പോഴും മാത്തൻ ആ പ്രലോഭനം നിരസിക്കുന്നതും ഇതേ മനോഭാവത്തിലാണ്.

മണ്ണിനെ സ്നേഹിക്കുന്നതുപോലെ തന്നെ സ്ത്രീകളോട് ഇവർ പുലർത്തുന്ന സ്നേഹവും ബഹുമാനവും ശ്രദ്ധാർഹമാണ്. തങ്ങളുടെ ഭാര്യമാരോടായാലും മറ്റു സ്ത്രീകളോടായാലും ഏറ്റവും ബഹുമാനത്തോടെ പെരുമാറാനവർക്ക് കഴിയുന്നു. മറിയക്കുട്ടി എന്ന സ്ത്രീയെ അപമാനിക്കുവാൻ ശ്രമിക്കുന്നവനെ എത്ര ക്രൂരമായിയാണ് വക്കൻ ശിക്ഷിക്കുന്നത്. അവരുടെ പേരിൽ പതിഞ്ഞൊരു കളങ്കത്തെ ഇല്ലാതെയാക്കാനുള്ള ശ്രമം എന്ന നിലയിലാണ് ആ ഉപഹാരസമർപ്പണം. അവൾക്ക് അതിനു പ്രതിഫലമായി നീട്ടാൻ മറ്റൊന്നുമില്ലായിരുന്നു. സ്വന്തം ശരീരമല്ലാതെ അതുകൊണ്ട് അവളെ ചീത്ത എന്നു വിലയിരുത്തേണ്ടതില്ല. കാരണം അവളുടെ ജീവിതാനുഭവങ്ങളും അതു മാത്രമേ അവൾക്കു സമ്മാനിച്ചിരുന്നുള്ളൂ. സ്ത്രീകളോടുള്ള ബഹുമാനം, തന്നെ വിട്ടുപോയ ഭാര്യയെക്കുറിച്ചുള്ള ദൃഢമായ ഓർമ്മകളാണ് അത്തരം ഒരു പ്രലോഭനത്തിൽ നിന്ന് അവസാനത്തോളം വാക്കാട് വക്കനെ രക്ഷിച്ചു നിർത്തുന്നതും. ഈ നോവലിൽ നാം കാണുന്ന കുതന്ത്രബുദ്ധികളായ കഥാപാത്രങ്ങളൊക്കെ സ്ത്രീലമ്പടന്മാരുമാണ്. വേദലിംഗം ബ്രണ്ണൻ ദക്കെ, അവർ ഭൂമിയോടു കാണിക്കുന്ന ചൂഷണ മനോഭാവമാകട്ടെ വാക്കാട് കുടുംബത്തിന്റെ കരുതലിനെതിരാണ്.

തങ്ങൾക്കു ചുറ്റും ഉരുണ്ടുകൂടുന്ന ചതികളെയും കുതന്ത്ര ങ്ങളെയും മണത്തറിയാനുള്ള ഒരു കഴിവ് വാക്കാട്ട് കുടുംബത്തിൽ എല്ലാവർക്കും ഉണ്ട്. ഒരു ചെറിയ സംഭവത്തിന്റെ പോലും അടി വേരുവരെ കണ്ടെത്തി നശിപ്പിക്കാനവർ സദാ ജാഗരൂകരാണ്. ജലജയിൽ തങ്ങളെ പരിഹസിച്ചുകൊണ്ട് മുന്നിൽ നിൽക്കുന്നതിൽ ഇവരെല്ലാം ദുഃഖിതരാണ്. മണ്ണിനോടും മനുഷ്യനോടും ചേർന്ന ലിഞ്ഞു നിൽക്കുന്നതിനാലാവം ഈ ചതികളുടെ കയ്പ് അവരെ തൊടുന്നത്. വിഖ്യാത സിസ്മോളജിസ്റ്റും ലോകം മുഴുവനും പ്രസി ദ്ധനുമായ ഡോക്ടർ മാത്യു തോമസ് വർഗീസ് പണിക്കർക്ക് മണ്ണി നോടും പ്രകൃതിയോടുമുള്ള ബന്ധം വ്യത്യസ്തമാണ്. ഭൂമിയുടെ നിലവിളികൾ അദ്ദേഹത്തിനു തിരിച്ചറിയാനാവുന്നുണ്ടാവാം. അതിന്റെ പരിഹാരവും നിർദ്ദേശിക്കാനായേക്കും. പക്ഷേ, തൊട്ടു മുൻപിൽ നിജാദും ഫൗസിയയും എന്താണ് ചെയ്തിരുന്നത് എന്നോ അവരുടെ ചെയ്തികളിലെ ചില വൈചിത്ര്യങ്ങളോ അദ്ദേഹത്തിന്റെ ശ്രദ്ധയാകർഷിക്കുന്നതേയില്ല. അവരുടെ വാക്കുകളിൽ പ്രകടമായ വൈരുദ്ധ്യങ്ങളുണ്ടെങ്കിലും അതും അദ്ദേഹത്തിന്റെ പരിഗണനയിൽ എത്തുന്നില്ല. കോൺവെന്റ് വിദ്യാഭ്യാസം, വിദേശ വിദ്യാഭ്യാസം എന്നിവയൊക്കെ ലഭിക്കുമ്പോഴും കാടനാവാതെ വളർന്നു എന്ന് പ്ലാന്തോട്ടത്തിലച്ചൻ ഇടയ്ക്കിടെ പറയുമ്പോഴും സഹജമായ ചില കഴിവുകളും നഷ്ടപ്പെടുന്നു എന്നു മനസ്സിലാക്കാൻ ഈ പ്രത്യേക തകൾ ഉദാഹരിക്കാം.

ദുരന്ത ഒഴുക്കിൽ നന്മകളും ഒഴുകി ഒഴുകി...

നോവലിന്റെ മൂന്നാം വായന അതിന്റെ സമകാല അവസ്ഥകളിലെ പ്രതിപാദ്യമാണ്. പ്രസിദ്ധ സിസ്മോളജിസ്റ്റ്, ചന്ദ്രമോഹനൻ എന്ന പത്രലേഖകൻ, മുല്ലപ്പെരിയാർ അണക്കെട്ടിനു താഴെയുള്ള ഒരു ജന സമൂഹം അവരെയൊക്കെ നോവലിസ്റ്റ് ഉപയോഗിക്കുന്നു. ചന്ദ്ര മോഹനൻ എന്ന പത്രപ്രവർത്തകൻ പറയുന്നൊരു വാചകമുണ്ട് മലയോരമേഖലയിൽ പത്രത്തിന്റെ പ്രചാരം വർദ്ധിപ്പിക്കാൻ ഒരവസരം എന്ന നിലയിലാണ് പത്രസ്ഥാപനം മുല്ലപ്പെരിയാർ വിഷ യത്തെ കാണുന്നതെന്ന്. അതേ മനോഭാവമാണ് ഓരോരുത്തർക്കും അവരവരുടെ സ്ഥാപിതതാത്പര്യങ്ങൾ സംരക്ഷിക്കുക. വാക്കാട്ടെ തോട്ടങ്ങളിൽ ഒളിച്ചു താമസിച്ചിരുന്നവർ പുതിയ ഭരണാധികാരിക ളായപ്പോൾ അവർ പ്രക്ഷുബ്ധമായ വിഷയങ്ങളോട് സ്വീകരിക്കുന്ന സമീപനം എത്ര തണുപ്പാർന്നതാണെന്നതും ശ്രദ്ധിക്കേണ്ടതാണ്. അണക്കെട്ടു പൊട്ടിയാൽ അടിയന്തിരമായി ചെയ്യേണ്ടതെല്ലാം ചെയ്തു എന്ന് ഭരണകൂടങ്ങൾ വാദിക്കുമ്പോഴും അതൊന്നുംകൊണ്ട് സമാധാനിക്കാനാവാത്ത ഒരു സമൂഹം അവിടെയുണ്ട്. മാതാവ്

കാക്കും എന്ന് സിസിലിയെപ്പോലൊരു പെൺകുട്ടിക്ക് സമാധാനിക്കാം. പക്ഷേ, എല്ലാവർക്കും അതിനാവുന്നില്ല. ഒറ്റക്കാലുമാത്രം കൊണ്ട് ജോസഫ് മലയാറ്റൂരിനു പോകാൻ തീരുമാനിക്കുന്നത് മലയാറ്റൂർ മലക്കു മുകളിലേക്കു വെള്ളം എത്തില്ല എന്ന ആശ്വാസത്തിലാണ്. അണക്കെട്ടു പൊട്ടിയാലോ എന്ന ഭയത്താൽ ഉറക്കം തന്നെ നഷ്ടപ്പെട്ടവർ ദിനചര്യകളൊക്കെ താളം തെറ്റി ഒരു മനോരോഗത്തോളം എത്തിയവർ ഇങ്ങനെയൊരു സമൂഹം തങ്ങളുടെ ഉത്കണ്ഠകൾ നിജാദിനോടും ഫൗസിയയോടും പങ്കുവെയ്ക്കുന്നുണ്ട്. അവർ നാട്ടിലലിഞ്ഞു ചേരുമ്പോൾ നാട്ടുകാരുടെ സ്നേഹം അനുഭവിക്കുമ്പോൾ ഈ നന്മകളത്രയും ആ വെള്ളപ്പാച്ചിൽ അപഹരിക്കില്ലേ എന്നു സന്ദേഹിക്കുന്നു. നിജാദിന്റെയും ഫൗസിയയുടെയും യഥാർത്ഥ ദൗത്യം വളരെ കുടിലത നിറഞ്ഞതായിരുന്നു. നാം അറിയാതെ നമ്മുടെ ഇടയിൽ കടന്നുവന്ന് ആധിപത്യമുറപ്പിക്കുന്നവർക്ക് വലിയ ഉദ്ദേശ്യലക്ഷ്യങ്ങളുണ്ടെന്നും ഗവേഷണവും പഠനവുമൊക്കെ അതിനൊരു മറയാണെന്നും ഈ കഥാപാത്രങ്ങളെ അവതരിപ്പിച്ചുകൊണ്ട് നോവലിസ്റ്റ് പറഞ്ഞുവെയ്ക്കുന്നു.

ജലപർവ്വം എന്ന നോവൽ അതിലെ കഥാപാത്രങ്ങളുടെ പെരുപ്പം കൊണ്ട് നമ്മെ അദ്ഭുതപ്പെടുത്തുന്നു. പക്ഷേ ഓരോ കഥാപാത്രവും അവരുടെ കഥാപാത്ര സ്വഭാവത്തിനിണങ്ങുന്ന വ്യക്തിത്വം നിറയുന്നുണ്ട്. ഒരു ചെറിയ ചായക്കട നടത്തുന്ന ചിന്നക്കും ഭയംകൊണ്ട് ഉറങ്ങാനാവുന്നില്ല എന്നു പറയുന്ന ഏലം വ്യാപാരി ഫീലിപ്പോസിനു പോലും അവിസ്മരണീയമായ സ്ഥാനം ലഭിക്കുന്നു.

ഒന്നര നൂറ്റാണ്ടിന്റെ ചരിത്രം വ്യക്തമായി ആവിഷ്ക്കരിക്കപ്പെടുന്നു. അതിന് ചിലപ്പോൾ ഐതീഹ്യങ്ങളും പഴംകഥകളും ആവിഷ്ക്കരിക്കപ്പെടുന്നുണ്ടെങ്കിലും സമകാല സംഭവങ്ങളുടെ വിവരണങ്ങൾ തികച്ചും യാഥാർത്ഥ്യമായിത്തന്നെ നോവലിൽ കടന്നു വരുന്നു. തമിഴ്നാട്ടിലെയും കേന്ദ്രത്തിലെയും ഭരണാധികാരികളുടെ മനോഭാവങ്ങൾ, പത്രവാർത്തകൾ, തമിഴ്ജനതയുടെ വികാരങ്ങൾ എന്നിവയുടെ ശരിയായ അവതരണം തന്നെ നോവലിലുണ്ട്.

ഓരോ കഥാപാത്രത്തിനും അവരവരുടെ വ്യക്തിത്വമുണ്ട്. ഓരോരുത്തരും അതാതു സന്ദർഭത്തിനും സംഭവത്തിനും യോജ്യരാണ്. ഇത്രകാലത്തെ ചരിത്രം രേഖപ്പെടുത്തുമ്പോൾ ഇത്രയൊക്കെ കഥാപാത്രങ്ങളും അവതരണത്തിനാവശ്യമാണ്. പത്രറിപ്പോർട്ടിന്റെ സ്വഭാവം ചില സമകാല സംഭവങ്ങളെപ്പറ്റി പരാമർശിക്കുന്നയിടത്ത് കടന്നുവരുന്നതല്ലാതെ മറ്റൊരു രംഗത്തും അങ്ങനെ

സംഭവിക്കുന്നില്ല. തികഞ്ഞ കാല്പനിക ഭംഗിയുള്ള എത്രയോ അവതരണങ്ങൾ ഈ നോവലിനെ സമ്പന്നമാക്കുന്നു. അതിലേറെ വികാരഭരിതമാണ് ഭാഷ പലപ്പോഴും ബന്ധങ്ങളുടെയും പ്രകൃതിയുടെയും നഷ്ടം പ്രതിപാദിക്കുന്ന സന്ദർഭങ്ങളിലെല്ലാം. വികാരഭരിതമായ അവതരണങ്ങളിലൂടെ അവ അനുവാചകനും പകർന്നു കിട്ടുന്നു. ഇത്ര ഗാംഭീര്യമേറിയ ഒരു വിഷയം അവതരിപ്പിച്ചതിന്റെ പിന്നിലെ അദ്ധ്വാനവും ഗവേഷണവും പഠനവുമാണ് ഇതിനെ അനന്യൂനമാക്കുന്നത്. ഇതു വായിച്ചു കഴിയുമ്പോഴെങ്കിലും ഇനിയൊരു അണക്കെട്ട് നമുക്കു വേണ്ട എന്നൊരു തീരുമാനത്തിൽ എത്താൻ നമ്മൾക്കാവുമെന്നൊരു വ്യാമോഹം ഉള്ളിൽ സൂക്ഷിച്ചുകൊണ്ട്....

ഡോ. മിനി പ്രസാദ്
അസോസിയേറ്റ് പ്രൊഫസർ
മാർത്തോമ്മാ കോളേജ്, ചുങ്കത്തറ - 679334, നിലമ്പൂർ
9496520398. drminiprasad@gmail.com

■

ഒന്ന്

വെട്ടിപ്പിടിച്ചതൊക്കെ വീണ്ടെടുക്കപ്പെടും, അതിനാൽ പ്രിയമകനെ നിനക്കു തരുവാനായി അപ്പന്റേതായി മറ്റൊന്നുമില്ല; ഒരിലയല്ലാതെ. ആസന്നമായ പ്രളയത്തിൽ അഭയമാകട്ടെ എന്നനുഗ്രഹിച്ച് ആ ഒരില, നമ്മുടെ നീരാലില, ഇലപ്പലക ഞാൻ നിനക്കു തരുന്നു.

കേവലം രണ്ടുവാചകങ്ങൾ മാത്രമുള്ള അപ്പന്റെ അതിവിചിത്രമായ വിൽപ്പത്രം ഇപ്പോൾ നടപ്പാക്കപ്പെട്ടിരിക്കുകയാണോ; അതോ ഇടയ്ക്ക് എവിടെയോ മുറിഞ്ഞുപോയ പ്രളയസ്വപ്നത്തിന്റെ തുടർച്ചയാണോ ഇപ്പോഴും സംഭവിച്ചുകൊണ്ടിരിക്കുന്നത്?

ഏതെന്ന് തീർത്തും നിർണയിക്കാൻ കുഞ്ഞൂഞ്ഞ് എന്നു വിളിപ്പേരുള്ള വിഖ്യാത സിസ്മോളജിസ്റ്റ് ഡോക്ടർ മാത്യു തോമസ് വർഗീസ് പണിക്കർക്ക് കഴിയുന്നില്ല.

അത്രയ്ക്കു ഭീദിതമായിരുന്നു സ്വപ്നത്തിലെ പ്രളയം. എങ്ങുനിന്നെന്നറിയാതെ പെട്ടെന്നാണ് പ്രളയം വന്നത്. മഹാപ്രളയം. ഭൂമിക്കു മീതെയും ആകാശത്തിനുകീഴിലുള്ളതുമായ സകലതും ജലത്താൽ മൂടപ്പെട്ടിരിക്കുന്നു. ആ പ്രളയജലത്തിൽ പെരിയൊരു നീരാലില മേൽ ഇടംകാലിലെ പെരുവിരൽ നുണഞ്ഞ് ഒഴുകി നടക്കുന്ന സ്വന്തം രൂപം ഓർമ്മിച്ചപ്പോൾ ഡോക്ടർ മാത്യു തോമസ് വർഗീസ് പണിക്കർ ഞെട്ടിപ്പോയി.

അനന്തമായ ജലപ്പരപ്പിനുമീതെ ഇലപ്പലകയിൽ ഇളകിയാടുകയായിരുന്നു അപ്പോൾ അദ്ദേഹം. സ്ഥലകാലബോധം വീണ്ടെടുക്കാൻ നന്നേ ക്ലേശിക്കേണ്ടിവന്നു.

മുകളിൽ ജ്വലിക്കുന്ന സൂര്യൻ. ചുറ്റും വെള്ളം. കരയുടെ വിദൂര ദൃശ്യംപോലും കാണാനില്ല. ദേഹവും വസ്ത്രങ്ങളും പൂർണ്ണമായും നനഞ്ഞൊട്ടിയിരിക്കുന്നു. ചുണ്ടിൽ വല്ലാത്ത ഉപ്പുരസം.

കടലിനു നടുവിലാണെന്ന് ഒരുൾക്കിടിലത്തോടെ അദ്ദേഹം തിരിച്ചറിഞ്ഞു.

വണ്ടിപ്പെരിയാറിലെ വാക്കാട്ട് എസ്റ്റേറ്റ് ബംഗ്ളാവിൽ സന്ധ്യമുതൽ പാതിരാവോളം വെടിവട്ടത്തിൽ തുടങ്ങി ഗൗരവപൂർണ്ണമായി പരിണമിച്ചുകൊണ്ടിരുന്ന സംഭാഷണത്തിന്റെ ഏതോ ഘട്ടത്തിൽ ഉറക്കത്തിലേക്ക്

വഴുതിപ്പോയ താൻ എങ്ങനെ ഈ കരകാണാക്കടലിനു നടുവിലെത്തി? കൂടെയുണ്ടായിരുന്നവരെല്ലാം എവിടെ? അവർക്കെന്തു സംഭവിച്ചു?

ആശങ്കയും അമ്പരപ്പും ഭീതിയും ഒന്നിച്ചുവന്ന് അദ്ദേഹത്തെ പൊതിഞ്ഞു.

മഞ്ഞും മഴയും കോടക്കാറ്റിന്റെ ചിറകേറിവന്ന ആ സന്ധ്യയിൽ പതിനാലുപേരാണ് എസ്റ്റേറ്റ് ബംഗ്ളാവിലെ വാംറൂം എന്നറിയപ്പെടുന്ന ഡ്രോയിംഗ്ഹാളിലുണ്ടായിരുന്നത്.

അകത്തെ മുറിയിൽ അപ്പനും രണ്ടു പരിചാരകരും, പുറത്ത് ഏഴെട്ട് പണിക്കാരും.

തുർക്കിയിൽ നിന്നു കൊണ്ടുവന്ന തോറായുടെ നീറിപ്പിടിക്കുന്ന ലഹരിയിൽ നാട്ടുകാര്യങ്ങളും പശ്ചിമഘട്ടത്തിന്റെ ജൈവവൈവിധ്യവും ഇടുക്കിയിലെ തുടർഭൂചലനങ്ങളും മുല്ലപ്പെരിയാറിനെ ചുറ്റിപ്പറ്റിയുള്ള ആശങ്കകളും കൂടിക്കുഴഞ്ഞ സംഭാഷണത്തിന്റെ ഏതോ ഘട്ടത്തിൽ അപ്പന്റെ വിൽപ്പത്രം പരാമർശിച്ചതോർക്കുന്നു. വയോവൃദ്ധനായ പ്ളാന്തോട്ടത്തിലച്ചനാണ് തുടക്കമിട്ടത്:

എന്റീശോയേ, വിൽപ്പത്രമെന്നു പറഞ്ഞ് വക്കച്ചൻ എഴുതിവച്ചിരിക്കുന്നത് എന്നതാ...

ഒട്ടൊന്നാലോചിച്ച് ആരോടെന്നില്ലാതെ അച്ചൻ സംശയം പ്രകടിപ്പിച്ചു:

വക്കച്ചനെങ്ങനെ വചനഭാഷയുണ്ടായി?...

വൈദികനെന്നതിനേക്കാൾ അപ്പന് പ്രിയമിത്രമായിരുന്നു ദീർഘകാലം ഇടവകവികാരിയായിരുന്ന ഫാദർ ഗീവർഗീസ് പ്ളാന്തോട്ടത്തിൽ. ശാരീരികാവശതകൾ അധികരിച്ചതിനാൽ അധികമൊന്നും പുറത്തുപോകാതെ എസ്റ്റേറ്റ് ബംഗ്ളാവിൽ അപ്പനൊപ്പമായിരുന്നു അദ്ദേഹം.

വാക്കാട്വക്കൻ എന്ന പരുക്കനായ മലയോരകർഷകനിൽ നിന്ന് വാക്കാട് എസ്റ്റേറ്റ്സ് ഉടമയായ പ്ളാന്റർ വർഗീസ് മാത്യുതോമസ് പണിക്കരിലേക്കുള്ള അപ്പന്റെ വളർച്ചക്കും പരിണാമത്തിനും പിന്നിൽ എന്നും പ്ളാന്തോട്ടത്തിലച്ചനുണ്ടായിരുന്നു.

കുടുംബമഹിമയോ വൈദികപാരമ്പര്യമോ അവകാശപ്പെടാനില്ലാതിരുന്ന ഫാദർ ഗീവർഗീസ് പ്ളാന്തോട്ടത്തിൽ അനാഥനായിരുന്നു എന്നാണ് കേട്ടറിവ്. അപ്പനോ അമ്മയോ ആരെന്നറിയാത്ത ഒരു കുഞ്ഞ് പാറേൽ പള്ളിയുടെ കുരിശടിക്കു കീഴിൽ ആരാലോ ഉപേക്ഷിക്കപ്പെട്ട നിലയിൽ കണ്ടപ്പോൾ അവിടുത്തെ വികാരിയായിരുന്ന പ്ളാന്തോട്ടത്തിൽ തോമസച്ചൻ അവനെ കൂട്ടിക്കൊണ്ടുപോയി ഗീവർഗീസ് എന്നു വിളിച്ച് സ്വന്തം കുടുംബപ്പേരുംനൽകി മകനായി വളർത്തുകയായിരുന്നു. അവനെ സ്കൂളിലയച്ചു; എന്നാൽ സ്വാതന്ത്ര്യസമരക്കാരുടെ കൂട്ടുകെട്ടിലേക്ക് നീങ്ങുന്നതു കണ്ടപ്പോൾ സെമിനാരിയിലാക്കി പഠിപ്പിച്ച്

ദൈവവേലയ്ക്കായി മലവാരത്തേക്ക് അയക്കുകയായിരുന്നു. അങ്ങനെ വാക്കാട്ട് വന്നുചേർന്ന ഫാദർ ഗീവർഗീസ് പ്ളാന്തോട്ടത്തിൽ അവിടെ ജനിക്കാത്ത വാക്കാട്ടെ സന്തതിയും സർവാധികാരിയുമായി മാറുകയായിരുന്നു.

എന്നും നല്ലതു മാത്രമേ അച്ചൻ പറയൂ. നന്മ മാത്രമേ ചെയ്യൂ. അതുകൊണ്ടാവാം പ്ളാന്തോട്ടത്തിലച്ചൻ പറഞ്ഞാൽ അപ്പന് മറുവാക്കില്ലാതിരുന്നത്. അച്ചന്റെ നിർദ്ദേശപ്രകാരമായിരുന്നു ഇടവകയിലേതുൾപ്പടെ മലയോരമേഖലയിൽ ഇന്നുകാണുന്ന പള്ളികളും പാരിഷ്ഹാളുകളും പണിയിച്ചുനൽകിയത്. അതുപോലെ ചപ്പാത്തു മുതൽ പടിഞ്ഞാറോട്ട് നേര്യമംഗലംവരേയും തൂക്കുപാറമുതൽ വടക്കോട്ട് ഇടക്കുടി വരേയും പള്ളികളുടെ കീഴിൽ വിദ്യാലയങ്ങളും ആതുരാലയങ്ങളും പണിയാൻ പ്ളാന്തോട്ടത്തിലച്ചന്റെ പ്രേരണയാൽ അപ്പൻ നൽകിയ ഭൂമിക്കും പണത്തിനും കണക്കില്ല. ഏതാണ്ട് സമപ്രായക്കാരായ അവർ കൈമാറാത്ത രഹസ്യങ്ങളില്ലായിരുന്നു. അവിവാഹിതനായ സാഹസികധനികന്റെ എല്ലാവിധ സ്വാതന്ത്ര്യങ്ങളും അനുഭവിച്ചുപോന്ന അപ്പനോട് ഒരുനാൾ അച്ചൻ നിർബന്ധപൂർവ്വം പറഞ്ഞത്രെ -വക്കച്ചാ മതി കാളകളി. അന്യം നിന്ന് പോകാനുള്ളതല്ല വാക്കാട് തറവാട്. ഇക്കണ്ട സ്വത്തുവകകളെല്ലാം അനുഭവിക്കാനും അടുത്ത തലമുറയിലേക്ക് കൈമാറാനും ഇവിടൊരു സന്തതി വേണം. അതിന് വക്കച്ചൻ പെണ്ണ് കെട്ടണം...

അപ്പോഴും എപ്പോഴും വിവാഹക്കാര്യം സാധ്യമല്ലാ എന്ന് പറഞ്ഞൊഴിഞ്ഞിരുന്ന വക്കൻ പെട്ടെന്നൊരുനാൾ വെളിപാടുണ്ടായതുപോലെ ഒരു പാതിരാത്രിയിൽ അച്ചനെ വിളിച്ചുണർത്തി കെട്ടാനൊരു പെണ്ണിനെ വേണമെന്നാവശ്യപ്പെടുകയായിരുന്നു. അതിന്റെ പിന്നിലെ ദുരൂഹതകളൊന്നും ആലോചിക്കാതെ പെണ്ണാലോചനക്കിറങ്ങിയ അച്ചൻ അനുയോജ്യയായ ജീവിതസഖിയെത്തന്നെ വക്കന് കാട്ടിക്കൊടുത്തു- പാലായ്ക്കടുത്ത് കടപ്ളാമറ്റത്ത് കാരക്കുന്നേൽ ഔതക്കുട്ടിയുടെ മകൾ കരുണാമ്മയെ. അവരുടെ ദാമ്പത്യത്തെപ്പറ്റി പറയുമ്പോൾ അച്ചൻ വിതുമ്പുമായിരുന്നു. വൈകിയാണ് നടന്നതെങ്കിലും സ്വർഗ്ഗത്തിൽ നേരത്തെ നടത്തപ്പെട്ടതായിരുന്നു അവരുടെ വിവാഹം. അതിനാൽത്തന്നെ സ്വർഗീയമായിരുന്നു ആ ദാമ്പത്യം. പക്ഷേ, ഒരുനാൾ അപ്രതീക്ഷിതമായി വക്കനെ കൂട്ടാതെ കരുണാമ്മ തനിയേ സ്വർഗ്ഗത്തിലേക്കു തിരിച്ചുപോയി.

...ഈ കാട്ടുമൂലയിലിട്ട് നിന്നെ കാടനാക്കാതെ കൊടൈക്കനാലിലെ ബോർഡിംഗിലാക്കിയത് ഞാനാണ്...

വണ്ടിപ്പെരിയാറിനെ കാട്ടുമൂലയെന്ന് വിശേഷിപ്പിക്കുന്ന അച്ചൻ എപ്പോഴും പറയുന്ന പല്ലവിയാണത്. അന്നും അതുപറഞ്ഞു:

...ചങ്കുപറിച്ചുകളയുന്നതുപോലെയാണ് അതു ചെയ്തത്; നിന്നെ പിരിയാൻ അത്രയ്ക്കു വിഷമമായിരുന്നു...

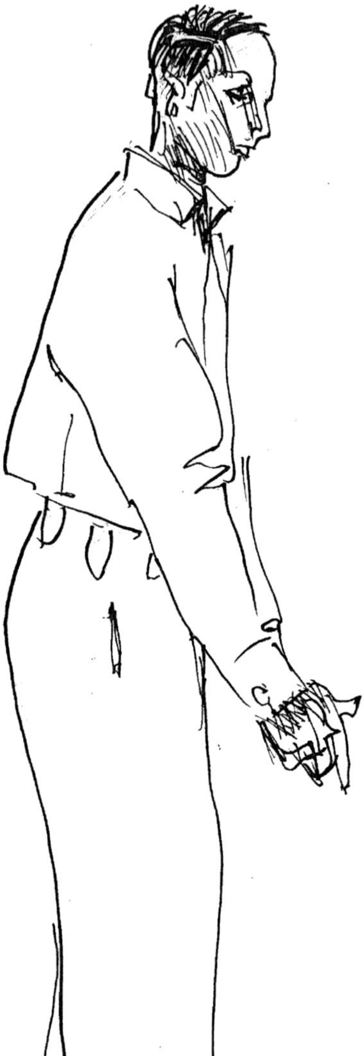

കൊടൈക്കനാലിലെ പഠനം കഴിഞ്ഞ് ലണ്ടനിൽനിന്ന് ബിസിനസ് മാനേജ്മെന്റിൽ ബിരുദമെടുത്തുവന്ന് പ്ലാന്റേഷനുകൾ ഭരിക്കുന്ന മകനെ സ്വപ്നംകണ്ടിരുന്ന വാക്കാട് വക്കൻ, യഥാർത്ഥത്തിൽ മകൻ എന്താണ് പഠിക്കുന്നതെന്നുപോലും അറിഞ്ഞിരുന്നില്ല. പഠിത്തം കഴിഞ്ഞില്ലേ, വരിക വരിക എന്ന് അപ്പൻ പറഞ്ഞപ്പോഴെല്ലാം ഇനിയും പഠിക്കാനുണ്ടെന്നായിരുന്നു മകന്റെ മറുപടി. ഒടുവിൽ ലോകം അറിയുന്ന സിസ്മോളജിസ്റ്റായി മകൻ തിരിച്ചുവന്നപ്പോഴും അപ്പന് പറയാൻ ഒന്നേ ഉണ്ടായിരുന്നുള്ളു- ഇക്കണ്ട തോട്ടങ്ങളുടേയെല്ലാം ഭരണം ഏറ്റെടുക്കുക.

പതിനേഴ് തോട്ടങ്ങളുമായി മലയോരത്തിനപ്പുറത്തേക്കും പടർന്നുപന്തലിച്ച വാക്കാട് പ്ളാന്റേഷൻസിന്റെ സമ്പത്തിനേക്കാൾ ഡോക്ടർ മാത്യു തോമസ് വർഗീസ് പണിക്കരെ ആകർഷിച്ചത് ഭൂമിയുടെ ഉള്ളിന്റെ ഉള്ളിലെ ഞെരിഞ്ഞമർന്ന നിലവിളിയായിരുന്നു.

കൊടൈക്കനാലിൽ പഠിക്കുന്ന കാലത്ത് കോടൈകുന്നിടിച്ച് കോവാരിക്കുളം നികത്തുന്നതുകണ്ട് വിദ്യാർത്ഥിയായ മാത്യു തോമസ് വർഗീസ് പണിക്കർക്ക് ശ്വാസംമുട്ടി. എന്തെന്നറിയാതെ പെട്ടെന്ന് അമ്മയെ ഓർക്കുകയും ചെയ്തു. അസ്വാസ്ഥ്യം അധികരിച്ചപ്പോൾ കൂടെയുണ്ടായിരുന്ന ഇംഗ്ളീഷുകാരനായ അദ്ധ്യാപകൻ ഹാരി വിത്സിനോട് ഇതുസംബന്ധിച്ച ആശങ്ക പങ്കുവച്ചു. അതുകേട്ടതോടെ അടക്കിവച്ചിരുന്ന അസ്വാസ്ഥ്യം അദ്ദേഹത്തിൽ അണപൊട്ടുകയായിരുന്നു:

പ്രകൃതിവിരുദ്ധമായ നടപടിയാണിത്. നിയതമായൊരു സന്തുലനക്രമത്തിലാണ് ഭൂമിയെ പ്രകൃതി നിലനിർത്തിയിരിക്കുന്നത്. അതു മാറ്റിമറിച്ചാൽ കാലം വല്ലാത്ത പിഴ ഈടാക്കും...

അതുകേട്ടതോടെ അമ്മയ്ക്ക് വേദനിക്കുന്നതായി മാത്യുതോമസ് വർഗീസ് പണിക്കർക്ക് തോന്നി. ഒപ്പം കുന്നും മലയും തടാകവും നദികളുമൊക്കെക്കൊണ്ട് സമസന്തുലനപ്പെട്ടിരിക്കുന്ന ഭൂമിയുടെ ഉപരിതലത്തിൽ മനുഷ്യൻ കൃത്രിമമായി വരുത്തുന്ന വ്യതിയാനങ്ങൾ ആന്തരികമായ അസന്തുലിതാവസ്ഥ സൃഷ്ടിക്കില്ലേ എന്ന ആശങ്കയുമുണ്ടായി. രോഗാവസ്ഥയിലായ അമ്മയെ ശുശ്രൂഷിക്കുന്നതുപോലെ ഇരുപതാം വയസ്സുമുതൽ അതേപ്പറ്റിയുള്ള പഠനഗവേഷണങ്ങളായിരുന്നു-അർമേനിയ മുതൽ അലാസ്ക വരെയും ചിലി മുതൽ ഘാന വരെയും. ഒടുവിലത് തുർക്കിയിലെത്തി നിൽക്കുന്നു.

ഇതിനിടയിൽ കല്യാണവും കുടുംബവും തോട്ടവും കാട്ടി വ്യാമോഹിപ്പിച്ചിട്ടൊന്നും കാര്യമില്ലെന്ന് കണ്ട് വക്കൻ മകനുമായി ഒരു ധാരണയിലെത്തി. എത്ര തിരക്കുണ്ടെങ്കിലും ആണ്ടിൽ രണ്ടുമാസം അപ്പനൊപ്പം വന്നു നിൽക്കുക. നന്നേ ക്ളേശിച്ചാണെങ്കിലും അത് കൃത്യമായി പാലിച്ചുപോരുന്നത് ഡോക്ടർ മാത്യു തോമസ് വർഗീസ് പണിക്കരെ സംബന്ധിച്ചിടത്തോളം പ്രത്യേകമായൊരു സംതൃപ്തി നൽകുന്ന കാര്യമാണ്.

മകന് സന്തോഷമാകട്ടെ എന്നു കരുതിയാവും പലവഴിക്കു പിരിഞ്ഞു പോയ പ്രിയസുഹൃത്തുക്കളെ ആ നേരംനോക്കി നാട്ടിൽ സംഘടിപ്പിച്ചു നിർത്താൻ അപ്പൻ ഗൂഢമായി ശ്രമിച്ചിരുന്നു. അവൻ നേരത്തെ വരുന്ന വിവരം കൂട്ടുകാരെ അറിയിക്കണം; അവർക്ക് ഇവിടെ എല്ലാ സൗകര്യങ്ങളും ഒരുക്കണം എന്ന് അവശനായിക്കിടക്കുന്ന ഇത്തവണപോലും അപ്പൻ ഏർപ്പാട് ചെയ്തിരുന്നു.

ചില അസൗകര്യങ്ങൾകൊണ്ട് ഇത്തവണ നാട്ടിലേക്കുള്ള വരവ് നീട്ടാനിരുന്നതായിരുന്നു. അപ്പോഴാണ് പ്ളാന്തോട്ടത്തിലച്ചന്റെ ഫോൺ വന്നത്:

അപ്പന് തീരെ സുഖമില്ല. കഴിവതും വേഗം പോരുക.

ആരോഗ്യവാനാണെങ്കിലും നൂറ്റിയഞ്ച് വയസ്സുള്ള അപ്പന് ഏതുനിമിഷവും എന്തും സംഭവിക്കാം. അതുകൊണ്ട് എല്ലാ തിരക്കുകളും മാറ്റി വച്ച് പോരുകയായിരുന്നു.

എയർപോർട്ടിൽ സ്വീകരിക്കാൻ വന്ന തോട്ടം സൂപ്രണ്ടാണ് പറഞ്ഞത് അപ്പൻ പഴയതുപോലെയല്ല...പിച്ചും പേയും പറയുന്നു... അദ്ദേഹത്തിന് തീരെ വയ്യാതായിരിക്കുന്നു.

നേരിൽകണ്ടപ്പോൾ അത് തീർത്തും ബോധ്യമായി. തോട്ടത്തിൽ കയറിയ ഒറ്റയാനെ ഒറ്റയടിക്ക് വീഴ്ത്തിയ വാക്കാട്വക്കൻ എന്ന മഹാപരാക്രമിയായ മനുഷ്യൻ ആട്ടുകട്ടിലിൽ അവശനായി കിടക്കുന്നു.

മകനെ കണ്ടപ്പോൾ ആ കണ്ണുകൾ തിളങ്ങി. ക്ളേശപ്പെട്ട് എഴുന്നേറ്റിരുന്നു; എന്നിട്ട് ആയാസത്തോടെ പറയുകയായി :

നീ വരാൻ വൈകുമെന്ന് ഞാൻ ആശങ്കപ്പെട്ടിരിക്കുകയായിരുന്നു...

അദ്ഭുതം തോന്നി. അപ്പന്റെ ഭാഷയ്ക്ക് വല്ലാത്തൊരു ശുദ്ധിവ ന്നിരിക്കുന്നു.

അദ്ഭുതം ഇരട്ടിപ്പിച്ചുകൊണ്ട് അപ്പൻ വീണ്ടും പറഞ്ഞു:

എല്ലാം എപ്പോഴേ നിശ്ചയിക്കപ്പെട്ടതാണ്... എന്റെവരവും യാത്രയും...

ഒരു മഹാദൗത്യം നിർവഹിക്കുന്നതുപോലെയായിരുന്നു പിന്നീടുള്ള പെരുമാറ്റം. പരിചാരകരോട് പുറത്തുപോകാൻ പറഞ്ഞു. അവർ മാറി ക്കഴിഞ്ഞപ്പോൾ തലയിണക്കടിയിൽ ജപമാലയിൽ ചുറ്റിവച്ചിരുന്ന കവറെടുത്തു. ചുറ്റും നോക്കുന്നതുകണ്ടപ്പോൾ അത് പ്ളാന്തോട്ടത്തി ലച്ചനെ തിരയുകയാണെന്ന് മനസ്സിലായി. അച്ചൻ മുന്നോട്ടുനീങ്ങിനിന്നു.

അപ്പൻ പരവേശമേതുമില്ലാതെ പറഞ്ഞു:

ഇത് എന്റെ വിൽപത്രമാണ്. നിന്നെ ഇത് ഏൽപ്പിക്കാൻ ഞാൻ വല്ലാതെ തിടുക്കപ്പെട്ടു. ഇപ്പോൾത്തന്നെ, അച്ചന്റെയും എന്റെയും സാന്നിധ്യത്തിൽ, നീ ഇത് തുറക്കണം, വായിക്കണം.

തികച്ചും അപ്രതീക്ഷിതവും തീർത്തും അവിചാരിതവും തികഞ്ഞ അദ്ഭുതമുളവാക്കുന്നതുമായ ഈ ചെയ്തിയുടെ സാംഗത്യമോർത്ത് ഒരു നിമിഷം സ്തംഭിച്ചു നിൽക്കെ അച്ചന്റെ ആജ്ഞ വന്നു:

തുറക്കുക...

കവർ പൊളിച്ചു.

മറ്റൊരദ്ഭുതമായി രണ്ടേരണ്ടുവാചകങ്ങൾ.

അത് ഉറക്കെ വായിക്കുമ്പോൾ അപ്പൻ കിടയ്ക്കടിയിൽനിന്ന്, കട്ടിലിൽ സ്വന്തം ദേഹത്തോട് ചേർത്തുവച്ചിരുന്ന ആ ഇല, നീരാലില, ഇലപ്പലക എടുത്തുനീട്ടി...

ശാരീരികം എന്നതിനേക്കാൾ മാനസികമായുള്ള തകർച്ചയാണ് അപ്പനെ തളർത്തിയതെന്ന് ഡോക്ടർ മാത്യു തോമസ് വർഗീസ് പണി ക്കർക്ക് തോന്നി. പ്ളാന്തോട്ടത്തിലച്ചൻ പറഞ്ഞത് ശരിയായിരിക്കാം–

മുല്ലപ്പെരിയാർ അണക്കെട്ട് അപകടാവസ്ഥയിലാണെന്ന് കേട്ടതുമു തൽ എപ്പോൾ പൊട്ടുമെന്നുള്ള ആധിയിലാണത്രെ അപ്പൻ. അതിയാന്റെ തറവാടും പതിനേഴ് തോട്ടങ്ങളും അണക്കെട്ടു പൊട്ടിവരുന്ന ഒഴുക്കു വഴിയിലല്ലേ, പിന്നെങ്ങനെ ആധിപിടിക്കാതിരിക്കും എന്നാണ് അച്ചന്റെ ന്യായീകരണം.

അപ്പന്റെ വല്യപ്പനായ കാടേറി കറിയായിൽ നിന്നാരംഭിച്ച മുല്ലപ്പെരി യാർ ബന്ധം അണമുറിയാതെ തുടരുകയാണ്. വാക്കാട്ടെ മൺതരിപോലും ഒരുവിധത്തിലല്ലെങ്കിൽ മറ്റൊരുവിധത്തിൽ മുല്ലപ്പെരിയാറുമായി അഭേദ്യ മായി അലിഞ്ഞുചേർന്നിരിക്കുന്നു. അണക്കെട്ടിനെ സംബന്ധിച്ചതെന്തും

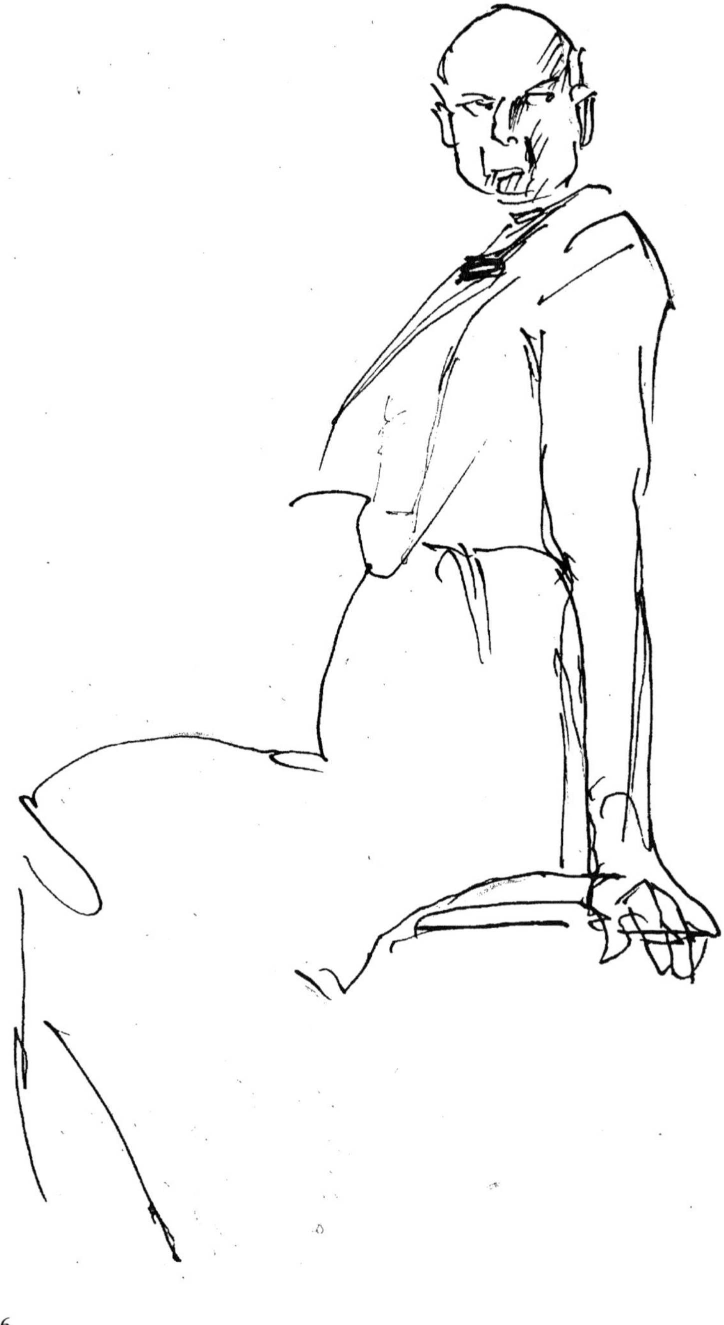

വാക്കാട്ടു തറവാടിനെ ബാധിക്കുന്നതാണ്. അതിനാൽ അപ്പനിലെ വിഭ്രമം സ്വാഭാവികമാണെന്ന് സമാധാനിക്കാൻ ശ്രമിച്ചപ്പോഴാണ് അച്ചൻ വീണ്ടും പറഞ്ഞത്:

ഗാഢമായ നിദ്രക്കിടയിലും മുല്ലപ്പെരിയാറിനെപ്പറ്റിയുള്ള പരാമർശ മാണെങ്കിൽ അപ്പൻ കേട്ടിരിക്കും; അതേപ്പറ്റി വല്ലാതെ വേവലാതിപ്പെടും.

സഹതാപം കലർന്ന അച്ചന്റെ ആ വാക്കുകൾകൂടി കേട്ടപ്പോൾ മുല്ല പ്പെരിയാറിനേക്കാൾ ഭീതിദമായൊരഗ്നിപർവ്വതം അപ്പന്റെ ഉള്ളിൽ പുക യുന്നുണ്ടെന്നുള്ള കാര്യം മറ്റാർക്കുമറിയില്ലല്ലോ എന്ന് ഡോക്ടർ മാത്യു തോമസ് പണിക്കർ സ്വയം ശപിച്ചുകൊണ്ട് ഓർത്തുപോയി.

രണ്ട്

മൂന്നുതലമുറ കൈമാറിവന്നതാണത്രേ ഇലപ്പലക എന്നു പേരുള്ള നീരാ ലില. വാക്കാട് കുടുംബചരിത്രത്തിൽ അതേപ്പറ്റി പരാമർശമുണ്ട്. അപ്പന്റെ വല്യപ്പൻ കാടേറി കറിയ എന്ന സ്കറിയ തോമസ് പണിക്കർക്കാണ് അത് ആദ്യം ലഭിച്ചത്.

അപ്പന്റെ ആഗ്രഹപ്രകാരം പ്ളാന്തോട്ടത്തിലച്ചൻ തയ്യാറാക്കിയതാണ് കുടുംബചരിത്രം. കഴിഞ്ഞതവണ വന്നപ്പോൾ ഇതാ നിനക്കൊരദ്ഭുതം എന്നു പറഞ്ഞാണ് വാക്കാട് കുടുംബചരിത്രം എന്ന പുസ്തകം പ്ളാന്തോ ട്ടത്തിലച്ചൻ എടുത്തുതന്നത്.

കൗതുകത്തോടെ സ്വന്തം പൈതൃകത്താളുകൾ മറിച്ചു:

...ഏതാണ്ട് എഴുന്നൂറുവർഷത്തെ പാരമ്പര്യമുണ്ടെങ്കിലും വാക്കാട്ട് കുടുംബത്തെക്കുറിച്ചുള്ള ആധികാരികരേഖകളുള്ളത്. പതിനെട്ടാം നൂറ്റാണ്ടിന്റെ തുടക്കം മുതലാണ്.

ഇന്നത്തെ കോട്ടയംജില്ലയിൽപ്പെട്ട പാലായ്ക്കടുത്തുള്ള കടപ്ളാമ റ്റത്തെ കല്ലുംമൂട്ടിൽ 1820ൽ ജനിച്ച കാടേറികറിയ എന്ന സ്കറിയാ തോമസിൽ നിന്നാണ് വാക്കാട് കുടുംബത്തിന്റെ ആധുനികചരിത്രം തുടങ്ങുന്നത്. അതിസാഹസികനായിരുന്നു സ്കറിയാ തോമസ്. നാടി നേക്കാൾ കാടിനോടായിരുന്നു അദ്ദേഹത്തിന് പ്രിയം. അക്കാലത്ത് പാലായ്ക്ക് കിഴക്കോട്ട് മലകേറി പാണ്ടിനാടിറങ്ങുംവരെ കൊടുംവനമാ യിരുന്നു. മിക്കപ്പോഴും സാഹസികയാത്രയ്ക്കും വനവിഭവശേഖരണത്തി നുമായി കാട്ടിൽ പോകുമായിരുന്നതിനാലാവാം കാട്ടിൽ കയറുന്നവൻ എന്ന അർത്ഥത്തിൽ കാടുകേറി എന്നൊരു അപരനാമം അദ്ദേഹത്തിനു ണ്ടായത്. കാലാന്തരത്തിൽ അതുലോപിച്ച് കാടേറി എന്നായി. പിന്നീട് പിൻപേരായി ചേർത്ത് കാടേറികറിയ എന്നറിയപ്പെടാൻ തുടങ്ങി. അദ്ദേ ഹത്തിന്റെ അസാധാരണമായ കായബലവും അഭ്യാസപാടവവും ബുദ്ധി

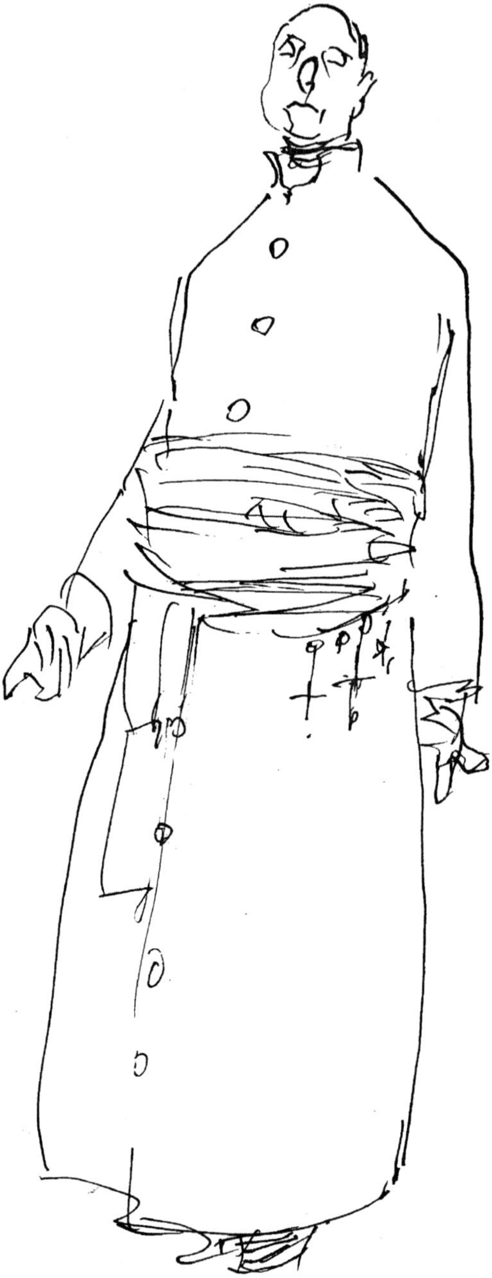

സാമർത്ഥ്യവും തിരിച്ചറിഞ്ഞ നാട്ടധികാരികളായ കല്ലേരി കർത്താക്കന്മാർ അവരുടെ അനന്തരവളായ കാത്തുവിനെ 1841ൽ കറിയായ്ക്കു വിവാഹം ചെയ്തുകൊടുത്തു. അധികം താമസിയാതെ നവവധൂവരന്മാർ കാടേറി സഹ്യപർവ്വതശൃംഖമായ ശിവമുടിയിലെത്തി...

പാരമ്പര്യമഹത്ത്വത്തിനുവേണ്ടി കുടുംബചരിത്രത്തിൽ ഇങ്ങനെ വിവരിച്ചെങ്കിലും യഥാർത്ഥവസ്തുത കാത്തുവിന്റെ ഓലയിലുണ്ടെന്ന് പ്ളാന്തോട്ടത്തിലച്ചൻ പറഞ്ഞു; അത് കാട്ടിത്തരികയും ചെയ്തു.

ഒറ്റമുലച്ചിയായിരുന്നു കാത്തു. മാറുമറവിനെ അവഗണിച്ചുതള്ളി ഉരുണ്ടുയർന്നു നിന്നിരുന്ന അസാധാരണ വലിപ്പമുള്ള മനോഹരമുലകളായിരുന്നു അവളുടെ പ്രത്യേകത. ഒരുനാൾ തൃപ്പാഴൂർകാവിൽ തൊഴുതു മടങ്ങുമ്പോൾ ഒരു പെരുമ്പാമ്പ് അവളെ ചുറ്റി. തുണക്കാരികളുടെ നിലവിളികേട്ട് ഓടിയെത്തിയ കാടേറികറിയ കത്തിയൂരി പെരുമ്പാമ്പിന്റെ കഴുത്തരിഞ്ഞു. അപ്പോൾ പാമ്പിന്റെ വായിൽ നിന്ന് അവളുടെ ഒരു മുല അടർന്നു വീണത്രെ. രക്തമൊലിപ്പിച്ച് അബോധാവസ്ഥയിലേക്കു തളർന്നുപോയ കാത്തുവിനെ മടിയിൽ കിടത്തി മുലയടർന്ന നെഞ്ചിൽ മുറിവുണക്കിയുടെ ചാറുതേച്ച് കറിയ രക്തപ്രവാഹം തടഞ്ഞു. എന്നിട്ട് എടുത്ത് തോളിലിട്ട് കല്ലേരിതറവാട്ടിൽക്കൊണ്ടുചെന്നു. അർദ്ധനഗ്നയായി നസ്രാണിയുടെ തോളേറി വന്ന പെണ്ണിനെ ഭ്രഷ്ട് കല്പിച്ച് വരട്ട് കൂപത്തിൽ തള്ളുകയായിരുന്നു കല്ലേരി കർത്താക്കന്മാർ. കായബലമോർത്ത് കറിയായെ താക്കീതു ചെയ്തു വെറുതെ വിട്ടു.

രക്ഷിച്ചത് അപരാധമാണെന്നും രക്ഷപ്പെട്ടത് പാപമാണെന്നുമുള്ള തറവാട്ടുകാരുടെ നിലപാട് കാടേറി കറിയായ്ക്ക് സഹിച്ചില്ല. രാത്രിയിൽ ആരോരുമറിയാതെ വരട്ടുകൂപത്തിനു മീതെ നിന്ന് പറിച്ചുനീട്ടിയ ഉടുതുണിയിൽ പിടിച്ചു കയറിയാണ് കാത്തു പുറത്തുവന്നത്. നാട്ടിൽ നിന്നാൽ അപകടമാകുമെന്ന് കണ്ട് കാത്തുവിന്റെ കൈപിടിച്ച് കറിയ ഓടുകയായിരുന്നു.

ഓട്ടത്തിനിടയിൽ കാത്തുവിന്റെ മനസ്സ് കറിയായ്ക്കു മുന്നിൽ അനാവൃതമായി. രക്ഷിച്ചവനോടുള്ള കടപ്പാട് നിസ്സീമമാണ്, രക്ഷപ്പെട്ടുവന്നിട്ടും വരട്ടുകൂപത്തിൽ തള്ളി ഉപേക്ഷിച്ച കുടുംബക്കാരുമായുള്ള ബന്ധം അവസാനിച്ചുകഴിഞ്ഞു. ആശ്രയവും അഭയവുമായ കാടേറി കറിയായോട് തികഞ്ഞ ആരാധനയും കടുത്ത പ്രണയവും തോന്നുന്നതായി അവൾ തുറന്നു പറഞ്ഞു.

ആദ്യമായി സ്പർശിച്ച പുരുഷനെ വേൾക്കാൻ മുലകളുടെ വൈരൂപ്യം തടസ്സമാകുമോ എന്ന് അവൾ ശങ്കിച്ചമാത്രയിൽ മാഞ്ഞുപോയ മാറിടത്തിന്റെ അടയാളങ്ങളിൽ കറിയ പ്രേമപൂർവ്വം തലോടുകയും മറുമുലയെ ഉമ്മകൾകൊണ്ട് മൂടുകയും ചെയ്തു.

കാടും മേടും മലയും കയറിയുള്ള ആ ഓട്ടം അവസാനിച്ചത് ശിവമുടിയിലായിരുന്നു.

കാട്ടരയന്മാർ എന്നറിയപ്പെടുന്നവരുടെ പൂർവ്വികരായ കാട്ടരചന്മാരായിരുന്നു അക്കാലത്തെ വനനായകർ. അരചനും മേലെ സ്ഥാനം നൽകിയാണ് അവർ കറിയയെയും പത്നിയെയും ആദരിച്ചത്. അതിനൊരു പ്രത്യേകകാരണം കൂടിയുണ്ടായിരുന്നു- ഒരു മൺചിറ തകർക്കൽ.

അതേപ്പറ്റിയും മഹാവിദുഷിയായ കാത്തുവിന്റെ ഓലയെഴുത്തുണ്ട്.

കുടുംബചരിത്രം വായിക്കുന്നതിനിടയിൽ ,പൊള്ളത്തരങ്ങൾ ഇത്രയും പ്രതീക്ഷിച്ചില്ല; എഴുതിവച്ചതുകൊണ്ടുമാത്രം കിട്ടുന്നതാണോ പാരമ്പര്യം എന്നൊക്കെ അച്ചനോടു ചോദിച്ചപ്പോൾ വാർദ്ധക്യത്തിന്റെ അവശതകൾ മറന്ന് ബംഗ്ളാവിലെ നിലവറയിലേക്കു അദ്ദേഹം ഡോക്ടർ മാത്യു തോമസ് വർഗീസ് പണിക്കരെ കൂട്ടിക്കൊണ്ടുപോയി.

അതൊരു അത്ഭുതലോകമായിരുന്നു. ചിതലരിക്കാത്ത തടിപാകിയ തറയും ചുവരുകളും മച്ചുമുള്ള അറയുടെ ഒരുവശമാകെ കുഴൽക്കുറ്റികൾ മുതൽ കാഞ്ഞിരപ്പെട്ടികൾ വരെ. മറുഭാഗത്ത് ഇരുമ്പു,മരപ്പെട്ടികളും ഡയറികളും. യോഗേശ്വരൻ മുതൽ കാത്തുവരെയുള്ളവരുടെ ഓലകളാണ് കുഴൽക്കുറ്റികളിലെന്ന് അച്ചൻ പറഞ്ഞു. വേദലിംഗം മുതൽ പകർപ്പൻ വരെയുള്ളവരുടെ അധീനതയിലുണ്ടായിരുന്ന രേഖകളാണ് കാഞ്ഞിരപ്പെട്ടികളിൽ. ബ്രണ്ണൻ സായ്പിനുശേഷമുള്ള വെള്ളക്കാരുടെ ദിനസരിക്കുറിപ്പുകളൊക്കെ ഇരുമ്പുപെട്ടികളിലുണ്ട്. കൊട്ടാരം,റസിഡൻസി രേഖകൾ മരപ്പെട്ടികളിലാണ്. ഡയറികളിൽ വക്കൻ വരെയുള്ളവരുടേതുണ്ടെന്ന് പറഞ്ഞുകൊണ്ട് കുടുംബചരിത്രത്തിനു വേണ്ടി ഇതൊക്കെ നോക്കിനോക്കി ഞാനൊരു പുരാരേഖയായി എന്ന് പ്ളാന്തോട്ടത്തിലച്ചൻ സ്വയം പരിഹസിച്ചു.

മുളയിലുള്ള കുഴൽക്കുറ്റികളിലൊരെണ്ണത്തിൽ നിന്ന് ഒരോലച്ചുരുൾ വലിച്ചുപുറത്തെടുത്ത പ്ലാന്തോട്ടത്തിലച്ചൻ പ്രാചീനകാവ്യമലയാളത്തിലുള്ള അതിലെ സാരാംശം സംഗ്രഹിച്ചു:

അർദ്ധനാരീശ്വരസങ്കല്പത്തിന്റെ മൂർത്തരൂപം സഹ്യനുമേൽ ഞാൻ കാണുന്നു. ദേവദേവനായ മഹാശിവനും മഹാദേവിയായ പാർവ്വതിയും ദ്വിരൂപത്തിൽനിന്ന് ഏകഭാവം കൈക്കൊള്ളുകയാണിവിടെ. സഹ്യനിൽ തലചായ്ച്ച ശിവന്റെ ജടയാണ് ശിവമുടി. അടുത്തുശയിക്കുന്ന ശ്രീപാർവ്വതിയാണ് പെരിയമല. ശിവന്റെ ജടയിൽ കുടുങ്ങിപ്പോയി മഹാദേവിയായ പാർവ്വതി ചൂടിയിരുന്ന മുല്ലപ്പൂ മാല! പരിരംഭണത്തിന്റെ പരകോടിയിൽ ദേവന്റെ ജടക്കിടയിൽ നിന്നും ഊർന്നു വീഴുകയാണ് ആ മുല്ലമാല. വെളുത്തനുര പതച്ച് താഴേക്ക് പതിക്കുന്ന മുല്ലച്ചാലായി ഞാനത് കാണുന്നു. പെരിയമലയായി അടുത്തുശയിച്ച ദേവിയുടെ മുടിത്തഴപ്പിൽ മഹാദേവൻ ചൂടിയ എരുക്കുമാലയും ഇതുപോലെ പകർന്നു

കയറിയിരുന്നു. ഇളംനീലിമയാർന്ന ആ എരുക്കുമാലയും പെട്ടെന്ന് അഴിഞ്ഞുലഞ്ഞുവീഴുകയായി. അതാണ് പെരിയമലയിൽ നിന്നുള്ള പെരിഞ്ചോല. ദേവദേവീസംയോഗമായി പെരിഞ്ചോലയും മുല്ലച്ചാലും കെട്ടുപിണഞ്ഞ് ഒന്നായലിഞ്ഞ് അർദ്ധനാരീശ്വരസങ്കല്പത്തിന്റെ ദൃശ്യരൂപം പോലെ സന്ധിക്കുണ്ടിൽ നിന്ന് മുല്ലപ്പെരിയാറായി താഴേയ്ക്ക് താഴേയ്ക്ക് ഇണചേർന്നൊഴുകുന്നു...

നിർവിഘ്നം തുടരേണ്ട പ്രകൃതിയുടെ ആ ഒഴുക്കിനെ തടയാനായി അവിടെ മൺചിറ തീർക്കാൻ ശ്രമിച്ചത് ബ്രിട്ടീഷുകാരനായ ഡേവിഡ് ബ്രണ്ണന്റെ സംരക്ഷണയിലെത്തിയ മാടൻചിന്നന്റെ പണിക്കാരായിരുന്നു. അവരെ അയച്ചതാകട്ടെ വേദലിംഗവും. പടിഞ്ഞാറേക്കൊഴുകിയിരുന്ന മുല്ലപ്പെരിയാറിനെ തടഞ്ഞുനിർത്തി മലയിടുക്കുതുരന്ന് കിഴക്കോട്ട് പാണ്ടി നാട്ടിലേക്ക് ഗതിതിരിച്ചുവിട്ടാൽ മൺചിറയുടെ താഴെയുള്ള കാടർക്ക് വെള്ളം കിട്ടില്ല.

വേനൽക്കാലത്ത് കാട്ടുകൃഷിക്കെന്നല്ല, പ്രാഥമികാവശ്യങ്ങൾക്കു പോലും വെള്ളം കിട്ടാതെ വിഷമിക്കുമെന്ന് മനസ്സിലാക്കിയ കാടരുടെ ആശങ്ക കാടേറി കറിയയോട് വെളിപ്പെടുത്തിയത് യോഗേശ്വരനായിരുന്നു. സഹ്യസാനുക്കളിൽ ഔഷധസസ്യങ്ങൾതേടി അലഞ്ഞുനടന്നിരുന്ന ആ ദിവ്യമനുഷ്യനെപ്പറ്റിയും ഓലയുണ്ട്.

എല്ലാവരേയും അതിശയിപ്പിച്ചുകൊണ്ടാണ് കാടേറി കറിയ മുല്ലപ്പെരിയാറിലേക്ക് എടുത്തുചാടിയത്. വെള്ളത്തിനടിയിലൂടെ ഊളിയിട്ടു ചെന്ന് പൂർത്തിയായിക്കൊണ്ടിരുന്ന മൺചിറയുടെ അടിക്കുറ്റികളൂരി. അടുത്ത നിമിഷം ചിറയൊന്നുലഞ്ഞു. നിമിഷങ്ങൾക്കകം മൺചിറ പൂർണ്ണമായും അപ്രത്യക്ഷമായി. മുല്ലച്ചാലും പെരിഞ്ചൊലും പഴയതുപോലെ ഇണചേർന്നൊന്നായി; മുല്ലപ്പെരിയാറായി കുത്തിയൊഴുകാൻ തുടങ്ങി. അതോടെ വീരപരിവേഷം ലഭിച്ച കാടേറി കറിയ കാട്ടരചന്മാരുടെയും അരചനായി.

മൂന്ന്

മുല്ലപ്പെരിയാറിനെപ്പറ്റി എഴുതിയെഴുതി മടുത്തെന്നാണ് ചന്ദ്രമോഹൻ പറയുന്നത്. വായനാത്മകമായ രീതിയിൽ വസ്തുതാപഗ്രഥനം നടത്തുന്ന മികച്ച ജേണലിസ്റ്റാണ് അയാൾ. മലയോരമേഖലയിൽ പത്രത്തിന്റെ പ്രചാരം വർദ്ധിപ്പിക്കാൻ വീണുകിട്ടിയ സന്ദർഭമാണിത്. ദിവസവും പരമാവധി സ്റ്റോറികൾ ചെയ്യുക എന്നതായിരുന്നു ഓഫീസിൽ നിന്നുള്ള നിർദ്ദേശം. പത്രത്തിന്റെ പ്രാദേശികലേഖകൻ ബേബി ചെറുതോണിയുടെ സഹായത്തോടെ മുല്ലപ്പെരിയാർ വിഷയം കെടാതെ കത്തിച്ചു നിർത്താനുള്ള ശ്രമങ്ങളെല്ലാം ഏതാണ്ട് അവസാനിക്കാറായപ്പോഴാണ് വിഖ്യാത

സിസ്മോളജിസ്റ്റും വാക്കാട്ടെ സന്തതിയുമായ ഡോ.മാത്യു തോമസ് വർഗീസ് പണിക്കർ ഹൈറേഞ്ചിലെത്തിയിട്ടുണ്ടെന്നറിയുന്നത്. ഒരു വാക്ക്, ഒരു വിശദീകരണം, ഒരു പ്രതികരണം,ഒരഭിമുഖം എന്നു പറഞ്ഞാണ് അയാൾ വാക്കാട്ട് കയറിക്കൂടിയത്.

മകനുചുറ്റും അവനിഷ്ടമുള്ള കാര്യങ്ങൾ സംസാരിച്ചുകൊണ്ടിരിക്കുന്നവരെ വക്കന് ഇഷ്ടമാണ്.അതിനുവേണ്ടി കാലേകൂട്ടി സംഘടിപ്പിച്ച സായാഹ്നകൂട്ടായ്മയിൽ ചന്ദ്രമോഹനും അംഗമായി.

മുല്ലപ്പെരിയാർ അണക്കെട്ട് അപകടനിലയിലാണെന്നും പ്രധാനമന്ത്രി ഇടപെട്ട് പരിഹാരം കാണണമെന്നും കേരളം ഔദ്യോഗികമായി ആവശ്യപ്പെട്ടു എന്നായിരുന്നു ഒരു സായാഹ്നകൂട്ടായ്മയിൽ ചന്ദ്രമോഹൻ കൊണ്ടുവന്ന ചൂടുവാർത്ത. അടുത്തദിവസം അയാൾ പറഞ്ഞത്, അണക്കെട്ട് അപകടനിലയിലാണെന്നുള്ള കേരളത്തിന്റെ ആശങ്ക അസ്ഥാനത്താണെന്നും അത് പൂർണ്ണമായും സുരക്ഷിതമാണെന്നും ശാസ്ത്രീയമായ തെളിവുസഹിതം തമിഴ്നാട് ബോധ്യപ്പെടുത്തിയിരിക്കുന്നു എന്നാണ്. പിന്നൊരു ദിവസം പറഞ്ഞു ,മുല്ലപ്പെരിയാർ ഉൾപ്പെടുന്ന ഇടുക്കി ജില്ലയിലെ ഭൂചലനങ്ങളെക്കുറിച്ചും അതിന്റെ യഥാർത്ഥ കാരണങ്ങളെക്കുറിച്ചും അയാൾ അന്വേഷിച്ചെന്ന്. എന്നിട്ട് സ്വയമൊരു നിഗമനത്തിലെത്തിയത്രെ. ജലസംഭരണികളുടെ അധികസാന്നിധ്യമാണ് ഇതിനുകാരണം. അടുത്തദിവസം അതു പത്രത്തിൽ അച്ചടിച്ചുവന്നത് കാട്ടിക്കൊണ്ട് ഡോക്ടർ മാത്യു തോമസ് വർഗീസ് പണിക്കരോട് അയാൾ ആവശ്യപ്പെട്ടു- ഇതേപ്പറ്റിയെങ്കിലും താങ്കൾ പ്രതികരിക്കണം.

അവനല്ല; അവൾ പ്രതികരിക്കും...

അകത്തുകിടക്കുകയായിരുന്നെങ്കിലും അപ്പൻ അതു കേൾക്കുന്നുണ്ടായിരുന്നു എന്നു മനസ്സിലായത് മതിഭ്രമത്തിലുള്ള ആ ധ്വനിമുഴങ്ങിയപ്പോഴാണ്.

നാല്

മുല്ലപ്പെരിയാറിനുതാഴെ കാട്ടുകൃഷി ചെയ്യാൻ കാടേറി കറിയായെ ഉപദേശിച്ചത് യോഗേശ്വരനായിരുന്നു.

കാടിനും കാടർക്കും നിഷേധിക്കപ്പെടുമായിരുന്ന ജലം വീണ്ടെടുത്തു നൽകിയവന് ഒരിക്കലും ജലക്ഷാമമുണ്ടാകാതിരിക്കാനുള്ള ജലസൂത്രവും വൃക്ഷവിദ്യയും അദ്ദേഹം ഉപദേശിച്ചുകൊടുത്തു:

ജലം ജഡവസ്തുവല്ല: ജലം എല്ലാം അറിയുന്നു. ജലത്തിന് ജീവനുണ്ട്. സ്നേഹവും വിദ്വേഷവും ആർത്തിയും വിരക്തിയും ജലത്തിന് വേർതിരിച്ചറിയാം. ഉറക്കവും ഉണർവ്വും മറ്റുജീവജാലങ്ങളെപ്പോലെ

ജലത്തിനുമുണ്ട്. അതിനാൽ ജലത്തോട് നീ സ്നേഹമുള്ളവനാകുക. കരുണയുള്ളവനാകുക.

ഭൂമിയിലെ മറ്റു ജീവജാലങ്ങളെപ്പോലെ ജലവും ഭിന്നപ്രകൃതിയാണ്. കാടരും വേടരും അരയരും നാടരും കറുമ്പരും വെളുമ്പരും എന്നപോലെ കാട്ടരുവിയിലെയും നദിയിലേയും തടാകത്തിലേയും കായലിലേയും കടലിലേയും ചതുപ്പിലേയും ജലം ഭിന്നസ്വഭാവം പ്രകടിപ്പിക്കും. അതു മനസ്സിലാക്കി ജലത്തോട് പെരുമാറാൻ നീ ശീലിക്കുക.

മനുഷ്യൻ ജലമാകുന്നു; ഭൂമിയെപ്പോലെ മനുഷ്യദേഹവും മുക്കാൽ പങ്കും ജലമാണ്. അതിനാൽ സർവ്വവും ജലമയമാണെന്നറിയുക. അസ്വാതന്ത്ര്യം എന്നത് ജലത്തിന് അസഹ്യമാണ്. ഇഷ്ടമുള്ളിടത്തേക്ക് ഒഴുകിപ്പരക്കാനാണ് അതിനു താത്പര്യം. അതിനാൽ ജലത്തെ തടവിലാക്കരുത്. ജലസൂത്രം പകർന്ന ശേഷം അദ്ദേഹം പറഞ്ഞു, വൃക്ഷവിദ്യ പ്രായോഗികമായി ഗ്രഹിക്കേണ്ടതാണ്:

സന്ധിക്കുണ്ടിനുതാഴേക്ക് നിബിഡവനത്തിലൂടെ ഇറങ്ങി നടക്കുക. നീരാൽ എന്നൊരു വൃക്ഷം കാണാം. അതിനു ചുവട്ടിൽ നിന്ന് ചുറ്റും നോക്കുക. കണ്ണെത്താവുന്ന ദൂരമാണ് ഒരു നോക്കുപാട്. നീരാലിന്റെ നോക്കുപാടിനുള്ളിൽ ഇലമറപരിധിവിട്ട് എന്തു കൃഷിയും ചെയ്യാം. ഒരിക്കലും ജലക്ഷാമമുണ്ടാവില്ല.

അപരിചിതമായ മഹാമരത്തെ കാട്ടിക്കൊടുക്കാൻ യോഗേശ്വരനും ഒപ്പംചെന്നു.

കാടേറെ ഇറങ്ങി, കാടേറി കറിയയും ഭാര്യയും.

ക്ഷീണമകറ്റാൻ കാത്തുവിന് ഋഷിഭോജ്യം പറിച്ചു കൊടുത്തു യോഗോശ്വരൻ. ആ പച്ചില തിന്നാൽ വിശപ്പും ദാഹവും തോന്നില്ല. യാത്ര അവസാനിക്കുംവരെ അവൾ വിശപ്പോ ദാഹമോ അറിഞ്ഞില്ലത്രെ.

ഏഴുനാഴിക മലയിറങ്ങിച്ചെന്നപ്പോൾ കീരിക്കരയിലാണ് ആദ്യത്തെ നീരാൽ കണ്ടത്. നാട്ടിൽ കാണുന്ന അരയാൽ, പേരാൽ തുടങ്ങിയവ വൃക്ഷരാജാക്കന്മാരാണെങ്കിൽ നീരാൽ വൃക്ഷചക്രവർത്തിയാണ്. കിഴക്കുനിന്ന് പടിഞ്ഞാറോട്ട് ചരിഞ്ഞുകിടക്കുന്ന ഭൂപ്രകൃതിയായതിനാൽ പെയ്യുന്ന മഴയെല്ലാം കടലിലേയ്ക്ക് ഒഴുകിപ്പോകുമ്പോൾ വെള്ളത്തെ തടുത്തുനിർത്താൻ ഒരുപാധിവേണ്ടേ? അതിന് പ്രകൃതി സജ്ജീകരിച്ചിരിക്കുന്ന മാർഗമാണ് നീരാൽ. മഴ പെയ്യുമ്പോൾ നീരാലിന്റെ ഒരിലയിൽ ഒരു കുടം വെള്ളംവരെ ശേഖരിക്കും. മഴമാറി വെയിൽ വന്ന് ഭൂമിയിലെ ജലാംശം വറ്റിത്തുടങ്ങുമ്പോൾ നീരാലില മണ്ണിലേക്ക് ജലവിന്യാസം തുടങ്ങും. ഒരു നോക്കുപാടകലെവരെ ഇങ്ങനെ വെള്ളം നൽകാൻ നീരാലിനു കഴിവുണ്ടത്രേ. അവസാനം തുള്ളി വെള്ളവും നൽകിക്കഴിയുമ്പോൾ അടുത്ത മഴ ആരംഭിക്കും.

അതിവിശിഷ്ടമായ നീരാലിനെപ്പറ്റി ഒരിക്കൽ സ്വിറ്റ്സർലണ്ടിൽവച്ച് വിഖ്യാത സസ്യശാസ്ത്രജ്ഞനായ പ്രൊഫ. കിം ഡേവിഡിനോടു പറഞ്ഞപ്പോൾ അദ്ദേഹം വാചാലായത് ഡോക്ടർ മാത്യു തോമസ് വർഗീസ് പണിക്കർ ഓർത്തു.

നിങ്ങൾ പറയുന്ന വൃക്ഷം കാസിനെ കേദാർനാഥാണ്.

തുടർന്ന് അദ്ദേഹം പറഞ്ഞതെല്ലാം പുതിയ അറിവായിരുന്നു:

1989 ൽ നിങ്ങളുടെ നാട്ടിലെ പീച്ചിയിലുള്ള വനഗവേഷണ ഇൻസ്റ്റിറ്റ്യൂട്ടിലെ ശാസ്ത്രജ്ഞരാണ് ഈ വൃക്ഷത്തെ കണ്ടെത്തി ലോകത്തിന് പരിചയപ്പെടുത്തിയത്. ആ സ്ഥാപനത്തിന്റെ ഡയറക്ടറായിരുന്ന കേദാർനാഥിന്റെ സ്മരണക്കായിട്ടാണ് കാസീനേയ്ക്ക് , കാസീനേ കേദാർനാഥ് എന്നു പേരുണ്ടായത്. 1998 ൽ അഞ്ചുമാസക്കാലം സഹ്യസാനുക്കളിൽ അലഞ്ഞുനടന്ന എനിക്ക് ഒരൊറ്റ നീരാൽ മാത്രമേ കാണാൻ കഴിഞ്ഞുള്ളു. പക്ഷേ, രേഖകളിൽ അവിടെ ഏഴെണ്ണമുണ്ടെന്നു പറയുന്നു.

പ്രൊഫസർ കിം ഡേവിഡ് പിന്നീട് സംസാരിച്ചതെല്ലാം പ്രകൃതിയെപ്പറ്റിയായിരുന്നു.

ഭൂമിക്കും അതിലെ സമസ്ത ജീവജാലങ്ങൾക്കും വേണ്ടതെല്ലാം പ്രകൃതി ഇവിടെത്തന്നെ സജ്ജീകരിച്ചിട്ടുണ്ട്. അത് കണ്ടെത്തി വിനിയോഗിക്കുകമാത്രം ചെയ്താൽ മതി. ആധുനിക മനുഷ്യനും അവന്റെ വളർത്തു ജീവികൾക്കുമൊഴികെ മറ്റെല്ലാറ്റിനും അതറിയാം.

ഒന്നു നിർത്തി അദ്ദേഹം ആവേശത്തോടെ ചോദിച്ചതോർക്കുന്നു:

നിങ്ങൾക്കറിയാമോ സഹാറ മരുഭൂമി ഒരിക്കൽ നീരാൽ മരങ്ങളാൽ സമൃദ്ധമായിരുന്നു. പ്രത്യക്ഷത്തിൽ ഫലം തരാത്ത വൃക്ഷങ്ങളെ വെട്ടിനശിപ്പിക്കുകയാണല്ലോ നമ്മുടെ ദുര. അതിന്റെ ഫലമോ ആകാശം ചൊരിയുന്ന കാരുണ്യവർഷത്തെ ഏറ്റുവാങ്ങാനായി നീട്ടാനുള്ള കൈക്കുമ്പിൾ നമുക്കില്ലാതെ പോയി. സഹ്യന്റെ മറുപുറമായ പാണ്ടിനാടും ഇതുപോലൊരു ദുരന്തത്തിന്റെ സ്മാരകമാണെന്ന് പ്രാഥമിക പരിശോധനയിൽ എനിക്കു തോന്നിയിട്ടുണ്ട്...

കീരിക്കര കഴിഞ്ഞ് കണ്ടാമലയിലാണ് രണ്ടാമത്തെ നീരാൽ കണ്ടത്. പിന്നെ വണ്ടിപ്പെരിയാർ, മാമല, ചപ്പാത്ത്, ചിന്തലാൽ, ആലട്ടി, കൊക്കാത്തോട്, ഉപ്പുതറ, ഇരട്ടയാർ എന്നിവിടങ്ങളിലും. അത്രയുമായപ്പോൾ കറിയ പറഞ്ഞത്രെ:

തൃപ്തിയായി. എനിക്കും സന്തതിപരമ്പരകൾക്കും കൃഷി ചെയ്യാൻ ഇതുതന്നെ ധാരാളം.

യോഗേശ്വരൻ നിന്നു.

ഒരു നീരാൽ നാനൂറുവർഷം വരെ ജലം വിന്യസിച്ച് ജീവിക്കും. അവസാനത്തെ നൂറുവർഷങ്ങളിൽ ഇലകൾ ഒന്നൊന്നായി കൊഴിഞ്ഞ് ഏറ്റവും

ഒടുവിൽ ഒരിലമാത്രമായി പത്തുവർഷം കഴിയും. ദൗത്യം പൂർത്തിയാക്കി മണ്ണിലേക്കു മടങ്ങുമ്പോൾ മരത്തിൽനിന്ന് അടർന്നു വീഴുന്ന അവസാനത്തെ ഇലയും പാഴാകുന്നില്ല. ലഭിക്കുന്നവർക്ക് പ്രയോജനപ്പെടട്ടേ എന്നാശിച്ച് അതൊരു നേർത്ത പലകപോലെയാകും. ഒരിക്കലും നശിക്കാത്ത ഇലപ്പലക.

പിൻകഴുത്തിനു താഴേക്ക് ദേഹത്ത് ഒട്ടിയിരുന്ന ഇലപ്പലക എടുത്തു നീട്ടി യോഗേശ്വരൻ പറഞ്ഞു:

...ഇത് നിനക്കിരിക്കട്ടെ; നിന്നിലൂടെ നിന്റെ സന്തതിപരമ്പരകൾക്ക് ... അതിലെ ഏതെങ്കിലുമൊരു കണ്ണിക്ക് ഒരിക്കൽ ഇത് അഭയമാകും...

അഞ്ച്

അണക്കെട്ടു പൊട്ടിയാൽ അടിയന്തിരമായി ചെയ്യേണ്ടതൊക്കെ തീരുമാനിച്ചു കഴിഞ്ഞു.

ചന്ദ്രമോഹൻ ആവേശത്തിലായിരുന്നു.

ഉപ്പുതറ, ചപ്പാത്ത്, വള്ളക്കടവ്, വണ്ടിപ്പെരിയാർ എന്നിവിടങ്ങളിലെ 50 മീറ്റർ ഉയരത്തിലുള്ള പ്രദേശങ്ങളിൽ നാലു ഹെലിപാഡുകൾ. മുല്ലപ്പെരിയാർ മുതൽ ഇടുക്കി വരെ അഞ്ചുജനവാസകേന്ദ്രങ്ങളിൽ ആളുകൾക്കു കയറിനിൽക്കാൻ പാകത്തിലുള്ള വലിയ ടവറുകൾ. വെള്ളം ഇടുക്കിയിലെത്താനെടുക്കുന്ന 45 മിനിറ്റിനകം പെരിയാറിന്റെ തീരപ്രദേശങ്ങളിൽ മുന്നറിയിപ്പു നൽകുന്ന റെഡ് അലർട്ട് സംവിധാനം. സമീപനത്തെ കുന്നുകളിലേക്കും ടവറുകളിലേക്കും പരമാവധി ജനത്തെ എത്തിക്കാനുള്ള ക്രമീകരണങ്ങൾ. കൊച്ചി നേവൽബേസിൽ നിന്നു ഹെലികോപ്റ്ററുകൾ ഈ കുന്നുകളിലും വെള്ളം കയറാത്ത പ്രദേശങ്ങളിലും എത്താനുള്ള ഏർപ്പാട്. ഇതൊക്കെയാണ് ഇവിടെ ഏർപ്പെടുത്തുന്നത്.

പെരുമ്പാവൂരിൽ വെള്ളമെത്താത്ത സ്ഥലത്താണ് വിശാലമായ സൗകര്യങ്ങളുള്ള ഓപ്പറേഷൻ സ്റ്റേഷൻ. ഗതാഗതതടസ്സം ഒഴിവാക്കാൻ കൊച്ചിയിൽ ഒരു സ്വകാര്യവാഹനവും നിരത്തിലിറക്കില്ല; പകരം രക്ഷാപ്രവർത്തനത്തിനുള്ള സർക്കാർ വാഹനങ്ങൾ മാത്രമായിരിക്കും റോഡിലിറങ്ങേണ്ടത്.

അത്രയുമായപ്പോൾ ഇടപെടാതിരിക്കാൻ ഡോക്ടർ മാത്യു തോമസ് വർഗീസ് പണിക്കർക്ക് കഴിഞ്ഞില്ല.

പതുക്കെ പറയൂ അപ്പൻ കേൾക്കും...

പതുക്കെ പറയേണ്ടകാര്യമില്ലായിരുന്നു. അപ്പൻ എല്ലാം കേട്ടുകഴിഞ്ഞിരുന്നു.

കേൾക്കാൻ താത്പര്യമുള്ള വിഷയങ്ങൾ എത്ര പതുക്കെയായാലും കേട്ടുപോകും.

ആറ്

അപ്പന്റെ വല്യപ്പന്, ഒന്നാം തലമുറയിലെ കാടേറി കറിയായ്ക്ക് ലഭിച്ച ആ അമൂല്യസമ്പത്താണ് വിൽപത്രപ്രകാരം ഇപ്പോൾ കയ്യിൽ വന്നിരിക്കുന്നത്. ഓരോ തലമുറയും രേഖാമൂലമാണോ ഇലപ്പലക കൈമാറിയിരുന്നത്?

ഡോക്ടർ മാത്യു തോമസ് വർഗീസ് പണിക്കർക്ക് കൗതുകവും ജിജ്ഞാസയും തോന്നി.

കുടുംബചരിത്രത്തിൽ അങ്ങനെ പറയുന്നില്ല. അതിനാൽ മറ്റുരേഖകളിലേക്ക് ഊളിയിട്ടു. വിസ്മയകരവും വിഭ്രാമകവുമായ ഒരദ്ഭുത ലോകമാണ് അദ്ദേഹം കണ്ടത്.

അത്യദ്ധ്വാനിയായ കാടേറി കറിയ 1843ൽ കീരിക്കരയിൽ കൃഷിപ്പണി തുടങ്ങി. സഹായത്തിന് വനവാസികൾ മാത്രമാണുണ്ടായിരുന്നത്. 1844ലാണ് കണ്ടാമലയിൽ പണിയാരംഭിച്ചത്. അടിവാരത്തുനിന്ന് ആളെക്കൊണ്ടുവന്നായിരുന്നു പണി. 1847ൽ മാമലയിൽ തോട്ടമൊരുക്കി. പിന്നീട് വള്ളാർ ,ചപ്പാത്ത്, ചിന്തലാൽ, ആലടി, ഉപ്പുതറ, അയ്യപ്പൻകോവിൽ, കൊക്കാത്തോട് എന്നിവിടങ്ങളിലായി കൃഷി.

ഒറ്റയ്ക്കോ വനവാസികളുടെ സഹായത്താലോ അടിവാരത്തു നിന്നു വന്നവരാലോ മാത്രം സാധ്യമാകാതിരുന്ന കൃഷിപ്പണിക്ക് സഹായിക്കാൻ പാണ്ടിനാട്ടിൽ നിന്നുള്ളവർക്കു പുറമെ ആദ്യം പാലാ, ഭരണങ്ങാനം, ഏറ്റുമാനൂർ എന്നിവിടങ്ങളിൽ നിന്ന് ആളുകളെ കൊണ്ടുവന്നു. അതു തികയാതെ വന്നപ്പോൾ ആദ്യം വന്ന പണിക്കാർ അവരുടെ പരിചയക്കാരെ വരുത്തി, ചിലർ കുടുംബസമേതമാണ് വന്നത്. പണിക്കുവന്നവർക്ക് കൂരകെട്ടി താമസിക്കാൻ സൗകര്യപ്രദമായ സ്ഥലങ്ങൾ നൽകി. അങ്ങനെ കീരിക്കരക്കുതാഴെ ജനപദമുണ്ടായി. 1843 നും 1848നും ഇടയിൽ പതിനൊന്നു കൃഷിയിടങ്ങളാണ് കാടേറികറിയ തെളിച്ചെടുത്തത്.

കൃഷിയിടങ്ങളിലെ താൽക്കാലികവസതികളിൽ മാറിമാറിതാമസിച്ചിരുന്ന കറിയ 1849 ഫെബ്രുവരി ഏഴിന് വണ്ടിപ്പെരിയാറിൽ സ്ഥിരഭവനത്തിന് തുടക്കമിട്ടു. തഞ്ചാവൂരിൽ നിന്ന് വിദഗ്ദ്ധരായ പണിക്കാരെ വരുത്തിയായിരുന്നു ഗൃഹനിർമ്മാണം. അങ്ങനെ വന്ന പണിക്കാരിലൊരാളിൽ നിന്നാണ് പാണ്ടിപ്പേട്ടയിൽ നടന്ന ഗൂഢാലോചനയെക്കുറിച്ച് കറിയ അറിയുന്നത്.

മുല്ലപ്പെരിയാറിൽ മടകെട്ടാൻ ബ്രണ്ണൻ സായ്പ് വീണ്ടും വരുന്നു. അതിനുള്ള ആളെക്കൂട്ടൽ നടക്കുകയാണ്.

വിവരമറിഞ്ഞപ്പോൾത്തന്നെ വീടുപണിയുടെ മേൽനോട്ടമുപേക്ഷിച്ച് പണിക്കാരേയുംകൂട്ടി കറിയ മലകയറി. സന്ധിക്കുണ്ടിലെത്തിയപ്പോൾ നദിയിലെ വെള്ളത്തിന്റെ നിശ്ചലാവസ്ഥ കറിയായ്ക്കു ആപൽസൂചന നല്കി. ആശങ്കയോടെ താഴേക്കിറങ്ങിച്ചെന്നപ്പോൾ കണ്ട കാഴ്ച കറിയായെ ഞെട്ടിച്ചു. മുല്ലപ്പെരിയാറിലെ വീതിക്കുറവു നോക്കി ഇരുവശവും പത്തലുനാട്ടി കാട്ടുതൂപ്പുനിറച്ച് മണ്ണിട്ട് ഒഴുക്കു തടയുകയാണ് പണിക്കാർ. അവർക്ക് കാവലായി ബ്രണ്ണന്റെ നേതൃത്വത്തിൽ വെള്ളക്കാരും മറവരും ഉൾപ്പെട്ട ഒരു സംഘം. നിസ്സഹായരായി ഈ കാഴ്ച കണ്ടു നിൽക്കുകയാണ് കുട്ടികളും സ്ത്രീകളുമുൾപ്പടെയുള്ള കാടർ.

കുത്തിപ്പൊളിക്കെടാ എന്നലറി നദിയിലേക്കു ചാടിയ കറിയായെ തടയാൻ വിഫലശ്രമം നടത്തിയെങ്കിലും കറിയായോടൊപ്പം കൃഷിപ്പണിക്കാരും കാടരുമുണ്ടായിരുന്നതിനാൽ ബ്രണ്ണനും സംഘത്തിനും തോറ്റോടേണ്ടി വന്നു. ഇനി ഇങ്ങനെ എന്തെങ്കിലുമുണ്ടായാൽ അറിയിക്കണമെന്ന് കാടർക്ക് നിർദ്ദേശം നൽകിയാണ് കറിയ മടങ്ങിയത്.

സർവ്വശക്തരായ ബ്രിട്ടീഷുകാരോട് ഏറ്റുമുട്ടാൻ പൂർവ്വികരിലൊരാൾക്ക് ധൈര്യമുണ്ടായതെങ്ങനെയെന്ന് ഡോക്ടർ മാത്യു തോമസ് വർഗീസ് പണിക്കരെ അതിശയിപ്പിച്ചു. ഒന്നുകിൽ പ്രത്യാഘാതമെന്തെന്ന് മനസ്സിലാക്കാനുള്ള കഴിവില്ലായ്മ; അല്ലെങ്കിൽ എന്തിന്റേയോ പിൻബലം.

ബ്രണ്ണനോട് ഏറ്റുമുട്ടാൻ കറിയായ്ക്ക് ധൈര്യം പകർന്നത് യോഗേശ്വരന്റെ ഉപദേശമായിരുന്നുവെന്ന കാര്യം അവസാനം രേഖകളിൽ കണ്ടെത്തി.അപ്രത്യക്ഷനാകും മുമ്പ് യോഗേശ്വരൻ പറഞ്ഞിരുന്നു, ശിവമുടി വരെയുള്ള പ്രദേശം തിരുവിതാംകൂറാണ്; അതിനപ്പുറം മദ്രാസ് റസിഡൻസിയും.അതിരുവിട്ടുപോയി ഒന്നും ചെയ്യാൻ ഇരുവർക്കും അവകാശമില്ല. അങ്ങനെ ചെയ്യുന്നത് നിയമവിരുദ്ധമായ നടപടിയാണ്. മദ്രാസ് റസിഡൻസിയുടെ അനുമതിയില്ലാതെ സ്വാർത്ഥലാഭത്തിനുവേണ്ടിയാണ് ബ്രണ്ണന്റെ നടപടി. അതിനാൽ ആരെങ്കിലും തടഞ്ഞാൽ നേരിട്ടെതിർക്കാൻ അയാൾ ധൈര്യപ്പെടില്ല.

കാടർക്ക് അത് മനസ്സിലാവില്ലായിരുന്നു.

ശിവപാർവ്വതിമാരുടെ സ്വൈരപ്രവാഹം തടഞ്ഞവരെ എതിർത്തോടിച്ച കറിയാ അവരെ സംബന്ധിച്ചിടത്തോളം ദൈവത്തിനും മുകളിലായി.

കറിയായുടെ നിഴലായി എപ്പോഴും കാത്തുവുണ്ടായിരുന്നു. പക്ഷേ, വിവാഹം കഴിഞ്ഞ് വർഷങ്ങളായിട്ടും അവർക്കൊരു കുഞ്ഞുണ്ടായില്ല. അക്കാര്യത്തിൽ അതീവദുഃഖിതയായിരുന്നു കാത്തു. കാടുവെട്ടിപ്പിടിക്കുന്ന തിരക്കിൽ കറിയ അതൊന്നും ഓർത്തില്ല.

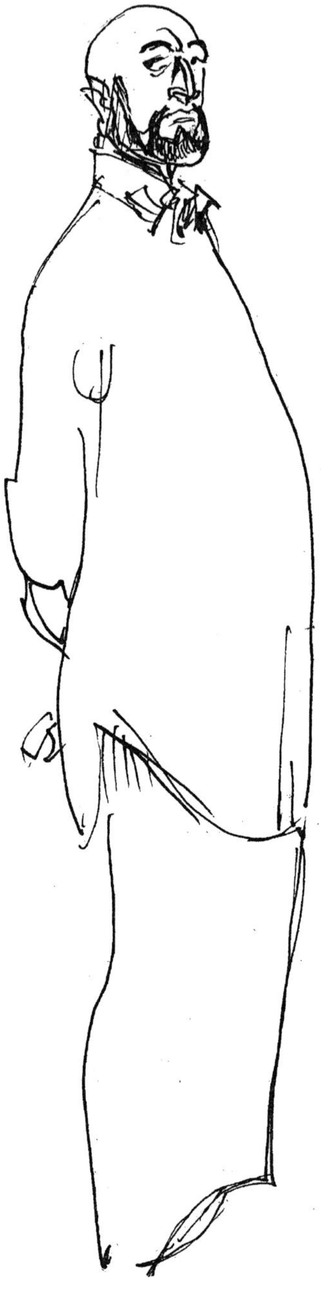

ഒരുവർഷംകൊണ്ട് വണ്ടിപ്പെരിയാറിലെ വീട് പൂർത്തിയായി. 1850 ജനുവരി ഒന്നിനായിരുന്നു ഗൃഹപ്രവേശം. ഇന്ന് വാക്കാട് എസ്റ്റേറ്റ് ബംഗ്ലാവ് എന്നറിയപ്പെടുന്ന ആ വീട്ടിൽ താമസമാക്കിയ ദിവസം കാത്തുവിന്റെ കണ്ണിൽ നീരുപൊടിയുന്നതു കണ്ട് കറിയാ കാര്യം തിരക്കി. അമ്മയാകാനുള്ള മോഹം കാത്തു തുറന്നുപറഞ്ഞു.

ഒറ്റമൂലികൾ അനേകം പ്രയോഗിച്ചു. കാത്തു ഗർഭിണിയായില്ല. വർഷങ്ങൾ കടന്നുപോയി. അങ്ങനെയിരിക്കെ ഒരു ദിവസം വണ്ടിപ്പെരിയാറിലെ വീട്ടിൽ യോഗേശ്വരനെത്തി.

കറിയാ ചോദിക്കാതെ തന്നെ അദ്ദേഹം അക്കാര്യം പറഞ്ഞു: അമ്മയാകാത്തതിലുള്ള കാത്തയുടെ ദുഃഖം ശമിക്കാൻ പോകുന്നു. സന്താനവല്ലിയുടെ കിഴങ്ങ് ശിവശിലയിലരച്ച് അവൾക്ക് കൊടുക്കുക, നീയും സേവിക്കുക.

അതെവിടെ കിട്ടും?

മുല്ലച്ചാലും പെരിഞ്ചാലും സംഗമിക്കുന്ന സന്ധിക്കുണ്ടിൽ അതുണ്ട്. അത്യപൂർവ്വമായി കാണുന്ന ജലസസ്യമാണത്. ശിവമുടിയിൽ നിന്നടർന്നുരുണ്ടുവരുന്ന ശിലാഖണ്ഡമാണ് ശിവശില. അതും അവിടെയുണ്ട്.

എങ്ങനെ തിരിച്ചറിയും?

സന്ധിക്കുണ്ടിലെ ജലത്തിനടിയിൽ ശിവശിലയാൽ മൂടപ്പെട്ടിരുന്ന സന്താനവല്ലി എന്ന ദിവ്യസസ്യത്തെ കാട്ടിക്കൊടുത്തതും നദിയുടെ അടിത്തട്ടിലേക്ക് കൈനീളത്തിൽ മാന്തി അതിന്റെ കിഴങ്ങെടുക്കാൻ സഹായിച്ചതും യോഗേശ്വരനായിരുന്നു.

കാടരേയും പണിക്കാരേയും അതിശയിപ്പിച്ചുകൊണ്ട് കറിയായ്ക്ക് കാത്തുവിൽ ഒരു കുഞ്ഞുണ്ടായി.

കുടുംബചരിത്രം അതേപ്പറ്റി പറയുന്നതിങ്ങനെയാണ്:

ദീർഘകാലത്തെ കാത്തിരിപ്പിനുശേഷം 1862 ഒക്ടോബർ മൂന്നിന് സ്കറിയാ തോമസ് പണിക്കർ-കാത്തു ദമ്പതികൾക്ക് ജനിച്ച മകനാണ് വാക്കാട് മാത്യു വർഗീസ് തോമസ് പണിക്കർ. പ്രാഥമിക വിദ്യാഭ്യാസത്തിനുപോലും സൗകര്യമില്ലാതിരുന്ന അക്കാലത്ത് പിതാവിൽനിന്ന് കിട്ടിയ പ്രചോദനമുൾക്കൊണ്ട് സ്വപ്രയത്നത്താൽ അദ്ദേഹം തോട്ടം മേഖലയെ നവീകരിക്കുകയും പിന്നോക്കപ്രദേശമായ മലയടിവാരത്ത് ആധുനികസൗകര്യങ്ങളൊരുക്കുകയും ചെയ്തു.

അതുവായിച്ചപ്പോൾ പ്ലാന്തോട്ടത്തിലച്ചൻ കളിയാക്കിയ കാര്യം ഓർത്തുപോയി.

...മലകേറി നടക്കാനായിരുന്നു മൂപ്പർക്ക് താത്പര്യം. എന്നാലും നാലാളിന്റെ പണി ചെയ്യും. മലമാത്തൻ കയറാൻ ചെന്നാൽ ഏതു മലയും തലകുനിക്കും എന്നാണ് കാടർ പറയുന്നത്.

ഏഴ്

നിജാദും ഫൗസിയയും വന്നത് ഡോക്ടർ മാത്യു തോമസ് വർഗീസ് പണിക്കർക്ക് ആശ്വാസമായി. ആളനക്കമില്ലാതിരുന്ന വാക്കാട്ടെ അകത്തളത്തിൽ അപ്പന് അവരൊരു കൂട്ടായി.

ജലസസ്യങ്ങളെക്കുറിച്ച് ഗവേഷണം നടത്തുന്ന ബിലാൽ നിജാദ് യമനിയാണെങ്കിലും ഗാഢമായൊരു പൊക്കിൾക്കൊടി ബന്ധം അയാൾക്ക് കേരളവുമായുണ്ട്. മൂന്നുതലമുറ മുമ്പ് പുറപ്പെട്ടുപോയ തലശ്ശേരിക്കാരൻ കുഞ്ഞായിക്ക് യമനിലെ സക്കാരിക്കാരിയായ ഫാത്തിമയിലുണ്ടായ ഏഴു സന്താനങ്ങളിൽ മൂത്തയാളാണ് നിജാദിന്റെ മുത്തച്ഛൻ. അങ്ങനെ അല്പസ്വല്പം മലയാളവും വശമുണ്ട്. ഫൗസിയയാകട്ടെ വിഭജനകാലത്ത് പാകിസ്ഥാനിലേക്കുപോയ ഹൈദരാബാദുകാരൻ അമാനുള്ള ഷേഖിന്റെ ചെറുമകളുടെ മകളാണ്. മഞ്ചേരിയിൽ നിന്ന് തൊഴിൽ തേടി കറാച്ചിയിലെത്തിയ സുലൈമാനാണ് അവളുടെ പിതാവ്. ഇന്റർനാഷണൽ ബൊട്ടാണിക്കൽ റിസർച്ച് സെന്ററിലെ ഗവേഷകരായ അവരെ ഇന്ത്യയിലേക്ക് നിയോഗിച്ചത് ഗ്രീൻ ഫൗണ്ടേഷനാണ്.

ആഴമേറിയ ജലാശയങ്ങളുടെ അടിത്തട്ടിൽ വംശനാശം നേരിടുന്ന സസ്യജാലങ്ങളുണ്ടത്രെ.ജലപ്പരപ്പിന് നൂറ്റമ്പതടിവരെ താഴെ വെള്ളത്തിൽ വളരുന്ന ഇത്തരം സസ്യങ്ങൾ മുല്ലപ്പെരിയാർ അണക്കെട്ടിലുണ്ടെന്നും അവയെക്കുറിച്ച് പഠിക്കുന്നതിനായി സമർത്ഥരായ രണ്ടു ഗവേഷകരെ അയയ്ക്കുന്നുവെന്നും വേണ്ട സഹായങ്ങൾ ചെയ്തു കൊടുക്കണമെന്നും ആത്മസുഹൃത്തും പ്രശസ്ത സസ്യശാസ്ത്രജ്ഞനുമായ പ്രൊഫ. അലി ഹസ്സൻ അങ്കാറയിൽനിന്ന് സന്ദേശമയച്ചപ്പോൾ ഡോക്ടർ മാത്യു തോമസ് വർഗീസ് പണിക്കർ മറ്റൊന്നും ആലോചിച്ചില്ല. ഉടനെ മറുപടി നൽകി. മുല്ലപ്പെരിയാർ തടാകം എന്റെ തോട്ടങ്ങൾക്കടുത്താണ്; എന്റെ തറവാട്ടിൽ താമസിച്ച് അവർക്ക് ഗവേഷണം നടത്താം.

അങ്ങനെ അറിയിച്ചതനുസരിച്ചാണ് അവർ വന്നത്. കൊടൈക്കനാലിലെ താമസിക്കൂ എന്ന് വാശിപിടിച്ച അവർ താൽക്കാലികമായി വാക്കാട്ട് താമസം തുടങ്ങുകയായിരുന്നു. കാടും വഴിയും അണക്കെട്ടും വെള്ളവും തിട്ടമുള്ള രണ്ടു പണിക്കാരെ സഹായത്തിനു കിട്ടിയപ്പോൾ നിജാദിനും ഫൗസിയയ്ക്കും സന്തോഷമായി.

തമിഴ്നാടിന്റെ നിയന്ത്രണവും കേരളത്തിലെ വനപാലകരുടെ വിലക്കും മറികടക്കാൻ പ്രാപ്തരായിരുന്നു പണിക്കാർ. ആഴമറിയാത്ത അണക്കെട്ടിലേക്കു മുങ്ങുന്ന അവർ, അണഭിത്തിയോടു ചേർന്നുള്ള ഭാഗങ്ങളിൽ നിന്നാണ് പൊന്തിവരുന്നതെന്ന് വിസ്മയത്തോടെ പണിക്കാർ പറയുമ്പോൾ മുല്ലച്ചാലും പെരിഞ്ചാലും ചേരുന്ന സന്ധിക്കുണ്ടിനടിയിൽ നിന്ന് സന്താനവല്ലി മുളച്ചു പൊന്തുന്നത് അവർ കണ്ടുകാണുമെന്ന് ഡോക്ടർ മാത്യു തോമസ് വർഗീസ് പണിക്കർ സങ്കല്പിക്കും..

എട്ട്

മുല്ലപ്പെരിയാറിൽ എന്തൊക്കെയോ നടക്കുന്നതായി കാടർ വന്നു പറഞ്ഞപ്പോൾ മുൻപിൻപു നോക്കാതെ കാടേറികറിയ വീണ്ടും പോയി. ഒപ്പം യൗവനത്തിളപ്പുമായി മകൻ മാത്തനുമുണ്ടായിരുന്നു.

ഇത്തവണ സൈനികരും ഉദ്യോഗസ്ഥരുമടങ്ങിയ സംഘത്തെ മാത്രമാണ് അവിടെ കണ്ടത്. അവർ അളക്കുകയും കുറ്റിനാട്ടാനുള്ള ക്രമീകരണങ്ങളൊരുക്കുകയും ചെയ്യുന്നു. കാടർ നിസ്സഹായരായി നോക്കി നിൽക്കുകയാണ്. കറിയായെയും മകനേയും പണിക്കാരേയും കണ്ടപ്പോൾ പതിവു ശൗര്യം വെടിഞ്ഞ് സൗമ്യതയോടെയാണ് ബ്രണ്ണൻ അടുത്തുവന്നത്.

ഹസ്തദാനം നൽകി, തമിഴ്കലർന്ന മലയാളത്തിലായിരുന്നു അയാളുടെ സംഭാഷണം.

...ഇതിനുമുമ്പൊക്കെ ഞങ്ങളിവിടെ വന്നത് അനധികൃതമായിട്ടായിരുന്നു. ഇപ്പോൾ ഔദ്യോഗികമായിട്ടാണ് വരവ്. തിരുവിതാംകൂറിന്റെ അനുമതിയോടെ മദ്രാസ് റസിഡൻസി ഇവിടൊരു അണക്കെട്ടു നിർമ്മിക്കാനാലോചിക്കുന്നു. നിങ്ങൾ കടലിലേക്ക് ഒഴുക്കിക്കളയുന്ന വെള്ളം വരണ്ടുണങ്ങിയ പാണ്ടിനാട്ടിലേക്ക് കൊടുക്കരുതോ? അവിടം നല്ല കൃഷിഭൂമിയാകും.

കുടുംബചരിത്രത്തിൽ അതേപ്പറ്റി പറയുന്നതിങ്ങനെയാണ്:

മുല്ലപ്പെരിയാറിൽ അണക്കെട്ടുനിർമ്മിക്കാനുള്ള ഒരുക്കങ്ങളറിഞ്ഞ് അതു തടയാനായി ഏകമകനുമായി 1881 ഫെബ്രുവരി നാലാം തീയതി സന്ധിച്ചാലിനുതാഴെയെത്തിയ സ്കറിയാ തോമസ് പണിക്കരെ അനുനയിപ്പിച്ച് മടക്കാനായിരുന്നു ഡേവിഡ് ബ്രണ്ണന്റെ ശ്രമം. ഇരുസർക്കാരുകളുടെയും അനുമതിയോടെയാണ് അണകെട്ടുന്നതെന്നറിഞ്ഞപ്പോൾ എന്തോ തീരുമാനിച്ചുറച്ച് കാടേറി കറിയ മടങ്ങുകയായിരുന്നു. പക്ഷേ അദ്ദേഹം അടങ്ങിയിരുന്നില്ല.

തിരുവിതാംകൂർ ഇതിന് സമ്മതിച്ചിട്ടുണ്ടോ എന്നറിയാനായിരുന്നു കാടേറികറിയായുടെ ആകാംക്ഷ. സമ്മതിച്ചിട്ടില്ലെങ്കിൽ കെട്ടുന്നതെന്തും തകർക്കാൻ അദ്ദേഹം സന്നദ്ധനായിരുന്നു.

സർക്കാരിന്റെ മുഖം അന്ന് ഫോറസ്റ്റ് ഉദ്യോഗസ്ഥരിലാണ് കറിയാ കണ്ടത്. അതിനാൽ അവരോട് തിരക്കി. വെള്ളക്കാർ നുണ പറയില്ല എന്നായിരുന്നു മറുപടി. പോലീസിന്റെയും റവന്യുവിന്റെയും ഉദ്യോഗസ്ഥരുടെ മറുപടിയും മറ്റൊന്നായിരുന്നില്ല. കറിയായ്ക്ക് തൃപ്തിയായില്ല. അടുത്ത നടപടി എന്താണെന്നാലോചിച്ച് ഏറെനാൾ തലപുകച്ചു. അവസാനം നാടുവാഴുന്ന തിരുവിതാംകൂർ മഹാരാജാവിനെ നേരിട്ടുകണ്ട് നിജസ്ഥിതിയറിയാനും പരാതി പറയാനും കറിയ തീരുമാനിച്ചു.

1882 ഡിസംബർ 28-ാം തീയതി കാട്ടുമൂപ്പനും മൂന്നു കാടരുമായി കൊട്ടാരവാതിലിലെത്തിയ സ്കറിയ തോമസ് പണിക്കർക്ക് സ്നേഹ പൂർവ്വമായ സ്വീകരണമാണ് അവിടെ ലഭിച്ചത്.അകത്തേക്ക് ആനയിക്ക പ്പെട്ട അവരോട് എഴുന്നേറ്റുനിന്ന് വിശാഖം തിരുന്നാൾ മഹാരാജാവ് ആദരവ് പ്രകടിപ്പിച്ചത്രെ! കാഴ്ച സമർപ്പണവും പരാതികേൾക്കലും കഴിഞ്ഞ് സംഘനേതാവായ സ്കറിയാ തോമസ് പണിക്കരെ മാത്രം അകത്തളത്തിലേക്കു കൂട്ടിക്കൊണ്ടുപോയി ദീർഘനേരം മഹാരാജാവ് സ്വകാര്യസംഭാഷണം നടത്തി. അതിനുശേഷം പുറത്തുവന്ന മഹാരാ ജാവ് ഒരു പ്രഖ്യാപനം നടത്തി: പ്രതികൂല സാഹചര്യത്തിൽ കാടിനോട് മല്ലിട്ട് പണിയെടുത്തു പൊന്നുവിളയിക്കുന്ന ഈ പണിക്കാരന് നാം പണി ക്കർ എന്ന സ്ഥാനപ്പേര് നൽകുന്നു. ഇനി മുതൽ സ്കറിയാ തോമസ്, സ്കറിയാ തോമസ് പണിക്കർ എന്ന പേരിൽ അറിയപ്പെടട്ടെ. ഇദ്ദേഹ ത്തിന്റെ സന്തതിപരമ്പരകൾക്കും ഈ സ്ഥാനപ്പേരുപയോഗിക്കാം. അതി നുപുറമേ പണിക്കരുടെ അധീനതയിലുള്ള സകലസ്ഥാവരവസ്തുക്കളും കരമൊഴിവായി അദ്ദേഹത്തിനും അനന്തരാവകാശികൾക്കും അനുഭവി ക്കാവുന്നതാണ്.

സ്ഥാനപ്പേരിനു പുറമെ സദ്യയും സമ്മാനങ്ങളും നൽകിയാണ് മഹാരാജാവ് അവരെ യാത്രയാക്കിയത്.

തുല്യം ചാർത്തിയ സ്ഥാനപ്പേർമുദ്രയും കരമൊഴിവ് തീട്ടൂരവും വാക്കാട്ടെ അറയിൽ ഇപ്പോഴുമുണ്ടെന്ന് തെല്ലൊരഭിമാനത്തോടെ ഡോക്ടർ മാത്യു തോമസ് വർഗീസ് പണിക്കർ ഓർത്തു.

ആദ്യതലമുറയിലെ കാട്ടുകർഷകനായ കാടേറി കറിയായുടെ ധൈര്യവും നിശ്ചയദാർഢ്യവും സമ്മതിക്കണമെന്ന് അവസാനതലമുറ യിലെ കണ്ണിക്ക് തോന്നി. അന്നത്തെ കാലത്ത് മഹാരാജാവിനെ നേരിൽ കണ്ട് പരാതിപ്പെടാനും സ്ഥാനമാനങ്ങൾ വാങ്ങി തിരിച്ചുവരാനും മല മേട്ടിൽ മറ്റാർക്കും കഴിഞ്ഞിരുന്നില്ല.

ആ കൂടിക്കാഴ്ചക്ക് മഹാരാജാവ് അമിതപ്രാധാന്യം കല്പിച്ചതിനെ പ്പറ്റിയും അവരുടെ സ്വകാര്യസംഭാഷണങ്ങളിലെ വിഷയങ്ങളെക്കുറിച്ചും അറിയാൻ ഡോക്ടർ മാത്യു തോമസ് വർഗീസ് പണിക്കർക്ക് കൗതുകം തോന്നി.

ഈ രംഗം കാണുകയും സംഭാഷണങ്ങളെല്ലാം കേൾക്കുകയും ചെയ്ത കൊട്ടാരം ജീവനക്കാരനായിരുന്ന പകർപ്പൻ എന്ന പരശു അയ്യ രുടെ നേർമൊഴികൾ രേഖപ്പെടുത്തപ്പെട്ട രീതിയിൽ വാക്കാട്ടെ അറയി ലുണ്ടായിരുന്നു:

1882ൽ കാടേറി കറിയായുമായി കൂടിക്കാഴ്ച നടത്തുമ്പോൾ വിശാഖം തിരുന്നാൾ മഹാരാജാവ് വല്ലാത്തൊരു ധർമ്മസങ്കടത്തിലായിരുന്നു. തിരു വിതാംകൂറിന്റെ ജലസമൃദ്ധിയായ പെരിയാറിലെ വെള്ളമാകെ തങ്ങളുടെ

അധീനതയിലുള്ള മധുര രാമനാഥപുരം ഭാഗത്തേക്ക് ഗതി തിരിച്ചുകൊണ്ടുപോകാൻ അനുവദിക്കണമെന്ന് ബ്രിട്ടീഷുകാർ മഹാരാജാവിൽ സമ്മർദ്ദം ചെലുത്തിക്കൊണ്ടിരുന്ന ഘട്ടമായിരുന്നു അത്. പ്രലോഭനത്തിൽ തുടങ്ങി ഭീഷണിയിൽ വരെ എത്തിനിൽക്കുകയായിരുന്നു സർവശക്തരായ അവർ. എന്നാൽ ഒരിക്കലും അതനുവദിക്കരുതെന്ന് തിരുവിതാംകൂറിനെ സ്നേഹിക്കുന്നവർ മഹാരാജാവിനെ ഉപദേശിച്ചു. മുല്ലപ്പെരിയാർ ഗതിതിരിച്ചുവിട്ടാലുള്ള ദുരന്തങ്ങൾ ചൂണ്ടിക്കാട്ടി,അബദ്ധത്തിൽപ്പെടരുതെന്ന് വനം മേധാവി വെർണാഡും ചീഫ് എഞ്ചിനീയർ എ ഡബ്ല്യു ജേക്കബും പേഷ്ക്കാർ രാമചന്ദ്രറാവുമുൾപ്പടെയുള്ള ഉദ്യോഗസ്ഥർ വിലക്കിയിട്ടുണ്ടായിരുന്നു. തീരുമാനമെടുക്കാനാവാതെ വിശാഖം തിരുന്നാൾ മഹാരാജാവ് കുഴങ്ങി. പ്രജകളുടെ ക്ഷേമവും ദേശത്തിന്റെ താല്പര്യവും സംരക്ഷിക്കാൻ ബാധ്യസ്ഥനായ മഹാരാജാവിനെ കടുത്ത സമ്മർദ്ദത്തിലാഴ്ത്തിക്കൊണ്ട് ഈ സന്ദർഭത്തിൽ ബ്രിട്ടീഷുകാരുടെ തിരുവിതാംകൂറിലെ റസിഡന്റും രംഗത്തെത്തി. അപ്പോഴൊക്കെയും നേർവഴി കാട്ടണേ എന്ന് ദേശത്തിനുടമയായ ശ്രീപദ്മനാഭനോട് വിശാഖം തിരുനാൾ മഹാരാജാവ് പ്രാർത്ഥിച്ചുകൊണ്ടിരുന്നു. എന്തുവന്നാലും വഴങ്ങണ്ടാ എന്നാണ് ശ്രീപദ്മനാഭഹിതം എന്ന് വിശാഖം തിരുനാളിന് ഒടുവിൽ ബോധ്യമായി.

റസിഡന്റുമായുള്ള കൂടിക്കാഴ്ചയിൽ മഹാരാജാവ് അക്കാര്യം തുറന്നു പറഞ്ഞു:

ശ്രീപത്മനാഭന്റെ രാജ്യമാണിത്. ഭഗവാനുവേണ്ടി ഞാനിത് പരിപാലിക്കുന്നുവെന്നേയുള്ളു. മുല്ലപ്പെരിയാറിലെ വെള്ളം വിട്ടുകൊടുക്കുന്നതിൽ ഭഗവാൻ വിമുഖനാണ്.

റസിഡന്റ് പരിഹാസത്തോടെ ചിരിച്ചു:

പരിപാലകനോടു പറയുന്നതായിരിക്കില്ലല്ലോ പരമാധികാരിയോടു പറയുക. ഞാനൊന്നു ചോദിക്കട്ടെ...

ഒരുനിമിഷം കണ്ണടച്ചു നിന്ന റസിഡന്റ് പെട്ടെന്ന് പറയുകയായിരുന്നു:

നിങ്ങളുടെ ഭഗവാൻ എന്നോടു സമ്മതിച്ചിരിക്കുന്നു. ഇനി ആശങ്ക വേണ്ടല്ലോ...

അപ്രതീക്ഷിതമായതു കേട്ടപ്പോൾ ഒന്നുപതറിയെങ്കിലും മഹാരാജാവ് തീർത്തു പറഞ്ഞു.

എനിക്കു ബോധ്യമാകാത്ത കാര്യമാണത് ഞാനായിട്ട് അനുവദിക്കുന്ന പ്രശ്നമില്ല.

പ്രത്യാഘാതം ഗുരുതരമായിരിക്കുമെന്ന് ഭീഷണിപ്പെടുത്തിയിട്ടാണ് റസിഡന്റ് മടങ്ങിയത്.

മുല്ലപ്പെരിയാറിൽ കാടേറി കറിയ നടത്തുന്ന സാഹസങ്ങളെക്കുറിച്ച് അതിനിടയിൽ ചാരന്മാർ മുഖേന മഹാരാജാവ് അറിഞ്ഞിരുന്നു.

ബ്രിട്ടീഷുകാരുടെ ഭീഷണി ഭയന്ന് കാടേറി കറിയയെ നേരിട്ടുവിളിച്ച് പ്രോത്സാഹിപ്പിക്കാനാവുന്നില്ലല്ലോ എന്ന് വിഷമിച്ചിരിക്കുമ്പോഴാണ് കറിയായും സംഘവും നേരിട്ടെത്തുന്ന വിവരം മഹാരാജാവിന് ലഭിക്കുന്നത്.

റസിഡന്റിനുപോലും രഹസ്യറിപ്പോർട്ടു പോകുന്ന കൂടിക്കാഴ്ചയിൽ പരാതി കേൾക്കുകയും പ്രതികരിക്കുന്നതിൽ പരമാവധി മിതത്വം പാലിക്കുകയും ചെയ്ത മഹാരാജാവ് അകത്തെ സ്വകാര്യസംഭാഷണത്തിൽ കറിയായുടെ മുന്നിൽ ഉള്ളുതുറന്നു.

നാംപോലും നിസ്സഹായനായി നിൽക്കുന്നിടത്ത് തന്റേടം കാട്ടിയ ധീരനെ കാത്തിരിക്കുകയായിരുന്നു എന്നു പറഞ്ഞ് കറിയായുടെ കരം ഗ്രഹിച്ച വിശാഖം തിരുനാൾ മഹാരാജാവ് ആവുന്നതൊക്കെ ചെയ്തോളൂ എന്നാണ് കറിയായോട് നിർദ്ദേശിച്ചത്.

മുല്ലപ്പെരിയാറിൽ കറിയയുടെ ഇടപെടലുകളെപ്പറ്റിയാണ് മഹാരാജാവ് ഉദ്ദേശിച്ചത്. എന്നിട്ട് അദ്ദേഹം നേരിടുന്ന നിസ്സഹായതയുടെ ആഴം എത്രയെന്ന് കറിയായ്ക്ക് കാട്ടിക്കൊടുക്കുകയും ചെയ്തു.

...അനുസരിക്കുന്നില്ലെങ്കിൽ ആദ്യം കപ്പംകൂട്ടും; അതൊടുക്കാൻ കഴിയാതെവരുമ്പോൾ മദ്രാസിൽ നിന്ന് ബ്രിട്ടീഷ് പട്ടാളം ഇങ്ങോട്ടു നീങ്ങും എന്നൊക്കെയാണ് ഇവിടുത്തെ റസിഡന്റിന്റെ ഭീഷണി. ഇപ്പോൾത്തന്നെ അഞ്ചുതെങ്ങ്, തങ്കശേരി, ചേർത്തലയിലെ നിലങ്ങൾ തുടങ്ങിയവരെല്ലാം അവരുടെ കൈവശമാണ്. പൊരുതി ജയിക്കാൻ തിരുവിതാംകൂറിന് കഴിയുമെന്ന് തോന്നുന്നില്ല. ദേശത്തിനും മഹാരാജാവിനും വേണ്ടി എന്തും ചെയ്യാൻ തയ്യാറായി നിൽക്കുന്ന തിരുവിതാംകൂറിന്റെ സൈന്യത്തെ കുരുതികൊടുക്കാൻ നമുക്കാവുമോ? എന്നാൽ ബ്രിട്ടീഷ് ഭീഷണിക്ക് വഴങ്ങാനും മനസ്സനുവദിക്കുന്നില്ല.

ആവതുചെയ്യാം എന്നുറപ്പുകൊടുത്തശേഷം കറിയ മഹാരാജാവിനോടു തുറന്നു ചോദിച്ചു:

മുല്ലപ്പെരിയാറിൽ എന്തിനെങ്കിലും അനുമതി നൽകിയിട്ടുണ്ടോ?

മറുപടി ഒരു വിശദീകരണമായിരുന്നു:

അണ കെട്ടാൻ അവർ അനുമതി ചോദിച്ചു. നാമത് നിഷേധിച്ചു. എന്തുകൊണ്ട് നിഷേധിക്കുന്നു എന്നായി അടുത്ത ചോദ്യം. ഭാവിയിലുണ്ടാകാവുന്ന ജലക്ഷാമം ചൂണ്ടിക്കാട്ടി നാം മറുപടി നൽകി. അപ്പോൾ അതേപ്പറ്റി പഠിക്കാൻ അവരെ അനുവദിക്കണമെന്നായി. മുല്ലപ്പെരിയാറിലെ ജലലഭ്യത, ഒഴുക്കിന്റെ തീവ്രത, ജലം തടഞ്ഞുനിർത്തിയാലുണ്ടാകുന്ന പ്രശ്നങ്ങൾ എന്നിവയൊക്കെ ഗവേഷണബുദ്ധ്യാ പഠിക്കാൻ അനുവദിച്ചിട്ടുണ്ട്. അതിനർത്ഥം അവിടെ അണകെട്ടാൻ അനുവദിക്കുന്നുവെന്നല്ല. നമുക്കു ജീവനുള്ളിടത്തോളം കാലം അതനുവദിക്കുന്ന പ്രശ്നമില്ല.

അതുകേട്ടതോടെ കാടേറി പെട്ടെന്ന് പറയുകയായിരുന്നു:

എങ്കിൽ അങ്ങേയ്ക്ക് ഒന്നുറപ്പിക്കാം കറിയായ്ക്ക് ജീവനുണ്ടെങ്കിൽ അങ്ങയുടെ കാലത്ത് അവിടെ അണ ഉയരുകയില്ല.

മുല്ലപ്പെരിയാറിലെ ഇടപെടലിന്റെ പേരിൽ കാടേറി കറിയയെ പരസ്യമായി അനുമോദിക്കാൻ നിർവാഹമില്ലാത്തതിനാൽ കാട്ടുകൃഷിയുടെ മറവിൽ പുതിയ സ്ഥാനലബ്ധിയും പാരിതോഷികങ്ങളും പ്രഖ്യാപിക്കുകയാണെന്ന് ആ സ്വകാര്യ സംഭാഷണത്തിൽ വിശാഖം തിരുനാൾ മഹാരാജാവ് പറഞ്ഞത്രെ.

കൊട്ടാരത്തിൽ നിന്ന് മടങ്ങുമ്പോൾ വള്ളക്കടവുവരെ അനുഗമിച്ച പകർപ്പൻ പരശു അയ്യർ കറിയായെ ഭീഷണിപ്പെടുത്തി:

പൊന്നുതമ്പുരാനെ വഴിതെറ്റിക്കുന്നത് നിങ്ങളാണെന്നറിഞ്ഞാൽ തമ്പുരാൻപോലും കപ്പം കൊടുക്കുന്ന വെള്ളക്കാർ പൊറുക്കുമോ? സൂക്ഷിക്കണം.

കറിയായുടെ മറുപടി ഒറ്റവാചകത്തിലൊതുങ്ങി:

കാടേറി കറിയായ്ക്ക് മരണം ഒരു പ്രാവശ്യമേ ഉള്ളൂ.

പരശു അയ്യർ അമർത്തി മൂളിയപ്പോൾ കറിയാ മനസ്സിൽ ഉറപ്പിക്കുകയായിരുന്നു- കള്ളൻ കപ്പലിൽത്തന്നെയുണ്ട്.

ഒമ്പത്

മുല്ലപ്പെരിയാറിൽ തൽസമയനിരീക്ഷണസംവിധാനം ഏർപ്പെടുത്താനുള്ള കേരളത്തിന്റെ നീക്കത്തിനെതിരെ തമിഴ്നാട് രംഗത്തുവന്നത് പുതിയ പ്രശ്നങ്ങൾക്ക് കാരണമാകുമെന്നാണ് ചന്ദ്രമോഹന്റെ നിരീക്ഷണം. തമിഴ്നാടിന്റെ അനുമതിയില്ലാതെ ഇത്തരത്തിലുള്ള നിരീക്ഷണ സംവിധാനം സ്ഥാപിക്കാനുള്ള കേരളത്തിന്റെ നീക്കം ഭരണഘടനാചട്ടങ്ങളുടെ നഗ്നമായ ലംഘനമാണെന്നാണ് തമിഴ്നാട് പറയുന്നത്. പ്രധാനമന്ത്രിക്കെഴുതിയ കത്തിലാണ് കേരളത്തിന്റെ നീക്കത്തിനെതിരെ തമിഴ്നാട് രംഗത്തെത്തിയത്. മുല്ലപ്പെരിയാർ അണക്കെട്ടിന്റെ സംരക്ഷണത്തിനായി കേന്ദ്രസേനയെ വിന്യസിക്കണമെന്ന ആവശ്യവും അവർ ഉന്നയിച്ചിട്ടുണ്ട്.

അണക്കെട്ടും ബേബി ഡാമും 24 മണിക്കൂറും ക്യാമറകളുപയോഗിച്ച് നിരീക്ഷിച്ച് അപകടമുന്നറിയിപ്പു നൽകാനുള്ള പദ്ധതിക്കു കേരള സർക്കാരും കേന്ദ്ര ശാസ്ത്ര സാങ്കേതികവകുപ്പിനു കീഴിലുള്ള മിഷൻ ഫോർ ജിയോസ്പേഷ്യൽ ആപ്ളിക്കേഷൻസും തമ്മിൽ ധാരണയായി എന്ന വിവരവും ചന്ദ്രമോഹൻ ഏതാണ്ടൊരു രഹസ്യം കൈമാറുന്ന ജാഗ്രതയോടെ പറഞ്ഞു.

മെഷ്നെറ്റ് എന്ന പേരിൽ പരീക്ഷണാടിസ്ഥാനത്തിലുള്ള സംവിധാനം മുല്ലപ്പെരിയാറിൽ പ്രയോഗത്തിൽ വരുത്താനാണത്രെ കേരളത്തിന്റെ പദ്ധതി. അണക്കെട്ടിനു സുരക്ഷാഭീഷണിയുണ്ടെന്നു പ്രചരിപ്പിക്കാനുള്ള കേരളത്തിന്റെ ശ്രമങ്ങളുടെ ഭാഗമായാണ് ഇത്തരം നീക്കങ്ങൾ നടക്കുന്നതെന്നാണ് തമിഴ്നാടിന്റെ നിലപാട്.

തമിഴ്നാടിനു ജലം നൽകിക്കൊണ്ടു കേരളത്തിനു സുരക്ഷ ഉറപ്പാക്കുകയെന്ന സമീപനമാണ് കേരളത്തിന്റേത്. രണ്ടു സംസ്ഥാനങ്ങളുടെയും നിലപാടുകളിൽ ഭിന്നതയുണ്ട്. കേരളത്തിന്റെ വാദങ്ങളോടു തമിഴ്നാടിന് പൂർണമായി യോജിക്കാനാവില്ല. ഈ വിയോജിപ്പുകൾക്കിടയിൽ ഒത്തുതീർപ്പുണ്ടാക്കാനാണു കേന്ദ്രം ശ്രമിക്കുന്നതെന്ന് പറഞ്ഞുകൊണ്ട് അതെന്താണെന്ന് ചന്ദ്രമോഹൻ സ്വയം ആരാഞ്ഞു.

അപ്പൻ അതും കേട്ടു. മറുപടി ഉറക്കെയായിരുന്നു.

അവൾ വരും... അതെന്താണെന്ന് പറയുകയല്ല, കാട്ടിത്തരികയാണ് അവളുടെ രീതി...

പത്ത്

പണിക്കർസ്ഥാനലബ്ധിയും സ്ഥാവരങ്ങളുടെ മേലുള്ള കരമൊഴിവും വാങ്ങി കൊട്ടാരത്തിൽ നിന്നും മടങ്ങിയെത്തിയ കറിയായ്ക്ക് മലവാരത്ത് ബഹുമാനിതന്റെ പുതിയ പരിവേഷം ലഭിച്ചെങ്കിലും അദ്ദേഹം അസ്വസ്ഥനായിരുന്നു. കൃഷിപ്പണിയിലും കുടുംബകാര്യങ്ങളിലും അത്ര താത്പര്യം കാട്ടിയില്ല. ശ്രദ്ധ മുഴുവൻ മുല്ലപ്പെരിയാറിലായിരുന്നു.

കാടരെ മുൻനിർത്തിയായിരുന്നു മുല്ലപ്പെരിയാറിൽ കറിയായുടെ കളി. ഒരു കുറ്റിനാട്ടിയാൽ പിഴുതുകളയും; ഒരു തൂപ്പുവച്ചാൽ ഒഴുക്കിവിടും; മണ്ണ് കൂട്ടിയാൽ കാണാതെ ചെന്ന് കുത്തിയിളക്കും. അവർക്ക് ഒന്നും ചെയ്യാനാവാത്ത അവസ്ഥ.

തിരുവിതാംകൂറിന്റെ എതിർപ്പുകളെല്ലാം അവഗണിച്ചുകൊണ്ട് മുല്ലപ്പെരിയാറിൽ അണകെട്ടുകയാണെന്നും അതിനുള്ള കരാറിൽ ഒപ്പിടണമെന്ന് മദ്രാസ് സർക്കാരിൽ നിന്ന് അറിയിപ്പു ലഭിച്ചതായും ഒരു രാജദൂതൻ സ്കറിയാതോമസ് പണിക്കരെ ധരിപ്പിച്ചു. ഇവിടൊന്നും സംഭവിക്കില്ല, വഴങ്ങണ്ടാ എന്നുമാത്രം മറുപടികൊടുത്ത് രാജദൂതനെ കറിയ മടക്കി.

മഹാരാജാവ് വഴങ്ങിയില്ല; മുല്ലപ്പെരിയാറിൽ ഒന്നും സംഭവിക്കാൻ കറിയാ സമ്മതിച്ചതുമില്ല.

1883 മുതൽ 1885 വരെയുള്ള കാലയളവ് ഹ്രസ്വമായിരുന്നുവെങ്കിലും സ്കറിയാ തോമസ് പണിക്കരെ സംബന്ധിച്ചിടത്തോളം അത് വെല്ലുവിളികളും പ്രതിസന്ധികളും നിറഞ്ഞതായിരുന്നു. മുല്ലപ്പെരിയാറിൽത്തന്നെ

NAMBOODIRI

തമ്പടിച്ചിരുന്ന അദ്ദേഹത്തെ പ്രലോഭിപ്പിച്ചും ഭീഷണിപ്പെടുത്തിയും വശത്താക്കാൻ ബ്രിട്ടീഷുകാരും വേദലിംഗത്തിന്റെ ആൾക്കാരും ശ്രമിച്ചുകൊണ്ടിരുന്നു.എന്നാൽ ഒന്നിനും വഴങ്ങാത്ത കറിയാ ഒന്നുലഞ്ഞത് മഹാരാജാവ് രോഗശയ്യയിലാണെന്നറിഞ്ഞപ്പോഴായിരുന്നു.

രോഗബാധിതനായ മഹാരാജാവിനെ 1885ൽ സ്കറിയ തോമസ് പണിക്കർ കൊട്ടാരത്തിലെത്തി മുഖം കാണിച്ചു. അവശത അലട്ടിയിരുന്നെങ്കിലും മഹാരാജാവ് ദീർഘമായിത്തന്നെ അദ്ദേഹത്തോടു സംസാരിച്ചു.

പണിക്കരെ എന്നാണ് അക്കുറി മഹാരാജാവ് കറിയയെ അഭിസംബോധന ചെയ്തത്. ക്ഷീണിതമെങ്കിലും ദൃഢസ്വരത്തിലായിരുന്നു മഹാരാജാവിന്റെ വാക്കുകൾ:

നാം വഴങ്ങിയില്ല; ഇനി വഴങ്ങാൻ കാലം നമ്മെ അനുവദിക്കുകയുമില്ല.

ഞാനും വാക്കുപാലിച്ചു; അങ്ങയുടെ കാലത്ത് അവിടെ അരുതാത്തതൊന്നും സംഭവിച്ചിട്ടില്ല.

വികാരനിർഭയരമായ ആ കൂടിക്കാഴ്ചയുടെ ഏഴാംനാൾ തിരുവിതാംകൂറിനെ ദുഃഖത്തിലാഴ്ത്തി മഹാരാജാവ് വിശാഖം തിരുനാൾ നാടുനീങ്ങി.

വിശാഖം തിരുനാൾ മഹാരാജാവിനുശേഷം ശ്രീമൂലം തിരുനാൾ അധികാരമേറ്റപ്പോഴും മുല്ലപ്പെരിയാർ പ്രശ്നം കൊട്ടാരത്തിനുമേൽ ഭീഷണിയുടെ വാളായി തൂങ്ങിക്കിടപ്പുണ്ടായിരുന്നു. കരാറിൽ ഏർപ്പെട്ടില്ലെങ്കിൽ തിരുവിതാംകൂറിന്റെ ഭരണം ബ്രിട്ടീഷ് സർക്കാർ ഏറ്റെടുക്കുമെന്നും മുന്നറിയിപ്പുണ്ടായി.

എല്ലാം അറിഞ്ഞുകൊണ്ടിരുന്നു കറിയ. താങ്ങാനാവാത്ത ആ വാർത്തയും.

1886 ഒക്ടോബർ 29 സ്കറിയാ തോമസ് പണിക്കരുടെ ജീവിതത്തിലെ ദുർദിനമായിരുന്നു. എന്താണോ കാത്തുസൂക്ഷിച്ചിരുന്നത് അത് കൈവിട്ടുപോയ ദിവസം. മുല്ലപ്പെരിയാറിൽ അണകെട്ടുന്നതിനുവേണ്ടി മദ്രാസ് പ്രസിഡൻസിയും തിരുവിതാംകൂറും തമ്മിൽ കരാർ ഒപ്പിട്ട ദിവസം. തിരുവിതാംകൂറിനുവേണ്ടി ദിവാൻ വെമ്പാകം രാമയ്യങ്കാരും മദ്രാസ് പ്രസിഡൻസിക്കു വേണ്ടി ബ്രിട്ടീഷ് ഗവൺമെന്റിന്റെ ഇന്ത്യാ കാര്യങ്ങൾക്കുള്ള സെക്രട്ടറി ഓഫ് സ്റ്റേറ്റ്സിന്റെ പ്രതിനിധി ജെ.സി. ഹാരിംഗ്ടണുമാണ് കരാർ ഒപ്പിട്ടത്. കരാറിന് സാക്ഷികളായത് ആക്ടിംഗ് ഹെഡ് സർക്കാർ വക്കീൽ ഐ എച്ച് പ്രിൻസും മരാമത്ത് സെക്രട്ടറി കെ. കെ. കുരുവിളയും. കരാർ വ്യവസ്ഥകളും വിശദമായിത്തന്നെ കറിയ അറിഞ്ഞു.

സ്വയംതകർന്ന സ്കറിയാ തോമസ് പണിക്കരുടെ ആശങ്ക കലർന്ന ആത്മഗതം ഉറക്കെയായത്രേ:

ഇപ്പോൾ മഹാരാജാവായിരിക്കുന്ന ശ്രീമൂലം തിരുന്നാളിന്റെ അറിവും അനുമതിയും ഈ കരാറിനുണ്ടാവുമോ?

കൊട്ടാരത്തിലേക്കു പോകണമെന്നും ശ്രീമൂലം തിരുനാൾ മഹാരാജാവിനെ കണ്ട് കാര്യങ്ങൾ തിരക്കണമെന്നും കറിയയ്ക്ക് തോന്നി. പക്ഷേ വസ്തുതകൾ ബോധ്യപ്പെടുത്തി ആ യാത്ര ഒഴിവാക്കിയത് ഫോറസ്റ്ററായ ഡേവിഡ്സണും അധികാരിയായ രാമക്കൈമളുമായിരുന്നു. അവർ കറിയായുടെ ആത്മസുഹൃത്തുക്കളും അഭ്യുദയകാംക്ഷികളുമായിരുന്നു. ഇക്കാര്യത്തിൽ വിശാഖം തിരുനാളിനെപ്പോലെ ശ്രീമൂലം തിരുനാളും നിസ്സഹായനാണ്. നിയമപരമായി ഏർപ്പെടാൻ നിർബന്ധിക്കപ്പെട്ട് രേഖയിലായ കരാറിൽ നിന്ന് പിന്തിരിയാൻ ഇനി മാർഗമില്ല.

നിർബ്ബന്ധിതമായ ആ സാഹചര്യവും അവർ വ്യക്തമാക്കി:

കരാറിലേർപ്പെടാൻ ശ്രീമൂലം തിരുന്നാളിനും മടിയായിരുന്നു. വെള്ളക്കാരെ ഇങ്ങനെ വെറുപ്പിച്ചാൽ ഭരിക്കുന്ന രാജാവിനെ മാത്രമല്ല ഭരിക്കാൻ അനുമതി നൽകിയ നാടിന്നുടമയായ ശ്രീപദ്മനാഭനെത്തന്നെ അടിമയാക്കാനാണത്രെ അവരുടെ ആലോചന. മഹാരാജാവ് അത് നേരിട്ടനുഭവിച്ചു.

വിശാഖം തിരുനാളിനോട് കാട്ടിയ അതേ പ്രഹസനം ശ്രീമൂലം തിരുനാളിനു മുന്നിലും റസിഡന്റ് അവതരിപ്പിച്ചു; ഇനി ആരുടെ അനുവാദമാണ് വേണ്ടതെന്ന് ചോദിക്കുകയും ചെയ്തു. എന്നിട്ടും അറച്ചുനിന്ന മഹാരാജാവിനോട് ശ്രീപദ്മനാഭനെ അടിമയാക്കിയാൽ അനുവാദത്തിന്റെ പ്രശ്നമില്ലല്ലോയെന്ന് റസിഡന്റ് ഭീഷണിപ്പെടുത്തിയപ്പോൾ കനത്ത മൗനമായിരുന്നു മഹാരാജാവിന്റെ മറുപടി. ഏതായാലും ആ നേരത്ത് കൊട്ടാരത്തിലെ പകർപ്പെഴുത്തുകാരനായ പകർപ്പൻ എന്ന പരശു അയ്യർ അവിടെയുണ്ടായിരുന്നു. ആരേയും വെറുപ്പിക്കണ്ടാ എന്നു മാത്രമായിരുന്നു അവസാനം മഹാരാജാവിന്റെ കല്പന. അത് ആരോടായിരുന്നു?

കരാറിന്റെ കാര്യത്തിൽ കാടേറികറിയ്ക്ക് വല്ലാത്ത ദുരൂഹത തോന്നി. അദ്ദേഹം വീണ്ടും മലകയറി. മുല്ലപ്പെരിയാറിൽ പണി തുടങ്ങിയിരുന്നു. ബ്രണ്ണന്റേയോ വേദലിംഗത്തിന്റെയോ സാന്നിധ്യം പണിസ്ഥലത്തു കണ്ടില്ല. മരക്കുറ്റിനാട്ടി കല്ലടുക്കി തൂപ്പുനിറച്ച് മണ്ണിട്ടായിരുന്നു അണയുടെ നിർമ്മാണം.

ബ്രിട്ടീഷുകാരായ എഞ്ചിനീയർമാരുടെ മേൽനോട്ടത്തിൽ പണി പുരോഗമിക്കവേ നടുക്കുറ്റി മൂന്നെണ്ണം ഊരിപ്പോയി. നിമിഷനേരംകൊണ്ടാണ് കല്ലും മണ്ണും തൂപ്പും ഒലിച്ചുപോയത്. രഹസ്യമായി കുറ്റിപറിച്ചതിനുപിന്നിൽ കറിയയുടെ ബുദ്ധിയും ശക്തിയുമായിരുന്നു. എഞ്ചിനീയർമാർക്കോ പണിക്കാർക്കോ അതു മനസ്സിലായില്ല. അവർ ഒഴുക്കിനെ ശപിച്ചു.

വിശദമായ പര്യാലോചനയ്ക്കുശേഷം അതേപണി കൂടുതൽ ജാഗ്രതയോടെ നിർവഹിക്കാനായിരുന്നു എഞ്ചിനീയർമാരുടെ തീരുമാനം. പണി മെല്ലെ പുരോഗമിച്ചു. കറിയാ പഴയ തന്ത്രം പയററി. അതുവരെ കെട്ടിയതെല്ലാം അപ്പാടെ ഒലിച്ചുപോയി.

മദ്രാസിൽനിന്ന് വിദഗ്ദ്ധരെത്തി നദിയുടെ അടിത്തട്ടും കരയുടെ ബലവും ഒന്നുകൂടി പരിശോധിച്ചശേഷം കുറേക്കൂടി ബലവത്തായി മണ്ണണ നിർമ്മിക്കാനുള്ള ശ്രമം തുടങ്ങി.കുറ്റിക്കുപകരം മരമാണ് ഉപയോഗിച്ചത്. തൂപ്പിനു പകരം മരച്ചില്ലകളപ്പാടെ. ഓരോ അടുക്കിനും മുളയും മണ്ണും സമംപാകിയുള്ള നിർമ്മിതി. ബലവത്തായ മണ്ണണ പൊങ്ങിക്കൊണ്ടിരുന്നു.

തക്കംപാർത്തിരുന്ന കറിയയ്ക്ക് മണ്ണണയുടെ അടുത്തേക്കുപോലും പോകാനാവാത്ത സ്ഥിതിയായിരുന്നു. ഇരുകരകളിലും വെള്ളത്തിലും കാവൽ. കാടന്മാരെ സമീപത്തേക്കുപോലും അടുപ്പിക്കുന്നില്ല.

അപ്രതീക്ഷിതമായി മഴ പെയ്ത ഒരുരാത്രിയിൽ വിശ്വസ്തരായ നാലു കാടന്മാരേയും കൂട്ടി കാടേറി കറിയ മുല്ലപ്പെരിയാറിന് മൂന്നുനാഴിക താഴെ നിന്ന് നീന്തി മണ്ണണയുടെ അടിയിലെത്തി. നാലു മരക്കുറ്റി വെട്ടിയതേയുള്ളു. പിന്നൊന്നും ഓർമ്മയില്ല. ബോധം തെളിയുമ്പോൾ നദിയോരത്ത് കടപുഴകിയ ഓരുമരത്തിൽ കിടക്കുകയായിരുന്നു.

ശിവമുടിയിലും പെരിയമലയിലും പെയ്ത കനത്തമഴ മലവെള്ളപ്പാച്ചിലായി വന്ന് മണ്ണണ ഉൾപ്പടെ സകലതും ഒഴുക്കിക്കൊണ്ടുപോകുകയായിരുന്നു. അണ നിർമ്മിക്കാനായി നദിക്കരയിൽ തമ്പടിച്ചിരുന്ന ജോലിക്കാരും പണിയായുധങ്ങൾപോലും ഒഴുകിപ്പോയത്രെ. അത്രയ്ക്ക് വിനാശകാരിയായിരുന്നു മഴ.

കറിയായുടെ കൂടെയുണ്ടായിരുന്ന നാലുകാടരും രക്ഷപ്പെട്ടിരുന്നു. അവരുമായി ഒരു പകലാകെ നടന്നിട്ടാണ് തിരിച്ചെത്തിയത്. വെട്ടിമാറ്റിയ മരക്കുററികൾപോലും ഒഴുകിപ്പോയിരുന്നതിനാൽ കറിയായുടെ ഗൂഢപദ്ധതി ആരും അറിഞ്ഞില്ല

മണ്ണണ നിർമ്മാണം ബ്രിട്ടീഷുകാർ ഉപേക്ഷിച്ചു.

താൽക്കാലിക പിൻവാങ്ങലായിരുന്നു അത്. വേനലായതോടെ വൻസന്നാഹങ്ങളുമായി അവർ വീണ്ടുമെത്തി.

ശർക്കരയും മണലും ചുണ്ണാമ്പും കുമ്മായകട്ടകളും നദിയോരത്തുനിന്ന് ഉൾക്കാടുകൾവരെ കൂനകൂട്ടിയായിരുന്നു പണി. തിട്ടപ്പെടുത്താവുന്നതിലും അപ്പുറമായിരുന്നു ജോലിക്കാരുടെ എണ്ണം.

പരിസരനിരീക്ഷണത്തിന് രഹസ്യമായി ചെന്ന കറിയയെ, ആരോ പിടികൂടി എങ്ങോട്ടോ കൊണ്ടുപോയി.

പതിനൊന്ന്

കറിയയ്ക്ക് ഒന്നും സംഭവിക്കില്ലെന്ന് കാത്തുവിന് ഉറപ്പുണ്ടായിരുന്നു. ഒരുനാൾ ഇവിടേക്കുതന്നെ അദ്ദേഹം തിരിച്ചുവരും. അതായിരുന്നു കാത്തുവിന്റെ പ്രതീക്ഷ.

ശിവശക്തി സംയോഗമായ മുല്ലച്ചാലിനേയും പെരിഞ്ചാലിനേയും തട വിലാക്കിക്കൊണ്ട് ഉയർന്നുപൊങ്ങുന്ന മുല്ലപ്പെരിയാർ അണക്കെട്ടിനെ നോക്കി കാടക്കുടിയിൽ അവർ കറിയായെ കാത്തിരുന്നു.

കാത്തിരിപ്പിന്റെ ഏകാന്തതയിൽ കാത്ത എപ്പോഴും എഴുതി ക്കൊണ്ടിരുന്നു. ഓലയും നാരായവുമായിരുന്നു എഴുത്തുസാമഗ്രി കൾ. ബാല്യകാലവിശേഷങ്ങൾ പെരുമ്പാമ്പിന്റെ പിടിയിൽപ്പെട്ടത്, കുടുംബത്തിൽ നിന്ന് ബഹിഷ്കൃതയായത്, കറിയുമായുള്ള അടുപ്പം, ശിവമുടിയിലേക്കുള്ള യാത്ര, അവിടുത്തെ അനുഭവങ്ങൾ, യോഗേശ്വ രനെ കണ്ടുമുട്ടുന്നത്, മാത്തന്റെ ജനനം, മുല്ലപ്പെരിയാറിലെ ആദ്യ കാലസംഭവവികാസങ്ങളും കറിയായുടെ ഇടപെടലുകളും, മഹാ രാജാവിനെ കാണുന്നത്, പണിക്കർ സ്ഥാനലബ്ധി, വണ്ടിപ്പെരിയാ റിലെ വീട്ടുവിശേഷങ്ങൾ, കറിയായെ കാണാതാവുന്നതും തുടർന്നു നട ത്തുന്ന അന്വേഷണങ്ങളുമൊക്കെ കാവ്യങ്ങളായും കുറിപ്പുകളായും കാത്ത എഴുതുകയായിരുന്നു എന്നാണ് ഓല പരിശോധിച്ച അച്ചൻ പറ ഞ്ഞത്.

പന്ത്രണ്ട്

മുല്ലപ്പെരിയാറിലേക്കുപോയ അപ്പൻ മൂന്നാഴ്ച കഴിഞ്ഞിട്ടും മടങ്ങിവ ന്നിട്ടില്ലെന്ന അമ്മയുടെ സന്ദേശം കിട്ടിയപ്പോൾ മാത്തൻ വല്ലാതെ ഭയന്നു. ശിവമുടി ഉൾപ്പടെ മുല്ലപ്പെരിയാർ മേഖലയിലാകെയും പിന്നെ അപ്പൻ പോകാൻ സാധ്യതയുള്ള സ്ഥലങ്ങളിലുമെല്ലാം തിരഞ്ഞു. കാട്ടിലെങ്ങു മില്ലെന്ന് നീണ്ട തിരിച്ചിലിനൊടുവിൽ കാടർ തീർത്തു പറഞ്ഞു. മലയര യരും ആവതു തിരഞ്ഞു. ചോലന്മാർ നദിയാകെ മുങ്ങിത്തപ്പി. ബലി യർപ്പിക്കപ്പെട്ടവരുടെ അവശിഷ്ടങ്ങൾ മണത്ത കാട്ടുനായ്ക്കളിലെ ഗന്ധി പ്പട്ടികൾ കറിയായുടെ സാന്നിധ്യം നിഷേധിച്ചു.

മുല്ലപ്പെരിയാറിൽ അണക്കെട്ടുയരുമ്പോൾ കാടേറി കറിയയ്ക്കു വേണ്ടിയുള്ള അന്വേഷണം തുടരുകയായിരുന്നു.

ഒടുവിൽ ഒമ്പതുവർഷങ്ങൾക്കുശേഷം 1895 ഒക്ടോബർ രണ്ടാം തീയതി തികച്ചും നാടകീയമായി കാടേറികറിയ പ്രത്യക്ഷപ്പെട്ടു.

പതിമൂന്ന്

ജലസസ്യഗവേഷണത്തിനു വന്ന നിജാദും ഫൗസിയയും മുല്ലപ്പെരിയാർ വിഷയത്തിൽ ആശങ്കാകുലരാണെന്ന് ഡോക്ടർ മാത്യു തോമസ് വർഗീസ് പണിക്കർക്ക് തോന്നി.

ഒരിക്കൽ അവർ ചോദിച്ചു:

ഭ്രംശമേഖലയായതിനാൽ ഭൂകമ്പസാധ്യത കൂടുതലാണ്. ചെറിയൊരു ഭൂചലനമുണ്ടായാൽ മുല്ലപ്പെരിയാർ അണക്കെട്ടു പൊട്ടുമോ?

പൊട്ടാം, പൊട്ടാതിരിക്കാം.

അതായിരുന്നു മറുപടി.

തൃപ്തിവരാഞ്ഞായിരുന്നു അവരുടെ അടുത്തചോദ്യം:

മുല്ലപ്പെരിയാർ അണക്കെട്ടുപൊട്ടിയാൽ മലയാളികളും തമിഴരും തമ്മിൽ കലഹമുണ്ടാകുമോ?

അതുകേട്ടപ്പോൾ ജിജ്ഞാസയോടെ ഒരു മറുചോദ്യമാണ് ഡോക്ടർ മാത്യു തോമസ് പണിക്കർ അവർക്ക് മുന്നിലിട്ടത്:

അണക്കെട്ടുപൊട്ടിയാൽ ഉണ്ടാകുന്ന ദുരന്തത്തെക്കുറിച്ച് നിങ്ങളെന്തേ ചോദിക്കുന്നില്ല? നിങ്ങളുടെ ജലസസ്യങ്ങൾക്കെന്തു സംഭവിക്കുമെന്നും നിങ്ങൾക്ക് ആശങ്കയില്ലേ?

ഒട്ടുംപ്രതീക്ഷിക്കാത്ത ചോദ്യമായിരുന്നെങ്കിലും അവരുടെ മറുപടി യുക്തിസഹമായിരുന്നു.

അണക്കെട്ടുപൊട്ടിയാൽ കേരളത്തിലെ നാലുജില്ലകൾക്കുണ്ടാകുന്ന ദുരന്തം ആർക്കാണറിയാത്തത്. അടിത്തട്ടിലെ ജലസസ്യങ്ങൾ അപ്പാടെ ഇളകി അറബിക്കടലിലെ ഉപ്പുരസത്തിലലിഞ്ഞു പോകുമെന്നും അറിയാം. എന്നാൽ അറിയാത്ത വിഷയമാണ് ഞങ്ങൾചോദിച്ചത്.

ഡോക്ടർ മാത്യു തോമസ് പണിക്കർക്ക് അത്തരം സാധ്യതകളെക്കുറിച്ച് തിട്ടമില്ലായിരുന്നു. അതുകൊണ്ട് അതേക്കുറിച്ച് പറഞ്ഞതുമില്ല. മൗനം വാചാലമാണെന്നു മാത്രമല്ല ചിലനേരങ്ങളിൽ അത് മൂടുപടം കൂടിയാണെന്ന് അദ്ദേഹം തിരിച്ചറിയുകയായിരുന്നു.

പതിനാല്

ഒൻപതുവർഷത്തിനുശേഷം പ്രത്യക്ഷപ്പെട്ട കാടേറി കറിയ നേരെ മുല്ലപ്പെരിയാറിലേക്കാണ് പോയത്.

എവിടെ മുല്ലപ്പെരിയാർ?

കറിയായ്ക്ക് ജീവിതത്തിലാദ്യമായി കാട്ടിൽ ദിക്കു തെറ്റി. ഒരു പകലും രാത്രിയും താണ്ടേണ്ട കാട്ടു വഴി രണ്ടുനാഴികകൊണ്ട് കേറിക്കഴിഞ്ഞു. കാടക്കുടികളില്ല. കാടരെ കാണാനില്ല. മരങ്ങളില്ല. മലയില്ല. നദിയില്ല. ശിവമുടിയുടെ താഴ്‌വാരമാകെ തടാകമായിരിക്കുന്നു.

നദിയെ തടവിലിട്ട ജലജയിൽ പുച്ഛം കലർന്ന പരിഹാസത്തോടെ കറിയയെ നോക്കി.

നെഞ്ചുതകർന്ന് തളർന്നിരുന്ന കറിയാ ജയിൽഭിത്തിപോലെ പൊങ്ങി നിന്ന അണക്കെട്ടിന്റെ നിർമ്മിതി കണ്ടു-മുല്ലപ്പെരിയാർ അണക്കെട്ട് യാഥാർത്ഥ്യമായിരിക്കുന്നു!

പിൻതോളിൽ ചിരപരിചിതമായ ഒരു സ്പർശമറിഞ്ഞപ്പോൾ കറിയ തിരിഞ്ഞുനോക്കി. കാത്തു. അവൾ ഒരു പ്രവാഹംപോലെ ഒഴുകിവന്ന് മുക്കുമ്പോൾ അവളുടെ പിന്നിൽ കറിയ, കറുമ്പനെ കണ്ടു. കാടരിൽ ഏറ്റവും കരുത്തനും വിശ്വസ്തതനുമായ കറുമ്പന്റെ തോളിൽ അവന്റെ ശരീരഭാഗംപോലെയുള്ള ആനത്തുമ്പിയെ എന്തേ കാണുന്നില്ല എന്ന് കറിയ അതിശയിപ്പിച്ചു. കണ്ടില്ല. കാട്ടിൽ ആനത്തുമ്പി തോളിലില്ലാതെ കറുമ്പനെ ആദ്യമായി കാണുകയായിരുന്നു കറിയ.

അസാധാരണകായബലവും കൂർമ്മബുദ്ധിയുമുള്ള കാടൻ കറുമ്പൻ കാഴ്ചയിൽ പ്രാകൃതനും പരുക്കനുമാണെങ്കിലും വിജ്ഞനായിരുന്നു. യോഗേശ്വരശിഷ്യനായ സിദ്ധന്റെ സന്തതസഹചാരിയായിരുന്ന അയാൾ കാട്ടറിവിനൊപ്പം നാട്ടറിവും നേടിയിട്ടുണ്ട്. പക്ഷേ കാഴ്ചയ്ക്കും പ്രകൃതത്തിനും ചേരാത്ത ഒരു ശീലം ദൗർബല്യമായി അയാളെ പൊതിഞ്ഞു നിന്നിരുന്നു. അത് തുമ്പികളായിരുന്നു. ആനത്തുമ്പി തോളിലില്ലാതെ അയാളെ കാട്ടിൽ കാണാൻ കഴിയില്ല. വൈകുന്നേരം മാത്രം പുറത്തേക്കിറങ്ങുന്ന ആനത്തുമ്പികളെ അയാൾ പിടിച്ചുവയ്ക്കുന്നതല്ല; വന്നു പറ്റുന്നതാണ്. ഒരിക്കൽ ഇതേപ്പറ്റി ചോദിച്ചപ്പോൾ അയാൾ വിസ്തരിച്ചു പറഞ്ഞു. കുഴിയാനകളാണത്രേ ആനത്തുമ്പികളാകുന്നത്. സാധാരണ തുമ്പികളെല്ലാം വെള്ളത്തിൽ മുട്ടയിടുമ്പോൾ ആനത്തുമ്പികളുടെ ഗർഭഗൃഹം കരയിലാണ്. കരമണലിലിടുന്ന മുട്ട വിരിഞ്ഞുണ്ടാകുന്നതാണ് കുഴിയാനകൾ. കുറെക്കാലം മണൽ കുഴിച്ചുനടക്കുന്ന അവ ഒടുവിൽ ഉരുണ്ടുരുണ്ട് നിശ്ചലമാകുകയും ഒരുനാൾ ചെറുചിറകുകൾ വിടർത്തി കുഴിയിൽനിന്ന് പറന്നുപൊങ്ങുകയും ചെയ്യും. അതിന്റെ തവിട്ടു ചിറകുകളോട് കാടൻ കറുമ്പന് വല്ലാത്ത കമ്പമാണ്. പകലെല്ലാം അനക്കമില്ലാതിരിക്കുന്ന അവ വൈകുന്നേരമാകുന്നതോടെ പറന്നുപൊങ്ങിയാതൊരു ഭയവുമില്ലാതെ അയാളുടെ തോളിൽ ചേക്കേറും. ഇത്തരത്തിലുള്ള അറുപത്തിമൂന്നിനം തുമ്പികളുമായി ചങ്ങാത്തത്തിലാണ് കറുമ്പൻ. അവ ഏതൊക്കെയെന്നു ചോദിച്ചാൽ ഒറ്റശ്വാസത്തിലാവും മറുപടി- കല്ലൻ, ചുവപ്പൻ, ചതുപ്പൻ, തുരുമ്പൻ, മുത്തൻ, വെണ്ണീറാൻ,

കടുവ, മാണിക്യൻ, പൂത്താലി, മതിലൻ, പകലൻ തുടങ്ങി സ്വാമിത്തുമ്പിവരെയുള്ള അറുപത്തിമൂന്നിനം തുമ്പികളേയും, ആൺ പെൺ വ്യത്യാസമനുസരിച്ചുള്ള അവയുടെ പ്രത്യേകതകളേയും കുറിച്ചുള്ള കറുമ്പന്റെ വിവരണം സ്വന്തം മക്കളുടെ കാര്യം പറയുന്നതുപോലെയാണ്. എന്നാൽ ആനത്തുമ്പിയുടെ കാര്യത്തിൽ അത് അല്പം ഏറിയിരിക്കും. ആനത്തുമ്പികൾക്ക് കറുമ്പനോടെന്തിത്ര പ്രിയമെന്നു ചോദിച്ചാൽ മറുപടി രക്ഷപ്പെടുന്നവന് രക്ഷിക്കുന്നവനോടുള്ള മമത എന്നാണ്. മണലിലെ ചെറിയകുഴിയിൽ പറക്കാനുള്ള തയ്യാറെടുപ്പുമായി സമാധിയിലിരിക്കുന്ന കുഴിയാനകളെ കാടക്കുട്ടികൾ കുഴിമൂടി തടയുന്നത് കാണുമ്പോഴൊക്കെ കറുമ്പൻ നിരുത്സാഹപ്പെടുത്തും. വിരിഞ്ഞിറങ്ങുന്ന തുമ്പികൾക്ക് അതറിയാമെന്നാണ് കറുമ്പന്റെ വിശ്വാസം.

കറിയായെ കാണാതായതറിഞ്ഞ് കാട്ടിലെത്തിയ കാത്തുവിനൊപ്പം കാവലായി കറുമ്പനുണ്ടായിരുന്നു.

കഴിഞ്ഞ ഒൻപതുവർഷത്തിനിടയിൽ ശിവമുടിക്കും പെരിയമുടിക്കുമിടയിലെ വിസ്തൃതമായ വനഭാഗത്തിന് സംഭവിച്ച മാറ്റങ്ങൾ കറുമ്പനിൽനിന്നാണ് കറിയ അറിഞ്ഞത്.

പണി പുരോഗമിക്കുന്തോറും അണക്കെട്ടിനിപ്പുറം വെള്ളം പൊങ്ങിക്കൊണ്ടിരുന്നു. മുല്ലച്ചാലിന്റെയും പെരിഞ്ചാലിന്റെയും ഇരുകരകളിലുമുള്ള വള്ളിപ്പടർപ്പുകളും ചെടികളുമാണ് ആദ്യം മുങ്ങിയത്. അവയുടെ മുകളിൽ പാറിപ്പറന്നിരുന്ന തുമ്പികളെ കാണാനില്ല . അടിയിലുണ്ടായിരുന്ന ചെങ്കീരികളും നീർക്കോഴികളും എങ്ങോട്ടുപോയെന്നറിയില്ല. ഈ നദികളുടെ തീരഭൂമിയിൽ മാത്രം കണ്ടിരുന്ന പൂവാലിയും തോവാലിയും അപ്രത്യക്ഷമായി.

വെള്ളം പിന്നെയും പൊങ്ങി. നദീതടങ്ങളിലെ കാടക്കുടികൾ മുങ്ങിപ്പോയി. ഉൾക്കാട്ടിലേക്കു തേനെടുക്കാൻ പോയവർ മടങ്ങിവന്നപ്പോൾ കുടികൾ കണ്ടില്ല;കുട്ടികളെ കണ്ടില്ല.

ദിവ്യൗഷധങ്ങൾ വളർന്നിരുന്ന താഴ്വാരങ്ങളെ മുക്കിക്കൊണ്ട് വെള്ളം പിന്നെയും പൊങ്ങിവന്നു. മലയരുടെ മാടങ്ങളൊക്കെയും മുങ്ങി. മലഞ്ചേന്തി ചുറ്റിക്കിടന്നിരുന്ന വന്മരങ്ങൾപോലും വെള്ളത്തിലായി. നോക്കിനോക്കിയിരിക്കെ, ശിവന്റെ ജടയിൽക്കുടുങ്ങിയ ശ്രീപാർവ്വതിയുടെ മുല്ലമാലയും ദേവിയുടെ മുടിത്തഴപ്പിൽ തടഞ്ഞുപോയിട്ടും ഊർന്നുവീണ ദേവന്റെ എരിക്കിൻമാലയും പൊങ്ങിവന്ന പുതുവെള്ളത്തിലലിഞ്ഞ് ഇല്ലാതെയായി. രണ്ടു നദികളും മാഞ്ഞുപോയി.കറുമ്പന്റെ ഭാര്യയും കുട്ടികളും വെള്ളത്തിൽ മുങ്ങിപ്പോയത്രെ. അവന്റെ പരാക്രമിയായ കാട്ടുപട്ടിയെ കാണാനില്ല.കാടന്മാരിൽ അവശേഷിച്ചവർ മലമുകളിലെ മൊട്ടമേടിലുണ്ടെന്ന് കറുമ്പൻ പറഞ്ഞു.

കറുമ്പനോടൊപ്പം മൊട്ടമേടിലേക്കു കയറുമ്പോൾ കറിയാക്ക് മനസ്സിലായി, നദിയുടെ ഒഴുക്കു തടഞ്ഞു വെള്ളം കെട്ടി നിർത്തിയിരിക്കുന്നതിനാൽ അത്യപൂർവ്വമായ സസ്യജാലങ്ങളും ജന്തുവർഗങ്ങളും വൃക്ഷലതാദികളും ഇനിയൊരിക്കലും തിരിച്ചുവരാത്തവണ്ണം മുക്കിക്കൊല്ലപ്പെട്ടിരിക്കുന്നുവെന്ന്.

മലയരന്മാരുടെ മാടങ്ങളൊന്നും കാട്ടിൽ കണ്ടില്ല. മൊട്ടമേടിൽ നിന്നു നോക്കിയാൽ ഒഴുക്കുനിലച്ച് ജലജയിലിനുള്ളിലെവിടെയോ കുടുങ്ങിപ്പോയ മുല്ലച്ചാലിന്റെയും പെരിഞ്ചാലിന്റെയും സംഗമം കാണാം.

ഒൻപതു വർഷംമുമ്പ് മുന്നൂറ്റമ്പതോളം കാടക്കുടികളാണ് ശിവമുടിക്കു ചുറ്റുമുണ്ടായിരുന്നത്. ഇപ്പോഴത് ഏഴായി ചുരുങ്ങിയിരിക്കുന്നുവെന്ന് വേദനയോടെ കറിയ മനസ്സിലാക്കി. അവശേഷിച്ചവരുടെ കണക്കെടുക്കാൻ വന്ന അയ്യപ്പൻ എന്ന ഉദ്യോഗസ്ഥനാണ് പറഞ്ഞത് , നാളെക്കഴിഞ്ഞ് മദ്രാസിൽ നിന്ന് ഗവർണർ വരുന്നുണ്ട്, മുല്ലപ്പെരിയാർ ഡാമിന്റെ ഉദ്ഘാടനമാ. ഡാം കെട്ടിയതിനുശേഷം വനവാസികളുടെ എണ്ണത്തിൽ കുറവുവന്നിട്ടില്ല എന്ന കണക്ക് കാണിക്കണം. 1895 ഒക്ടോബർ 11ന് മദ്രാസ് ഗവർണർ വെൻലോക്ക് പ്രഭു മുല്ലപ്പെരിയാർ ഡാം ഉദ്ഘാടനം ചെയ്യുമെന്നുള്ള കുറിമാനം അയാൾ കറിയാക്ക് കാട്ടിക്കൊടുത്തു.

എന്തു ചെയ്യണമെന്നറിയാതെ നിസ്സഹായനായി കറിയ നീറിനിൽക്കുമ്പോഴാണ് ഒരു നിയോഗംപോലെ ഫോറസ്റ്റർ ഡേവിഡ്സണും സംഘവും പ്രത്യക്ഷപ്പെട്ടത്.

അണയ്ക്കുവേണ്ടി വെട്ടിയ മരങ്ങളുടെ കണക്കെടുക്കാനിറങ്ങിയതായിരുന്നു അവർ. അണക്കെട്ടിനാവശ്യമായ മുളയും മരങ്ങളുമെന്ന് കരാറിൽ പറഞ്ഞിരിക്കുന്നതിനാൽ ഏതു മരവും എത്രവേണമെങ്കിലും വെട്ടാം. ഇങ്ങനെ വിചിത്രമായ ഒരു കരാർ ഞാൻ കണ്ടിട്ടില്ല. 999 വർഷത്തേക്കുള്ള പാട്ടക്കരാർ... എന്നു പറഞ്ഞ് ഡേവിഡ്സൺ പരിഹാസം കലർന്ന് ചിരിച്ചപ്പോൾ കറിയായ്ക്ക് എന്തോ പന്തികേടു തോന്നി. കരാറിനെക്കുറിച്ച് നേരത്തെയുണ്ടായിരുന്ന ദുരൂഹത വർദ്ധിക്കുകയും ചെയ്തു. കറിയായുടെ താല്പര്യപ്രകാരം കരാറിന്റെ വിശദാംശങ്ങളും അദ്ദേഹം വിവരിച്ചുകൊടുത്തു:

കരാറനുസരിച്ചു തിരുവിതാംകൂറിന്റെ അധീനതയിലുള്ള എണ്ണായിരം ഏക്കർ സ്ഥലത്തു പെരിയാറിനെ അണകെട്ടി നിർത്താനും അണയ്ക്കു 100 ഏക്കർ സ്ഥലം കൂടി നൽകാനുമായിരുന്നു വ്യവസ്ഥ. ഇതിന് പ്രതിവർഷം 40,000 രൂപ വീതം പാട്ടത്തുകയായി തിരുവിതാംകൂറിനു നൽകും. അത് ആണ്ടുതോറും ബ്രിട്ടീഷ് സർക്കാരിന് തിരുവിതാംകൂർ കൊടുക്കേണ്ട കപ്പത്തിൽ നിന്ന് കുറവ് ചെയ്യാനാണ് വ്യവസ്ഥ. 8000 ഏക്കറിൽ കൂടുതൽ ഭൂമി അണക്കെട്ടിന് വേണ്ടി ഉപയോഗിക്കേണ്ടിവന്നാൽ ഓരോ

ഏക്കറിനും അഞ്ചുരൂപ അധികപാട്ടമായി നൽകും. അണക്കെട്ട് നിർമ്മാണത്തിനാവശ്യമായ മരം, കല്ല്, മണ്ണ്, മുള തുടങ്ങിയവ തിരുവിതാംകൂർ പ്രദേശത്ത് നിന്നെടുക്കും. കരാർ നടപ്പാക്കുന്നതിനിടയിൽ ഉയർന്നേക്കാവുന്ന തർക്കങ്ങൾ മധ്യസ്ഥന്മാരുടെയോ അല്ലെങ്കിൽ അമ്പയറുടെയോ അന്തിമതീരുമാനത്തിന് വിടും.

സ്വന്തം കുഞ്ഞുങ്ങളെപ്പോലെ വൃക്ഷങ്ങളെ സ്നേഹിക്കുന്ന ഡേവിഡ്സണിന്റെ ആശങ്ക, ആവശ്യം കഴിഞ്ഞിട്ടും മരങ്ങൾ വെട്ടുന്നുണ്ടോ എന്നായിരുന്നു. ഉദ്ഘാടനചടങ്ങിന്റെ ഒരുക്കങ്ങൾ പരിശോധിക്കുന്ന മേൽനോട്ടക്കാരുടെ കൂട്ടത്തിലുള്ള പരശു അയ്യർ എന്നൊരാൾ മുറ്റിയ ഈട്ടിയും തേക്കും കടത്തുന്നതായി കാടരിൽ ചിലർ രഹസ്യവിവരം നൽകിയിട്ടുണ്ടെന്ന് ഡേവിഡ്സൺ പറഞ്ഞപ്പോൾതന്നെ കറിയായുടെ തലയിൽ എന്തോ മിന്നി.

പതിനഞ്ച്

സന്ധിക്കുണ്ടിനും ഏറെ മുകളിൽ അണക്കെട്ടിലേക്ക് ചാഞ്ഞ കാട്ടുമാങ്കൊമ്പിലിരുന്ന് ഇലച്ചില്ലകൾക്കിടയിലൂടെ മേൽനോട്ടക്കാരെ നോക്കുകയായിരുന്ന കറിയായുടെ ദൃഷ്ടി പെട്ടെന്ന് ഒരാളിൽ പതിഞ്ഞു. അതു പകർപ്പൻ തന്നെ. കൊട്ടാരത്തിൽ കണ്ട പരശു അയ്യർ. കൂടെ മരക്കൊമ്പിലിരുന്ന കാടൻ കറമ്പനോട് അയാളെ ചൂണ്ടി കറിയ പറഞ്ഞു:

എനിക്ക് അവനെ വേണം.

പതിനാറ്

രാത്രിയിൽ കാടക്കുടിയിലെ തീറ്റക്കനലെരിയുന്ന അഗ്നികുണ്ഡത്തിനരികെ കാടർക്കു നടുവിലിരിക്കുകയായിരുന്ന കറിയായുടെ മുന്നിലേക്ക് കറുമ്പനും സഹായി കാളനും കൂടി വലിയൊരു വള്ളിക്കെട്ട് തോൾവടിയിൽ തൂക്കിക്കൊണ്ടു വന്നിട്ടു. അഗ്നികുണ്ഡത്തിന്റെ ആളിയ വെളിച്ചത്തിൽ അനങ്ങുന്ന വള്ളിക്കെട്ടിനെ നോക്കി, നെരുപ്പുകമ്പിൽ തൂങ്ങുന്നതിനേക്കാൾ മികച്ച മൃഗമായിരിക്കും, ചിലപ്പോൾ കാട്ടുപന്നി തന്നെയായിരിക്കും, അതെന്ന് കാടർ അടക്കം പറഞ്ഞു.

ഇതൊരു നാടൻപന്നിയാണെന്ന് പറഞ്ഞുകൊണ്ടായിരുന്നു കറിയ എളിയിൽ നിന്ന് കാട്ടുകത്തിയെടുത്ത് വള്ളിക്കെട്ടറുത്തത്. അതിനുള്ളിൽ ഞെരിഞ്ഞമർന്നിരുന്ന പരശു അയ്യർ ഞരങ്ങിക്കൊണ്ട് കൺമിഴിച്ചപ്പോൾ കറിയ പറഞ്ഞു:

ഞാൻ കറിയ. മഹാരാജാവിൽനിന്ന് പണിക്കർ സ്ഥാനം നേടിയ സ്കറിയാ തോമസ് പണിക്കരല്ല; അതിനുമുമ്പ് കൊടുംകാടു കയറി

വന്യമൃഗങ്ങൾക്കും കാടന്മാർക്കുമിടയിൽ കഴിഞ്ഞിരുന്ന കാടേറി കറിയ. കൺമുന്നിൽ കാണുന്നത് ശത്രുവാണെങ്കിൽ, അതു മൃഗമോ മനുഷ്യരോ ആകട്ടെ, വെട്ടിമുറിച്ചോ കുത്തിക്കീറിയോ തീർക്കുന്ന കാടേറികറിയ.

പരശു അയ്യർ വിറച്ചു.

അയാളുടെ മുഖത്തേക്ക് തുറിച്ചുനോക്കി കറിയ ഭയപ്പെടുത്തി:

ദിക്കറിയാത്ത കൊടുംകാട്ടിൽ കാടർക്കു നടുവിലാണ് നീയിപ്പോൾ...

നെരുപ്പുകമ്പിലെ തൂക്കിൽ അഗ്നിനാളങ്ങളിൽ മൊരിയുന്ന മ്ലാവിനെ ചൂണ്ടി കറിയ തുടർന്നു:

ഈ മ്ളാവ് ഞങ്ങൾക്ക് മാത്രമേ തികയു; കാടരുടെ വേട്ടപ്പട്ടികൾ ഇരകാത്തുകിടക്കുകയാണ്. ഒരു തൂക്കുകൂടി ഒഴിഞ്ഞു കിടക്കുന്നതു നീ കണ്ടോ- തോലുരിച്ച് നിന്നെ അതിൽ തൂക്കി ഒന്നു വാട്ടിക്കൊടുത്താൽ അവറ്റയ്ക്ക് ഇഷ്ടമാകും...

ഒരു വിടവിനുവേണ്ടി കാത്തിരുന്നതുപോലെ പരശു അയ്യരിൽ നിന്ന് വിറയാർന്ന സ്വരം മുഴങ്ങി:

ഞാനൊരു സാധു ബ്രാഹ്മണനാണ്. എന്തപരാധമാണ് ഞാൻ നിങ്ങളോടു ചെയ്തത്? എന്നിൽ നിന്ന് എന്താണ് നിങ്ങൾക്ക് വേണ്ടത്?

...കാടേറി കറിയ പെട്ടെന്ന് കാര്യം പറഞ്ഞു.

മുല്ലപ്പെരിയാർ കരാറുണ്ടാക്കുന്നതിലും അതിങ്ങനെ കേട്ടുകേൾവി യില്ലാത്ത കാലപരിധിയിലേക്ക് , 999 വർഷത്തേക്ക് , നീണ്ടതിലും നിനക്കു പങ്കുണ്ടെന്നുള്ളതിന് തെളിവാണ് ഇവിടുത്തെ നിന്റെ സാന്നിധ്യം. പകർപ്പ നായ നീ യഥാർത്ഥത്തിൽ ആരാണ്? അതുപോലെ നീണ്ട ഒൻപതുവർഷ ക്കാലം എന്നെ തടവിലിട്ടതാരാണ്?

നാണമേതുമില്ലാതെ കരഞ്ഞു പരശു അയ്യർ:

നിങ്ങൾ സംശയിക്കുന്നതുപോലെയുള്ള ആളല്ല ഞാൻ. ശ്രീവല്ലിപ്പു ത്തൂരിൽ നിന്ന് കൊട്ടാരത്തിലെത്തി അവിടുത്തെ പണി ചെയ്യുന്ന പാവ മാണ് ഞാൻ.

കറിയ അതുകേട്ടതായിപ്പോലും ഭാവിച്ചില്ല; പകരം കറുമ്പന് നിർദ്ദേശങ്ങൾ നൽകാൻ തുടങ്ങി:

...ഇവനെ നെരുപ്പുകമ്പിൽ തൂക്കുക. കാട്ടുകാന്താരി അരയ്ക്കണം. ഇവന്റെ തോലുപൊളിച്ച് അതുപുരട്ടി ഒന്നു വാട്ടിയെടുക്കണം...

പകർപ്പന്റെ കൈകളും കാലുകളും പിന്നോക്കം കൂട്ടിക്കെട്ടി കമ്പിൽ കൊരുക്കാനായി പൊക്കിയപ്പോൾ അയാൾ മൂത്രമൊഴിച്ചു. പിന്നെ നില വിളിച്ചു.

പറയാം ഞാനെല്ലാം പറയാം. എന്നെ ചിത്രവധം ചെയ്ത് കൊല്ല രുത്?"

അയാളെ താഴെവയ്ക്കാതെതന്നെ കറുമ്പൻ അടുത്തുചെന്ന് കറിയാ യുടെ കാതിൽ ചോദിച്ചു. ഏറ്റച്ചിന്തെടുക്കട്ടെ എന്ന്. എടുക്കാൻ പറഞ്ഞു കറിയ. അത്യപൂർവ്വമായ കാട്ടുവള്ളിയായ ഏറ്റാഞ്ഞാത്തിന്റെ തളിരില യാണ് ഏറ്റച്ചിന്ത്. കൈവിരലുകൊണ്ട് ഇല ഞെരടി നീര് ഒരു തുള്ളി നാക്കിലിറ്റിച്ചാൽ മതി, എത്ര ഉള്ളുറപ്പുള്ളവരുടേയും അകം തുറന്നു പോകും. കഠിനമായി ശ്രമിച്ചാലും ഒന്നും ഒളിക്കാനാവാതെ, പ്രതി രോധിക്കാനാവാതെ, ഉള്ളിലുള്ളതെല്ലാം തുറന്നുപറയും.

കറുമ്പന്റെ സഹായി ഏറ്റച്ചിന്തുമായി വന്നു. അയാൾതന്നെ ഞെരടി ഒരു തുള്ളി പരശു അയ്യരുടെ നാക്കിലിറ്റിച്ചു.

പകർപ്പൻ മനസ്സു തുറന്നു:

ശ്രീവല്ലിപുത്തൂരിലെ ബ്രാഹ്മണത്തെരുവിൽനിന്ന് ബ്രണ്ണൻ സായ്പ് കണ്ടെടുത്തതാണ് ഇംഗ്ളീഷ് പരിജ്ഞാനവും നല്ല കൈപ്പടയുമുള്ള പരശു അയ്യരെ. ആദ്യം ഈസ്റ്റ് ഇന്ത്യാ കമ്പനിയിലും പിന്നീട് അവരുടെ രഹസ്യാന്വേഷണവിഭാഗത്തിലും ജോലികൊടുത്തശേഷം ചാര പ്പണിക്കായി തിരുവിതാംകൂർ കൊട്ടാരത്തിലേക്ക് അയക്കുകയായിരുന്നു. ബ്രാഹ്മണനായതുകൊണ്ടും ഇംഗ്ളീഷ് പരിജ്ഞാനമുള്ളതിനാലും പകർപ്പെടുപ്പു കാരിൽ ഒരാളായി കൊട്ടാരത്തിൽ പണി കിട്ടാൻ വിഷമ മുണ്ടായില്ല.

തിരുവിതാംകൂറിൽ മദ്രാസ് പ്രസിഡൻസിയുടെ താല്പര്യം സംരക്ഷി ക്കാനുള്ള നിയോഗമായിരുന്നു പരശു അയ്യർക്ക് . ദീർഘകാലമായി അതു ചെയ്തു വരികയായിരുന്നു. തിരുവിതാംകൂറിലെ ധനസ്രോതസുകൾ, ധനവിനിയോഗം, പത്മനാഭസ്വാമിക്ഷേത്രത്തോടുള്ള വിധേയത്വവും ദൗർബല്യവും തുടങ്ങി ഒട്ടേറെ കാര്യങ്ങൾ ബ്രിട്ടീഷുകാരെ അറിയിച്ചു കൊണ്ടിരുന്നു. അതുപോലെ തിരുവിതാംകൂറിൽ ബ്രിട്ടീഷുകാർ കൈവശം വച്ചിരുന്ന അഞ്ചുതെങ്ങ്, തങ്കശ്ശേരി, ചേർത്തലയിലെ പാട്ടനിലങ്ങൾ എന്നിവ വിട്ടുകൊടുക്കാൻ അവർ തയ്യാറായപ്പോൾ അതുവേണ്ടാ; വിട്ടു കൊടുത്തില്ലെങ്കിലും പ്രശ്നമില്ലഎതിർക്കാൻ തിരുവിതാംകൂറിന് ശേഷിയില്ല എന്നറിയിച്ചിരുന്നു. മുല്ലപ്പെരിയാർ പ്രശ്നത്തിൽ വിട്ടുവീഴ്ച യ്ക്കു തയ്യാറാകാതിരുന്ന വിശാഖം തിരുനാൾ മഹാരാജാവിനെ സമ്മർദ്ദ ത്തിലാക്കാനുള്ള തന്ത്രങ്ങളും ഇക്കാര്യത്തിൽ അദ്ദേഹത്തെ സഹായിക്കു ന്നവരെക്കുറിച്ചുള്ള വിവരങ്ങളും കൈമാറിയിരുന്നു. കറിയ മുല്ലപ്പെരി യാറിൽ കാട്ടിയ സാഹസങ്ങളെക്കുറിച്ച് മഹാരാജാവിന് ലഭിച്ച വിവര ങ്ങളടക്കം ബ്രിട്ടീഷുകാരെ അറിയിച്ചിട്ടുണ്ട്. കറിയായുമായി നടത്തിയ കൂടിക്കാഴ്ചയും സംഭാഷണരഹസ്യങ്ങളും പണിക്കർസ്ഥാനം

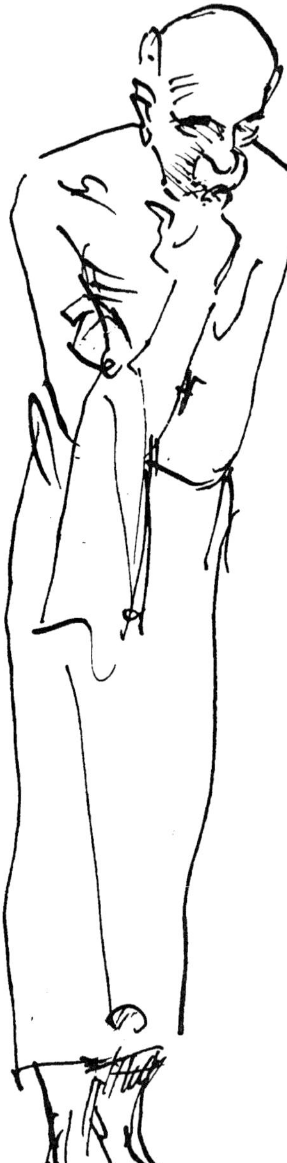

നൽകിയതുൾപ്പടെയുള്ള വിവരങ്ങളും അവർക്ക് കൈമാറി. വിശാഖം തിരുനാൾ നാടുനീങ്ങുകയും ശ്രീമൂലം തിരുനാൾ അധികാരമേൽക്കുകയും ചെയ്ത സന്ദിഗ്ദ്ധഘട്ടം, കരാറൊപ്പിടുവാനായി നിർദ്ദേശിച്ചതും പരശു അയ്യരായിരുന്നു.

കരാറിൽ ഉൾപ്പെടുത്താനുള്ള തിരുവിതാംകൂറിന്റെ നിർദ്ദേശങ്ങളുടെ പകർപ്പെടുക്കുകയും അതെല്ലാം നിരാകരിച്ചാലും കുഴപ്പമില്ലെന്നറിയിക്കുകയും ചെയ്തിരുന്നു. ദിവാൻ വായിച്ച് അംഗീകരിച്ച കരട് കരാറിൽ, പെരിയാർ ലീസ് ഡീഡ് എന്ന മുല്ലപ്പെരിയാർ പാട്ടക്കരാറിന്റെ കരടിൽ, 99 വർഷത്തേക്കുള്ള പാട്ടമെന്നേ പറഞ്ഞിരുന്നുള്ളു. പകർപ്പെടുക്കുമ്പോൾ അതിൽ ഒരു ഒമ്പതുകൂടി ചേർത്ത് 999 വർഷത്തേക്ക് എന്നാക്കുകയായിരുന്നു. കരട് വായിച്ച് അംഗീകരിച്ചതിനാൽ അസ്സൽ പകർപ്പുകളിലെ കൂട്ടിച്ചേർക്കൽ ആരും ശ്രദ്ധിച്ചില്ല. ഒപ്പുവച്ചതെല്ലാം പകർപ്പുകളിലായിരുന്നു. കരട് കത്തിച്ചു കളഞ്ഞു.

സ്കറിയാ തോമസ് പണിക്കരുടെ കാര്യമെന്ന് പറഞ്ഞുകൊണ്ടായിരുന്നു തുടർന്നുള്ള വെളിപ്പെടുത്തലുകൾ. മണ്ണണ തകർത്തതിനു പിന്നിൽ സ്കറിയാ തോമസ് പണിക്കരാണെന്ന് തിരുവിതാംകൂറിന്റെ ചാരന്മാർ അറിയിച്ചിരുന്നതിനാൽ അദ്ദേഹത്തെ സ്വതന്ത്രനായി വിഹരിക്കാൻ വിട്ടുകൊണ്ട് അണക്കെട്ട് നിർമ്മിക്കുക അസാധ്യമാണെന്ന് മദ്രാസ് പ്രസിഡൻസിക്ക് രഹസ്യസന്ദേശം നൽകി. അണക്കെട്ടിന്റെ പണി പൂർത്തിയാകും വരെ കറിയായെ അകറ്റി നിർത്തണമെന്ന് ഉപദേശിക്കുകയും ചെയ്തിരുന്നു. അതിന് കണ്ട മാർഗമായിരിക്കാം നിയമവിരുദ്ധമായ തട്ടിക്കൊണ്ടുപോകലും തടങ്കലും.

അമ്പരപ്പിക്കുന്ന വെളിപ്പെടുത്തലുകൾ കറിയായെ ചിന്താകുലനാക്കി. ചുറ്റുമിരിക്കുന്ന കാടരേയോ പിന്നിൽ നിഴലായി നിൽക്കുന്ന കാത്തുവിനെയോ അയാൾ കണ്ടില്ല. മുന്നിൽ എരിയുന്ന അഗ്നികുണ്ഡത്തിന്റെ ചൂടോ വള്ളിക്കുടുക്കിൽ പിടയുന്ന പകർപ്പന്റെ മുറവിളിയോ അയാൾ അറിഞ്ഞില്ല. അടുത്ത നടപടി എന്തായിരിക്കണമെന്ന ഗാഢചിന്തയിലാണ്ട കറിയാ പക്ഷേ, പെട്ടെന്ന് കാത്തുവിന്റെ നിലവിളി കേട്ടു. പിന്നാലെ പിൻകഴുത്തിനേറ്റ കുത്തിന്റെ വേദനയറിഞ്ഞു.

ഇരുളിൽ പതുങ്ങിവന്ന ഏഴംഗസംഘത്തിന്റെ ലക്ഷ്യം കറിയായെ വധിച്ച് പകർപ്പനെ രക്ഷപ്പെടുത്തുകയായിരുന്നു. കഴുത്തിൽ തറച്ച കത്തിയൂരാതെ അക്രമികളിൽ മൂന്നുപേരെ സംഭവസ്ഥലത്തുതന്നെ കറിയ കാട്ടുകത്തികൊണ്ട് കുത്തിവീഴ്ത്തി. അവശേഷിച്ച നാലുപേരിൽ മൂന്നുപേരെ കറുമ്പനും സംഘവും തീയിലിട്ടു. ഒരാൾ മാത്രം താഴേക്ക് അണക്കെട്ടിലേക്ക് പാഞ്ഞുപോയി. പിന്തുടർന്നോടിയ കറിയാ അയാളെ പിടികൂടി ചുരുട്ടിമടക്കി തോളിലിട്ടു കൊണ്ടുവന്നു. കാത്തുവിന്

പരിക്കേറ്റിരുന്നില്ല. പിന്നിലൂടെവന്ന് ഭർത്താവിനെ ആക്രമിച്ചത് കണ്ട് ഭയന്ന് നിലവിളിച്ചതായിരുന്നു അവർ.

തോളിലിട്ടുകൊണ്ടുവന്നയാൾ ബോധരഹിതനായിരുന്നതുകൊണ്ട് അയാളിൽ നിന്ന് അക്രമികളെയോ അവരെ അയച്ചവരെയോ കുറിച്ച് യാതൊരു വിവരവും ലഭിച്ചില്ല. ബന്ധനസ്ഥനായി കിടന്ന പകർപ്പൻ അതു വെളിപ്പെടുത്തി- വേദലിംഗത്തിന്റെ ആൾക്കാരാണവർ. എന്നെ മോചിപ്പിച്ചു കൊണ്ടുപോകാൻ വന്നതാണ്.

അനുവാദം ചോദിക്കാതെ കറുമ്പൻ അതു ചെയ്തു- പകർപ്പനെ പൊക്കിയെടുത്ത് തീക്കുണ്ടത്തിലേക്കിട്ടു.

ദേശദ്രോഹിക്ക് അർഹമായ ശിക്ഷ തന്നെ. വിശ്വസിച്ചവരെ വഞ്ചിച്ചവർക്കുള്ള ശിക്ഷ അമാന്തിക്കരുത്.

കറുമ്പനെ അഭിനന്ദിച്ചുകൊണ്ട് കറിയ അതു പറഞ്ഞെങ്കിലും വേദനകൊണ്ട് അയാൾ പുളയുകയായിരുന്നു. കറിയാക്കേറ്റ കുത്ത് ആഴത്തിലുള്ളതായിരുന്നു. രക്തപ്രവാഹം നിലയ്ക്കുന്നില്ല. ശരീരം തളർന്നു വരുന്നുണ്ട്.കത്തിയൂരിയാൽ രക്തപ്രവാഹം തടഞ്ഞു പച്ചില പൊതിയാമെന്ന് കറുമ്പൻ പറഞ്ഞു. അതിനുള്ള ശ്രമങ്ങൾ നടക്കുന്നതിനിടയിൽ ഏഴാമൻ പെട്ടെന്നെഴുന്നേറ്റ് ഞൊടിയിടയിൽ അരവാളൂരി കുനിഞ്ഞു നിന്ന കറുമ്പനെ വെട്ടിയിട്ട് താഴേക്ക് മിന്നൽപോലെ പാഞ്ഞു. വേദനയും രക്തപ്രവാഹവും കണക്കിലെടുക്കാതെ തൊട്ടുപിന്നാലെ കറിയായും ഓടി. അരുതേ എന്നു നിലവിളിച്ച് കാത്തുവും. നേരെ ജലാശയത്തിലേക്കു കുതിച്ച അക്രമിക്കു പിന്നാലെ കറിയായും ചാടി . വെള്ളത്തിൽ അല്പനേരത്തെ കുഴമറിയലിന്റെ അനക്കം കേട്ടു. പിന്നെ ശബ്ദമില്ലാതായി. ഏതോ ഒരന്തപ്രേരണയാൽ കാത്തുവും ജലാശയത്തിലേക്ക് എടുത്തു ചാടി, ബഹളം കേട്ടിടത്തേക്കു നീന്തി.

പതിനേഴ്

ഒരു മഹാസംഭവം പോലെയാണ് ചന്ദ്രമോഹനൻ അക്കാര്യം അറിയിച്ചത്. മുല്ലപ്പെരിയാർ അണക്കെട്ട് നിലനിൽക്കുന്ന ഇടുക്കി ജില്ലയിൽ സമീപകാലത്തുണ്ടായ തുടർചലനങ്ങളെക്കുറിച്ചു പഠിക്കാൻ ജിയോളജിക്കൽ സർവ്വേയോട് മുല്ലപ്പെരിയാർ ഉന്നതാധികാരസമിതി ആവശ്യപ്പെട്ടിരിക്കുന്നു.

ആരുടെയും പ്രതികരണം ശ്രദ്ധിക്കാതെ അയാൾ തുടർന്നു:

ഈ മേഖലയിൽ അടുത്തിടെ 26 ഭൂചലനങ്ങളുണ്ടായതായി കേരളം പറയുമ്പോൾ നേരിയ മൂന്നു ഭൂചലനങ്ങൾ മാത്രമേ ഉണ്ടായിട്ടുള്ളു എന്നാണ് തമിഴ്നാടിന്റെ സാക്ഷ്യം. മുല്ലപ്പെരിയാറിരിക്കുന്ന ഇടുക്കി

പ്രദേശം ഭ്രംശമേഖലയാണോയെന്നും പരമാവധി എത്ര തീവ്രതയിലുള്ള ഭൂചലനങ്ങൾക്കു അവിടെ സാധ്യതയുണ്ടെന്നും വിദഗ്ദ്ധരെക്കൊണ്ട് പഠനം നടത്തിക്കണമെന്ന് സമിതി നിർദ്ദേശിച്ചിട്ടുണ്ട്. തുടർചലനങ്ങൾ ജനങ്ങളിൽ ആശങ്ക പടർത്തിയിരിക്കുന്നതിനാലാണ് പുതിയ പഠനം.

അതേ ആവേശത്തോടെ പഴയൊരു കാര്യവും അയാൾ ആവർത്തിച്ചു.

ഭൂചലനസാധ്യതയുള്ള മേഖലയാണ് മുല്ലപ്പെരിയാറെന്നു ജിയോളജിക്കൽ സർവ്വേ നേരത്തെ കണ്ടെത്തിയിരുന്നതാണ്. പത്തോളം പഠനങ്ങളാണ് അവർ നടത്തിയത്. കമ്പം വാലിയിലെ പഠനത്തിൽ കിഴക്കുപടിഞ്ഞാറായി ഭ്രംശമേഖലയാണെന്നായിരുന്നു കണ്ടെത്തൽ.മുമ്പ് ഇവിടെ റിക്ടർ സ്കെയിലിൽ ആറിലധികം തീവ്രത കാണിക്കുന്ന ഭൂചലനങ്ങൾ ഉണ്ടായിട്ടുണ്ടെന്നും കടയനയൂരിൽ നിന്നും പെരിയാർ ദിശയിലേക്കു തെക്കുവടക്കായി കിടക്കുന്ന ഭ്രംശരേഖ ഇപ്പോഴും സജീവമാണെന്നും റിപ്പോർട്ടുണ്ട്. ഇത്തരം പഠനങ്ങൾ അധികരിച്ചാണു സജീവ ഭൂകമ്പസാധ്യതാമേഖലയായി മുല്ലപ്പെരിയാറിനെ കണക്കാക്കുന്നത്.

അപ്പൻ അതെല്ലാം കേൾക്കുന്നുണ്ടായിരുന്നു.

പഠനങ്ങൾ നടത്തട്ടെ; ഫലം എന്നേ പ്രവചിക്കപ്പെട്ടതാണെന്നൊരു നേർത്ത പ്രതികരണം അകത്തുനിന്നുണ്ടായി.

പതിനെട്ട്

മുല്ലപ്പെരിയാർ അണക്കെട്ടിന്റെ ഉദ്ഘാടനം കഴിഞ്ഞ് ഡാമിനു മുകളിൽ നിന്ന് ജലാശയത്തിലേക്ക് നോക്കിയവർ നാല് മൃതദേഹങ്ങൾ വെള്ളത്തിൽ പൊങ്ങിക്കിടക്കുന്നതു കണ്ടു. ഒരെണ്ണം സ്ത്രീയുടേതും മൂന്നെണ്ണം പുരുഷന്മാരുടേതും. പരസ്പരം കൈത്താങ്ങിട്ടു കിടന്നിരുന്നത് സ്കറിയാ തോമസ് പണിക്കരുടെയും പത്നി കാത്തുവിന്റെയും മൃതദേഹങ്ങളായിരുന്നു. അജ്ഞാതനായ അക്രമിയുടേതായിരുന്നു മൂന്നാമത്തേത്. മറ്റൊന്ന് വേട്ടപ്പട്ടികൾ കടിച്ചുകീറിയ പകർപ്പന്റെ വികൃതശരീരമായിരുന്നു.

കാടേറി കറിയയുടെ അന്ത്യത്തെപ്പറ്റി കുടുംബചരിത്രത്തിൽ ഒരു ഭാഗമുണ്ട്:

ഒൻപതുവർഷത്തെ തടങ്കൽ ജീവിതം കറിയാ തോമസ് പണിക്കരെ തളർത്തിയില്ല.പുറത്തുവന്ന അദ്ദേഹം നേരെ മുല്ലപ്പെരിയാറിലേക്കുചെന്ന് അണ തകർക്കാൻ ശ്രമിക്കുന്നതിനിടയിൽ തിരുവിതാംകൂറിന്റെ ശത്രു

ക്കളുമായുള്ള ഏറ്റുമുട്ടലിൽ 1895 ഒക്ടോബർ 11 ന് വീരമൃത്യു വരിച്ചു. ഒപ്പം പോയ പ്രിയപത്നി കാത്തുവും ആ ഏറ്റുമുട്ടലിൽ മരണപ്പെടുകയായിരുന്നു.

പത്തൊമ്പത്

കൊടൈക്കനാലിനപ്പുറം വെത്തിലഗുണ്ടിലെ വിജനമായ പുളിഞ്ചാലിൽ വരണ്ടുണങ്ങിയ പുളിമരത്തിന്റെ ഇടക്കൊമ്പിൽ പൂർണ്ണനഗ്നനായി ബന്ധനസ്ഥനാക്കപ്പെട്ടു കിടന്ന വേദലിംഗം ഹൃദയഭേദകമായ ആ കാഴ്ച കണ്ടു- പ്രിയപുത്രൻ നാഗലിംഗത്തിന്റെ നഗ്നമേനിയിലേക്ക് ഒരു കഴുകൻ പറന്നിറങ്ങുന്നു. സ്വന്തം ദേഹത്ത് പുരട്ടിയ കാട്ടുതേനിലേക്ക് അരിച്ചിറങ്ങിയ കാട്ടുറുമ്പുകൾ കടിക്കുന്ന വേദന മറന്ന്, അത്യപൂർവ്വമായ ആ കഴുകൻ എവിടെ നിന്നു വന്നു എന്നു വേദലിംഗം അതിശയപ്പെട്ടു. പരിക്കേറ്റ ഇരകളെ മാത്രം ജീവനോടെ അല്പാല്പമായി കൊത്തിത്തിന്നുന്ന കത്തിക്കഴുകനാണത്. ഇര പൂർണ്ണമായും മരിക്കാതിരിക്കാൻ രക്തധമനികളൊഴിവാക്കി കൊഴുപ്പും മാംസവും മാത്രം കത്തികൊണ്ടെന്ന പോലെ അടർത്തിയെടുക്കാവുന്ന രീതിയിലുള്ള കൊക്കുകളുള്ള ഈ കാട്ടുകഴുകനെ ശിവമുടിയിൽ മാത്രമേ കണ്ടിട്ടുള്ളൂ.

അനങ്ങാനാവാതെ മലർന്നു കിടക്കുന്ന നാഗലിംഗത്തിന്റെ ഇരുകരങ്ങളും പരമാവധി അകറ്റി കൈവെള്ളയിൽ രത്തക്കുറ്റികൾ മണ്ണിനോട് ചേർത്തിടിച്ചിറക്കിയിരുന്നു. രക്തം കിനിയാതെ മാംസത്തിൽ കുത്തിക്കയറ്റാൻ ഇലയില്ലാ കുറ്റിച്ചെടിയുടെ ഇത്തരം കൂർത്ത കമ്പുകൾ ശിവമുടിയിലെ കാടർ മൃഗവേട്ടയ്ക്ക് ഉപയോഗിക്കുന്നതു കണ്ടിട്ടുണ്ട്. കാൽമുട്ടുകളും പാദങ്ങളുംപോലും അങ്ങനെ കുറ്റികേറ്റി ബന്ധിച്ചിരിക്കുകയാണ്. ഹൃദയവും കരളും തലയുമൊഴിവാക്കി ഇരയെടുക്കുന്ന കത്തിക്കഴുകൻ വൈകുന്നേരം വരെ മകനെ കൊത്തിത്തിന്നുകൊണ്ടിരിക്കുന്നത് കാണാതിരിക്കാനും കഴിയില്ലല്ലോ എന്ന് വേദലിംഗം പരിതപിച്ചു.

മഞ്ഞു പെയ്ത രാത്രിയിൽ മുത്തിക്കുന്നിലെ ചിന്നവീട്ടിൽ മൂന്നുകന്യകമാരുടെ ആറുകല്ലൻമുലകൾക്കിടയിൽനിന്ന് വലിച്ചെടുക്കുമ്പോൾ അവർ ആദ്യം ചെയ്തത് വേദലിംഗത്തിന്റെ കൺപോളകളിൽ പരപ്പനീരു പുരട്ടുകയായിരുന്നു. ആയാസമില്ലാതെയും ചോരചിന്താതെയും മാംസം അടരായി എടുക്കാൻ ശിവമുടിയിലെ കാടർ പരപ്പച്ചെടിയുടെ തണ്ടിൽപൊടിയുന്ന നീര് പുരട്ടുന്നത് കണ്ടിട്ടുണ്ട്.

പാതിരാത്രിയിൽ ചിന്നവീട്ടിലെ കിടപ്പറയിലേക്ക് കടന്നുവന്ന ഇവർ ആരാണ്; എന്താണിവരുടെ ഉദ്ദേശം എന്ന് ചിന്തിക്കുംമുമ്പ് പൂവിറുക്കുന്ന ലാഘവത്തോടെ രണ്ടുകണ്ണിന്റെയും കൺപോളകൾ അവർ ഇറുത്തെടുത്തു. പൂർണ്ണനഗ്നനായിരുന്നതുകൊണ്ട് തുണിയഴിക്കേണ്ടിവന്നില്ല.

ഉലഞ്ഞുകിടന്നിരുന്ന ഉടുമുണ്ട് ചുരുട്ടി വായിൽ തിരുകി ദേഹമാകെ കാട്ടു തേൻ അമർത്തിത്തേച്ച് നാലു കാടർ എത്രവേഗമാണ് പൊക്കിക്കൊണ്ടു വന്ന് പുളിമരത്തിൽ ബന്ധിച്ചത്. അപ്പോഴും അതിനൊക്കെ നേതൃത്വം കൊടുത്ത അവൻ മാത്രം നിശ്ശബ്ദനായിരുന്നു.

പാഴ്ത്തടി വലിച്ചെറിയുമ്പോലെയാണ് നാഗലിംഗത്തെ അവൻ കൊണ്ടിട്ടത്. തൂവൽമെത്തയിൽ മാത്രം ശയിച്ചിരുന്ന നാഗലിംഗം പൊരി വെയിലത്ത് കരടുമണ്ണിൽ കിടന്ന് പുളയുന്നതുകണ്ടപ്പോൾ ഉള്ളം തകർന്നു. ഇപ്പോൾ അവന്റെ മേൽ പറന്നുവന്നിരുന്ന കഴുകൻ എപ്പോൾ വേണമെങ്കിലും തീറ്റയാരംഭിക്കാം. അത് കാണാനുള്ള ശേഷിയില്ല. എന്നാൽ കണ്ണുകളടയ്ക്കാനും നിവർത്തിയില്ല.

കണ്ടതെല്ലാം കട്ടും കവർന്നും കുന്നുകൂട്ടിയിട്ടും മതിവരാതെ കാണാനിനിയുമുണ്ടോ എന്നു ദുരയോടു നോക്കിയിരുന്ന വേദലിംഗം, ഈ നിമിഷം സ്വന്തം കാഴ്ചശക്തി നശിക്കണേയെന്ന് ജീവിതത്തിലാദ്യമായി പ്രാർത്ഥിച്ചുപോയി.

പ്രാർത്ഥിച്ചിട്ടെന്തുഫലം?

തുടക്കത്തിന് നല്ല ഇടം നോക്കിയ കത്തിക്കഴുകൻ ഒടുവിൽ അതു കണ്ടെത്തി. പൊക്കിളിനു താഴെ അടിവയറ്റിൽ അടിഞ്ഞുകൂടിയ മുറ്റിയ കൊഴുപ്പിലേക്കായിരുന്നു ആദ്യ കത്തിക്കൊത്ത്. മകൻ ഒന്നനങ്ങിയതല്ലാതെ നിലവിളിക്കുന്നതു കേട്ടില്ല. കൊക്കുകൾ വശങ്ങളിലേക്ക് തിരിയുന്നതും ഇടുപ്പെല്ലുകൾ തെളിയുന്നതും കണ്ടു.

അവനെന്താ വേദന സഹിക്കാഞ്ഞ് നിലവിളിക്കാത്തത്? വേദലിംഗം ആശങ്കപ്പെട്ടു. ബോധം പോയതോ മരിച്ചതോ? അതു രണ്ടുമല്ലെന്ന് ഇടം തുടയിൽ കൊക്കമർന്നപ്പോൾ മനസ്സിലായി. അപ്പോൾ മാത്രം അവൻ വല്ലാതെ പുളഞ്ഞു.

പിന്നെ താഴേക്കായിരുന്നു തീറ്റ. തുടയെല്ലുകൾ തെളിയാറായിട്ടും അവൻ വിറയ്ക്കുകയല്ലാതെ കരഞ്ഞില്ല. മുട്ടുകളൊഴിവാക്കി ഇരുകാൽവണ്ണകളും കൊത്തിക്കഴിഞ്ഞ് എല്ലുകൾ തെളിഞ്ഞ അരക്കെട്ടിലേക്ക് നീങ്ങിയിരുന്ന് കഴുകൻ താഴേക്ക് കത്തിക്കൊക്ക് നീട്ടിയപ്പോൾ ഒരു നിമിഷം വേദലിംഗത്തിന് ബോധം പോയി.

ബോധം തെളിയുമ്പോൾ കഴുകൻ, മാസംവാർന്ന മകന്റെ നെഞ്ചിൻകൂടിൽ കയറിയിരുന്ന് വായിലേക്ക് പരതുകയാണ്. കൊക്കിലൊന്നുമില്ലാതെ തലയുയർത്തിയ കഴുകനെ കണ്ടപ്പോൾ വേദലിംഗത്തിനു ബോധ്യമായി നാവുഛേദിച്ചാണ് മകനെ കൊണ്ടിട്ടിരിക്കുന്നതെന്ന്.

കൊടുംക്രൂരതക്ക് നേതൃത്വം നൽകുന്ന ഇവനാരാണ്? എന്തിനാണിതു ചെയ്യുന്നത്?

ഒന്നും ചോദിക്കാനോ ഒന്നു നിലവിളിക്കാനോ പോലുമാവാത്ത അവസ്ഥയിലായിരുന്നു വേദലിംഗം.

വളരെ സാവധാനമായിരുന്നു കഴുകന്റെ തീറ്റ. ഓരോ തുണ്ടുകഷ്ണങ്ങളായി മകൻ മാഞ്ഞുപോകുന്നത് നിസ്സഹായനായി കാണാൻ നിർബ്ബന്ധിതനായിത്തീർന്നത് ഏത് വിധിഹിതത്താലാണെന്നത് വേദലിംഗം സ്വയം ശപിച്ചുകൊണ്ടിരുന്നപ്പോഴാണ് മറ്റൊരുശാപം പോലെ അയാളുടെ മുന്നിലേക്ക് ഒരു ചാക്കുകെട്ട് വന്നുവീണത്. വീണതല്ല, കൊണ്ടിട്ടതായിരുന്നു. വേറൊരു ചാക്കുകെട്ടും തോളിലേറ്റി ഒരു കാരിരുമ്പൻ അടുത്തുതന്നെ നില്പുണ്ട്. ആദ്യം കൊണ്ടിട്ട ചാക്കിനുള്ളിൽ ജീവനുള്ള എന്തോ ഉണ്ടെന്നുറപ്പാണ്. തോളിലെ ചാക്കുതാഴെ വയ്ക്കാതെ തന്നെ അയാൾ താഴെക്കിടന്ന ചാക്കുകെട്ടുതുറന്നു. അതിനുള്ളിൽ വിശ്വലിംഗമായിരുന്നു. വേദലിംഗത്തിന്റെ രണ്ടാമത്തെ പുത്രൻ. കൈ പിന്നിൽക്കെട്ടി നഗ്നനാക്കപ്പെട്ട അവന്റെ വായിൽ തുണി തിരുകിയിരുന്നു. തോളത്തെ ചാക്കഴിച്ച് ആ കാരിരുമ്പൻ അവന്റെ തലയിലേക്ക് എന്തോ കുടഞ്ഞിടുന്നത് വേദലിംഗം കണ്ടു. കാട്ടുകരിന്തേളുകളായിരുന്നു അത്. എല്ലാ ജീവജാലങ്ങളും ഭയപ്പെടുന്ന ഈ ഇനം കരിന്തേൾ ശിവമുടിയിൽ മാത്രമേ ഉള്ളൂ. കുത്തിയാൽ അസഹ്യമായ കടച്ചിലും വേദനയും നീറ്റലുമായതിനാൽ ആന പോലും പുളഞ്ഞുപോകും.

എന്റെ കുഞ്ഞ് ഇതെങ്ങനെ സഹിക്കും. വേദലിംഗത്തിന്റെ നെഞ്ചുപൊട്ടി.

കരിന്തേൾ പൊതിഞ്ഞപ്പോൾ വിശ്വലിംഗം വീണുപോയി. മൂന്നുനാഴികയ്ക്കുള്ളിൽ വേദനിച്ച് വേദനിച്ച് അവൻ മരിക്കുമെന്നുറപ്പായപ്പോൾ കാണാമറയത്ത് എവിടെയോ കെട്ടിയിട്ടിരുന്ന ഇളയമകൻ വൈദ്യലിംഗത്തെ ആ കാരിരുമ്പൻ പൊക്കിക്കൊണ്ടുവന്ന് തറയിലിട്ടു. മകന്റെ ദേഹത്തുനിന്ന് കാട്ടിറച്ചിയുടെ ഗന്ധം വമിക്കുന്നത് വേദലിംഗം അറിഞ്ഞു. ചതച്ച മ്ളാവിറച്ചി അവന്റെ ശരീരമാകെ പൊതിഞ്ഞിരിക്കുകയായിരുന്നു. അവനും ബന്ധനസ്ഥനാണ്. കാരിരുമ്പൻ അവനുനേരെ അഴിച്ചുവിട്ടത് കാടരുടെ വേട്ടപ്പട്ടികളെയായിരുന്നു. ആജ്ഞകിട്ടിയപ്പോൾ വേട്ടപ്പട്ടികൾ ആർത്തിയോടെ അവനെ പൊതിഞ്ഞു.എട്ടുവേട്ടപ്പട്ടികൾക്ക് പകുത്തേടുക്കാനെ അവനുണ്ടായിരുന്നുള്ളു. പച്ചജീവനോടെയാണ് നായ്ക്കൾ അവന്റെ ശരീരഭാഗങ്ങൾ കടിച്ചെടുത്തത്.

അടുത്തകാഴ്ച തികച്ചും അപ്രതീക്ഷിതമായിരുന്നു. ഒരു മരക്കുറ്റിയിൽ ബന്ധിച്ച വേശാമണിയെ തൊട്ടുമുന്നിൽ കൊണ്ടിരുത്തി.വേദലിംഗത്തിന്റെ ഭാര്യയാണ് വേശാമണി. അവൾക്ക് ചുറ്റും കർപ്പൂരം പൊതിഞ്ഞ ഉമിയാണ്. അതിനു തീകൊടുത്തുകൊണ്ടാണ് പീഡനങ്ങൾക്ക് നേതൃത്വം നൽകിയ അവൻ ആദ്യമായി വായ തുറന്നത്. അതൊരു ഗർജ്ജനം തന്നെയായിരുന്നു:

നീ കൊല്ലിച്ച കാടേറികറിയ എന്ന സ്കറിയാ തോമസ് പണിക്കരുടെ മകൻ മാത്യു തോമസ് വർഗീസ് പണിക്കരാണ് ഞാൻ. അപ്പന്റെ

പേരിലുള്ള കണക്കു തീർക്കാൻ തൽക്കാലം ഞാനാ പേരങ്ങ് ഉപേക്ഷിച്ചു. പഴയ മലമാത്തനാണ് ഞാനിപ്പോൾ. നിന്നെ മാത്രമല്ല, നിന്റെ പൊണ്ടാട്ടിയേയും മക്കളേയും ഞാനിവിടെ കൊണ്ടുവന്നിട്ടിരിക്കുന്നതു കണ്ടില്ലേ. എന്റെ അപ്പൻ മരിക്കുന്നതിനുമുമ്പ് നിമിഷങ്ങളിലെ വേദന മാത്രമേ അറിഞ്ഞുള്ളു; കൂടെച്ചാടിമരിച്ച എന്റെ അമ്മയും അങ്ങനെ തന്നെ. പക്ഷേ നിന്റെ മക്കൾ ഒന്നു നിലവിളിക്കാൻപോലുമാകാതെ നാഴികകളെടുത്തു പിടഞ്ഞു മരിക്കുന്നതു കാണാൻ നീ നിർബന്ധിതനാവുകയല്ലേ? നിന്റെ ഭാര്യ നീറിനീറി മരിച്ചുകൊണ്ടിരിക്കുന്നതും കാണാതിരിക്കാൻ നിനക്കാവില്ലല്ലോ. അവർ ഭസ്മമാകുമ്പോൾ നിന്റെ ദേഹത്ത് കാട്ടുറുമ്പുകളുടെ അമൃതേത്തു കഴിഞ്ഞിരിക്കും.

ശാന്തനും മിതഭാഷിയും അപ്പന്റെ അനുസരണയുള്ള മകനുമായ മാത്യു തോമസ് വർഗീസ് പണിക്കർ എന്ന് ഔദ്യോഗികപ്പേരുള്ള തോട്ടത്തിൽതൊമ്മിയായ മലമാത്തന്റെ അരങ്ങേറ്റം അങ്ങനെയായിരുന്നു. അതേപ്പറ്റി കുടുംബചരിത്രത്തിൽ പരാമർശമുണ്ട്:

പിതാവിന്റെ മരണത്തെത്തുടർന്ന് 1895ൽ കൃഷിയിടങ്ങളുടെ ചുമതല ഏറ്റെടുത്ത മകൻ മാത്യു തോമസ് വർഗീസ് പണിക്കർ ദീർഘവീക്ഷണമുള്ള വ്യക്തിയായിരുന്നു. ധീരനും നിർഭയനുമായ അദ്ദേഹം തിരുവിതാംകൂറിലെ കർഷകർക്കു നേരെ പാണ്ടിമേട്ടിൽ നിന്നുണ്ടായ ദ്രോഹങ്ങളെ ചെറുക്കുകയും നാട്ടിലെ കർഷകരെ സംരക്ഷിക്കുകയും ചെയ്തു.

ഇരുപത്

നീരാലുകൾക്കു ചുറ്റും തുടങ്ങിവച്ച കൃഷിപ്പണികൾ കാട്ടിക്കൊടുത്ത് കാടേറി കറിയ മകനോടു പറഞ്ഞിരുന്നു:

മലകയറ്റം നിർത്തി നീ കൃഷിപ്പണിയിലേക്കു തിരിയണം.

അതുപറയാൻ പ്രത്യേക കാരണമുണ്ട്. മല എന്നു കേട്ടാൽ മാത്തന് ലഹരിയാണ്. യഥാർത്ഥത്തിൽ മലമുകളിലെ കാടു തന്നെയായിരുന്നു മാത്തന്റെ ആകർഷണകേന്ദ്രം. അവിടെ കാടരുടെ കുട്ടികൾക്കൊപ്പം കളിക്കാം. മരപ്പേച്ച് കളിയായിരുന്നു മാത്തന്റെ പ്രധാന വിനോദം. കാടക്കുട്ടികളും വേടക്കിടാങ്ങളുമുൾപ്പെട്ട വൻസംഘത്തിലെ പ്രധാനിയായ മാത്തൻ അക്ഷരമാലയിലെ ഏതെങ്കിലുമൊരക്ഷരം പറയും. ആ അക്ഷരം, പേരിന്റെ തുടക്കത്തിൽ വരുന്ന മരങ്ങളുടെ പേര് ഏറ്റവുമേറെ പറഞ്ഞ് അവയെ എത്രയും വേഗത്തിൽ തൊട്ടുകാണിച്ച് മത്സരമുറപ്പിച്ച സ്ഥലത്തുതന്നെ മടങ്ങിയെത്തുന്നവനാണ് മരപ്പേച്ചിലെ വിജയി.

'മ' എന്ന അക്ഷരമായിരുന്നു മാത്തന് ഏറ്റവും പ്രിയങ്കരം. അതു കിട്ടണമേ എന്നാശിച്ചു നിൽക്കുമ്പോൾ മിക്കപ്പോഴും അതുതന്നെയാവും വരിക. മലവേമ്പ്, മലയകത്തി, മലമ്പൊങ്ങ്, മലമ്പുളി, മലമ്പുന്ന, മലമ്പ രത്തി, മഞ്ചാടി,മലന്തൊണ്ട്, മരോട്ടി, മലങ്കാര, മലന്തുടലി എന്നു പറഞ്ഞൊരോട്ടമാണ് പിന്നെ. മുന്നൂറ് മരങ്ങളെയെങ്കിലും കാട്ടിത്തൊട്ട് പേരുവിളിച്ചുള്ള ആ ഓട്ടം വൈകുവോളം തുടരും. കാടക്കുട്ടികളെല്ലാം ഓടിത്തളർന്നു വരുമ്പോൾ ഇനിയുമൊരു മുപ്പതെണ്ണം കൂടി തൊടാമെന്ന് മാത്തൻ വീമ്പിളക്കുകയും മട്ടി, മഞ്ഞക്കടമ്പ്, മരുത് എന്ന് തുടങ്ങി അവയുടെ പേരുകൾ ഒറ്റശ്വാസത്തിൽ ഉരുവിട്ടുകൊണ്ടിരിക്കുകയും ചെയ്യും. ഞങ്ങൾ തോറ്റു എന്നു പറഞ്ഞ് മാത്തന്റെ വായ പൊത്തി യാണ് മിക്കദിവസവും മത്സരം അവസാനിക്കുക.

ക എന്ന അക്ഷരമാണ് കറുമ്പന് പ്രിയം. അക്ഷരം വീണു കിട്ടാത്ത താമസം കല്ലാൻ, കരുവാളി, കരിങ്കുറ, കമ്പകം എന്നു പറഞ്ഞു മുന്നൂറ ടുപ്പിച്ച് മരങ്ങളെ പേരുപറഞ്ഞ് കാട്ടിത്തൊട്ടുവരുമ്പോൾ അമ്പതെണ്ണം കൂടി ഞാൻ കാട്ടാം എന്ന് വെല്ലുവിളിച്ച് കരിമ്പന, കനല, കടക്കൊന്ന എന്ന് വിളിച്ചുകൂവി മാത്തൻ ഓടാൻ തുടങ്ങും.

മരപ്പേച്ച് കളിക്കിടയിലെ തർക്കങ്ങൾ തീർക്കുന്നതും മാത്തനാണ്. കല്ലൻ എന്ന വേടക്കുട്ടിയാണ് മിക്കപ്പോഴും തർക്കങ്ങൾക്ക് വഴിമരു ന്നിടുക. അതെപ്പോഴും ദീർഘാക്ഷരത്തെച്ചൊല്ലിയാവും. 'അ' എന്ന അക്ഷ രമാണ് അവനു കിട്ടുന്നതെങ്കിൽ അത്തി, അമ്പഴം, അരയാൽ എന്നിങ്ങനെ നൂറുനൂറ്റമ്പത് മരങ്ങളെ പേരുവിളിച്ച് കാട്ടിത്തൊട്ടശേഷം ആത്ത, ആഞ്ഞിലി എന്ന് തിരിയുമ്പോൾ കറുമ്പൻ എതിർക്കും. 'അ' എന്നു പറഞ്ഞാൽ 'അ' എന്ന അക്ഷരത്തിൽ തന്നെ തുടങ്ങണം. 'ആ' എന്ന ദീർഘാക്ഷരത്തിൽ പാടില്ല എന്നാണ് അവന്റെ ന്യായം. ഏറ്റവും ബുദ്ധി മുട്ടുള്ള ദീർഘാക്ഷരം കൊടുത്തുകൊണ്ടാവും മാത്തൻ പരിഹാരം നിർദ്ദേശിക്കുക. തർക്കത്തിൽപ്പെട്ടവർക്ക് 'പൂ' എന്ന അക്ഷരം കിട്ടുമ്പോൾ പൂവരശ്, പൂതംകൊല്ലി എന്നിങ്ങനെ നൂറോളം മരങ്ങളുടെ പേരുപറഞ്ഞു നിർത്താൻ കാത്തിരിക്കുകയാവും മാത്തൻ. ഇനിയുമുണ്ട് വരൂ എന്നു കൂട്ടരെ വിളിച്ചാർത്ത് പൂച്ചക്കടമ്പ്, പൂപ്പാതിരി എന്നൊരോട്ടമാണ് മാത്തൻ.

കാട്ടിൽ ഏതെല്ലാം മരങ്ങളുണ്ടെന്നും അവയുടെ പ്രായവും എണ്ണവും വരെ മാത്തന് കൃത്യമായും അറിയാമായിരുന്നു. മഞ്ഞപ്പട്ടുപുതച്ച് മയങ്ങുന്ന കാട്ടുമുത്തിയാണ് മാത്തന് കാട്ടുകൊന്ന പൂത്ത മേടപ്പുല രികൾ. തീപിടിച്ച തലയുമായി നിൽക്കുന്ന കരിങ്കാളിയാണ് വാകപൂക്കുന്ന കന്നിയിലെ കാട്ടുമദ്ധ്യാഹ്നങ്ങൾ. കളിപ്പേച്ചിനിടയിൽ ഇങ്ങനെ ചില പരി കല്പനകളും മാത്തന്റെ വകയായി ഉണ്ടാകും.

കൗമാരം കടന്നിട്ടും മാത്തന്റെ ശീലം മാറുന്നില്ലെന്ന് കണ്ടാണ് കറിയ മകനെ ഉപദേശിച്ചത്.

നീരാലുകളുള്ളതുകൊണ്ട് നമുക്ക് ജലക്ഷാമമുണ്ടാകില്ലെങ്കിലും അടിവാരത്തും നമ്മുടെ പൂർവ്വികരുള്ള അങ്ങുതാഴെയും സമീപഭാവിയിൽ വെള്ളത്തിന് മുട്ടുവരും. അതിനു കാരണം നമുക്ക് വെള്ളവും എക്കലും മേൽമണ്ണും തരുന്ന മുല്ലപ്പെരിയാറിനെ ഗതിതിരിച്ചുകൊണ്ടുപോകാനുള്ള ശ്രമങ്ങൾ നടക്കുന്നതാണ്. അത് തടയാൻ അപ്പനൊരു നിയോഗമുണ്ട്.

അനുസരിപ്പിക്കുന്ന നിർദേശമായിരുന്നു അത്.

മലമാത്തൻ ആളങ്ങ് മാറി. രാവിലെ സൂര്യനുദിക്കുമ്പോൾ കൃഷിയിടങ്ങളിലേക്കിറങ്ങിയാൽ തിരിച്ചുകയറുന്നത് വൈകുന്നേരം സൂര്യനസ്തമിക്കുമ്പോഴാണ്. വെട്ടും കിളയുമായി നാടൻ കൃഷി. ഓരോ കൃഷിയിടത്തിലും ഉണ്ടുറങ്ങാൻ പന്തകളുണ്ടായിരുന്നു. വണ്ടിപ്പെരിയാറിലെ കൊട്ടാരസദൃശ്യമായ വീട്ടിൽ വിരുന്നുകാരൻ മാത്രമായിരുന്നു അക്കാലത്ത് മാത്തൻ.

അപ്പനെ തിരഞ്ഞു നടക്കുന്നതിനിടയിലായിരുന്നു മാത്തന്റെ ജീവിതഗതി മാറ്റി മറിച്ച ആ കൂടിക്കാഴ്ച.

മൈസൂറിൽ നിന്നുവന്ന സിദ്ധപ്പ ശിവപ്പ, വൊഡയാറുടെ കാർഷികോപദേശകനായിരുന്നു. കൃഷിക്കുവെള്ളം നൽകാൻ ആധുനിക രീതിയിൽ നിർമ്മിക്കുന്ന മുല്ലപ്പെരിയാർ അണക്കെട്ടു കണ്ടുമടങ്ങുമ്പോൾ ശ്രദ്ധയിൽപ്പെട്ട വനവഴികളിലെ കൃഷിയിടങ്ങൾ ആരുടേതാണെന്ന് അദ്ദേഹം തിരക്കി.വാക്കാട്ടേതാണെന്നറിഞ്ഞപ്പോൾ ഉടമയെത്തേടി വന്നതായിരുന്നു ശിവപ്പ. അദ്ദേഹം എത്തുമ്പോൾ ഉലഞ്ഞ മനസ്സുമായി അപ്പനെ തിരയുന്ന തിരക്കിലായിരുന്നു മാത്തൻ.

വളക്കൂറുള്ള മണ്ണ്. ഒരിക്കലും വറ്റാത്ത ജലസാധ്യത. അത്യദ്ധ്വാനത്തിന്റെ അടയാളങ്ങളുള്ള ഈ കൃഷിയിടങ്ങളിൽ ആസൂത്രിത ബഹുവിളയായാൽ ഇന്നത്തേതിന്റെ പത്തിരട്ടി ഫലമുണ്ടാകുമെന്ന് യാതൊരു മുഖവുരയുമില്ലാതെ ശിവപ്പ പറഞ്ഞപ്പോൾ അപ്പനെക്കുറിച്ച് വേവലാതി പൂണ്ട മനസ്സുമായി നിന്ന മാത്തൻ, അത്ര വിദഗ്ദ്ധനാണെങ്കിൽ നിങ്ങളത് ചെയ്യ് എന്ന പരുക്കൻ മറുപടിയാണ് നൽകിയത്. പുതിയ സാഹചര്യങ്ങളും പരീക്ഷണങ്ങളും ഹരമാക്കിയിരുന്ന കൃഷിഭ്രാന്തനായ ശിവപ്പ ആ വെല്ലുവിളി അക്ഷരാർത്ഥത്തിൽ ഏറ്റെടുത്തു.

ശിവപ്പയ്ക്കു കീഴിൽ വാക്കാട്ടെ കൃഷിയിടങ്ങൾ തോട്ടങ്ങളായി. മലമാത്തൻ തോട്ടത്തിൽ തൊമ്മിയായി. ഇടകലർന്നിരുന്ന ഏലം, കുരുമുളക്, ഇഞ്ചി, ഗ്രാമ്പു എന്നിവ ആസൂത്രിതമായി പുനഃക്രമീകരിച്ചു. പാഴ്മരങ്ങൾക്കുപകരം ഫലവൃക്ഷങ്ങളിൽ കുരുമുളക്, വാഴത്തോട്ടത്തിനിടയിൽ ഇഞ്ചികൃഷി, മേടുകളിൽ അടയ്ക്ക- ശിവപ്പയുടെ പരിഷ്കാരങ്ങൾ മാത്തന് നന്നേ ബോധിച്ചു. എന്നാലും അപ്പനോടാലോചിക്കാതെയുള്ള ഈ മാറ്റങ്ങൾ അനുസരണക്കേടാകുമോ എന്നാശങ്ക

പ്പെട്ടപ്പോൾ നല്ലകാര്യങ്ങൾക്കെല്ലാം അപ്പന്റെ അനുമതിയും അനുഗ്രഹ വുമുണ്ടെന്നു പറഞ്ഞ് ശിവപ്പ മാത്തനെ ആശ്വസിപ്പിച്ചു.

ഒരുനാൾ ശിവപ്പയെതേടി വൊഡയാറുടെ ദൂതനെത്തിയപ്പോഴാണ് വാക്കാട്ട് കൃഷിപ്പണി നടത്തുന്ന ആ മനുഷ്യന്റെ വലുപ്പം മാത്തൻ അറി യുന്നത്.

നിഷ്കാമനായ കൃഷിയോഗി എന്നാണ് ശിവപ്പയെ ദൂതൻ വിശേഷിപ്പിച്ചത്. മൈസൂരിനെ കാർഷികാഭിവൃദ്ധിയിലേക്കു നയിച്ചത് ശിവപ്പയായിരുന്നു. പാരമ്പര്യ കൃഷിരീതികൾക്കൊപ്പം ആധുനിക സമ്പ്രദായങ്ങളും സമന്വയിപ്പിച്ച് കരകൃഷിയിലും വയൽകൃഷിയിലും അതിനുപുറമെ തോട്ടംമേഖലയിലും ഒരുപോലെ തിളങ്ങിനിന്ന ശിവപ്പ വൊഡയാറുടെ ഏറ്റവും പ്രിയപ്പെട്ടവരിലൊരാളായിരുന്നു. അധിനി വേശക്കാരായ ബ്രിട്ടീഷുകാരുടെ താത്പര്യപ്രകാരം ചില തോട്ടങ്ങൾ അവർക്ക് വിട്ടുനല്കുകയും മൈസൂറിന്റെ മണ്ണിന് ചേരാത്ത കൃഷി പ്പണികൾ ചെയ്യാൻ പ്രേരിപ്പിക്കുകയും ചെയ്തത് ശിവപ്പയെ ധർമ്മ സങ്കടത്തിലാക്കി. കൃഷിരീതിയിലെ മാറ്റങ്ങൾ വരുത്താവുന്ന ദൂരവ്യാപക മായ പ്രത്യാഘാതങ്ങൾ ചൂണ്ടിക്കാട്ടിയ ശിവപ്പയെ വൊഡയാറുടെ ഉപദേശകരായ ഉന്നതർ കളിയാക്കിയത്രെ. വീടോ കുടുംബമോ കുട്ടി കളോ ഇല്ലാത്ത ശിവപ്പ ഒരുനാൾ പെട്ടെന്ന് അപ്രത്യക്ഷനാവുകയാ യിരുന്നു.

നെല്ലുവിളഞ്ഞിരുന്ന മൈസൂരിലെ വയലുകൾ പൂപ്പാടങ്ങളാകുകയും കരഭൂമിയിൽ അലങ്കാരച്ചെടികൾ നിറയുകയും തോട്ടങ്ങളിൽ കടലാസി നുള്ള പാഴ്മരങ്ങൾ തഴയ്ക്കുകയും ചെയ്തപ്പോൾ വൊഡയാർ ശിവ പ്പയെ ഓർത്തു. ദീർഘനാളത്തെ തെരച്ചിലിനുശേഷം ഇവിടുണ്ടെന്നറി ഞ്ഞാണ് ദൂതന്റെ വരവ്.

ദൂതനോടുള്ള ശിവപ്പയുടെ മറുപടി മാത്തന്റെ മനസ്സുലച്ചു:

അവിടുത്തെ എന്റെ നിയോഗം കഴിഞ്ഞു. ഇനി ഇതാണെന്റെ കർമ്മഭൂമി. നാഥനെ കാണാതുഴലുന്ന അനുസരണയുള്ള ഇവിടുത്തെ മണ്ണും മനുഷ്യരും നടുധാന്യങ്ങളുൾപ്പെടെ മരങ്ങൾപോലും നാഥനായി എന്നെ കാണുന്നു. എനിക്കവയെ ഉപേക്ഷിക്കാനാവില്ല. മാത്രമല്ല, അവിടുത്തേതിൽനിന്ന് വ്യത്യസ്തമായി ഒരു പിതാവിന്റെ കുറവ് ഇവിടുണ്ട്. ഞാൻ ഇവിടെ ഒരച്ഛന്റെ ഉത്തരവാദിത്വംകൂടി നിറവേറ്റുക യാണ്.

അതോടെ അപ്പനൊപ്പമുള്ള സ്ഥാനം മാത്തന്റെ മനസ്സിൽ ശിവപ്പ ക്കുമുണ്ടായി. ഒൻപത് വർഷങ്ങൾകൊണ്ട് വാക്കാട്ടെ കൃഷിയിടങ്ങൾ തോട്ടങ്ങളായി.

ഇരുപത്തിയൊന്ന്

ഇടയ്ക്ക് ഒന്നോ രണ്ടോ ദിവസത്തേക്ക് അപ്രത്യക്ഷരാകുന്ന നിജാദും ഫൗസിയയും തിരിച്ചുവരുന്നത് മുല്ലപ്പെരിയാർ പ്രക്ഷോഭത്തിന്റെ കത്തുന്ന കഥകളുമായാണ്.

കൊടൈക്കനാലിലെ താമസസ്ഥലം ഇപ്പോഴും ഉപയോഗിക്കുന്നു എന്ന് ബോധ്യപ്പെടുത്തുവാൻ രണ്ടുദിവസത്തേക്ക് അവിടെ തങ്ങിയപ്പോൾ മനസ്സിലാക്കിയ ജനവികാരം, തമിഴ് മനസ്സ് അപ്പാടെ കേരളത്തിനെതിരാണെന്നാണ്. കേരളീയരെ അങ്ങോട്ടു കയറ്റുന്നില്ല എന്നു മാത്രമല്ല അവിടെ നിന്ന് അരിയും പച്ചക്കറികളുമൊന്നും കേരളത്തിലേക്ക് അയക്കുന്നുമില്ല എന്നും അവർ പറഞ്ഞു.

ഇതിങ്ങനെ തുടർന്നാലുള്ള ഭവിഷ്യത്ത് ഡോക്ടർ മാത്യു തോമസ് വർഗീസ് പണിക്കരിൽ ആശങ്ക പടർത്തിയപ്പോൾ അപ്പൻ ഉറക്കെ പറയുന്നതുകേട്ടു:

ആശങ്കകൾ അസ്വസ്ഥതയുടെ ലക്ഷണമാണ്...അവളുടെ വരവ് എല്ലാവരിലും ആശങ്ക പടർത്തും...

ഇരുപത്തിരണ്ട്

മധ്യതിരുവിതാംകൂറിന്റെ വിവിധഭാഗങ്ങളിൽ നിന്ന് തോട്ടത്തിൽപണി തേടി കൂടുതൽ ആളുകൾ എത്തിക്കൊണ്ടിരുന്നു. സ്വന്തമായി കൃഷി ചെയ്യാൻ താല്പര്യം പ്രകടിപ്പിച്ചവർക്ക് വളഞ്ഞുകെട്ടാൻ അനുമതി നൽകി. മലമേഖലയിൽ ആളുകൂടിയപ്പോൾ അവർക്ക് ആരാധനാലയങ്ങളും അങ്ങാടികളും വേണ്ടിവന്നു. കൃഷിക്കും വ്യാപാരത്തിനും എന്നുവേണ്ട സകലതിനും വായ്പ നൽകാനുള്ള പണം വാക്കാട്ടുണ്ടായിരുന്നു. എന്നിട്ടും കർഷകരിൽ പലരും മല കയറിവന്ന പാണ്ടിക്കച്ചവടക്കാരുടെ കെണിയിൽപ്പെട്ടു. ശ്രദ്ധയിൽപ്പെട്ട സംഭവങ്ങളിൽ മാത്തൻ സഹായിച്ചു.

അപ്പോഴെല്ലാം മാത്തന്റെ മനസ്സിൽ ഒരു വിങ്ങലുണ്ടായിരുന്നു– അണക്കെട്ടുതകർക്കണം. അപ്പന്റെ ആശയായിരുന്നു അത്. പക്ഷേ ശിവപ്പ പിന്തിരിപ്പിച്ചു:

നിയമവിരുദ്ധ കയ്യേററത്തെയായിരുന്നു അപ്പൻ എതിർത്തത്. അധികാരിയായ മഹാരാജാവിന്റെ മൗനാനുവാദവും അനുഗ്രഹവും അതിനുണ്ടായിരുന്നു .ഇപ്പോഴതല്ല അവസ്ഥ. നിയമവിധേയമായ നിർമ്മിതിയാണ് പൂർത്തിയായിരിക്കുന്നത്. ഇരുകൂട്ടരും ഒപ്പുവച്ച കരാറിന്റെ അടിസ്ഥാനത്തിലുള്ള പ്രവൃത്തി തടയാൻ കരാറിനു പുറത്തുള്ള ഒരാൾക്ക് എന്തധികാരം?

മാത്തന്റെ മറുപടി കേൾക്കാതെ ശിവപ്പ വെള്ളത്തെപ്പറ്റി പറയാൻ തുടങ്ങി.

ഇരുപത്തിമൂന്ന്

വെള്ളത്തിൽ കണ്ട കാഴ്ചയെപ്പറ്റി കേട്ടപ്പോൾ ഞെട്ടിപ്പോയി. ഏല്പിച്ചുപോയതെല്ലാം എട്ടിരട്ടിയാക്കി അപ്പനു സമർപ്പിക്കാനിരുന്ന മാത്തന്റെ മുന്നിലേക്ക് മലയിറങ്ങിവന്ന കാടൻ കറുമ്പൻ വിങ്ങലോടെ ആ വിവരം അറിയിച്ചു. മുല്ലപ്പെരിയാറിലെ വെള്ളത്തിൽ അപ്പനും അമ്മയും ചത്തുപൊങ്ങിക്കിടക്കുന്നു.

ആദ്യം കാണുന്ന നീരാലിനു കീഴെയായിരിക്കണം അന്ത്യവിശ്രമമെന്ന് അപ്പൻ പലപ്പോഴും പറയുമായിരുന്നു. അമ്മയെക്കൂടി അവിടെ അടക്കിയാണ് അപ്പന്റെ ആഗ്രഹം നിറവേറ്റിയത്.

അടക്കം കഴിയുംവരെ ഒരുക്കിവച്ചിരുന്ന അഗ്നിപർവ്വതം മാത്തന്റെ ഉള്ളിൽ പുകയാൻ തുടങ്ങി. കാടരിൽനിന്ന് കാര്യങ്ങൾ ഗ്രഹിച്ചപ്പോൾ അത് ഏതുനിമിഷവും പൊട്ടുമെന്നായി.

മാത്തന്റെ മനസ്സറിഞ്ഞ ശിവപ്പപോലും പറഞ്ഞു, അനുസരണയുള്ള മകൻ അപ്പന് ധനമാകുന്നു, അതിനാൽ അപ്പനെ അനുസരിക്കുക; ആജ്ഞവരുന്നത് ആത്മാവിലേക്കായിരിക്കും.

അപ്പന്റെ ആജ്ഞയാണ് ഉള്ളിൽ നിറയുന്നതെന്ന് തിരിച്ചറിഞ്ഞ മാത്തൻ വേട്ടയ്ക്കിറങ്ങി.

ഇരുപത്തിനാല്

ആസൂത്രിതമായ വേട്ടയായിരുന്നു അത്. വേടർ വിവരങ്ങൾ ശേഖരിച്ചു. പാണ്ടിമേട്ടിലെ വട്ടിപ്പലിശക്കാരനായ ചൊക്കലിംഗത്തിന്റെ മരണശേഷം സഹോദരങ്ങളെ കബളിപ്പിച്ച് കുടുംബസ്വത്തും പണമിടപാടുകളും സ്വായത്തമാക്കിയ അയാളുടെ മൂത്തമകൻ വേദലിംഗം കൗശലക്കാരനായ ദുരാഗ്രഹിയായിരുന്നു. കടംകേറി പലിശകൊടുത്ത് മുടിഞ്ഞ് നിൽക്കക്കള്ളിയില്ലാതെ ആത്മഹത്യ ചെയ്ത മലഞ്ചരക്കു വ്യാപാരിയായ അണ്ണാമലയുടെ വിധവ വേശാമണിയെ അയാൾ ഭാര്യയാക്കുകയായിരുന്നു. വേദലിംഗത്തിന് നാലുമക്കളുണ്ടായി. നാല് ആൺകുട്ടികൾ- നാഗലിംഗം, വിശ്വലിംഗം, വൈദ്യലിംഗം, നവമണിലിംഗം. അതിൽ നവമണിയൊഴികെ മറ്റു മൂന്നുപേരും പിതാവിനെപ്പോലെയായിരുന്നു. വേദലിംഗത്തിന്റെ പണമിടപാടുകൾ മധുര, രാമനാഥപുരം, ശിവഗംഗ ഭാഗങ്ങളിലേക്കു പടർന്നപ്പോൾ ഓരോ പ്രദേശങ്ങളുടെയും ചുമതല മൂത്ത മൂന്നു മക്കൾക്കും നൽകി. മധുരയിലെ ഇടപാടുകൾ നാഗലിംഗം നിയന്ത്രിച്ചു.

രാമനാഥപുരത്ത് വിശ്വലിംഗവും, ശിവഗംഗയിൽ വൈദ്യലിംഗവും ചുമതലക്കാരായി. ഏറ്റവും ഇളയവനായ നവമണിലിംഗത്തെ ഒഴിവാക്കുകയായിരുന്നു.പിതാവിന്റെ ചെയ്തികളോട് എതിർപ്പുണ്ടായിരുന്നതിനാൽ നവമണിലിംഗം സ്വന്തം വീട്ടിൽ ഒരന്യനെപ്പോലെയാണ് കഴിഞ്ഞത്.

ഇരുപത്തിമൂന്നാം വയസ്സിൽ വേശാമണിയെ കൂടെക്കൂട്ടുമ്പോഴുള്ള മാനസിക ശാരീരിക അവസ്ഥയായിരുന്നു വേദലിംഗത്തിന് അന്ത്യനാളുകളിലെ എഴുപത്തേഴാം വയസ്സിലും. അതിന്റെ രഹസ്യം ഇരുപതാം വയസ്സിൽ തുടങ്ങിയ കന്യകാസഹശയനമാണ്. വേദലിംഗത്തിന്റെ ഏറ്റവും വലിയ ദൗർബല്യവും സ്ത്രീകളായിരുന്നു. വേശാമണിയെ ഭാര്യയായി സ്വീകരിക്കുന്നതിനും മുമ്പേ തുടങ്ങിയതാണത്. കടംവീട്ടാൻ കഴിയാത്ത ഒട്ടേറെപ്പേരുടെ കുടുംബങ്ങളിൽ അയാൾ കയറിപ്പറ്റിയിട്ടുണ്ട്. എന്നാൽ കടംകൊണ്ട പണത്തിനോ ഈടാക്കുന്ന കൊള്ളപ്പലിശയ്ക്കോ യാതൊരിളവും നൽകിയിരുന്നില്ല. അടിവാരത്തെ മുത്തിക്കുന്നു മുതൽ മധുരയിലെ ശിങ്കാരത്തെരുവു വരെ അയാൾക്ക് പതിമൂന്നു ചിന്നവീടുകളുണ്ടായിരുന്നു. മുതിർന്നപ്പോൾ മൂത്തമൂന്നുമക്കളും അപ്പന്റെ പാതയിലായിരുന്നു. പലിശപ്പിരിവിനു സഹായിക്കുന്ന മല്ലന്മാരുമായി വിത്തുകാളകളെപ്പോലെ അടിവാരം മുതൽ മധുര വരെ മേഞ്ഞു നടന്നിരുന്നു അപ്പനും മൂന്നുമക്കളും.

അതിനിടയിൽ സാത്തൂരിനും തെങ്കാശിക്കുമിടയിലുള്ള ശ്രീവല്ലിപുത്തൂരിലെ ഒരു സങ്കേതത്തിൽ വച്ചാണ് ബ്രണ്ണൻ സായിപ്പുമായി അയാൾ ലോഹ്യത്തിലാവുന്നത്. ഈസ്റ്റ് ഇന്ത്യാ കമ്പനിയുടെ പ്രതിനിധി എന്ന നിലയിൽ മേഖലാ കാര്യങ്ങളുടെ സുരക്ഷാചുമതല കൂടിയുണ്ടായിരുന്ന ഡേവിഡ് ബ്രണ്ണൻ, സ്ത്രീവിഷയത്തിൽ ദുർബലനും ദുർമന്ത്രവാദത്തിൽ ആകൃഷ്ടനുമായിരുന്നു. അക്കാലത്ത് ചുടലമുത്തു എന്നൊരു മാന്ത്രികന്റെ ഉപദേശമായിരുന്നു യൗവനം നിലനിർത്താനുള്ള കന്യകാസഹശയനം. കന്യകകളായ മൂന്നു പെൺകുട്ടികളുമായി ആഴ്ചയിൽ ഒരു ദിവസമെങ്കിലും ശയിക്കുകയും കാമകേളിയിലേർപ്പെടുകയും ചെയ്താൽ യൗവനം ഒരിക്കലും നശിക്കില്ലത്രെ! ചിന്നവീടുകളിലെല്ലാം അതിനുള്ള ക്രമീകരണങ്ങൾ ചെയ്ത വേദലിംഗം ദുരുദ്ദേശ്യത്തോടെ ബ്രണ്ണനേയും കൂടെക്കൂട്ടി. അധികാരമുള്ള ബ്രിട്ടീഷ് ഉദ്യോഗസ്ഥന്റെ സാമീപ്യം സ്വന്തം ഇടപാടുകൾ വിപുലപ്പെടുത്താനും പാവങ്ങളെ കൂടുതൽ പിഴിയാനും വേദലിംഗം ദുരുപയോഗിച്ചു.

ഒരിക്കലും അവസാനിപ്പിക്കാനാവാത്ത ഇടപാടായിരുന്നു വേദലിംഗത്തിന്റെ പലിശക്കളി. മുതലിനേക്കാൾ പ്രിയം അയാൾക്ക് പലിശയോടായിരുന്നു. പലിശയ്ക്കും പലിശ. അതിനും പലിശ. ഒരിക്കൽ പെട്ടാൽ പെട്ടതുതന്നെ. വായ്പ കൊടുത്ത പണം അപ്പാടെ ഒരുമിച്ച് പലിശസഹിതം തിരിച്ചുകിട്ടിയാലും വേദലിംഗത്തിന്റെ കടം പിന്നെയും

അവശേഷിക്കും. കടംവാങ്ങിയവന്റെ സ്ഥാവരജംഗമങ്ങളൊക്കെ വേദലിംഗത്തിന്റേതാകും. അധികാരത്തിന്റെ പിൻബലം കൂടിയായപ്പോൾ മധുര, രാമനാഥപുരം, ശിവഗംഗ മേഖലകളിലെ ഒട്ടുമിക്ക ഭൂമിയും വേദലിംഗത്തിന്റെ അധീനതയിലായി. വെള്ളമില്ലാത്തതിനാൽ കൃഷിയോഗ്യമല്ലാതെ കിടന്നിരുന്ന ആ പ്രദേശങ്ങളിലെ വരണ്ട മണ്ണിൽ, കിണർ കുഴിക്കാനുള്ള ആശയം ബ്രണ്ണന്റേതായിരുന്നു. പങ്കാളിത്തത്തോടെ തുടങ്ങാമെന്നായി വേദലിംഗം. അങ്ങനെ ഭൂമിയുടെ പകുതി അവകാശത്തിന്മേൽ ബ്രണ്ണൻ സമ്മതിക്കുകയും പണം മുടക്കുകയും ചെയ്തു.

തട്ടിയെടുത്തും തണ്ടുകാട്ടിയും വെട്ടിപ്പിടിച്ച വിശാലമായ ആ ഭൂഭാഗങ്ങളിലെല്ലാം കൃഷിയെ ഉന്നംവച്ച് കിണർ തുരന്നു. വെള്ളം മാത്രം കിട്ടിയില്ല. പാശ്ചാത്യ വിദഗ്ദ്ധരെ വരുത്തി പരിശോധിപ്പിച്ചു. വൈഗയിലും കൈവഴികളിലും വെള്ളം നിറയാതെ കിണറ്റിൽ വെള്ളം വരില്ലെന്നായിരുന്നു അവരുടെ കണ്ടെത്തൽ. മലമുടികളിലെവിടെയെങ്കിലും എതിർദിശയിലേക്കൊഴുകുന്ന നീർച്ചാലുകളുണ്ടെങ്കിൽ വൈഗയിലേക്ക് തിരിച്ചുവിടാനുള്ള സാധ്യത അവർ ആരാഞ്ഞു. അത് പ്രായോഗികമല്ലെന്നും വന്യമായൊരു സ്വപ്നം മാത്രമാണെന്നും സംഘത്തിൽ ഭിന്നാഭിപ്രായമുണ്ടായി.

സാധ്യത ആരാഞ്ഞവരിൽ കുശാഗ്രബുദ്ധികളായിരുന്നു ഹാർവി തോമസും ജോ മക്‌ലിനും. അവരെ രണ്ടുപേരെയും വശത്താക്കാൻ ബ്രണ്ണന് കഴിഞ്ഞു. അങ്ങനെ വെള്ളം തേടി സഹ്യസാനുക്കളിലലയുന്നതിനിടയിലാണ് ബ്രണ്ണനും വേദലിംഗവുമുൾപ്പെട്ട സംഘം ശിവമുടിയിലെത്തുന്നത്. വനവിഭവങ്ങളാൽ സമൃദ്ധമായിരുന്ന ശിവമുടിയിൽ വെള്ളംമാത്രമല്ല, കച്ചവടവും വേദലിംഗം കണ്ടു. ലഹരി കൊടുത്ത് കാടരെക്കൊണ്ട് കാടൂറ്റാം, താഴെ കൃഷിപ്പണി ചെയ്യുന്നവർക്ക് കടം കൊടുത്ത് പലിശ പെരുപ്പിക്കാം. തരപ്പെടുമെങ്കിൽ കാടത്തി കന്യകകൾ വേറിട്ടൊരു രുചിയുമാകും.

ശിവമുടിയിൽ നിന്ന് മുല്ലച്ചാലും പെരുഞ്ചാലും ഊർന്നുലഞ്ഞു വരുന്നതും സന്ധിക്കുണ്ടിൽ അവ കെട്ടുപിണഞ്ഞ് മുല്ലപ്പെരിയാറായി താഴേക്കൊഴുകുന്നതും ഹാർവിക്കും മക്ലിനും കാട്ടിക്കൊടുത്ത വേദലിംഗം ഒരു സംഘം കാടരേയും സഹായികളേയും കൂട്ടി നദിയെ കിഴക്കോട്ട് ഗതിതിരിച്ചുവിട്ട് വൈഗയിലെത്തിക്കാനുള്ള സാധ്യത ആരായാനായി അവരെ മലമടക്കുകളിലേക്കയച്ചു.

ശിവമുടിയിൽ തങ്ങിയ വേദലിംഗവും ബ്രണ്ണനും കാടരിൽ ചിലർക്ക് ലഹരി കൊടുത്തു. നിങ്ങളെങ്ങനെയാണ് മലകയറാതെ പാണ്ടിമേട്ടിലെത്തുന്നതെന്ന് കൗശലപൂർവ്വം ആരാഞ്ഞ വേദലിംഗത്തോട് മത്തുപിടിച്ച കരിമരുത് എന്ന കാടൻ രഹസ്യമാർഗത്തെപ്പറ്റി പറയുക മാത്രമല്ല, അതു കാട്ടിക്കൊടുക്കാൻ തയ്യാറാവുകയും ചെയ്തു.

കാടരിൽ കരടായ കരിമരുത് മുമ്പ് മൂന്നുപ്രാവശ്യം ഇതുപോലെ മുല്ല പ്പെരിയാറിനെ പാണ്ടിമേട്ടിലേക്ക് കൊണ്ടുപോകാനുള്ള വഴി കാട്ടാൻ പോയിട്ടുണ്ട്. ആദ്യത്തേത് അവന്റെ അപ്പനൊപ്പമായിരുന്നു. രാമനാഥപുരം രാജാവിന്റെ മന്ത്രിയായിരുന്ന മുത്തുരാമലിംഗ സേതുപതിക്കു വേണ്ടിയുള്ള ആദ്യയാത്രയിൽ അവന് അനേകസമ്മാനങ്ങൾ കിട്ടി. രണ്ടാംയാത്ര ഒരു വെള്ളക്കാരനൊപ്പമായിരുന്നു. ക്യാപ്റ്റൻ ജെ. എൽ കാൾഡ് വെൽ എന്ന സാഹസികൻ, മുല്ലപ്പെരിയാറിനെയും കൊണ്ടേ പോകു എന്ന വാശിയിലായിരുന്നു. ഗുഹാമാർഗങ്ങൾ പലതു കാട്ടിയിട്ടും തൃപ്തിവരാതെ മലതുരന്നു പോകാനുള്ള മാർഗങ്ങളാണ് അദ്ദേഹം അന്വേഷിച്ചത്. മൂന്നാം യാത്ര ദൈവവേലയ്ക്കു വന്ന പുരോഹിതസം ഘത്തോടൊപ്പമായിരുന്നു. മലയ്ക്കപ്പുറം പാണ്ടിമേട്ടിലെ വരട്ടുമണ്ണിനെ നനയ്ക്കാനായി വെള്ളം കൊണ്ടുപോകുന്നവഴിയാണ് അവരും തേടിയത്. എന്നാൽ അവരിലാർക്കും അതു പ്രാവർത്തികമാക്കാൻ സാധിച്ചില്ല.

അസാധ്യമെന്ന് കരുതുന്നത് സാധ്യമാക്കുന്നതിന്റെ ലഹരി വേദലിം ഗത്തിന്റെ തലയ്ക്കു പിടിച്ചു കഴിഞ്ഞിരുന്നു. പിന്നെ അമാന്തിച്ചില്ല. പര്യ വേഷണസംഘത്തെ മടക്കിവിളിച്ച് കരിമരുതിനെ അവർക്കൊപ്പം അയച്ചു.

ദുർഘടമായ മലകേറി അവർ രഹസ്യമാർഗത്തിന്റെ കവാടത്തി ലെത്തി. അതൊരു ഗുഹയായിരുന്നു. പ്രകൃതിദത്തമോ മനുഷ്യനിർമ്മി തമോ എന്ന് വേർതിരിച്ചറിയാനാവാത്ത ഗുഹാമുഖം. ഇരുട്ടായതുകൊണ്ട് ഉൾവശം കാണാനായില്ല. സംഘം ഗുഹ കടക്കാൻ തുടങ്ങുമ്പോൾ ചതി പ്രയോഗം ചെയ്തു തഴക്കം വന്ന വേദലിംഗം തടഞ്ഞു. കരിമരുതിനോട് ഗുഹകടന്ന് അപ്പുറത്തെത്തി കാത്തുനിൽക്കാൻ പറഞ്ഞശേഷം നാലു സഹായികളെ മലകയറ്റിവിട്ടു. ഇവൻ ഗുഹ കടന്നുവരികയാണെങ്കിൽ ഇവനോടൊപ്പം ഗുഹയിലൂടെ നിങ്ങൾ മടങ്ങിവരിക എന്നായിരുന്നു സഹാ യികൾക്കുള്ള നിർദ്ദേശം.

ഏഴുനാഴിക കാത്തുനിന്നു എന്നാണ് ഹാർവിയുടെ കുറിപ്പുകളിലു ള്ളത്. കരിമരുതും മറ്റു നാലുപേരും ഗുഹയിലൂടെത്തന്നെ തിരിച്ചുവന്നു.

വേദലിംഗത്തേയും ബ്രണ്ണനേയും സംബന്ധിച്ചിടത്തോളം അതൊരു വിജയദിനമായിരുന്നു. പര്യവേഷണസംഘത്തെയും സഹായികളെയും അവിടെത്തന്നെ വിട്ടിട്ട് അവർ പാണ്ടിമേട്ടിലേക്കു മടങ്ങി.

ഒരുക്കങ്ങൾ ഒരുപാട് വേണം. തിരുവിതാംകൂറിന്റെ വെള്ളമാണ് കടത്തിക്കൊണ്ടുവരുന്നത്. പണിക്കാരെ സംഘടിപ്പിക്കാനും സാമഗ്രികൾ ശേഖരിക്കുവാനും വേദലിംഗം മുഴുകിയപ്പോൾ വെള്ളം കട്ടെടുക്കുന്ന കാര്യം കമ്പനിയെ അറിയിച്ച് അനുവാദം വാങ്ങാനും തിരുവിതാംകൂറിന്റെ ആസ്ഥാനത്ത് സ്വന്തം ആളെ തിരുകാനും ബ്രണ്ണൻ ശ്രമിച്ചു.

പദ്ധതി യാഥാർത്ഥ്യമായാൽ മധുര, രാമനാഥപുരം, ശിവഗംഗ മേഖലകളിലെ പകുതിയോളം ഭൂമി കമ്പനിയുടെയോ കമ്പനി ആഗ്രഹി

ക്കുന്നവരുടെയോ അധീനതയിലാകുമെന്നും വെള്ളം കിട്ടിയാൽ അവിടെ കനകം വിളയിക്കാമെന്നും ബ്രണ്ണൻ വേണ്ടപ്പെട്ടവരെ ബോധ്യപ്പെടുത്തി. അതിലുപരി നദീമുഖത്ത് വജ്രക്കല്ലുകൾ കാണാനുള്ള സാധ്യതയും വിവരിച്ചു. വിവരം പുറത്തറിഞ്ഞാൽ കമ്പനിക്ക് അവമതിപ്പുണ്ടാകാതിരിക്കാനായി പുതിയൊരു തന്ത്രവും ബ്രണ്ണൻ ഉപദേശിച്ചുകൊടുത്തു. മഴയില്ലാതെ ,വെള്ളത്തിനു മറ്റുമാർഗ്ഗങ്ങളില്ലാതെ ,വരണ്ട മണ്ണിൽ കൃഷിപ്പണിക്കുപോലും സാധ്യത കാണാഞ്ഞ് മോഷണങ്ങളിലേക്കും അക്രമങ്ങളിലേക്കും തിരിയുന്ന ഈ മേഖലയിലെ തിരുട്ടുഗ്രാമക്കാരെ തൊഴിൽ കൊടുത്ത് നേർവഴിക്ക് നയിക്കാൻ പുതിയൊരു കാർഷിക പദ്ധതി വരുന്നുണ്ടെന്ന് പ്രഖ്യാപിക്കുക. അതിനായി വെള്ളം കൊണ്ടുവരാനുള്ള തീവ്രശ്രമത്തിലാണ് സർക്കാരെന്ന് പറയുക. കാര്യം നടക്കുമെന്ന് മാത്രമല്ല ഇതിലൂടെ ജനപിന്തുണയും നേടാം. തിരുവിതാംകൂറിന്റെ നീക്കങ്ങൾ ചോർത്തിത്തരാൻ അവിടെ നമുക്ക് ആളെ തിരുകാം.

ബ്രണ്ണന്റെ നിർദ്ദേശങ്ങൾ, കമ്പനി, പ്രസിഡൻസിയെ അറിയിക്കുകയും മൗനാനുവാദം വാങ്ങുകയും ചെയ്തു. തിരുവിതാംകൂറിൽ തിരുകാൻ ശ്രീവല്ലിപുത്തൂരിൽ നിന്ന് പകർപ്പനെ കൂടി കിട്ടിയതോടെ ബ്രണ്ണന്റെ ദൗത്യം പൂർത്തിയായി. പക്ഷേ ദൗത്യത്തിനിടയിൽ അക്രമമോ ഏറ്റുമുട്ടലോ അരുതെന്നും കാടരെ ഉപദ്രവിക്കരുതെന്നും കമ്പനി ബ്രണ്ണന് കർശനനിർദ്ദേശം നൽകിയിരുന്നു.

എന്തിനുംപോന്ന സംഘവും സാമഗ്രികളുമായി ബ്രണ്ണൻ സന്ധിക്കുണ്ടിലെത്തി. അപ്പോഴേക്കും വെള്ളം കടത്താനുള്ള തന്ത്രങ്ങൾ ഹാർവിയും മക്ലീനും തയ്യാറാക്കിയിരുന്നു. സന്ധിക്കുണ്ടിനുതാഴെ പരമാവധി പൊക്കത്തിൽ വെള്ളം തടുത്തു നിർത്താനുള്ള ചിറ പൊങ്ങണം. അങ്ങനെ ചിറക്കിപ്പുറം നിറയുന്ന വെള്ളം ഗുഹ അല്പം കൂടി തുരന്ന് അപ്പുറമെത്തിച്ച് വൈഗയിലേക്ക് വിടാം. പിന്നൊട്ടും താമസിച്ചില്ല; തിരുവിതാംകൂർ അറിയാതെ മുല്ലപ്പെരിയാറിൽ ആദ്യ അണയുടെ നിർമ്മാണം തുടങ്ങി.

അനന്തമായി നീളേണ്ട ശിവപാർവ്വതി സംയോഗത്തെ തടയുന്നതിൽ ദുഃഖിതനായ ഒരാൾ ശിവമുടിയിലുണ്ടായിരുന്നു- യോഗേശ്വരൻ.

തടയാൻ കാടർക്ക് കഴിവില്ല. പ്രാപ്തനായ ഒരാൾ നല്ലപാതിയുമായി മല കയറിവരുന്നത് കാത്തിരുന്ന അദ്ദേഹത്തിന്റെ മുന്നിലേക്കാണ് കാടേറികറിയ പ്രത്യക്ഷപ്പെട്ടത്.

ഇരുപത്തിയഞ്ച്

മുല്ലപ്പെരിയാർ വിഷയത്തിൽ ആരുടെയൊക്കെയോ പ്രതികരണങ്ങൾ തേടി ചെന്നൈയിലേക്ക് പോയിരുന്ന ചന്ദ്രമോഹൻ തിരിച്ചെത്തിയപ്പോൾ

പറയാനുണ്ടായിരുന്ന ഏകവിഷയം ഗവർണറുടെ നയപ്രഖ്യാപനപ്രസംഗ ത്തിൽ ഇക്കാര്യം കടന്നുവന്നതിനെക്കുറിച്ചായിരുന്നു.

അണക്കെട്ടിന്മേലുള്ള അവകാശം വിട്ടുകൊടുക്കില്ലെന്ന് തമിഴ്നാട് നിയമസഭയിൽ ഗവർണർ പറഞ്ഞത്രെ. ഈ വിഷയത്തിൽ കേന്ദ്ര സർക്കാർ തുടരുന്ന വിമുഖതയുടെ ഇരയാണ് തമിഴ്നാടെന്നും കേരള ത്തിന്റെ വ്യാജപ്രചാരണമാണ് ഭീതി ജനിപ്പിച്ചതെന്നും ഇത് അരക്ഷി താവസ്ഥയ്ക്ക് വഴിവച്ചെന്നും അദ്ദേഹം ആരോപിച്ചു. മുല്ലപ്പെരിയാറിൽ പുതിയ അണക്കെട്ട് നിർമ്മിക്കണമെന്ന കേരളത്തിന്റെ പിടിവാശിയാണു പ്രശ്നം രൂക്ഷമാക്കിയത്. അണക്കെട്ടു നിലനിൽക്കുന്ന സംസ്ഥാനത്തിനു പകരം ഉടമസ്ഥാവകാശമുള്ള സംസ്ഥാനത്തിന്റെ സെല്ലിനെ ഡാമിന്റെ സുരക്ഷിതത്വചുമതല ഏൽപ്പിക്കാൻ ഡാം സേഫ്റ്റി ബില്ലിൽ വ്യവസ്ഥ ചെയ്യണമെന്നും ഗവർണർ ആവശ്യപ്പെട്ടിരിക്കുകയാണ്. മുല്ലപ്പെരിയാർ നിലപാടിൽ വീഴ്ചക്കില്ലെന്ന് കേരള നിയമസഭയും നിലപാടെടുത്തിരി ക്കുകയാണെന്നും നയപ്രഖ്യാപനപ്രസംഗത്തിൽ താൽക്കാലിക ചുമത ലയുള്ള ഗവർണർ അതാവർത്തിച്ചെന്നും അയാൾ കൂട്ടിച്ചേർത്തു.

ഇനി എന്തുചെയ്യും എന്നായിരുന്നു ചന്ദ്രമോഹന്റെ ചോദ്യം.

ഇനി ചെയ്യാനൊന്നുമില്ല... അവൾ വന്നാൽ പിന്നെ ആർക്ക് എന്തു ചെയ്യാൻ കഴിയും?...

അപ്പന്റെ മറുപടിയും ചോദ്യവും അകമുറിയിൽത്തന്നെ അലിഞ്ഞമ രുമ്പോൾ ഇനി ഉന്നയിക്കാനിരിക്കുന്ന അനേകചോദ്യങ്ങൾ കേൾക്കു കയായിരുന്നു ഡോക്ടർ മാത്യു തോമസ് വർഗീസ് പണിക്കർ.

ഇരുപത്തിയാറ്

കാടരേയും കൂട്ടി കറിയ കാട്ടിയ സാഹസങ്ങൾ വേദലിംഗത്തിന് സഹിക്കാവുന്നതിനപ്പുറമായിരുന്നു. അങ്ങു തീർത്താലോ എന്നാലോ ചിച്ചതാണ്. അക്രമം അരുതെന്ന വിലക്ക് ലംഘിച്ചാൽ ബ്രണ്ണനുണ്ടാ കാവുന്ന ഭവിഷ്യത്തുകളോർത്ത് വേദലിംഗം അടങ്ങുകയായിരുന്നു.

തിരുവിതാംകൂർ മഹാരാജാവ് പരാതിയും പ്രതിഷേധവുമായി വരുന്നു ണ്ടെന്ന് പകർപ്പനിൽനിന്ന് അറിവു കിട്ടിയ പ്രസിഡൻസി, മഹാരാജാ വിന്റെ കുറിമാനം കിട്ടും മുമ്പ് തിരുവിതാംകൂറിനുമുന്നിൽ യാതൊന്നു മറിയാത്ത മട്ടിൽ ഒരു നിർദ്ദേശം വച്ചു:

മുല്ലപ്പെരിയാറിൽനിന്ന് അറബിക്കടലിലേക്ക് വെറുതെ ഒഴുകി പ്പോകുന്ന വെള്ളം വൈഗയിലേക്ക് ഗതി തിരിച്ചുവിട്ട് മധുര, രാമനാഥ പുരം ശിവഗംഗ പ്രദേശങ്ങളിലെ വരണ്ട ഭൂമി കൃഷിയോഗ്യമാക്കാൻ അനുവദിക്കണമെന്നും അതിനുള്ള മുഴുവൻ ചെലവും പ്രസിഡൻസി

വഹിച്ചോളാമെന്നും മാത്രമല്ല എടുക്കുന്ന വെള്ളത്തിന് തക്കപ്രതിഫലം നൽകാമെന്നുമായിരുന്നു ആ നിർദ്ദേശം.

പ്രത്യക്ഷത്തിൽ സ്വീകാര്യമെന്നു തോന്നാവുന്ന ഈ നിർദ്ദേശം പ്രാവർത്തികമായാൽ പെരിയാറിലെ വെള്ളം താഴേക്ക് കിട്ടില്ലെന്നും വണ്ടിപ്പെരിയാറിയാർ മുതൽ ആലുവ വരെയുള്ള പ്രദേശങ്ങളിൽ കൃഷിക്കും കുടിക്കാനും മറ്റാവശ്യങ്ങൾക്കും ജലക്ഷാമമുണ്ടാകുമെന്നും തിരുവിതാംകൂർ തിരിച്ചറിഞ്ഞു.

മദ്രാസ് പ്രസിഡൻസിയുടെ നിർദ്ദേശങ്ങൾ നിരാകരിക്കപ്പെടുമെന്ന് പകർപ്പനിലൂടെ മുൻകൂട്ടി അറിഞ്ഞിട്ടും മുല്ലപ്പെരിയാറിൽ അവർ പണി തുടരുകയായിരുന്നു. കത്തിടപാടുകളുടെ എണ്ണം വർദ്ധിച്ചുകൊണ്ടിരുന്നു; മുല്ലപ്പെരിയാറിലെ പണിക്കു വേഗം കൂടിക്കൊണ്ടും.

ആദ്യത്തെ മൺചിറ തകർന്നപ്പോൾ കൊട്ടാരത്തിൽ ആഹ്ളാദമായിരുന്നു എന്ന് പകർപ്പൻ അറിയിച്ചു. രണ്ടാമത്തെ അണയും തകരുമെന്ന് കൊട്ടാരത്തിനുറപ്പുണ്ടായിരുന്നു. മാത്രമല്ല, അണക്കെട്ടിന് അനുമതി നൽകാൻ വിശാഖം തിരുനാൾ വിമുഖനാണെന്നും പകർപ്പൻ മദ്രാസ് പ്രസിഡൻസിയെ അറിയിക്കുകയുണ്ടായി. മൂന്നാം മണ്ണണ തകർന്നപ്പോൾ അതിനു പിന്നിൽ കാടേറി കറിയയാണെന്ന് വ്യക്തമായതായും അറിയിച്ചു.

വിശാഖം തിരുനാളിനു ശേഷം അധികാരമേറ്റ ശ്രീമൂലം തിരുനാളിൽ സമ്മർദ്ദം ചെലുത്തി കരാറൊപ്പിട്ടു കഴിഞ്ഞപ്പോൾ അണക്കെട്ടു തീരും വരെ കാടേരി കറിയയെ പുറംലോകം കാണിക്കണ്ടാ എന്നുറപ്പിച്ചു തട്ടിക്കൊണ്ടുപോവുകയായിരുന്നു.

നിയമവിധേയമായ കരാർ പ്രാവർത്തികമാക്കുന്നത് തടസ്സപ്പെടുത്തുന്നവരെ ശിക്ഷിക്കാൻ നിയമമുണ്ടെങ്കിലും തകർത്തതിനുശേഷം എന്തു ശിക്ഷ എന്നായിരുന്നു വേദലിംഗത്തിന്റെ ന്യായം. എത്ര പവിത്രമായ പൊതുതാല്പര്യത്തിനു പിന്നിലും നിഗൂഢമായ ഒന്നോ അതിലധികമോ സ്വാർത്ഥതാല്പര്യങ്ങളുണ്ടാകും.

എട്ടുപേരോടെതിർത്തു നിന്ന കറിയായുടെ തലയിൽ കാട്ടുറുമ്പിൻ കൂടു തട്ടി ശ്രദ്ധതിരിച്ച് ചതിച്ചു പിടിച്ചുകൊണ്ടുപോവുകയായിരുന്നു.

പാണ്ടിമേട്ടിലെ പണ്ടകശാലക്കുള്ളിൽ അടച്ചിട്ട് കനത്ത കാവലു മേർപ്പെടുത്തിയിട്ടും കറിയ ചാടിപ്പോകുമെന്ന് വേദലിംഗവും ബ്രണ്ണനും ഭയന്നു. ഒടുവിൽ കറിയയെ കൊന്നു കത്തിച്ചു കളയാൻ തീരുമാനിച്ചെങ്കിലും നവമണിലിംഗം തടഞ്ഞു. പിതാവിന്റെ വഴിയിലേക്ക് വരാൻ താത്പര്യമുണ്ടെന്നും കാവൽസംഘത്തിന്റെ ചുമതല ഏറ്റോളാമെന്നും അഥവാ ചാടിപ്പോവുകയാണെങ്കിൽ വധിച്ചേക്കാമെന്നും ഇളയപുത്രൻ പറഞ്ഞപ്പോൾ വേദലിംഗം ഒന്നു ശങ്കിച്ചു. അപ്പനെപ്പോലെയാകാൻ

ഒരവസരം തന്നുകൂടേ എന്ന് അവൻ വീണ്ടും കേണപ്പോൾ ബ്രബ്ബന്നനും അതിനോടു യോജിപ്പുതോന്നി. ഇളയമകന്റെ വിമുഖതയെച്ചൊല്ലി എന്നും പരിതപിച്ചിരുന്ന വേദലിംഗം ഒടുവിൽ അവന് ഒരവസരം നൽകാൻ തീരുമാനിച്ചു. എന്തെങ്കിലും പിഴവുപറ്റിയാൽ അപ്പോൾത്തന്നെ നിന്നെ കത്തിച്ചു കളയും എന്നു മകനെ ഭീഷണിപ്പെടുത്താൻ വേദലിംഗം മറന്നില്ല. എന്നാലും ശക്തരായ സഹായികളോട് പതിവിൽക്കവിഞ്ഞ ജാഗ്രത പാലിക്കാൻ ഏർപ്പാടാക്കിയിട്ടാണ് വേദലിംഗം പോയത്.

പണ്ടകശാലക്കുപുറത്ത് കാവൽപരിശോധനക്കു വരുന്ന നവമണിലിംഗത്തെ കാണുമ്പോഴൊക്കെ കറിയ സ്വന്തം മകനെ ഓർക്കും. മാത്തന്റെ ഒരു ഛായ അവനുണ്ട്. അതുകൊണ്ട് അകാരണമായൊരടുപ്പം കറിയായുടെ ഉള്ളിൽ അവനോടുണ്ടായി. എന്തിനാണ് നിങ്ങളെന്നെ സഹായിച്ചതെന്ന് ഒററയ്ക്കു കിട്ടിയ സന്ദർഭത്തിൽ നവമണിലിംഗത്തോട് കറിയ ചോദിച്ചു. എന്റെ അപ്പായെ ഒരു പാപത്തിൽ നിന്നെങ്കിലും രക്ഷിക്കാനെന്നായിരുന്നു മറുപടി. ഞാൻ കൊല്ലപ്പെടേണ്ട പാപിയാണെങ്കിലോ എന്ന് കറിയാ വീണ്ടും ചോദിച്ചപ്പോൾ, പാപികളല്ല പരിശുദ്ധരാണ് എപ്പോഴും എന്റെ അപ്പായുടെ ഇരകൾ എന്ന് നവമണിലിംഗം മറുപടി നൽകി. ഞാൻ ചാടിപ്പോയാൽ നിങ്ങളെന്നെ കൊല്ലുമോ? കറിയ ഗൗരവത്തോടെ ചോദിച്ചു. ഇല്ല. കൊല്ലാനല്ലല്ലോ ഞാൻ നിങ്ങളെ ഏറ്റത്. പകരം ഞാൻ അഗ്നിക്കിരയായേക്കും...സ്വയം സമർപ്പണത്തിന്റേതായ ആ വാക്കുകൾ മാത്തന്റേതാണെന്ന് കറിയായ്ക്കു തോന്നി.

ചാടിപ്പോകാൻ കറിയായ്ക്കുമുന്നിൽ പഴുതുകളൊന്നുമുണ്ടായിരുന്നില്ല. കാത്തുവിനെ ഓർക്കുമ്പോൾ കൊല്ലപ്പെട്ടാലും വേണ്ടില്ല തടവുചാടണമെന്നു തോന്നും. ശ്രമിക്കും. ഫലിക്കില്ല. മുല്ലപ്പെരിയാർ മനസ്സിൽ തള്ളുമ്പോൾ എല്ലാ പ്രതിരോധങ്ങളും തകർക്കാൻ നോക്കും. കഴിയില്ല. മാത്തനെക്കുറിച്ച് ചിന്തിക്കുമ്പോഴും ചാടിപ്പോകാൻ ഏതെങ്കിലുമൊരു വഴി നോക്കുമെങ്കിലും കാണില്ല. നടത്താനും കുളിക്കാനും മാത്രമല്ല പ്രാഥമികാവശ്യങ്ങൾക്ക് കൊണ്ടുപോകുന്നതുപോലും ചങ്ങലക്കിട്ടാണ്. ശ്രമിച്ചാലും രക്ഷപ്പെടില്ലെന്ന് ഉറപ്പായിരുന്നു.

രക്ഷപ്പെടാൻ ശ്രമിച്ചാൽ സ്വയം വധിക്കപ്പെടുമെന്നതിനേക്കാൾ നവമണിലിംഗം അഗ്നിക്കിരയാകുമെന്ന് ഭയന്നിരുന്നോയെന്ന് കറിയായ്ക്ക് തിട്ടമില്ല. ഏതായാലും അങ്ങനെ കഴിഞ്ഞു ഏകദേശം ഒൻപതു വർഷങ്ങൾ.

ഒരുനാൾ നവമണിലിംഗം പണ്ടകശാലയ്ക്കുള്ളിൽ കടന്നുവന്നു പറഞ്ഞു ഇന്നലെ അപ്പാ വന്നിരുന്നു; മേൽമൂടിക്കുള്ളിലൂടെ നിങ്ങളെ കണ്ടു. സന്തുഷ്ടനായി. സമർത്ഥൻ എന്ന് എന്നെ പ്രശംസിക്കുകയും ജീവിതത്തിലാദ്യമായി എന്റെ കഴിവിനെയും ജാഗ്രതയെയും പുകഴ്ത്തുകയും ചെയ്തു. ഡാമിന്റെ പണി പൂർത്തിയായെന്നും ഒരാഴ്ചക്കുള്ളിൽ

ഗവർണർ ഉദ്ഘാടനം ചെയ്യുകയാണെന്നും ഒരുക്കങ്ങൾക്കായി ഉടനെ പോവുകയാണെന്നും പറഞ്ഞു. നിങ്ങളെ വധിക്കുകയോ വിട്ടയയ്ക്കുകയോ ഏതാണ് യുക്തമെന്ന് വച്ചാൽ അതുപോലെ ചെയ്തോളാൻ എന്നെ അനുവദിച്ചിട്ടുണ്ട്.

ഒന്നുനിർത്തി ക്ഷമാപണംപോലെയായി നവമണിലിംഗത്തിന്റെ പിന്നീടുള്ള വാക്കുകൾ:

എന്തെങ്കിലുമൊക്കെ ചെയ്യേണ്ട ഒൻപതുവർഷങ്ങൾ നിങ്ങളിവിടെ ഹോമിച്ചു.അതിനും ഇവിടുണ്ടായ അസൗകര്യങ്ങൾക്കും മാപ്പ്...

സ്വതന്ത്രനായി പുറത്തേക്കിറങ്ങുമ്പോൾ തികച്ചും ശാന്തനും സൗമ്യനുമായ നവമണിലിംഗം പെട്ടെന്ന്, വളരെ പെട്ടെന്ന്, രൗദ്രഭാവംപൂണ്ട് ശപഥം ചെയ്യുന്നതുകേട്ട് കറിയാ ഞെട്ടി:

എന്നെങ്കിലുമൊരുനാൾ സമർത്ഥനെന്ന് അപ്പായുടെ നാവുകൊണ്ട് പറയിച്ചശേഷം ആ നരാധമനെ കൊല്ലാൻ കാത്തിരിക്കുകയായിരുന്നു ഞാൻ. നിങ്ങൾ വീട്ടിലെത്തുന്നതിനുമുമ്പ് ഞാൻ അയാളെ വധിച്ചിരിക്കും.

ഇരുപത്തിയേഴ്

വേടരിൽ നിന്നുള്ള വിവരങ്ങളുടെ അടിസ്ഥാനത്തിൽ കാടരും സജ്ജീകരണങ്ങളുമായി പാണ്ടിമേട്ടിലെത്തിയ മാത്തനെ മുത്തിക്കുന്നിലെ ചിന്ന വീട്ടിലേക്കു നയിച്ചുകൊണ്ട് നവമണിലിംഗം പറഞ്ഞു:

എന്റെ അപ്പായെ വധിക്കാൻ എന്നേക്കാളും അർഹൻ നിങ്ങൾ തന്നെ. പക്ഷെ ആ അന്ത്യം എനിക്കു നേരിട്ടു കാണണം.

നവമണിലിംഗത്തിന് സ്വന്തം പിതാവിനോട് ഇത്രയ്ക്ക് പക തോന്നാനുള്ള കാരണമെന്തെന്ന് മാത്തൻ ചികഞ്ഞെടുത്തു.

വേദലിംഗത്തിന്റെ മകനാണെങ്കിലും നവമണിലിംഗത്തിന്റെ അമ്മ പരമസാത്വികനും ധനാഢ്യനുമായിരുന്ന വൈരമുത്തുവിന്റെ മകളായ മനോന്മണിയായിരുന്നു. ദുരൂഹസാഹചര്യത്തിൽ വൈരമുത്തു കൊല്ലപ്പെടുമ്പോൾ മനോന്മണി പതിനാറു കഴിയാത്ത കിളന്തു പെൺകുട്ടിയായിരുന്നു. കന്യകാത്വവും അളവറ്റ ധനവും മോഹിച്ച് വേദലിംഗം അവളെ കെട്ടി. ഗർഭിണിയായതോടെ അവളിലുള്ള താല്പര്യം കുറഞ്ഞു. നവമണിലിംഗം പിറന്നതോടെ അവളെ തീർത്തും അവഗണിച്ചു. പാണ്ടിമേട്ടിൽ അവൾ ശരിക്കും ഒരടിമയായിരുന്നു. അഞ്ചാം വയസ്സുമുതൽ അമ്മ അനുഭവിച്ച പീഡനങ്ങൾ നവമണിലിംഗത്തിന് ഓർമ്മയുണ്ട്. അവളെയങ്ങ് സൂത്രത്തിൽ തീർക്കാൻ നിനക്കാവുന്നില്ലേ; അതിനും ഞാൻ വേണോ എന്ന് വേശാമണിയോട് ഒരിക്കൽ വേദലിംഗം ചോദിക്കുന്നതു നവമണിലിംഗം കേട്ടിട്ടുണ്ട്.

നവമണിലിംഗത്തിന് എട്ടുവയസ്സായപ്പോഴാണ് ഒരിക്കലും മറക്കാനാവാത്ത ആ കാഴ്ച കണ്ടത്- നാഗലിംഗം, വിശ്വലിംഗം, വൈദ്യലിംഗം എന്നിവർ അമ്മയെ പകുത്തെടുത്തശേഷം ചണ്ടി ഉപേക്ഷിച്ച് പുറത്തേക്കു പോകുന്നു. കുട്ടിയായ നവമണിലിംഗത്തിന് ശബ്ദിക്കാൻ കഴിഞ്ഞില്ല. അമ്മയുടെ അരികിലേക്കു പോകാൻ ശ്രമിക്കുമ്പോൾ വേദലിംഗവും വേശാമണിയും കൂടി അകത്തേക്ക് വന്നു. ഇതിവിടിട്ടിട്ടാണോ അവന്മാർ പോയത് എന്നു പറഞ്ഞുകൊണ്ട് നിർദ്ദയം അമ്മയുടെ കാലിൽ പിടിച്ചു രണ്ടുപേരും ചേർന്ന് പുറത്തേക്കു വലിച്ചുകൊണ്ടുപോകുന്നത് കണ്ടു. അപ്പോഴും അമ്മ ഞരങ്ങുകയായിരുന്നു. ഭയംകൊണ്ട് നാവിറങ്ങിപ്പോയ നവമണിലിംഗം ഭയാനകമായ ആ കാഴ്ചയും കണ്ടു. അകത്തളത്തിലെ വലിയ വട്ടകയിൽ തിളച്ചുകൊണ്ടിരിക്കുന്ന എണ്ണയിലേക്ക് അമ്മയെ പതിയെ താഴ്ത്തുന്നു. എണ്ണയ്ക്കൊപ്പം ഒരുനിമിഷം അമ്മയും പൊന്തി വന്ന് അലറി വിളിച്ചു.

എന്തു ചെയ്യണമെന്നറിയാതെ അന്നു മുഴുവൻ അകമുറിയിൽ ഭയന്ന് ഒളിച്ചിരുന്ന നവമണിലിംഗം പുലർച്ചെ പുറത്തിറങ്ങിയപ്പോൾ വേദലിംഗം വേശാമണിയോട് പറയുന്നതു കേട്ടു:

ആ നശിച്ച ചെറുക്കനെ കാണുന്നില്ലല്ലോ, അവൻ ചാടിപ്പോകാതെ നോക്കണം. അവകാശികളുടെ തർക്കത്തിനുമുന്നിൽ നമുക്കുയർത്തിക്കാട്ടാൻ അവനെ ഉള്ളു. അല്ലെങ്കിൽ അവനേയും അങ്ങു തീർക്കാമായിരുന്നു.

അമ്മയുടെ കുടുംബത്തിൽ നടന്നുവന്നിരുന്ന സ്വത്തുതർക്കത്തെപ്പറ്റി നവമണിലിംഗം കേട്ടിട്ടുണ്ട്. അളവറ്റ ധനമായതിനാൽ താവഴിയിലെ എണ്ണമറ്റ ബന്ധുക്കൾ അതിന്മേൽ അവകാശം ഉന്നയിച്ചിരുന്നു. തർക്കം തീർത്ത് അതെല്ലാം ഇങ്ങു കിട്ടുംവരെ അവൻ സുരക്ഷിതനായിരിക്കണമെന്ന് ഏർപ്പാടുചെയ്തശേഷമാണ് വേദലിംഗം അടുത്ത ഇര തേടിയിറങ്ങിയത്.

സ്വത്തുതർക്കം തീരല്ലേ എന്നു പ്രാർത്ഥിച്ചും അമ്മയെക്കുറിച്ചോർത്ത് വിങ്ങിയും ഭയന്നുവിറച്ച് മുകൾമുറിയിലിരിക്കുകയായിരുന്ന നവമണിലിംഗത്തെ തേടിവന്ന വേശാമണി സ്നേഹം നടിച്ചു പറഞ്ഞത് ഇപ്പോഴും ഓർമ്മയുണ്ട്, നമ്മളെയെല്ലാം വിട്ട് നിന്റെ അമ്മ ചരക്കെടുക്കാൻ വരുന്ന ആണ്ടിച്ചാമിയുടെ കൂടെ ഒളിച്ചോടിപ്പോയി. അവള് പോകട്ട്, നിനക്ക് അമ്മയായി ഞാനുണ്ട്.

വേശാമണിയോടൊപ്പം പടിയിറങ്ങി വരുമ്പോൾ കണ്ടു, അമ്മയെ പൊരിച്ച അകത്തളത്തിലെ വലിയ വട്ടകയുടെ സ്ഥാനത്ത് കർപ്പൂരം കലർന്ന ഉമി പുകയുന്നു. അതിനുള്ളിൽ എന്റെ അമ്മയുണ്ടെന്നുള്ള വിവരം അവർക്കറിയില്ലല്ലോ.

അടക്കിവച്ചിട്ടും അവരിൽനിന്ന് അറിയാതെ തികട്ടിവരുന്ന അവഗണനയും നിന്ദയും സഹിച്ച് വർഷങ്ങളോളം കാത്തിരുന്നത് ഈ കാഴ്ച

കാണാനായിരുന്നു എന്നു പറഞ്ഞുകൊണ്ടാണ് കാടർക്കിടയിൽ നിന്ന് നവമണിലിംഗം പുറത്തുവന്നത്. അതൊരു ഗാഢബന്ധത്തിന്റെ തുടക്കം കൂടിയായിരുന്നു.

കുടുംബചരിത്രത്തിൽ അതേപ്പറ്റിയുള്ള പരാമർശം ഡോക്ടർ മാത്യു തോമസ് വർഗീസ് പണിക്കർക്ക് അച്ചൻ പ്രത്യേകം വായിച്ചു കൊടുത്തു:

പിതാവിന്റെ മരണശേഷം കൃഷി ഉൾപ്പടെ വാക്കാട്ടെ എല്ലാററിന്റെയും ചുമതല ഏറ്റെടുത്ത വർഗീസ് മാത്യു തോമസ് പണിക്കർക്ക് പാണ്ടിനാട്ടിൽപ്പോലും ഗാഢസൗഹൃദങ്ങളുണ്ടാക്കാൻ കഴിഞ്ഞു.

ഇരുപത്തിയെട്ട്

നിരാശാജനകമായിരുന്നു ആ വാർത്ത. മുല്ലപ്പെരിയാർ അണക്കെട്ടിലെ ജലനിരപ്പ് 120 അടിയാക്കി കുറയ്ക്കണമെന്ന കേരളത്തിന്റെ ആവശ്യം സുപ്രീംകോടതി നിയോഗിച്ച ഉന്നതാധികാരസമിതി അംഗീകരിച്ചില്ല.

അതുപറയുമ്പോൾ ചന്ദ്രമോഹനന്റെ ശബ്ദം ഇടറിയിരുന്നു.

മുല്ലപ്പെരിയാർ മേഖലയിലുണ്ടായ തുടർച്ചയായുള്ള ഭൂചലനങ്ങളുടെയും മഴയുടെയും പശ്ചാത്തലത്തിൽ ജലനിരപ്പ് 120 അടിയാക്കി കുറയ്ക്കണമെന്നായിരുന്നു കേരളം ആവശ്യപ്പെട്ടത്. എന്നാൽ, ജലനിരപ്പ് 136 അടിയായി നിലനിർത്തണമെന്ന സുപ്രീംകോടതി ഉത്തരവിന് മാറ്റമുണ്ടായില്ലെന്ന് അയാൾ പറഞ്ഞു.

അവളുടെ ഭാഗ്യം...

അതായിരുന്നു അപ്പന്റെ പ്രതികരണം.

ക്ളേശിക്കാതെ വരാനായിരിക്കും അവളുടെ യോഗം...

ഇരുപത്തിയൊമ്പത്

അപ്പന്റെ കടം പൂർണ്ണമായും വീട്ടി. എന്നാൽ മകൻ സ്വന്തം കടങ്ങൾ പിന്നെയും ബാക്കിവച്ചിരിക്കുന്നുവെന്ന് ശിവപ്പ പറഞ്ഞപ്പോൾ അതിന്റെ പൊരുൾ മനസ്സിലായില്ല. മിഴിച്ചിരുന്ന മാത്തനോട് തുടർന്ന് അധികാരത്തോടെ ശിവപ്പ ആജ്ഞാപിക്കുകയായിരുന്നു:

ഇക്കണ്ട സ്വത്തുവകകളൊക്കെ അനുഭവിച്ച് വാക്കാടിന്റെ പൈതൃകം നിലനിർത്താൻ സന്തതികൾ വേണം.

ശിവപ്പയുടെ ആജ്ഞ മാത്തൻ അനുസരിച്ചു. അതേപ്പറ്റിയും കുടുംബചരിത്രത്തിലുണ്ട്:

1905 ൽ പൂഞ്ഞാറിലെ തട്ടേൽ തര്യതിന്റെ മകൾ ഏലിക്കുട്ടിയെ വർഗീസ് മാത്യു തോമസ് പണിക്കർ വിവാഹം കഴിച്ചു. അത്യാഡംബര പൂർണ്ണമായി നടന്ന ആ വിവാഹത്തിൽ സാമൂഹിക- രാഷ്ട്രീയ-സമുദായ നേതാക്കളും വൈദികശ്രേഷ്ഠരും പാണ്ടിനാട്ടിൽ നിന്നുവരെയുള്ള പ്രമുഖരും പങ്കെടുത്തു.

വിവാഹത്തിനുമുമ്പുള്ള പത്തുവർഷം മാത്തന്റെ വിളയാട്ടമായിരുന്നു. സഹ്യപർവതത്തിനപ്പുറത്തുനിന്ന് അനുചരന്മാരോടു കൂടി നവമണിലിംഗം വന്നതുമുതൽ അതു തുടങ്ങിയിരുന്നു. നിരവധി സമ്മാനങ്ങൾക്കൊപ്പം പ്രത്യേകരീതിയിലുള്ള മൂന്ന് കാഞ്ഞിരപ്പെട്ടികളും നാല് ഇരുമ്പുപെട്ടികളും അയാൾ കൊണ്ടുവന്നിരുന്നു. വേദലിംഗം നിധിയായി സൂക്ഷിച്ചിരുന്നതാണ് കാഞ്ഞിരപ്പെട്ടികൾ. കയ്പായതിനാൽ കാഞ്ഞിരപ്പെട്ടികളിൽ ചിതലരിക്കില്ല. തുരുമ്പെടുക്കാത്ത ചായംതേച്ചതായിരുന്നു ഇരുമ്പുപെട്ടികൾ. ഇതു നിറയെ രേഖകളാണ്. അതിൽ നിങ്ങളുടെ പിതാവിനേയും തിരുവിതാംകൂറിനെയും സംബന്ധിച്ചവ കണ്ടപ്പോൾ ഇവിടെ തരണമെന്നു തോന്നി എന്ന മുഖവുരയോടെയാണ് നവമണിലിംഗം ആരംഭിച്ചത്.

പിതാവിന്റെയും രണ്ടാനമ്മയുടെയും സഹോദരങ്ങളുടെയും ഉന്മൂലനത്തിനുശേഷം വേദലിംഗത്തിന്റെ സാമ്രാജ്യം അരിച്ചുപെറുക്കിയ നവമണിലിംഗത്തിന് പണത്തിനും പണ്ടത്തിനുമൊപ്പം ഒട്ടേറെ രേഖകളും കിട്ടി. യഥാർത്ഥത്തിൽ ഭൂമിയുടെ രേഖകൾ തേടിയാണ് അയാൾ പരതിയത്. പാണ്ടിമേടിനു പുറമെ മധുര, രാമനാഥപുരം, ശിവഗംഗ ഭാഗങ്ങളിലെ ഒട്ടേറെപ്പേരുടെ ഭൂമിയും ആധാരങ്ങളും വട്ടിപ്പലിശയുടെ മുടക്കത്തിന്റെ പേരിൽ ഭീഷണിപ്പെടുത്തിയും തട്ടിപ്പറിച്ചും വേദലിംഗം കൈവശപ്പെടുത്തിരുന്നതായി നവമണിലിംഗത്തിന് അറിയാമായിരുന്നു.

അയാൾ പറഞ്ഞു:

അവകാശികൾക്ക് അതു തിരിച്ചുകൊടുക്കണം. ന്യായമായതു മാത്രം കൈവശം വയ്ക്കണം. അങ്ങനെ പെട്ടികളിൽ പരതുന്നതിനിടയിലാണ് ഈ രേഖകൾ കണ്ടെത്തുന്നത്. തമിഴിലുള്ളവ വായിച്ചപ്പോൾ കാര്യം പിടികിട്ടി.ഒപ്പമുണ്ടായിരുന്ന മലയാളത്തിലും ഇംഗ്ളീഷിലുമുള്ള രേഖകൾക്കും ഇതുമായി ബന്ധം കാണുമെന്ന് തോന്നുന്നു. അതുപോലെ ഇഷ്ടദാനം കിട്ടിയ ബ്രണ്ണന്റെ ജംഗമങ്ങളിൽപ്പെട്ട ഇരുമ്പുപെട്ടികളിലെ ആധാരങ്ങൾ മാത്രമെടുത്തു.മറ്റുള്ള രേഖകൾ കൊണ്ടുവന്നിട്ടുണ്ട്. അവയ്ക്കും ഇതേ സ്വഭാവമാണ്.

രേഖകളടങ്ങിയ പെട്ടികൾ ബഹുഭാഷാപണ്ഡിതൻ കൂടിയായ ശിവപ്പയെ ഏൽപ്പിച്ചശേഷം സൗഹൃദസംഭാഷണത്തിലേക്കു കടന്നപ്പോൾ നവമണിലിംഗം മാത്തന്റെ കൈയിൽതൊട്ടു.

എനിക്കുള്ളതെല്ലാം നമുക്കൊരുമിച്ച് അനുഭവിക്കാം. പാണ്ടിമേട്ടിലേക്ക് വരണം. ഇഷ്ടമുള്ള ഭൂമിയെടുത്ത് കൃഷി ചെയ്യാം.

മാത്തൻ ചിരിച്ചു:

ആവശ്യത്തിലേറെ ഭൂമി എനിക്കിവിടുണ്ട്. ഇനിയും കൃഷിയാരംഭിക്കാത്തവ ഉൾപ്പടെ.

സഹോദരാ ഞാൻ നിങ്ങൾക്കുവേണ്ടി മറ്റെന്തു ചെയ്യണം? എന്തു പറഞ്ഞാലും ഞാൻ അനുസരിക്കാം.

വികാരഭരിതനായി നവമണിലിംഗം അതു പറഞ്ഞപ്പോൾ അവശേഷിച്ച കടത്തിന്റെ ബാധ്യത മാത്തൻ ഓർത്തു.

ബ്രണ്ണൻ സായിപ്പിനെ കണ്ടെത്തണം.എന്റെ അപ്പന്റെ പേരിലുള്ള ഒരു കടം കൂടി അവശേഷിക്കുന്നു.

നവമണിലിംഗം അതേറ്റു.

ഒരാഴ്ചയോളം വണ്ടിപ്പെരിയാറിൽത്തങ്ങിയ നവമണിലിംഗം പ്രധാനമായും സംസാരിച്ചത് മുല്ലപ്പെരിയാറിലെ വെള്ളം വൈഗയിലൂടെ പാണ്ടിനാട്ടിലെത്തിയതിനെപ്പറ്റിയാണ്. കൈവഴികൾ കെട്ടി കാത്തിരുന്നവരുടെ അരികിലേക്ക് വെള്ളം ചെന്നു. വരണ്ട ഭൂമി നനഞ്ഞു. തിരുട്ടുഗ്രാമങ്ങൾ കൃഷിക്കളങ്ങളായി. കട്ടെടുത്തും തട്ടിപ്പറിച്ചും അപ്പൻ കൈവശം വച്ചിരുന്ന ഭൂമികളെല്ലാം യഥാർത്ഥ അവകാശികൾക്കു തിരിച്ചു നൽകിയതിനാൽ അവരും കൃഷി തുടങ്ങി. പുതുവെള്ളത്തിന്റെ വരവോടെ മാറ്റങ്ങൾ മധുരവരെയെത്തി.

തിരിച്ചുപോകുമ്പോൾ അയാൾ ചോദിച്ചു.

ബ്രണ്ണന്റെ കടം ഞാൻ വീട്ടണോ? അതോ വരുമോ?

മാത്തന് സംശയമില്ലായിരുന്നു:

എന്റെ അപ്പന്റെ കടം ഞാൻ തന്നെ വീട്ടും.

എന്നാൽ ഒരുമാസത്തിനകം അങ്ങോട്ടു വരാൻ ഒരുങ്ങിക്കോളൂ.

മുപ്പത്

ഒരുമാസം തികച്ച് വേണ്ടിവന്നില്ല. പോയതിന്റെ ഇരുപത്തിമൂന്നാംനാളിൽ നവമണിലിംഗത്തിന്റെ ദൂതനെത്തി. അയാൾ നയിച്ചത് ശ്രീവല്ലിപുത്തൂരിലെ അയ്യാത്തെരുവിലേക്കായിരുന്നു. അവിടെ പെരിയാത്ത് എന്ന വിശ്രമസങ്കേതത്തിൽ നവമണിലിംഗം കാത്തിരിക്കുകയായിരുന്നു.

സ്ഥിരസങ്കേതമായ മരതകത്തിന്റെ നൃത്തശാലയിൽ ബ്രണ്ണനുണ്ട്. അയാളെക്കൊണ്ട് അവൾ മടുത്തിരിക്കുന്നു.വഴങ്ങാതെ നിവൃത്തിയില്ലാത്തതിനാൽ സഹിക്കുകയാണ്. ബ്രണ്ണനെ പൊക്കാനുള്ള എല്ലാ

ക്രമീകരണങ്ങളും ചെയ്തു കഴിഞ്ഞു. എന്നാൽ അയാളെ വലയിലാക്കിത്തരുന്ന ബുദ്ധിമതിയായ മരതകം പറയുന്നു, ദൊരയെ തട്ടുന്നത് കരുതലോടെയും കൗശലത്തോടെയുമാവണമെന്ന്. കമ്പനിയുടെ ആളായതുകൊണ്ട് വെള്ളക്കാർ അടങ്ങിയിരിക്കില്ല. അക്രമി ആരായാലും അവന്റെ ഉറവിടം വരെ അവരെത്തും.

മാത്തൻ ചിന്താകുലനായപ്പോൾ നവമണിലിംഗം പറഞ്ഞു:

അതിനുള്ള ഉപായവും അവൾ കാട്ടിത്തന്നിട്ടുണ്ട്. എലികളാണ് ബ്രണ്ണന്റെ ഏറ്റവും വലിയ ശത്രുക്കൾ. എലിയെ എവിടെ കണ്ടാലും കൊല്ലാതെ വിടില്ല അയാൾ. ശ്രീവല്ലിപുത്തൂരിൽ ഏറ്റവും കൂടുതൽ എലികളുള്ള മൂന്നാം തെരുവിൽ ഒരു എലിക്കുണ്ട് തന്നെയുണ്ട്. ഇടയ്ക്കിടെയുള്ള ഇവിടുത്തെ സന്ദർശനവേളകളിൽ എലിക്കുണ്ടിൽ അയാൾ തീയിടും. അവിടെ കെണിയൊരുക്കുന്നതാവും ഉചിതം.

ആശയം മാത്തന് ബോധിച്ചെന്ന് ബോധ്യമായതിന്റെ ഉത്സാഹത്തിൽ നവമണിലിംഗം പുറത്തേക്കിറങ്ങാൻ തുടങ്ങിയപ്പോൾ മാത്തൻ ചോദിച്ചു.

അരിപ്പൊടിയും വെണ്ണയും ഇവിടെ കിട്ടുമോ?

എന്തും കിട്ടുമെന്ന് പറഞ്ഞ നവമണിലിംഗം നിമിഷങ്ങൾക്കുള്ളിൽ അവ സംഘടിപ്പിച്ചു കൊടുത്തു.

അരിപ്പൊടിയിൽ വെണ്ണകുഴച്ച് ഉരുളകളാക്കിക്കൊണ്ട് മാത്തൻ നവമണിലിംഗത്തെ യാത്രയാക്കി.

ഏകദേശം ഒരുനാഴികയ്ക്കുള്ളിൽ ദൂതൻ വന്ന് മൂന്നാം തെരുവിലേക്ക് മാത്തനെ നയിച്ചു.

തീപ്പന്തത്തിന്റെ വെളിച്ചത്തിൽ അവിടെ കണ്ട കാഴ്ച ഭീകരമായിരുന്നു. എണ്ണിയാലൊടുങ്ങാത്ത എലികളിരമ്പുന്ന എലിക്കുണ്ടിലേക്ക് ബ്രണ്ണനെ തലകുത്തനെ തൂക്കി അയാളുടെ കാലുകളിൽ പിടിച്ചു നിൽക്കുകയാണ് രണ്ടു മല്ലന്മാർ. ബ്രണ്ണന്റെ ഭീതിദമായ അലർച്ച എലിക്കുണ്ടിൽ മാറ്റൊലി കൊള്ളുന്നു.

മാത്തന് തൃപ്തിയായില്ല.

കണക്കു പറയാതെ എന്തു കടം വീട്ടൽ?

അതു കേൾക്കാത്ത താമസം നവമണിലിംഗം മല്ലന്മാർക്ക് ആജ്ഞ കൊടുത്തു. അവർ ബ്രണ്ണനെ പൊക്കി കരയ്ക്കിട്ടു. അപ്പോഴേക്കും അയാളുടെ മട്ടുമാറി.

സൂര്യനസ്തമിക്കാത്ത ബ്രിട്ടന്റെ പ്രജയെ തൊട്ടുകളിക്കാൻ ആർക്കാണ് ധൈര്യം?

അയാൾ അത് പറഞ്ഞു തീർന്നില്ല. അതിനു മുമ്പേ കയ്യിൽ കരുതിയിരുന്ന ഉരുളകൾ ബ്രണ്ണന്റെ വായിൽ കുത്തിത്തിരുകി മുന്നോട്ടു നീങ്ങി നിന്ന് പന്തം സ്വന്തം മുഖത്തിനു നേരെ പിടിച്ചു മാത്തൻ:

വേദലിംഗവുമായി ചേർന്ന് നീ ഒരുപാട് ദ്രോഹിച്ച കാടേറി കറിയയുടെ മകനാണ് ഞാൻ. മാത്തൻ. മലമാത്തൻ. എലികൾക്ക് ഏറ്റവും പ്രിയപ്പെട്ട അരിപ്പൊടിയും വെണ്ണയുമാണ് ഞാൻ നിന്റെ വായിൽ തിരുകിയത്. ഇത് നുണഞ്ഞു നുണഞ്ഞ് നീ ഏറ്റവും ഭയപ്പെടുന്ന എലികൾ നിന്റെ ഉള്ളിലേക്ക് തന്നെ കയറിപ്പോകും. എന്റെ അപ്പൻ അതു കാണട്ടെ...

അവശേഷിച്ചിരുന്ന ഉരുളകൾകൂടി ബ്രണ്ണന്റെ ചെവികളിലും കണ്ണുകളിലും മൂക്കിലും തിരുകി മാത്തൻ.

ശബ്ദിക്കാൻപോലുമാവാതെ ഭയന്നുവിറച്ച ബ്രണ്ണനെ താഴേക്കു താഴ്ത്തുമ്പോൾ എലികളുടെ ആർത്തിപൂണ്ട ഇരമ്പലും ഒരുപിടച്ചിലും തുടർന്ന് വികലവും വിടവുകളില്ലാത്തതുമായ ഒരു നിലവിളിയും എലിക്കുണ്ടിൽ ഒന്നുയർന്ന് പിന്നെ അമർന്നടങ്ങുന്നത് മാത്തൻ കേട്ടു.

പുലർച്ചെ ഗണപതി കോവിലിൽ ദർശനം കഴിഞ്ഞ് പെരിയാത്തിനു മുന്നിലൂടെ പോയ സ്ത്രീകൾ എതിരെ വരുന്നവരോട് പറയുന്നതു കേട്ടു:

മഹാഗണപതേ, എന്തതിശയം! ഗണപതിവാഹനമായ എലികളെ പന്തമെറിഞ്ഞ് ചുട്ടുകൊല്ലുന്ന ആ ദൊരെ അതാ എലിക്കുണ്ടിൽ ചത്തു കിടക്കുന്നു... രാത്രിയിൽ പന്തമെറിയാൻ ചെന്നപ്പോൾ കാൽതെറ്റി എലിക്കുണ്ടിൽ വീണെന്നാ പറയുന്നത്...

കൂട്ടത്തിലുണ്ടായിരുന്ന ഒരു സ്ത്രീ പിന്നോട്ടുനോക്കി ചിരിക്കുന്നത് ചൂണ്ടി നവമണിലിംഗം മാത്തനോട് പറഞ്ഞു.

അവളാണ് മരതകത്തിന്റെ മകൾ പവിഴം. എന്റെ വധു.

മുപ്പത്തിയൊന്ന്

വേദലിംഗത്തെ ഭയന്ന് ആറുവർഷമായി ഒളിപ്പിച്ചുവച്ചിരുന്ന പവിഴത്തെ ബ്രണ്ണന്റെ മരണം ഉറപ്പാക്കിയശേഷമാണ് മരതകം പുറത്തുവിട്ടത്.

ഭരതനാട്യത്തിന്റെ ഗുരുകുലമായ ശ്രീവല്ലിപുത്തൂരിലെ നാട്യവാസലിൽ പണം കടം കൊടുത്തുകൊണ്ടാണ് വേദലിംഗം പിടിമുറുക്കിയത്.

പ്രതിഫലം പറ്റാതെ ഗുരുകുലസമ്പ്രദായത്തിൽ നടനം അഭ്യസിപ്പിച്ചിരുന്ന ഗുരു വള്ളിവാസന്റെ ഏകമകളാണ് മരതകം. വേദലിംഗത്തിൽനിന്ന് കടംവാങ്ങി വീട്ടാനാകാതെ കഴുത്തറ്റം മുങ്ങിനിന്നപ്പോൾ കടം വസൂലാക്കാൻ അരുതാത്ത വഴികൾ അയാൾ നിർദ്ദേശിച്ചു. അതിനു വഴങ്ങാൻ വിസമ്മതിച്ച ഗുരു മറ്റുമാർഗങ്ങളില്ലാതെ ഗണപതി കോവിലിലെ പെരുങ്കുളത്തിലേക്കിറങ്ങി.വേദലിംഗത്തിന്റെ കടക്കയത്തിലേക്കു തന്നെതാണു.

ഗുരുവിന്റെ ശവം പൊന്തിയതിന്റെ മൂന്നാംനാൾ വേദലിംഗം നടനവാസലിലെത്തി. അപ്പന്റെ കടംവീട്ടാൻ മകൾക്ക് ബാധ്യതയുണ്ട്; മുതൽ

അങ്ങനെതന്നെ നിൽക്കട്ടെ പലിശ ഇങ്ങനെ തവണകളായി ഈടാക്കി ക്കൊള്ളാമെന്നായിരുന്നു വേദലിംഗത്തിന്റെ നിലപാട്.

എതിർക്കാൻ ശ്രമിച്ച വാസൽമണി എന്ന പ്രസിദ്ധ നർത്തകനെ ഒതുക്കി പെരുങ്കുളത്തിൽ തള്ളി വീണ്ടും വന്നപ്പോഴും വേദലിംഗത്തിന്റെ മുന്നിൽ മരതകം ചെറുത്തുനിന്നു. അധികാരികളായ വെള്ളക്കാരുടെ പോലും പിന്തുണയുണ്ടായിരുന്നതിനാൽ വേദലിംഗത്തിന്റെ വിളയാട്ടം ചെറുക്കാൻ ഗ്രാമത്തിൽ ഒരാൾപോലും തയ്യാറായില്ല. എന്നിട്ടും എതിർത്തുനിന്ന മരതകത്തിന്റെ മുന്നിൽ നാലുവയസ്സുകാരിയായ മകൾ പവിഴത്തെ എടുത്തുയർത്തി, വിശന്നു പൊരിഞ്ഞാൽ പാകമാകാത്ത പഴവും ചിലപ്പോൾ ഭക്ഷിച്ചുപോകുമെന്ന് വേദലിംഗം പറഞ്ഞു.

ചത്തുമലച്ച മകളുടെ ഇളംതുടകളിലൂടെ ഒഴുകിപ്പടർന്ന ചോരപ്പാ ടുകളിൽ തടവി നാളെ നീ അലമുറയിടുന്നതു ഗ്രാമം കാണുമെന്നുള്ള ഭീഷണിക്കു മുന്നിൽ വഴങ്ങിയ മരതകം മനസ്സൊഴികെ മറ്റെല്ലാം പലി ശയായി നൽകുകയായിരുന്നു. വേദലിംഗം മാത്രമല്ല, ക്രമേണ ബ്രണ്ണനുൾപ്പടെയുള്ള അയാളുടെ ഗൂഢസംഘം വർഷങ്ങളോളം അവിടം ഇടത്താവളമാക്കി.

പവിഴത്തിന്റെ തെരണ്ടുകല്യാണത്തിന് സമ്മാനമായി അവളോളം മുഴുത്ത മുത്തുമാലയുമായി വന്ന വേദലിംഗം യാതൊരു മടിയുമില്ലാതെ ആവശ്യപ്പെടുകയായിരുന്നു:

ഇവളെ എനിക്കു മാത്രമായി മാറ്റിവയ്ക്കണം. ഇന്നേയ്ക്ക് എട്ടാം നാൾ ഞാൻവരും.

ഏഴുനാൾ നീളുന്ന ആചാരക്കുളിപോലും മുടക്കി പവിഴത്തെ അന്നൊ ളിപ്പിച്ചതാണ് മരതകം.

നട്ടുവം നാഗരാജന്റെ അടക്കലത്തുള്ള വീട്ടിൽ ആരുമറിയാതെ പവിഴം വളരുമ്പോൾ വേദലിംഗത്തോടു മരതകം നുണ പറഞ്ഞു: പുകഞ്ഞ കൊള്ളി പുറത്ത്. ആചാരക്കുളിപോലും മുടക്കി അവളേതോ പൂക്കാര നോടൊപ്പം ഒളിച്ചോടി.

വേദലിംഗം അത് പൂർണ്ണമായും വിശ്വസിച്ചില്ല. പവിഴത്തെ തിരയാൻ അനുചരന്മാരെ നിയോഗിച്ചെങ്കിലും ഫലമുണ്ടായില്ല.

സ്വന്തം വീട്ടിൽ ഒറ്റപ്പെട്ട നവമണിലിംഗത്തിന്റെ അഭയകേന്ദ്രങ്ങളി ലൊന്നായിരുന്നു നട്ടുവം നാഗരാജന്റെ അടയ്ക്കലത്തെ വീട്. അവിടെ വച്ച് കാണുകയും പരിചയപ്പെടുകയും അടുക്കുകയും ചെയ്ത പവിഴ ത്തിന്റെ യഥാർത്ഥ സംരക്ഷകൻ, അവളെ നാടുനീളെ തിരഞ്ഞു നടന്നി രുന്ന വേദലിംഗത്തിന്റെ മകൻ നവമണിലിംഗം തന്നെയായിരുന്നു. വേദ ലിംഗത്തിന്റെ അന്ത്യത്തിനുശേഷം പവിഴത്തെയും കൂട്ടി ശ്രീവല്ലിപുത്തൂ രിലെത്തിയ നവമണിലിംഗം അവളെ മരതകത്തെ ഏല്പിച്ചുകൊണ്ട് പറഞ്ഞു.

ഞാൻ ഇവൾക്കുള്ളതാണ്; ഇവൾ എനിക്കും.

ബ്രണ്ണന്റെ ശല്യം ശാശ്വതമായി ഒഴിവാക്കാൻ കാത്തിരുന്ന മരതകത്തെ സംബന്ധിച്ചിടത്തോളം നവമണിലിംഗത്തിന്റെ ആവശ്യം വരദാനമായിരുന്നു.

വേദലിംഗത്തിന്റെയും മക്കളുടെയും ദുരന്തത്തിനുശേഷം ശ്രീവല്ലിപുത്തൂരിലേക്കു വരാൻ ഭയപ്പെട്ടിരുന്ന ബ്രണ്ണനെ പുതുതായെത്തിയ കന്യകമാരുടെ കണക്കുപറഞ്ഞ് മരതകം അവിടേക്ക് വരുത്തുകയായിരുന്നു.ഒട്ടേറെ രേഖകളിൽ വിരൽ പതിപ്പിച്ചും ഒപ്പിടുവിച്ചും വാങ്ങിയശേഷമാണ് ബ്രണ്ണനെ എലിക്കുണ്ടിലേക്കു കൊണ്ടുപോയത്.

വേദലിംഗവുമായി പങ്കുചേർന്ന് പകുത്തെടുത്ത ഭൂമികൾ ഉൾപ്പടെയുള്ള സ്ഥാവരജംഗമവസ്തുക്കളും നിക്ഷേപങ്ങളും വെപ്പാട്ടിയായ മരതകത്തിനും മകന്റെ സ്ഥാനമുള്ള പങ്കുകാരന്റെ മകൻ നവമണിലിംഗത്തിനും ആശ്രിതരായ മറ്റു പലർക്കുമായി എത്രയോനാൾമുമ്പ് ബ്രണ്ണൻ സ്വമനസ്സാലെ വാത്സല്യപൂർവ്വം ഇഷ്ടദാനം നൽകിയതായുള്ള പ്രമാണങ്ങളായി ഈ രേഖകൾ മാറുകയായിരുന്നു.

മലമാത്തന്റെ കത്തിമുനയിലായിരുന്നു മരതകത്തിന്റെ മകളുടെ വിവാഹവും. അഴിഞ്ഞാട്ടക്കാരിയായ മരതകത്തിന്റെ മകൾ അന്യജാതിക്കാരനായ നവമണിലിംഗത്തെ അഗ്രഹാരത്തിലെ ബ്രഹ്മസ്വരൂപത്തിൽവച്ച് ആചാരപ്രകാരം വിവാഹം കഴിക്കുന്നതിന് എതിരായിരുന്നു ബ്രാഹ്മണശ്രേഷ്ഠർ. കായികാഭ്യാസമുറകൾ വശമാക്കിയിരുന്ന അവരുടെ മുന്നണിസംഘത്തിലെ പുതുതലമുറക്കു മുന്നിലേക്ക് കത്തിയൂരി നിന്ന് മാത്തൻ ചോദിച്ചു:

മരതകത്തിന്റെ മാനം കാക്കാൻ നിങ്ങൾ എന്തു ചെയ്തു? അവർ എങ്ങനെ അഴിഞ്ഞാട്ടക്കാരിയായി? പ്രതിഫലം പറ്റാതെ നിങ്ങളുടെ മക്കളെ അഭ്യസിപ്പിച്ചിരുന്ന മഹാഗുരുവിന്റെ മരണം തടയാൻ നിങ്ങളെന്തു ചെയ്തു? ശുദ്ധ കലാകാരനായിരുന്ന മരതകത്തിന്റെ ഭർത്താവ് വാസൻമണിയെ കൊന്നവരെ നിങ്ങളറിയുമോ? വിത്തുകാളകളെപ്പോലെ ഇവിടെ കയറിയിറങ്ങിയ വേദലിംഗത്തെയും ബ്രണ്ണനെയും നിങ്ങൾ തടഞ്ഞോ? മാനം കാക്കാൻ പിതാവിനെയും ഭർത്താവിനെയും ബലി കൊടുക്കുകയും സ്വന്തം മകളെ വർഷങ്ങളോളം ഒളിപ്പിച്ചുവയ്ക്കുകയും ചെയ്ത മരതകത്തിന്റെ ത്യാഗം നിങ്ങളുടെ അഗ്രഹാരത്തിലെ ഏത് സ്ത്രീക്ക് അവകാശപ്പെടാൻ കഴിയും?

വാക്കിന് മറുവാക്കില്ലാതെ നാവിറങ്ങിയ ആചാര്യശ്രേഷ്ഠരോട് മാത്തൻ തീർത്തു പറഞ്ഞു:

മലമാത്തനും ഈ കത്തിയും മാഞ്ഞുപോയശേഷമേ നിങ്ങൾക്ക് മരതകത്തിന്റെ മകളുടെ വിവാഹം തടയാൻ കഴിയൂ. ശ്രീവല്ലിപുത്തൂരാകെ ഇളകിവന്നാലും അതിന് കഴിയുമെന്നു തോന്നുന്നില്ല.

മാത്തന്റെ വാക്കിന്റെയും നോക്കിന്റെയും ഊക്കിന്റെയും മുന്നിൽ മയങ്ങിപ്പോയ അഗ്രഹാരത്തിലെ ഉഗ്രമൂർത്തികളെല്ലാം പത്തിമടക്കി വിവാഹത്തിൽ പങ്കെടുത്തു. ബ്രഹ്മസ്വരൂപത്തിന്റെ ചരിത്രത്തിലെ ഏറ്റവും പ്രൗഢഗംഭീരമായ ചടങ്ങായിരുന്നു ആ വിവാഹം.

മുപ്പത്തിരണ്ട്

അതിർത്തിയിൽ ബഹളം തുടങ്ങിക്കഴിഞ്ഞു എന്നു പറഞ്ഞുകൊണ്ടാണ് ഒരുദിവസം നിജാദും ഫൗസിയയും കയറിവന്നത്. കാര്യങ്ങളെല്ലാം അവർ വിശദമായിത്തന്നെ പറഞ്ഞു.

കൊടൈക്കനാലിൽ മൂന്നുമാസത്തേക്ക് ഏർപ്പാടുചെയ്ത താമസസ്ഥലം ഒരു കാരണവശാലും വേണ്ടെന്ന് വയ്ക്കരുത് എന്നുള്ള ഗ്രീൻ ഹൗസിന്റെ സന്ദേശത്തെ തുടർന്ന് സ്ഥലസൗകര്യപരിശോധനയ്ക്ക് പോയി മടങ്ങുകയായിരുന്ന നിജാദും ഫൗസിയയും സംഘർഷത്തിന്റെ പോർമുഖം നേരിട്ടു കണ്ടത്രേ. തമിഴ്നാട് പ്രദേശത്തെ മലയാളിയുടെ കരിമ്പിൻ തോട്ടം അഗ്നിക്കിരയാവുന്നതും കത്തുന്ന കോഴിഫാമിൽ നിന്ന് ചിറകിന് തീപിടിച്ച കോഴിക്കുഞ്ഞുങ്ങൾ പറക്കാൻ ശ്രമിച്ച് കരിഞ്ഞു വീഴുന്നതും അവർ കണ്ടു. അടിച്ചു തകർക്കപ്പെട്ട വാഹനങ്ങൾ, കടകൾ, ആക്രോശത്തോടെ അലറി വിളിക്കുന്ന പ്രക്ഷോഭകർ - അതെല്ലാം അവർക്ക് പുതിയ കാഴ്ചയും അനുഭവവുമായിരുന്നു.

അണക്കെട്ടു പൊട്ടുന്നതിനുമുമ്പേ കലാപം തുടങ്ങിയതായി നിജാദിന്റെയും ഫൗസിയയുടെയും വാക്കുകളിലുണ്ടായിരുന്നു.

തൃപ്തിയായില്ലേ?

അപ്പൻ ചോദിച്ചു.

തൃപ്തിയും അതൃപ്തിയും അവൾക്ക് പ്രശ്നമല്ലല്ലോ എന്ന മറുപടിയും അവൻ തന്നെ നൽകി.

മുപ്പത്തിമൂന്ന്

കാഞ്ഞിരപ്പെട്ടികളിലെ രേഖകൾ പരിശോധിച്ച ശിവപ്പ അദ്ഭുതംകൂറി. മലയാളത്തിലും ഇംഗ്ളീഷിലും തമിഴിലുമുള്ള രേഖകളെല്ലാം തിരുവിതാംകൂറിന്റെ ആഭ്യന്തരരഹസ്യങ്ങളാണ്. സ്വാതിതിരുനാൾ നാടുനീങ്ങിയതിനെത്തുടർന്ന് ഉത്രം തിരുനാൾ അധികാരമേൽക്കുമെന്നാണ് ഒരു രേഖ. 1847 ലെ മറ്റൊരു രേഖയിൽ പുതിയ മഹാരാജാവായ ഉത്രം തിരുനാളിനെ ഭയക്കേണ്ടതില്ലെന്ന് കാണാം. മധുര, രാമനാഥപുരം ഭാഗങ്ങളിലേക്ക് ശിവമുടിയിൽ നിന്ന് വെള്ളമെത്തിക്കാനുള്ള ശ്രമം അമാന്തിക്കണ്ടാ എന്നൊരു രേഖയുമുണ്ട്. മുല്ലച്ചാലും പെരിഞ്ചാലും സന്ധിച്ച് മുല്ലപ്പെരി

യാറാകുന്നിടം ജലസമൃദ്ധമാണെന്നും അവിടെനിന്ന് വെള്ളം കൊണ്ടു പോകാനുള്ള പദ്ധതി തിരുവിതാംകൂർ അറിഞ്ഞെന്നും അതിനെതിരെ ഭരണപരമായി കൈക്കൊള്ളാനുദ്ദേശിക്കുന്ന തീരുമാനങ്ങൾ കാലേകൂട്ടി അറിയിക്കാമെന്നും വേറൊരു രേഖ പറയുന്നു. മുല്ലപ്പെരിയാറും ശിവമു ടിയുമായി ബന്ധപ്പെട്ടിട്ടുള്ള രേഖകളിൽ ചിലതിൽ കാടേറി കറിയയെക്കു റിച്ച് പരാമർശമുണ്ട്. അയാളുടെ കൃഷിയിടങ്ങളെക്കുറിച്ചും സഹായിക ളെക്കുറിച്ചും വ്യക്തമായ സൂചന കാണുന്നു. ശിവമുടി മുല്ലച്ചാല് പെരിഞ്ചാല് സന്ധിക്കുണ്ട് എന്നിവയുൾപ്പടെ പർവ്വതമേഖലയുടെ സമഗ്ര ചിത്രം തന്നെ ആ രേഖകളിലുണ്ടായിരുന്നു. മുല്ലപ്പെരിയാറിൽ അണ കെട്ടാനുള്ള രഹസ്യനിർദ്ദേശവും അത് രാജസ്ഥാനത്തറിഞ്ഞാൽ പ്രതി കരിക്കേണ്ടവിധവും വിശദമായി വിവരിക്കുന്ന മറ്റൊരു രേഖയും കണ്ടു.

കപ്പം ഇനത്തിലെ കുടിശ്ശിക അടയ്ക്കാത്തതിന്റെ പേരിൽ നടപടി യുണ്ടാകുമെന്നുള്ള ഭീതിയും ശ്രീപത്മനാഭനോടുള്ള വിധേയത്വവുമാണ് തിരുവിതാംകൂറിന്റെ ഏറ്റവും വലിയ ദൗർബല്യമെന്നും അതു മുതലെ ടുത്ത് കാര്യം നടത്താമെന്നും സുപ്രധാനമെന്ന് അടയാളപ്പെടുത്തിയ വേറൊരു രേഖ പറയുന്നു. തിരുവിതാംകൂറിന്റെ ഭരണം ഏറ്റെടുക്കാനാണ് ഗവർണ്ണർ ജനറൽ ഡൽഹൗസി പ്രഭു ഊട്ടിയിലെത്തിയിരിക്കുന്നതെന്ന് വിശ്വസ്തരെക്കൊണ്ട് കൊട്ടാരത്തിൽ അറിയിക്കണം; അതറിഞ്ഞാൽ വഴങ്ങും എന്നുറപ്പിച്ചു പറയുന്ന രേഖകളും കണ്ടു. ഉത്രം തിരുനാൾ മഹാരാജാവിന്റെ അന്ത്യം അടുത്തു. അദ്ദേഹം നാടുനീങ്ങിയാൽ ആയില്യം തിരുനാൾ അധികാരമേൽക്കും എന്നു പ്രവചിക്കുന്നതാണ് മറ്റൊരു രേഖ. 1860 ലെ മറ്റൊരു രേഖയിൽ പ്രതീക്ഷിച്ചതുപോലെ ആയില്യം തിരുനാൾ മഹാരാജാവായെങ്കിലും സ്ഥിതിഗതികളിൽ മാറ്റ മുണ്ടാകുമെന്ന് പ്രതീക്ഷിക്കാനാവില്ല എന്ന് പരാമർശിച്ചിരിക്കുന്നു.

മുല്ലപ്പെരിയാറിലെ ജലം മദ്രാസ് പ്രസിഡൻസിയിലേക്ക് തിരിച്ചു വിടുന്നതിനെപ്പററി റസിഡന്റിന്റെ കത്ത് 24.9.1862ൽ കിട്ടിയതായും കത്ത് കിട്ടിയപ്പോൾ റസിഡന്റ് ഫിഷറിനെ വകവയ്ക്കണ്ടാ എന്ന് ദിവാൻ മാധവറാവു മഹാരാജാവിനെ ഉപദേശിച്ചതായും പറയുന്ന ഏഷണിയേ റിയ രേഖയിൽ ദിവാനെ സൂക്ഷിക്കണമെന്നും മുന്നറിയിപ്പുണ്ട്. തിരു വിതാംകൂർ ചീഫ് എഞ്ചിനീയർ വില്യം ബാർട്ടൻ നമ്മുടെ താല്പര്യ ങ്ങൾ മാനിച്ചിട്ടുണ്ട് എന്നറിയിക്കുന്ന രേഖയിൽ അദ്ദേഹം മുല്ലപ്പെരിയാർ സന്ദർശിച്ചുവെന്നും മദ്രാസ് പ്രസിഡൻസിക്ക് അനുകൂലമായ റിപ്പോർട്ടാണ് സമർപ്പിച്ചിരിക്കുന്നതെന്നും പറയുന്നു. നമ്മൾ മണ്ണണ നിർമ്മിക്കുന്ന കാര്യം ഇവിടെ അറിഞ്ഞു; എതിർക്കാൻ ഭയമാ ണ്;എന്നാൽ കാടേറി കറിയ എന്നൊരാൾ അവിടെ നമുക്കെതിരെ പ്രവർത്തിക്കുന്നതായി ചാരന്മാർ അറിയിച്ചിട്ടുണ്ട്. കാര്യങ്ങൾ നീട്ടിനീട്ടി ക്കൊണ്ടുപോയ ആയില്യം തിരുനാൾ മഹാരാജാവ് നാടുനീങ്ങിയതിനെ

തുടർന്ന് 1880ൽ അധികാരമേറ്റ വിശാഖം തിരുനാൾ മഹാരാജാ വിനെക്കുറിച്ച് ഒട്ടും വഴങ്ങാത്ത കൗശലക്കാരൻ എന്നാണ് രേഖ.

മുല്ലപ്പെരിയാറിലെ ജലം തിരിച്ചുവിടുന്നതിനെതിരെ മഹാരാജാവിന്റെ നിർദ്ദേശപ്രകാരം കാര്യകാരണസഹിതമുള്ള കത്ത് അവിടേക്ക് വരും;അത് അപ്പാടെ നിരാകരിച്ചാൽ ഇവിടെ ഒരെതിർപ്പുമുണ്ടാകില്ലെന്ന് ഉറപ്പു നൽകുന്ന രേഖയിൽ ചില അടയാളങ്ങൾ കണ്ടു. മുല്ലപ്പെരിയാറിലെ വെള്ളം തിരിച്ചുവിട്ടാൽ തിരുവിതാംകൂറിനുണ്ടാകാവുന്ന ദൂഷ്യങ്ങളെക്കുറിച്ച് അന്വേഷിക്കണമെന്നാവശ്യപ്പെട്ടുകൊണ്ട് ദിവാൻ രാമയ്യാങ്കാറിന്റെ അപേക്ഷ വരും, അത് തള്ളണം. തിരുവിതാംകൂറിന്റെ ആശങ്കകളെല്ലാം അസ്ഥാനത്താണെന്ന് കാണിക്കാൻ അവിടുത്തെ ചീഫ് എഞ്ചിനീയർ പെന്നികിക്കിന്റെ പഠനം ഇവിടേക്ക് നൽകണം. മുല്ലപ്പെരിയാർ വിഷയത്തിൽ ഇരുപ്രദേശങ്ങളിലേയും ചീഫ് എഞ്ചിനീയർമാരായ ബാർട്ടന്റെയും പെന്നികിക്കിന്റെയും നിഗമനങ്ങൾക്കപ്പുറം എന്ത്, അവരേക്കാൾ വിദഗ്ദ്ധരാര് എന്നൊരു ചോദ്യം കൂടി ഉന്നയിക്കണം. ഇതാണ് ഏറ്റവും പറ്റിയ സന്ദർഭമെന്ന് മറ്റൊരു രേഖ പറയുന്നു. വിശാഖം തിരുനാൾ 4.8.1885ൽ നാടുനീങ്ങി ശ്രീമൂലം തിരുനാൾ 19.8.1885ൽ അധികാരമേറ്റെന്നുമാണ് വേറൊരു രേഖ. കൊട്ടാരത്തിൽ ആണ്ടുവാലായ്മ കഴിഞ്ഞതേയുള്ളു. ശ്രീപത്മനാഭന്റേയും കുടിശികയുള്ള കപ്പത്തിന്റെ പേരിലൊരു ഭീഷണി മതി. കാര്യം ഇപ്പോൾ സാധിക്കാം എന്നും രേഖയുണ്ട്.

1886 ഒക്ടോബറിലെ വിവിധ തീയതികളിലുള്ള പത്തൊമ്പത് രേഖകളിൽ മുല്ലപ്പെരിയാർ കരാറിലെ വ്യവസ്ഥകൾ നിശ്ചയിക്കാനുള്ള നിർദ്ദേശങ്ങളായിരുന്നു. മറ്റൊന്നിൽ തിരുവിതാംകൂറിന്റെ ആവശ്യങ്ങളൊന്നും പരിഗണിക്കണ്ടാ എന്നും പ്രതിഫലം കപ്പത്തിൽ ഇളവു ചെയ്യുന്ന വ്യവസ്ഥയാണ് നമുക്ക് അഭികാമ്യമെന്നുമായിരുന്നു. ആ പ്രയത്നം സഫലമായി എന്നറിയിച്ചുകൊണ്ട് 29.10.1886 തീയതിവച്ചുള്ള ഏറ്റവും സുപ്രധാനമായ രേഖ അവസാനമാണ് കണ്ടത്. അതിൽ പറയുന്നു- കരട് കണ്ടു. അംഗീകരിച്ചു. നിർദ്ദേശപ്രകാരം 99 എന്നത് 999 ആക്കി. അതിലാണ് ഇന്ന് ഒപ്പുവച്ചിരിക്കുന്നത്.

ചതിയുടെ കയ്പ് ഘനീഭവിച്ച കാഞ്ഞിരപ്പെട്ടി അടച്ചുകൊണ്ട് ശിവപ്പയും കണ്ണുകളടച്ചു. അടഞ്ഞ കൺപോളകൾക്കുള്ളിൽ മുല്ലപ്പെരിയാറിനെ ജലജയിലിലാക്കിയ കൽക്കെട്ടുകൾ തെളിയുകയായി.

മുപ്പത്തിനാല്

പാപ്പിയുടെ കണ്ണുകൾ കലങ്ങിയിരുന്നു. അയാളുടെ ശബ്ദം ഇടറി: മുതലാളി സഹായിക്കണം.

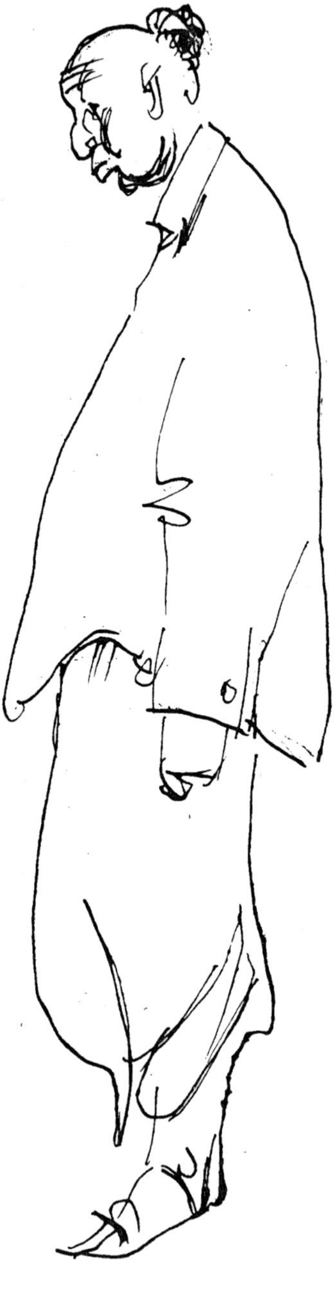

കൂടെ വന്നവരിൽ നിന്നാണ് മാത്തൻ കാര്യങ്ങൾ ഗ്രഹിച്ചത്. കാട്ടിൽ വളഞ്ഞെടുത്തോളാൻ അനുവദിച്ച പത്തേക്കറിലും പാകമായിവന്ന ഇഞ്ചി മുഴുവൻ വെള്ളം കയറി ചീഞ്ഞുപോയി. ചരക്കുകൊടുത്തോളാമെന്ന് പറഞ്ഞ് താഴത്തങ്ങാടിയിലെ മലഞ്ചരക്ക് വ്യാപാരിയായ പരീക്കണ്ണിൽ നിന്ന് വായ്പയെടുത്തിരുന്നു. ചരക്കോ വായ്പാത്തുകയോ ചോദിച്ച് അയാൾ ശല്യപ്പെടുത്തുന്നു. തൽക്കാലത്തേക്ക് പണവും കൃഷിക്ക് ഭൂമിയും വേണം. കാട്ടിൽ അനുവദിച്ചുതന്ന ഭൂമി ഇപ്പോഴില്ല. അത് മുങ്ങിപ്പോയി.

പാപ്പിക്കുവേണ്ടി പരീക്കണ്ണിനു പണം നല്കിയശേഷം മേലിൽ മല കയറരുതെന്ന് താക്കീതു ചെയ്തു. അപ്പോഴതാ അവറാന്റെ വരവ്. ഇരുപതേക്കറിൽ കുലച്ചുവന്ന വാഴയും മുക്കി വെള്ളം മലമുകളിലേക്കു വരുന്നു. എല്ലാം നശിച്ചു. ഇനി കൃഷിക്ക് ഭൂമിയില്ല. പെരിഞ്ചാലിൽ കോരുവും കോമാടത്ത് കുട്യാലിയും വന്നത് അവരുടെ കുരുമുളകെല്ലാം വെള്ളത്തിൽ മുങ്ങിയ കാര്യം പറയാനാണ്. വന്നവർക്കെല്ലാം അത്യാവശ്യത്തിന് പണവും വേറെ ഭൂമിയും നൽകിയശേഷം ഓർക്കാപ്പുറത്തു വന്ന വെള്ളത്തിന്റെ രഹസ്യം തേടി മാത്തൻ മലകയറി.

മലയുടെ മറുപുറത്ത് ഇഞ്ചിയും വാഴയും തഴച്ചിരുന്ന അടിവാരത്തടങ്ങൾ കാണാനില്ല. കുരുമുളക് പടർന്ന മേൽമേടും മാഞ്ഞു പോയിരിക്കുന്നു. മനുഷ്യന്റെ മഹാപ്രയത്നങ്ങളാകെ വെള്ളം വന്ന് മുക്കിക്കളഞ്ഞു.

മാത്തൻ കുറേക്കൂടി മുകളിലേക്കു കയറി.

ശിവമുടിയുടെ നെറുകയിൽ നിന്ന് താഴേക്കുനോക്കിയ മാത്തൻ മഹാമരങ്ങൾ ഇടതൂർന്നു വളർന്നിരുന്ന താഴ്വാരങ്ങളിലെ കാടു കണ്ടില്ല. കാടരെ കണ്ടില്ല. വേട്ടയ്ക്കിറങ്ങിയ വേടരെ കണ്ടില്ല. അരയക്കുടികളും കാണാനില്ല.

കാടിനുമീതെ പാറിപ്പറന്നിരുന്ന മലമ്പരുന്തുകളെവിടെ? അവയെ മോഹിപ്പിച്ചിരുന്ന പറപ്പാമ്പുകളെവിടെ? താഴ്വാരങ്ങളെ ശബ്ദമുഖരിതമാക്കിയിരുന്ന പറവകളെവിടെ? എണ്ണിയാലൊടുങ്ങാത്ത ചിത്രശലഭങ്ങളെവിടെ? കാടിനു തീപിടിച്ചതുപോലെ പൂത്തുനിന്നിരുന്ന കാട്ടുവാകയും കാണാനില്ല.

വെള്ളക്കെട്ടിനടിയിൽ മുങ്ങിത്താണ് അവസാനശ്വാസത്തിനായി മേൽത്തുമ്പ് പരമാവധി ഉയർത്തിപ്പിടിച്ചിരിക്കുന്ന നോപ്പാഞ്ഞിലിയുടെ അഗ്രം മാത്രം കണ്ടു. കാടരും വേടരും അരയരും മത്സരിച്ചു ശ്രമിച്ചിട്ടും തലയിൽ കയറിയിരിക്കാനനുവദിക്കാതെ നീണ്ടു നിവർന്നു നിന്നിരുന്ന ആഞ്ഞലികളുടെ രാജാവായ മുല്ലപ്പെരിയാറിന്റെ തീരത്തെ നോപ്പാഞ്ഞിലി മേൽത്തൂപ്പുവീശി രക്ഷിക്കണേ എന്നു കേഴുകയാണെന്നു മാത്തന് തോന്നി.

...നിനക്കെന്നല്ല ആർക്കും രക്ഷിക്കാൻ കഴിയില്ല...

പ്രവചനംപോലെ മുഴങ്ങിയ ശബ്ദം കേട്ട് തിരിഞ്ഞുനോക്കുമ്പോൾ ആജാനുബാഹുവായ ഒരു മനുഷ്യൻ!

എന്തെന്ന് വെളിപ്പെടുത്താതെ അദ്ദേഹം ആജ്ഞാപിക്കുകയായിരുന്നു.

...നിന്റെ നിയോഗം നിർവഹിക്കുക ...

ആരെന്നറിയാത്ത ഒരാൾ, എന്തെന്നറിയാത്ത നിയോഗത്തിനായി ആജ്ഞാപിക്കുന്നു. പക്ഷേ ആ സ്വരത്തെ അവഗണിക്കാനാവുന്നില്ല.

മാത്തൻ മിഴിച്ചുനിന്നു.

അതു മനസ്സിലാക്കിയാവാം അദ്ദേഹം വിശദീകരിച്ചു:

മലയിടുക്കിലെ വഴികൂടി അണകെട്ടി അടച്ചപ്പോൾ നദി തടവിലായി. അതറിയാതെ മുല്ലച്ചാലും പെരിഞ്ചാലും പിന്നെയും മുല്ലപ്പെരിയാറിലേക്കു ജലപ്രവഹിപ്പിക്കുകയാണ്. തടഞ്ഞു നിർത്തപ്പെട്ട വെള്ളത്തിന് ഒഴുകിപ്പോകാൻ വഴിയില്ലെങ്കിൽ എന്താവും അവസ്ഥ? ആവുന്നിടത്തേക്കെല്ലാം അത് വ്യാപിക്കും. അണയ്ക്കിപ്പുറമുണ്ടായിരുന്നതിനെയെല്ലാം മുക്കിക്കൊണ്ട് ഇവിടെ പെരിയാറൊരു തടാകമായി മാറിയിരിക്കുന്നു. കൃഷിയിടങ്ങൾ മാത്രമല്ല ശിവമുടിക്കു താഴെ മനുഷ്യവാസമുള്ള അനേകം മലമുടികൾ ഇങ്ങനെ മുങ്ങി ചെറുതുരുത്തുകളായി ഈ തടാകത്തിൽ ശ്വാസം കിട്ടാൻ ക്ളേശിച്ച് തലപൊക്കിപ്പിടിച്ചു നില്പുണ്ട്. അവയിൽ അകപ്പെട്ടു പോയവരെ രക്ഷപ്പെടുത്തുക.

കറുമ്പനേയും കൂട്ടാളികളെയുമാണ് മാത്തൻ പെട്ടെന്ന് ഓർത്തത്. പിന്നൊട്ടും വൈകിയില്ല.

ശ്രമകരമായ ദൗത്യമായിരുന്നു.

അടിവാരത്തുനിന്ന് സഹായികളും സാമഗ്രികളും വന്നു. മുളപാകി ചങ്ങാടമുണ്ടാക്കിയാണ് തടാകത്തിലിറങ്ങിയത്. ഊന്നാനുള്ള കഴുക്കോലായി ഉപയോഗിച്ച നീളൻ മുളകൾ തടാകത്തിന്റെ അടിത്തട്ടുതൊട്ടില്ല. പരന്ന മരത്തുണ്ട് പങ്കായമാക്കി തുഴഞ്ഞാണ് , അനുനിമിഷം മാഞ്ഞുകൊണ്ടിരുന്ന ഓരോ തുരുത്തിലുമെത്തിയത്. കാടരും വേടരും അരയരുമുൾപ്പടെ നാന്നൂറോളം പേരെ രക്ഷപ്പെടുത്തിയിട്ടും അവരിലൊന്നും കറുമ്പനെ കണ്ടില്ല.

ചങ്ങാടങ്ങൾ അകലേക്കകലേക്ക് നീങ്ങിയപ്പോൾ തടാകത്തിനുമീതെ ചത്തുമലച്ച കാട്ടുപട്ടികളെ കണ്ടു. മലയണ്ണാൻ, മലങ്കുരങ്ങ്, കാട്ടുപൂച്ച അങ്ങനെ എണ്ണിയാലൊടുങ്ങാത്ത ജന്തുവർഗങ്ങളുടെ ചീഞ്ഞ ജഡങ്ങൾ ഒഴുകി നടക്കുന്നു. പുല്ലുപായകളും മരഭരണികളും ഊന്നുവടികളും കണ്ടപ്പോൾ മരണത്തോടു മല്ലിട്ടു പരാജയപ്പെട്ട മനുഷ്യരുൾപ്പടെയുള്ള ജീവികൾ വെള്ളത്തിനടയിലുണ്ടെന്ന് മാത്തന് ബോധ്യമായി.

വെള്ളം പൊങ്ങിക്കൊണ്ടേയിരുന്നു.

ആദ്യമെത്തിയ തുരുത്തുകൾ പലതും പിന്നീട് അപ്രത്യക്ഷമായി. അകലേക്ക് അകലേക്ക് നീങ്ങുന്തോറും ഒറ്റപ്പെട്ട തുരുത്തുകൾ വീണ്ടും കണ്ടു. അവയിൽ പ്രാണരക്ഷാർത്ഥം അലച്ചാർക്കുന്ന മൃഗങ്ങൾ.

വീണ്ടും നീങ്ങിത്തുടങ്ങിയപ്പോൾ ഒരു തുരുത്തിൽ രണ്ടു മനുഷ്യരെ കണ്ടു- ഒന്നു കറുമ്പൻ. മറ്റേയാൾ അജ്ഞാതനാണ്.

രക്ഷപ്പെടാൻ പഴുതുകളേറെയുണ്ടായിരുന്നിട്ടും ഒപ്പമുള്ള മനുഷ്യൻ വരാൻ മടിച്ചതാണ് കറുമ്പനെ അവിടെ കുടുക്കിയതെന്നായിരുന്നു അവന്റെ വിശദീകരണം.

അജ്ഞാതനായ ആ മനുഷ്യൻ സ്വയം സംസാരിച്ചുകൊണ്ടേയിരുന്നു. സമനില തെറ്റിയോ എന്ന് തോന്നിപ്പിച്ച അയാളെ ബലമായി ചങ്ങാടത്തിലേക്കു കയറ്റുമ്പോൾ ആ വാക്കുകൾ മാത്തൻ ശ്രദ്ധിച്ചു:

...അവർ കളവു പറയുകയാണ്. നാനൂറ്റി നാല്പത്തിമൂന്നു പേരല്ല; രണ്ടായിരത്തിലേറെപേർ ഇവിടെ മരിച്ചു. എന്റെ കൈയിൽ പേരും കണക്കുമുണ്ട്. മരിച്ചവരിൽ ഒരാൾ എന്റെ ഏകമകനായിരുന്നു...

അല്പനേരത്തിനുള്ളിൽ സമനില വീണ്ടെടുത്ത അയാൾ ചങ്ങാടത്തിലിരുന്നു മകനെ വിളിച്ചു.

മുപ്പത്തിയഞ്ച്

മണലും ശർക്കരയും ചുണ്ണാമ്പും മറ്റെന്തോ മിശ്രിതവും ചേർത്ത് സുർക്കിയുണ്ടാക്കുന്നതിൽ വിദഗ്ദ്ധനായിരുന്നു കോമപ്പൻ. ഇംഗ്ളീഷുകാർക്കു വേണ്ടി നിർമ്മിക്കപ്പെട്ട രണ്ടു കോട്ടകളുടെ മേൽപ്പണിക്കാരനായിരുന്ന മങ്കന്റെ പ്രിയശിഷ്യൻ. ബേക്കലിൽ നിന്ന് മൂസാക്കുട്ടി എന്നൊരു കരാറുകാരൻ ഗുരുവിനൊപ്പം ശിഷ്യനെയും റാഞ്ചി മുല്ലപ്പെരിയാറിലെത്തിക്കുകയായിരുന്നു. ഗുരുവിന്റെ മകൾ മങ്കത്തിയായിരുന്നു കോമപ്പന്റെ ഭാര്യ. ആദ്യപ്രസവത്തോടെ അവൾ മരിച്ചതിനെതുടർന്ന് മകനുമായിട്ടായിരുന്നു കോമപ്പൻ പണിക്കുപോയിരുന്നത്.

അയാൾ സ്വയം പറഞ്ഞുകൊണ്ടിരുന്നു:

മുല്ലപ്പെരിയാറിലെത്തുമ്പോൾ മണ്ണണ തകർക്കപ്പെട്ട ക്ഷീണത്തിലായിരുന്നു വെള്ളക്കാർ.കല്ലണയ്ക്കുള്ള അടിസ്ഥാനസൗകര്യങ്ങൾപോലും അവിടെ ക്രമീകരിച്ചിരുന്നില്ല.പക്ഷെ അവയെല്ലാം അടുത്തെവിടെയോ ഉണ്ടായിരുന്നു. കല്ലും മരവും മണലും ശർക്കരയും ചുട്ടെടുത്ത കുമ്മായകട്ടകളും ചുണ്ണാമ്പുമെല്ലാം വേഗത്തിലെത്തി. ചുറ്റുവട്ടത്തുനിന്ന് വെട്ടിയെടുത്ത മുളകൾക്കും മരങ്ങൾക്കും കണക്കില്ല; വാരിയെടുത്ത മണലിനും. പത്തുവർഷം നീണ്ട പണിക്കിടയിൽ ഒരാളുടെയെങ്കിലും ചോര വീഴാത്ത

ദിവസങ്ങളില്ലായിരുന്നു മുല്ലപ്പെരിയാറിൽ. അടിക്കല്ലിടുമ്പോൾ അടിയിൽപ്പെട്ടു ചതഞ്ഞുമരിച്ച പങ്കൻ മുതൽ അവസാനം മിനുക്കുപണിക്കിടയിൽ വീണു ചത്ത ചാവാലിയുടെ വരെ പേരും മരണതീയതിയും എന്റെ ഭാണ്ഡത്തിലുണ്ട്.

അണ പൂർത്തിയായതിന്റെ തലേരാത്രിയിൽ ആറ്റുതീരത്തെ എഞ്ചിനീയർമാരുടെ വാസസ്ഥാനത്തുനിന്ന് ഒരു നിലവിളി കേട്ടാണ് കോമപ്പൻ ഓടിച്ചെന്നത്. ഒളിഞ്ഞുനോക്കിയപ്പോൾ കണ്ടകാഴ്ച ഞെട്ടിപ്പിക്കുന്നതായിരുന്നു.ബലമായി തുറന്നുപിടിച്ച ഇടംകണ്ണിലേക്ക് പഴുപ്പിച്ച ഇരുമ്പുസൂചി താഴ്ത്താനാഞ്ഞ് ഗുരുവിനോട് ഒരാൾ ചോദിക്കുന്നു:

നിന്റെ പശിമയുടെ രഹസ്യമെന്താണ്?

ചുറ്റും നിൽക്കുന്നവർ ചോദിപ്പിക്കുകയായിരുന്നു. എതിർക്കാൻ ശേഷിയില്ലാത്തതിനാൽ നിസ്സഹായനായി കണ്ടു നിൽക്കാനേ കഴിഞ്ഞുള്ളു കോമപ്പന്.

സൂചി കണ്ണിൽ കയറുമെന്നുറപ്പായപ്പോൾ ആ രഹസ്യം ഗുരു വെളിപ്പെടുത്തി.

കോഴിമുട്ട രക്തത്തിൽ പതപ്പിച്ചാൽ പശിമയേറും.

പുലർച്ചെ ഇടംകണ്ണില്ലാത്ത ഗുരുവിന്റെ ജഡം അണയുടെ ചോട്ടിൽ ആഴമേറിയ കയത്തിൽ പൊന്തി.

ചങ്ങാടത്തിൽ അയാൾക്കരികിലേക്ക് കടന്നിരുന്ന് മാത്തൻ ചോദിച്ചു.

രക്തമെന്നു പറഞ്ഞാൽ ... മനുഷ്യരക്തമാണോ?

അതുകേൾക്കാത്ത മട്ടിൽ അയാൾ വെള്ളപ്പരപ്പിൽ ഒരു പ്രത്യേക സ്ഥാനത്തേക്ക് വിരൽചൂണ്ടി ഉറക്കെ അലറി:

ദാ, ഇവിടെയാണ് എന്റെ മകനെ അടക്കിയത്. ഞാനാ കുഴിമാടത്തിന് കാവലിരിക്കുകയായിരുന്നു.

പറഞ്ഞുതീർന്നതും, തടുക്കാനൊരവസരം നൽകാതെ, ആ മനുഷ്യൻ വെള്ളത്തിലേക്ക് എടുത്തുചാടി.

ആഴമേറിയ കയത്തിൽ ഏറെ പരതിയിട്ടും കോമപ്പനെ കാണാതെ ചങ്ങാടം തിരിക്കുമ്പോൾ കറുപ്പൻ, ഒരു ഭാണ്ഡക്കെട്ടുയർത്തിക്കാട്ടി.

കോമപ്പൻ ഉപേക്ഷിച്ചുപോയ ആ ഭാണ്ഡക്കെട്ടിനുള്ളിൽ അയാളുടെ വസ്ത്രങ്ങളും ദിനസരിക്കുറിപ്പുകളുമായിരുന്നു. മുല്ലപ്പെരിയാർ അണക്കെട്ടിന് അടിക്കല്ലിട്ടതു മുതൽ ഉദ്ഘാടനത്തലേന്നുവരെയുള്ള പത്തുവർഷത്തെ പ്രതിദിനദൃക്സാക്ഷി വിവരണമായിരുന്നു ആ കുറിപ്പുകൾ.

നിയോഗം ഓർമ്മിപ്പിച്ചുകൊണ്ട് തടാകത്തിൽ തിരയാൻ നിർദ്ദേശിച്ച ആ മനുഷ്യനെ കറുമ്പന് അറിയാമായിരുന്നു; അദ്ദേഹത്തിന് കറുമ്പനേയും.

...മരണക്കയമായി മാറിയ സ്വന്തം ഭൂമികയിൽ അവശേഷിക്കുന്ന അവസാനത്തെ ആളോടൊപ്പമേ വരൂ എന്ന് വാശിപിടിച്ച കറുമ്പാ നിന്റെ കയ്യിൽ തടഞ്ഞത് മുല്ലപ്പെരിയാറിന്റെ ചരിത്രമാ- എന്നു പ്രശംസിച്ചാണ് കറുമ്പനെ അദ്ദേഹം കരയിലേക്കു കയറ്റിയത്.

സിദ്ധന്റെ അനുഗ്രഹമെന്നു വിനീതമായി പറഞ്ഞ് കറുമ്പൻ ആ പാദങ്ങളിൽ തൊട്ടു.

മുപ്പത്തിയാറ്

ബ്രിട്ടീഷുകാരോടുള്ള രാജാവിന്റെ വിധേയത്വം സഹിക്കാഞ്ഞ് കൊട്ടാരം വിട്ടിറങ്ങുമ്പോൾ ആചാര്യന്റെ മനസ്സിലെ ലക്ഷ്യം ശിവമുടിയായിരുന്നു. കൊട്ടാരത്തിന്റെ കവാടം കടക്കുമ്പോൾ ശിഷ്യരിൽ അനാഥനായ ഒരു ബാലൻ അദ്ദേഹത്തിന്റെ കൈപിടിച്ചു. പിന്നെ അവനേയും കൂട്ടിയായിരുന്നു അദ്ദേഹത്തിന്റെ യാത്ര.

അഗസ്ത്യകൂടത്തിൽ ഋഷിഭോജ്യം മാത്രം ഭക്ഷിച്ച് ഔഷധസസ്യങ്ങളെ തേടിയലഞ്ഞിരുന്ന യോഗേശ്വരൻ കൊട്ടാരത്തിലെത്തിയത് ഒരു പ്രത്യേകലക്ഷ്യത്തോടെയായിരുന്നു: അത്യപൂർവ്വ ഔഷധസസ്യങ്ങൾ നിറഞ്ഞ അഗസ്ത്യകൂടം സംരക്ഷിക്കണം; അതിനാൽ വനവാസികളെ കൂടാതെ വൈദ്യന്മാർക്ക് മാത്രമേ അവിടെ പ്രവേശനം നൽകാവു എന്ന് മഹാരാജാവിനോട് അദ്ദേഹം ആവശ്യപ്പെട്ടു. ഇപ്പോൾ മലകയറ്റത്തിനും വേട്ടയ്ക്കുമായി ബ്രിട്ടീഷുകാർ അത് ചവുട്ടി നിരത്തുകയാണ്. ഔഷധങ്ങളുടെ മൂല്യമറിയാതെ അടിക്കാടുവരെ വെട്ടുന്ന അവരെ നിയന്ത്രിക്കണം.

ബ്രിട്ടീഷുകാരെ പിണക്കാൻ മടിച്ച മഹാരാജാവ് അനുനയം പറഞ്ഞു:

അതു ചെയ്യാം. പക്ഷേ അങ്ങ് തൽക്കാലം ഇവിടെ കൂടുക. അങ്ങയുടെ അറിവ് അടുത്ത തലമുറയ്ക്കുകൂടി കിട്ടട്ടെ. താത്പര്യമെങ്കിൽ കൊട്ടാരം വൈദ്യനായിത്തന്നെ.

വൈദ്യനാവുന്നതിനേക്കാൾ യോഗേശ്വരന് താത്പര്യം വൈദ്യം പഠിപ്പിക്കാനായിരുന്നു. അന്യംനിന്നുപോകുന്ന ഔഷധസസ്യങ്ങളുടെ തനിപ്രയോഗങ്ങളും കൂട്ടുചേർക്കലും അടുത്ത തലമുറ മനസ്സിലാക്കണം. അതിനായി ഔഷധസസ്യങ്ങൾ ഏതൊക്കെയെന്ന് അവർ തിരിച്ചറിയണം. നാലായിരത്തോളം ഔഷധസസ്യങ്ങളുള്ളതിൽ മൂവായിരവും അഗസ്ത്യകൂടത്തിലുണ്ടായിരുന്നു.

ശിഷ്യരുമായി അഗസ്ത്യകൂടത്തിലെത്തിയ യോഗേശ്വരനെ കാത്തിരുന്നത് ചാരം മൂടിയ മലമടക്കുകളാണ്. ബ്രിട്ടീഷുകാരനായ വനപാലകന്റെ നിർദ്ദേശപ്രകാരം അടിക്കാടുവെട്ടി തീയിട്ടപ്പോൾ അവിടെയുള്ള ഔഷധസസ്യങ്ങളെല്ലാം ചാമ്പലായെങ്കിലും അവ പറന്നുപോവുകയോ

മണ്ണിൽ ലയിക്കുകയോ ചെയ്യാതെ സംരക്ഷകന്റെ വരവും കാത്തുകിടക്കുകയായിരുന്നു.

അരുമസന്താനങ്ങളെ അരുംകൊല ചെയ്തും അഭയമായ വീടിന് തീകൊളുത്തിയും ശത്രുവിന്റെ പ്രതികാരം ഏറ്റുവാങ്ങേണ്ടിവന്ന ഗൃഹനാഥന്റെ അവസ്ഥയിലായിരുന്നു യോഗേശ്വരൻ. കോപതാപാദികളാൽ നിലതെറ്റുമായിരുന്ന ആ അവസ്ഥ നിയന്ത്രിച്ച് അദ്ദേഹം നേരെ പോയത് വനപാലകന്റെ മുന്നിലേക്കായിരുന്നു.

വനസംരക്ഷണത്തിനുള്ള ശാസ്ത്രീയനടപടിക്രമങ്ങളുടെ ഭാഗമായുള്ള പ്രക്രിയ മാത്രമാണ് നിർദ്ദിഷ്ട അടിക്കാടുവെട്ടലെന്നും അവിടെ ഔഷധസസ്യങ്ങളുണ്ടെന്നോ അവ നശിക്കുമെന്നോ കരുതിയിരുന്നില്ലെന്നും വനപാലകൻ അറിയിച്ചു. അതുമാത്രമല്ല, യോഗേശ്വരന്റെ പരാതിപ്പെടലിൽ അതൃപ്തി അറിയിച്ചുകൊണ്ട് അദ്ദേഹം മേലധികാരിക്ക് എഴുതുകയും ചെയ്തു.

നാടുഭരിക്കുന്ന ബ്രിട്ടീഷ് ഉദ്യോഗസ്ഥനോട് യോഗേശ്വരൻ അപമര്യാദയായി പെരുമാറിയെന്നും ക്ഷമാപണം നടത്തണമെന്നും കൊട്ടാരത്തിന്റെ അകത്തളങ്ങളിൽ ആവശ്യമുയർന്നു. അത്രക്കങ്ങു വേണ്ടായിരുന്നു എന്നാണ് മഹാരാജാവ് പ്രതികരിച്ചത്. ബ്രിട്ടീഷുകാരെ വെറുപ്പിക്കുന്നത് നമുക്ക് നന്നല്ല എന്നു പറയുകയും ചെയ്തു.

അടിമത്തം മാത്രമല്ല ഈ അടിമത്ത മനോഭാവംപോലും എനിക്ക് സഹിക്കാവുന്നതിനപ്പുറമാണ് എന്ന് മഹാരാജാവിന്റെ മുഖത്തുനോക്കി പറഞ്ഞശേഷം ഇറങ്ങിപ്പോന്നതാണ് യോഗേശ്വരൻ. അന്ന് അദ്ദേഹത്തിന്റെ കൈപിടിച്ച ആ അനാഥബാലനാണ് ഞാൻ.

അത്രയും പറഞ്ഞ് സിദ്ധൻ ആകാശത്തേക്ക് മിഴികളുയർത്തി.

അവിടെ ആശ്വാസകരമായതെന്തോ കണ്ട ആർദ്രതയിലായിരുന്നു തുടർന്നുള്ള വാക്കുകൾ:

അമ്മ ആരെന്നറിയില്ല. അച്ഛന്റെ കാര്യവും അങ്ങനെതന്നെ. അതുകൊണ്ട് ആരും ഒരു പേരിട്ടില്ല. അവൻ, ഇവൻ എന്നൊക്കെയുള്ള സംബോധനകളെ ഓർക്കുന്നുള്ളു. യോഗേശ്വരനും പ്രത്യേകിച്ചൊരു പേരു വിളിച്ചില്ല.

ശിവമുടിയിലെത്തിയശേഷം കാടുകേറിവന്ന കറിയായാണ് സിദ്ധനെന്ന് ആദ്യമായി വിളിച്ചത്. ബാല്യ, കൗമാര, യൗവനങ്ങളിലെല്ലാം കറിയായുടെ അഭയകേന്ദ്രമായിരുന്നു യോഗേശ്വരൻ. നിർവചിക്കാനാവാത്ത വാത്സല്യമായിരുന്നു യോഗേശ്വരന് കറിയായോടുണ്ടായിരുന്നത്. അവനാകട്ടെ, നിരങ്കുശമായ വിശ്വാസവും വിധേയത്വവും. എനിക്കു തരുന്ന പാഠങ്ങൾ അദ്ദേഹം അവനും നൽകി. കാട് നിനക്കും നാട് അവനും എന്നൊരിക്കൽ പറഞ്ഞുകൊണ്ട് എന്നെ ആത്മീയതയിലേക്കും അവനെ

ഭൗതികതയിലേക്കും അദ്ദേഹം നയിച്ചു. അമൂല്യമായ ആ നീരാലില, ഇലപ്പലക അദ്ദേഹം അവനാണ് കൈമാറിയത്. പരമ്പരകൾ കൈമാറേണ്ടതുകൊണ്ടാവാം അവനു തന്നെ അദ്ദേഹമത് നൽകിയത്; എനിക്കതുണ്ടാവില്ലെന്നും അദ്ദേഹത്തിനറിയാമായിരുന്നു. പക്ഷേ അതിന്റെ മൂല്യം കറിയ അ റിഞ്ഞിട്ടുണ്ടാകുമോ?

കാടേറി കറിയയ്ക്ക് അതറിയാമായിരുന്നു.

എന്റെ അപ്പൻ ഒന്നും മറക്കുന്നവനല്ലായിരുന്നു എന്നു പറഞ്ഞുകൊണ്ടാണ് നീരാലില കൈമാറിയ സാഹചര്യം മാത്തൻ അനുസ്മരിച്ചു.

ഇടിയോടുകൂടി മഴ തകർത്തു പെയ്ത ഒരു രാത്രിയിൽ കാടേറി കറിയ ഞെട്ടിയുണർന്ന് മകന്റെ കിടപ്പറ വാതിലിൽ മുട്ടിവിളിച്ചു. അസഹ്യമായ ആ തണുപ്പിലും അദ്ദേഹം നന്നേ വിയർത്തിരുന്നു. അതിനിഗൂഢതകളുള്ളതെന്തോ ഒളിപ്പിച്ചുകൊണ്ടായിരുന്നു ആ വരവ്. തികച്ചും അപ്രതീക്ഷിതമായി ഇലപ്പലക എന്ന നീരാലില നീട്ടി അദ്ദേഹം പറഞ്ഞു:

മകനെ ഇത് വാങ്ങുക, അടുത്ത തലമുറയ്ക്കായി കരുതലോടെ കാത്തുവയ്ക്കുക.

രണ്ടുകൈയുംനീട്ടി നീരാലില വാങ്ങുമ്പോൾ പിടിച്ചുനിർത്തിയതു പോലെ പുറത്ത് മഴ ശമിച്ചു. ഇടിയൊച്ച കേൾക്കാതെയായി.

നിനക്കിതിലിരിക്കാം; കിടക്കാം. പക്ഷേ കരുതലോടെ സൂക്ഷിക്കണം.

അപ്പന്റെ ആജ്ഞ അപ്പാടെ അനുസരിച്ചു. നീരാലില ഭദ്രമായി വാക്കാട് ബംഗ്ളാവിലെ അടിയറയിലാക്കി.

മുപ്പത്തിയേഴ്

അവർ മൂന്നുപേരുണ്ടായിരുന്നു. മുഷിഞ്ഞവസ്ത്രം ധരിച്ചവർ. നന്നേ ക്ഷീണിതർ. വല്ലാതെ ഭയന്ന ഭാവം. എന്നാലും നിശ്ചയദാർഢ്യം സ്ഫുരിക്കുന്ന പെരുമാറ്റമായിരുന്നു അവർക്ക്.

അവശേഷിച്ച കാടക്കുടികളിലൊന്നിൽ നിന്നും അവരെ ഇറക്കിക്കൊണ്ടുവന്ന സിദ്ധൻ പറഞ്ഞു:

ബ്രിട്ടീഷുകാർക്കെതിരെ ഗൂഢാലോചന നടത്തിയെന്ന കുറ്റം ചുമത്തി പോലീസ് വേട്ടയാടുന്ന സ്വാതന്ത്ര്യസമരപോരാളികളാണിവർ.അഭയം തേടി വന്ന് ഇവിടെ ഒറ്റപ്പെട്ടുപോയി. പ്രളയദുരന്തത്തെക്കുറിച്ച് നേരിട്ടു പഠിക്കാൻ അധികാരികൾ എപ്പോൾ വേണമെങ്കിലുമെത്താം. ഇവരെ കണ്ടേക്കാം. അതിനാൽ ഇവരെ സുരക്ഷിതമായ മറ്റൊരു താവളത്തിലെത്തിക്കുന്ന ചുമതല ഞാൻ നിന്നെ ഏൽപ്പിക്കുന്നു.

അതുപറഞ്ഞ് സിദ്ധൻ താവളത്തെക്കുറിച്ചു സൂചിപ്പിച്ചു:

പൂഞ്ഞാറിൽ തട്ടേൽ തര്യതിന്റെ തറവാട്.

മാത്തന് ഗൗരവതരമായ എന്തോ പറയാനുണ്ടെന്ന് സിദ്ധന് തോന്നി.

അപ്പനില്ലാതിരുന്ന ആശങ്ക നിനക്കെങ്ങനെയുണ്ടായി എന്നു ചോദിച്ചു കൊണ്ട് എന്താണെങ്കിലും പറയാൻ സിദ്ധൻ പ്രോത്സാഹിപ്പിച്ചു.

കാടിനെ വെള്ളത്തിൽ മുക്കിയിട്ടിട്ട് ഞാനെങ്ങനെ പോകും? നമുക്ക് തിമിരുവച്ചാലോ?

സിദ്ധന് കാര്യം മനസ്സിലായി.

മുല്ലപ്പെരിയാർ അണക്കെട്ട് തിമിരുവച്ച് തകർക്കാനാണോ നിന്റെ ആലോചന?

അതെയെന്ന് മാത്തൻ തലയാട്ടിയപ്പോൾ വിഡ്ഢി എന്നു വിളിച്ചു കൊണ്ട് തിമിരുവച്ചതിനുശേഷമുള്ള ഭീകരദൃശ്യത്തിന്റെ വാങ്മയചിത്ര ങ്ങൾ സിദ്ധൻ മാത്തന് കാട്ടിക്കൊടുത്തു:

ഏകദേശം ആയിരം ആൾപൊക്കത്തിൽ അറുനൂറ് നാഴിക വിസ്താ രത്തിൽ വ്യാപിച്ചുകിടക്കുന്ന ഈ വെള്ളമെല്ലാം കൂടി ഒറ്റയടിക്ക് ജല മതിലിടിയുന്നതുപോലെ കുത്തനെ താഴോട്ട് പാഞ്ഞുചെല്ലും. വണ്ടിപ്പെ രിയാറും നേര്യമംഗലവും എറണാകുളവുമെല്ലാം കൂടി ഒഴുക്കി കടലിൽ കൊണ്ടിടും.

മുപ്പത്തിയെട്ട്

ഡിസാസ്റ്റർ മാനേജ്മെന്റ് വിദഗ്ദ്ധനായ മനുദേശായി അത്ഭുതം കൂറി. മുല്ലപ്പെരിയാറിലെ സ്ഥിതിഗതികൾ നേരിട്ടു വിലയിരുത്താനും അത്യാ ഹിതമുണ്ടായാൽ സ്വീകരിക്കേണ്ട അടിയന്തിരനടപടികളെക്കുറിച്ച് ധാരണയുണ്ടാക്കാനും രഹസ്യമായി എത്തിയതായിരുന്നു അദ്ദേഹം. ഡോക്ടർ പണിക്കരുടെ സുഹൃത്തായതുകൊണ്ടും കൃത്യമായ വിവര ങ്ങൾ ലഭിക്കുമെന്നുള്ളതുകൊണ്ടുമാണ് ശാസ്ത്രഗവേഷകന്റെ മൂടുപട മണിഞ്ഞ് അദ്ദേഹം വാക്കാട്ടു തങ്ങിയത്. പഴയ തലമുറയുടെകഴിവുക ളെക്കുറിച്ചും ദീർഘവീക്ഷണത്തെപ്പറ്റിയും ആഴത്തിൽ മതിപ്പുള്ള മനുദേശായി വാക്കാട്ടെ പുരാരേഖകളിലും താല്പര്യം കാട്ടുകയുണ്ടായി:

ശാസ്ത്രസാങ്കേതികവിദ്യകൾ വികസിക്കാതിരുന്ന അക്കാലത്ത് എത്ര കൃത്യമായിട്ടാണ് ദുരന്തത്തിന്റെ വ്യാപ്തി ചൂണ്ടിക്കാട്ടുന്നത്.ഞങ്ങളുടെ പക്കലുള്ള വിദഗ്ദ്ധ റിപ്പോർട്ട് ഏതാണ്ട് ഇതുപോലെ തന്നെയാണെന്നു പറഞ്ഞുകൊണ്ട് അദ്ദേഹം അതല്പം വായിച്ചു:

മുല്ലപ്പെരിയാർ അണക്കെട്ടു തകർന്നാൽ വെള്ളം മാത്രമല്ല, കല്ലും മണ്ണും തടിയും അണക്കെട്ടിന്റെ അവശിഷ്ടങ്ങളുമെല്ലാംകൂടി ഇടുക്കി അണക്കെട്ടിലേക്ക് കുതിച്ചൊഴുകും. 36 കിലോമീറ്റർ താഴെയുള്ള ഇടുക്കി

അണക്കെട്ടിലേക്ക് ഇവ 45 മിനിറ്റിനകം തന്നെ എത്തും. ഇടുക്കി അണക്കെട്ടിന്റെ സംഭരണശേഷി 70 ടി. എം.സിയാണ്. ഇതിന്റെ 70ശതമാനം ജലം ഇപ്പോൾതന്നെ നിറഞ്ഞിരിക്കുകയാണ്. ഇനി 15 ടി.എം.സി ജലവും മററ് അവശിഷ്ടങ്ങളും ഒന്നിച്ചെത്തിയാൽ അണക്കെട്ടിനു താങ്ങാനാവില്ല. മുല്ലപ്പെരിയാറിൽ നിന്ന് ഇടുക്കിയിലേക്ക് 50 അടി ഉയരത്തിൽ വെള്ളം ഒഴുകിയെത്തും. വള്ളക്കടവ്, വണ്ടിപ്പെരിയാർ, മ്ളാമല, ചപ്പാത്ത്, ഉപ്പുതറ, അയ്യപ്പൻകോവിൽ പ്രദേശങ്ങൾ ഇതിനിടയിലാണ്. അവ അപ്പാടെ ഒലിച്ചുപോകും. ഇടുക്കി അണക്കെട്ട് അപകടത്തിലായാൽ താഴെയുള്ള 11 അണക്കെട്ടുകളും തകരും. ചെറുതോണി, കുളമാവ് അണക്കെട്ടുകളാണ് ഇടുക്കിക്കു പിന്നാലെ ആദ്യം അപകടത്തിലാവുക. ചെറുതോണി ഡാമിൽ മാത്രമാണ് അഞ്ച് ഷട്ടറുകളുള്ളത്. ഈ ഷട്ടറുകൾ ആറിഞ്ച് ഉയർത്തിയാൽ തന്നെ ചെറുതോണി വെള്ളത്തിലാവും. ഷട്ടറുകൾ മുഴുവൻ തുറന്നാൽ പെരിയാറിൽ 40 അടിവെള്ളം ഉയരും. കാലവർഷസമയത്താണെങ്കിൽ ദുരന്തം ഇരട്ടിയാണ്. ഈ വെള്ളം പെരിയാറിലൂടെ കരിമണൽ കഴിഞ്ഞ് ഒൻപത് കിലോമീറ്റർ എത്തി നേര്യമംഗലം വഴിയുള്ള മലയിടുക്കിലൂടെ രണ്ടു കിലോമീറ്റർ പിന്നിട്ടാൽ പിന്നെ പരന്നൊഴുകാൻ പാകത്തിലുള്ള സമതലപ്രദേശമാണ്. ഇത് എറണാകുളം, കോട്ടയം ജില്ലകളിൽ നാശം വിതയ്ക്കും.പെരിയാറിൽ താഴേക്കു ജലം കുത്തിയൊഴുകിയാൽ നേര്യമംഗലംപാലം ഒലിച്ചുപോകും. ഇതോടെ ഇടുക്കി, എറണാകുളം ജില്ലകൾ തമ്മിലുള്ള ബന്ധം വിച്ഛേദിക്കപ്പെടും. ഭൂതത്താൻകെട്ട്, നേര്യമംഗലം പവർഹൗസ്, കരിമണൽ ഡാം, തട്ടേക്കാട് പാലം, ഭൂതത്താൻകെട്ട് റിസർവോയർ, കാലടിപ്പാലം, നെടുമ്പാശേരി വിമാനത്താവളം, ആലുവ എന്നിവിടങ്ങളിൽ വെള്ളപ്പൊക്കമുണ്ടാകും.

മുല്ലപ്പെരിയാറിൽ 130 അടി വെള്ളമുള്ളപ്പോഴാണ് അപകടം സംഭവിക്കുന്നതെങ്കിൽ കൊച്ചി നഗരത്തിൽ 10 അടി ഉയരത്തിലും പെരുമ്പാവൂരിൽ 12 അടി ഉയരത്തിലും വെള്ളമെത്തും. ജലനിരപ്പിന്റെ തോതനുസരിച്ച് അപകടസാധ്യതയും ഏറിയും കുറഞ്ഞുമിരിക്കും. മൂന്നുമണിക്കൂറിനുള്ളിൽ എറണാകുളം വരെ വെള്ളം പാഞ്ഞെത്തും. പെരിയാറിന്റെ ഇരുകരകളിലുമുള്ള താഴ്ന്ന പ്രദേശങ്ങൾ വെള്ളത്തിൽ മുങ്ങും. ചാലക്കുടിപ്പുഴയുമായി പെരിയാർ ചേരുന്നതിനാൽ ചാലക്കുടിയിലും വെള്ളപ്പൊക്കമുണ്ടാകും.

അണക്കെട്ടിൽ 136 അടി വെള്ളം നിൽക്കുമ്പോഴാണ് ഡാം തകരുന്നതെങ്കിൽ ദുരന്തം ഇരട്ടിയാകും. കോട്ടയം, പത്തനംതിട്ട, ആലപ്പുഴ ജില്ലകളിലും തൃശ്ശൂർ ജില്ലയുടെ കൊടുങ്ങല്ലൂർ മേഖലയിലും ദുരന്തം വ്യാപിക്കും. തൊടുപുഴ വെള്ളത്തിൽ മുങ്ങും. മലങ്കര ഡാം തകരും. അത്യാഹിതം ഉണ്ടായാൽ കൺട്രോൾ റൂം ആയി പ്രവർത്തിക്കാൻ തയ്യാറാക്കിയിരിക്കുന്ന ഉപ്പുതറ, മഞ്ചുമല വില്ലേജ് ഓഫീസുകളും വള്ളക്കടവ്

ഫോറസ്റ്റ് റേഞ്ച് ഓഫീസുമാണ് വെള്ളപ്പൊക്കത്തിൽ ആദ്യം ഒലിച്ചു പോകുന്നത്...

പതിയെ വായിക്കണമെന്ന് മനുദേശായിയോട് പറയാൻ പലതവണ ആഞ്ഞതാണ്. പക്ഷേ ഉച്ചത്തിൽ കേൾക്കേണ്ട കാര്യങ്ങൾക്ക് ഒച്ച വേണം. അതോർത്ത് ഡോക്ടർ പണിക്കർ നിശ്ശബ്ദനായി. എന്നാൽ അപ്പന്റെ ശബ്ദം പൊങ്ങിക്കൊണ്ടേയിരുന്നു:

അവൾ വരുന്നത് ഒരിടത്തേക്കുമാത്രമല്ല, എല്ലായിടത്തേക്കുമാണ്...

മുപ്പത്തിയൊമ്പത്

ചപ്പാത്തിലെ സമരപന്തലിലേക്കു നോക്കി നിജാദും ഫൗസിയയും നെടുവീർപ്പിട്ടു. ജീവനുഭീഷണിയായ മുല്ലപ്പെരിയാർ അണക്കെട്ടു പൊളിച്ചു പുതിയതു നിർമ്മിക്കണമെന്നാവശ്യപ്പെട്ട് എന്തോ തുടങ്ങിയ സമരമാണിത്. എന്നാണ് ഇത് തീരുക? എങ്ങനെയാണ് ഇതിന്റെ പര്യവസാനം?

കഴിഞ്ഞ രാത്രിയിൽ ചന്ദ്രമോഹൻ പറഞ്ഞിരുന്നു. 2006 ഡിസംബർ 25ന് തിരുപ്പിറവിക്ക് ജന്മംകൊണ്ട സമരത്തിന്റെ കൂടെക്കൂടാൻ ആളുണ്ടായത് അഞ്ചുവർഷങ്ങൾക്കുശേഷം 2011 അവസാനത്തോടെയാണ്...

സ്വന്തം ജീവന്റെയും ജീവനെപ്പോലെ സ്നേഹിക്കുന്ന മറ്റുള്ളവരുടെയും രക്ഷക്കായി വർഷങ്ങളായി തപസ്സിരിക്കുന്നവരുടെ മുഖത്തേക്കു നോക്കിയപ്പോൾ അവരിൽ ഒരാളാണെന്ന് നിജാദിനു തോന്നി. ഫൗസിയയും അതുതന്നെ മനസ്സിലോർത്തു.

നാൽപ്പത്

മുന്നിൽ സഹായികൾ രണ്ടുപേർ. നടുവിൽ സിദ്ധൻ ഏൽപ്പിച്ച മൂന്നുപേർ. അതിനു പിന്നിൽ മാത്തൻ. ഏറ്റവും പിന്നിൽ കോമപ്പനിൽ നിന്നു കിട്ടിയ ഭാണ്ഡവും പേറിക്കൊണ്ട് ഒരു കാടൻ.

രാത്രിയുടെ മറവിൽ അവർ മലയിറങ്ങുകയായിരുന്നു. ഇടത്താഴിയുടെ വളവ് തിരിയുമ്പോൾ പിന്നിലുണ്ടായിരുന്ന കാടൻ പിറുപിറുത്തു :

പുലിയുടെ ചൂരടിക്കുന്നു.

പെട്ടെന്ന് നിന്ന് ചുറ്റുപാടും ഗന്ധിച്ചശേഷം മാത്തൻ പറഞ്ഞു:

വെറും പുലിയല്ല. ഈറ്റപ്പുലി. മാച്ചിന്റെ മണമാണ് വരുന്നത്. അടുത്തു മടയുണ്ട്. മടയിൽ പെറ്റു കിടക്കുകയാണ് പുലി.

വീണ്ടും നടന്നു തുടങ്ങുമ്പോൾ പാതി കളിയായും ബാക്കി കരുതലിനായും മാത്തൻ ഓർമ്മിപ്പിച്ചു:

കാട്ടുകുന്നൻ മേൽച്ചില്ലകളിൽ പതിയിരുപ്പുണ്ടാവും. പൂച്ചകളിൽ പുലിയായ അവന് മാച്ചുപൊട്ടാത്ത പുലിപ്പുള്ളകളെ എന്തിഷ്ടമാണെന്നോ.

അതുപറഞ്ഞു തീർന്നില്ല നാലുപാടും നിന്നും സായുധരായ ഒരു സംഘം പോലീസുകാർ അവരെ വളയുകയായിരുന്നു.

കൂടെയുള്ളവരെ പിന്നിലേക്കു മാറ്റി വെള്ളക്കാരും സ്വദേശികളും ഉൾപ്പെട്ട ആ സംഘത്തിനു മുന്നിലേക്കു നീങ്ങി നിന്ന് മാത്തൻ കാട്ടുകത്തിയൂരി.

...ബ്രിട്ടീഷ് സാമ്രാജ്യത്തിനെതിരെ യുദ്ധം പ്രഖ്യാപിക്കുകയും ഗവർണറെ വധിക്കാൻ ഗൂഢാലോചന നടത്തുകയും ചെയ്തതിന്റെ പേരിൽ സർക്കാർ തിരയുന്ന രാജ്യദ്രോഹികളാണ് നിങ്ങളുടെ കൂടെയുള്ളത്. പിടികിട്ടാപ്പുള്ളികളായ അവരെ വിട്ടുതരിക. അല്ലെങ്കിൽ വധിക്കാൻ ഞങ്ങൾ മടിക്കില്ല...

സംഘത്തലവനായ ഉദ്യോഗസ്ഥൻ അങ്ങനെ അറിയിക്കുമ്പോൾ മാത്തൻ അവരെയാകെ ശ്രദ്ധിക്കുകയായിരുന്നു.

പന്ത്രണ്ടംഗപോലീസ് സംഘത്തിൽ സ്വദേശികളായ എട്ടുപേരുണ്ടെങ്കിലും ആരും മുഖപരിചയമുള്ളവരല്ല. മലയോരത്തുള്ളവരുമല്ല.

കത്തി ഉറയിലിട്ട് ഒന്നമർന്നിരുന്നു മാത്തൻ. കീഴടങ്ങുകയാണെന്നാണ് കൂടെയുള്ളവർ കരുതിയത്. എന്നാൽ ഒപ്പമുള്ളവരെപ്പോലും അതിശയിപ്പിച്ചുകൊണ്ടായിരുന്നു മാത്തന്റെ മിന്നൽ പ്രയോഗം.പെട്ടെന്ന് ചാടിക്കുതിച്ച മാത്തന്റെ കൈകളും കാലുകളും അന്തരീക്ഷത്തിൽ അതിവേഗം ഉയർന്നു താണു. പ്രതിഷേധിക്കാനോ പ്രത്യാക്രമണത്തിനോ വിടവുകൊടുക്കാതെയുള്ള ആ പ്രയോഗത്തിൽ പന്ത്രണ്ടുപേരും നിലത്തു വീണു. എന്നിട്ടും എഴുന്നേൽക്കാൻ ശ്രമിച്ച ഒരാളെ മാത്തൻ ചവുട്ടി.

ഭയന്നു പിന്നിലൊളിച്ച സംഘത്തോട് ഓടിക്കോ, ഇപ്പോൾ പുലിവരും എന്നു പറഞ്ഞ് മാത്തൻ ഒരു പ്രത്യേകതരം ശബ്ദം പുറപ്പെടുവിക്കാൻ തുടങ്ങി. കാട്ടുകുന്നന്റെ അമറലായിരുന്നു അത്. കേട്ടാൽ അടങ്ങിയിരിക്കില്ല; അമറലിന്റെ ഉത്ഭവത്തിലേക്ക് പാഞ്ഞെത്തും ഈറ്റപ്പുലി.

അടിയും ചവിട്ടുമേറ്റ് വീണു കിടന്നവരെ മറികടന്ന് മാത്തനും സംഘവും ഓടുമ്പോൾ പിന്നിൽ അടിക്കാടിളകുന്നത് അവർ വ്യക്തമായും കേട്ടു. തുടർന്ന് ഒരു കൂട്ടനിലവിളി ഉയർന്നുപൊങ്ങി.

ഇനി നിൽക്കാം; വീണു കിടക്കുന്നവരുടെ നിലവിളികളാണ് കേൾക്കുന്നത്. അവരെ വിട്ടിട്ട് പുലി വരില്ല.

...അതുവേണ്ടായിരുന്നു പുലി അവരെ ഉപദ്രവിച്ചിട്ടുണ്ടാവും.

ആരുടെ ഉപദേശമാണ് അതെന്നറിയാൻ കൗതുകത്തോടെ മാത്തൻ നോക്കുമ്പോൾ സിദ്ധൻ ഏല്പിച്ച മൂന്നുപേരും സഹായികളുടേയും

കാടന്റെയും തോളിൽ നിന്നിറങ്ങുന്നു. അതിലൊരാൾ പറയാൻ ബാക്കി വച്ചത് പൂർത്തിയാക്കുകയാണ്:

...സ്വരക്ഷയ്ക്കു വേണ്ടതിനുമപ്പുറമായിപ്പോയി.

മുഴുമിപ്പിക്കാൻ അനുവദിച്ചില്ല മാത്തൻ.

നിർത്ത്, നിങ്ങൾക്കറിയാമോ അവർ ഇവിടെയെങ്ങുമുള്ളവരല്ല. മൈസൂരിലോ മദ്രാസിലോ നിന്ന് വന്നവരാവും; എത്രയോ ദിവസങ്ങളായി പിന്നാലെ നടന്നിട്ടാവും അവർ നിങ്ങളെ കണ്ടെത്തിയത്. ശിവമുടിയിൽ കാടരെ ഭയന്നിട്ടാണ് നിങ്ങളെ പിടിക്കാതിരുന്നത്.വഴിയിലിട്ട് പിടിക്കാമെന്നു കരുതി പിന്തുടർന്നു വന്നതാണ്.

ആരും മറുപടി പറഞ്ഞില്ല.

പരമശുദ്ധരാണ് അവരെന്ന് മാത്തന് മനസ്സിലായി.

അധികാരികളെ അങ്ങനെ നേരിട്ടെതിർത്തതിന്റെ അനിവാര്യത യാത്രയ്ക്കിടയിൽ മാത്തൻ പറഞ്ഞുകൊണ്ടിരുന്നു.

അങ്ങനെയങ്ങ് ഇട്ടിട്ടുപോന്നാൽ ബോധം തെളിയുമ്പോൾ അവർ പിന്നാലെ വരും. എവിടെയാണെങ്കിലും നമ്മെ കണ്ടെത്തും. എല്ലാററിനേയും കൊന്നിരുന്നെങ്കിലോ- കൊന്നവന്റെ കത്തിപ്രയോഗം അല്ലെങ്കിൽ കൈപ്പാട് നോക്കി കണ്ടെത്താൻ അവർക്ക് കഴിയും.

ഒന്നുനിർത്തി തിരിഞ്ഞുനിന്ന് ചെറുചിരിയോടെ മാത്തൻ അവരോട് ചോദിച്ചു:

മനുഷ്യനു മാത്രമല്ലേ നിയമങ്ങളുടെ ചങ്ങലയുള്ളു; പക്ഷെ പുലിയെ അവരെന്തു ചെയ്യും?

പൂഞ്ഞാറിലെത്തുന്നതുവരെ സംസാരിച്ചുകൊണ്ടേയിരുന്നു. മൂന്നുപേരും എണ്ണയ്ക്കാടിന്റെ താവഴിയായ പല്ലന കൊട്ടാരത്തിലെ ബന്ധുക്കളാണ്. ബ്രിട്ടീഷുകാർക്ക് കപ്പം കൊടുത്തുകൊണ്ട് അടിമകളെപ്പോലെ സ്വന്തം രാജ്യത്ത് കഴിയുന്ന രാജാക്കന്മാരോട് അവർക്ക് അവമതിപ്പായിരുന്നു. കച്ചവടത്തിനു വന്നവർ രാജ്യം ഭരിക്കണ്ടാ എന്നവർ തീർത്തു പറഞ്ഞു. ബ്രിട്ടീഷുകാർക്കെതിരെ നിലകൊള്ളാൻ ഓരോ നാട്ടുരാജ്യത്തേയും അവർ പ്രേരിപ്പിച്ചുകൊണ്ടിരുന്നു. അതിനിടെ ഊട്ടിയിൽ വന്ന ഗവർണറോട് നാണംകെട്ട് എന്തിനീ നാട്ടിൽക്കിടക്കുന്നു എന്നവർ നേരിട്ടു ചോദിച്ചത്രേ.

ഗവർണറെ അപമാനിക്കാൻ ശ്രമിച്ചു എന്നായിരുന്നു തുടക്കത്തിലെ കുറ്റാരോപണം, തുടർന്നത് വധശ്രമമായി കേസായി. പിടിക്കപ്പെടുമെന്നായപ്പോൾ രക്ഷപ്പെടുത്തിയത് അയ്യാപിള്ളയായിരുന്നു. പോലീസുകാരനായിരുന്ന അയാൾ ബ്രിട്ടീഷുകാർക്കെതിരെ കാർത്തികപുരത്ത് രഹസ്യമായി ജനങ്ങളെ സംഘടിപ്പിച്ചുകൊണ്ടിരുന്ന കാലമായിരുന്നു അത്.

അല്പനാൾ അയാളുടെ കൂടെയായിരുന്നു. ഒടുവിൽ അപകടം ആസന്ന മാണെന്നറിഞ്ഞ അയ്യാപിള്ളയാണ് അവരെ യോഗേശ്വരശിഷ്യനായ സിദ്ധനെ ഏല്പിക്കുന്നത്. സുരക്ഷിതമെന്നു കരുതിയിരുന്ന ശിവമുടി യിലും അപകടം മണത്തപ്പോൾ പൂഞ്ഞാറിൽ അഭയകേന്ദ്രമൊരുക്കി അങ്ങോട്ടയച്ചതാണ്.

പൂഞ്ഞാറിൽ തട്ടേൽ തര്യത് കാത്തിരിക്കുകയായിരുന്നു. ചെന്നപാടേ മൂവരേയും അകത്തേക്കുകൊണ്ടുപോയ അദ്ദേഹം മാത്തനെ തീരെ ശ്രദ്ധിച്ചില്ല. യാത്ര പറയേണ്ട മര്യാദയോർത്ത് കാത്തുനിന്ന മാത്തന്റെ മുന്നിലേക്ക് ഏറെ കഴിഞ്ഞാണ് അദ്ദേഹം വന്നത്. വന്നപാടേ പൂമുഖത്തെ ചാരുകസേരയിലേക്ക് ചരിഞ്ഞുകൊണ്ടൊരു ചോദ്യമായിരുന്നു:

പുലിയെ വരുത്തി പോലീസിനെ തുരത്തിയവനെവിടെ?

പരിഹാസം കലർന്ന ആ ചോദ്യവും ഭാവവും മാത്തന് തീരെ രസിച്ചില്ല.

അതു മനസ്സിലാക്കാതെ അദ്ദേഹം തുടർന്നു ചോദിക്കുകയായിരുന്നു:

നീയാണോ അത്? നീ ഏതാ?

മാത്തന്റെ മറുപടി കനത്ത സ്വരത്തിലായിരുന്നു:

ഞാൻ മാത്തൻ. മലമാത്തൻ. തോട്ടത്തിൽ തൊമ്മി എന്നും എനിക്കു പേരുണ്ട്. കാടേറികറിയായുടെ മകനാണ്.

അതുകേട്ടതോടെ അദ്ദേഹം ചാരുകസേരയിൽ നിന്ന് ചാടി എഴുന്നേറ്റു.

മക്കളെ എനിക്ക് നിന്നെ മനസ്സിലായില്ല.

അരമതിൽ ചൂണ്ടി ദാ ഇങ്ങോട്ടിരിക്ക് എന്ന് ക്ഷണിച്ചു.

മാത്തൻ അത് നിരസിച്ചു:

ഇല്ല;ഞാൻ പോകുന്നു.

അദ്ദേഹം നിർബന്ധിച്ചു:

ഇത്രടം വന്നതല്ലേ, കാടേറിയുടെ മകന് ഇവിടെ നിന്നല്പം മോരെ ങ്കിലും കുടിക്കാം. എന്നിട്ട് അകത്തേക്കു നോക്കി.എടീ മോളേ , ഏലി ക്കുട്ടി എന്നു വിളിച്ചതേയുള്ളു. കതകിനു പിന്നിൽനിന്ന് മോരുമൊന്തയു മായി ഏലിക്കുട്ടി പൂമുഖത്തേക്കു വന്നു.

കൈതപ്പൂപോലൊരു പെണ്ണ് !

കടമ്പത്തെ കാട്ടുകൈത പൂത്തുലഞ്ഞത് പൂഞ്ഞാറ്റിലെ തട്ടേൽ പൂമുഖത്തോ!

പോകാനാഞ്ഞ മാത്തൻ തരിച്ചുനിന്നുപോയി.

പൂങ്കുല പൂത്താള് നീട്ടി-മോരു നീട്ടിയ കൈയ്ക്ക് കൈതപ്പൂവിന്റെ ഗന്ധം.

വല്ലാത്തൊരു മാസ്മരികതയിലാണ്ട് മോരുമൊന്ത വാങ്ങുമ്പോൾ അവളുടെ അടക്കിയ ചിരി കണ്ടു. അകത്തേക്ക് ഓടിക്കൊണ്ട് പിന്നൊരു വിളികേട്ടു:

പുലിയച്ഛാ...

നാൽപ്പത്തിയൊന്ന്

കോയമ്പത്തൂരിൽ നിന്നും നിജാദും ഫൗസിയയും മടങ്ങിവരാൻ വൈകിയപ്പോൾ ഡോക്ടർ മാത്യു തോമസ് വർഗീസ് പണിക്കർക്ക് ഉത്കണ്ഠയായി. ജലത്തിനടിയിലുപയോഗിക്കുന്ന കണ്ണടയുടെ ഹെഡ്ബെൽറ്റ് മാറ്റാനെന്ന് പറഞ്ഞു പോയതാണ്. പലയിടത്തും അന്വേഷിച്ചിട്ടും ഫലമില്ലാഞ്ഞ് ഒടുവിൽ കോയമ്പത്തൂരിലെ ഒരു ഇറക്കുമതിക്കാരനുമായി ബന്ധപ്പെട്ടപ്പോൾ അത് ശരിയാക്കി നൽകാമെന്ന് ഏറ്റതനുസരിച്ചായിരുന്നു യാത്ര. ബഹളത്തിനിടയിൽ അവർ വല്ല അപകടത്തിലും പെട്ടിരിക്കുമോ എന്നായിരുന്നു ആശങ്ക.

ഒരാഴ്ച കഴിഞ്ഞ് തിരിച്ചെത്തിയ അവർ പറഞ്ഞത് , മുല്ലപ്പെരിയാർ പ്രശ്നത്തിന്റെ പേരിൽ പാലക്കാട് കോയമ്പത്തൂർ റൂട്ടിലെ വാഹനഗതാഗതം പാടേ നിലച്ചിരിക്കുന്നു എന്നാണ്. രണ്ട് രാജ്യങ്ങളുടെ അതിർത്തി പോലെയാണ് വാളയാർ. അവിടെ ബസ്സിറങ്ങി ഏറെദൂരം നടന്ന് തമിഴ്നാട് അതിർത്തിക്കുള്ളിൽ കടന്നാണ് തുടർയാത്ര. കേരള രജിസ്ട്രേഷനുള്ള വാഹനങ്ങളൊന്നും തമിഴ്നാട്ടിലേക്ക് കടത്തിവിടുന്നില്ല. തമിഴ്നാട്ടിൽ നിന്ന് തീർത്ഥാടകർപോലുംഇങ്ങോട്ടുവരാൻ മടിക്കുന്നു. ശരിക്കുമൊരു ആഭ്യന്തരയുദ്ധത്തിന്റെ പ്രതീതി. അതിനിടയിൽ എങ്ങോട്ടും നീങ്ങാനാവാതെ എട്ടിമടയിൽപ്പെട്ടുപോയതാണത്രെ അവർ.

ഇനി അതിർത്തി കടന്നുള്ള യാത്ര വേണ്ടാ എന്നുള്ള ഡോക്ടർ മാത്യു തോമസ് വർഗീസ് പണിക്കരുടെ നിർദ്ദേശം അവരെ സംബന്ധിച്ചിടത്തോളം അപ്രതീക്ഷിതമായിരുന്നു.

അപ്പോൾ സങ്കീർത്തനം ഉരുവിടുന്നതുപോലെ അപ്പന്റെ ശബ്ദം ആട്ടുകട്ടിലിൽ നിന്ന് ഒഴുകിവന്നു.

അതിരുകളെല്ലാം മായും ...അവസാനം ആകാശവും ഭൂമിയും മാത്രം അവശേഷിക്കും... അവളുടെ വരവിനായി കാത്തിരിക്കുക...

നാൽപ്പത്തിരണ്ട്

സന്തതിപരമ്പരകളെക്കുറിച്ച് സൂചിപ്പിച്ചുകൊണ്ട് ശിവപ്പയുടെ ശകാരം കേട്ടപ്പോൾ മലമാത്തന് കൈതപ്പൂവിന്റെ ഗന്ധമനുഭവപ്പെട്ടു. പിന്നെ ഒട്ടും താമസിച്ചില്ല.മാത്തൻ അറിയിച്ചു:

പെണ്ണു കെട്ടാം; സന്തതിപരമ്പരകളാവാം. പൂഞ്ഞാററിൽ തട്ടേൽ തര്യതിന്റെ മകൾ ഏലിയായിരിക്കണം വധു.

അവിശ്വസനീയമായതെന്തോ കേട്ടതുപോലെ ശിവപ്പ തരിച്ചിരുന്നു.

നാൽപ്പത്തിമൂന്ന്

കെട്ടിക്കേറിവന്ന പെണ്ണ് ആദ്യദിനം തന്നെ ഭർത്താവിനെ പുലിയച്ചാ എന്നു വിളിക്കുന്നതുകേട്ടപ്പോൾ ശിവപ്പക്ക് അതിന്റെ പൊരുൾ പിടികിട്ടിയില്ല. പക്ഷേ ആ വിളി ശിവപ്പയ്ക്ക് ദുരൂഹതയായതുപോലെ അതു കേൾക്കുന്നത് മാത്തന് ഹരമായിരുന്നു എന്ന കാര്യം അദ്ദേഹം പ്രത്യേകം ശ്രദ്ധിച്ചു.

ഏലിക്കുട്ടി വന്നതോടെ വാക്കാട്ടെ പൂമുഖത്തു മാത്രമല്ല അകമുറികളിലും വിശാലമായ തൊടിയിലും തോപ്പിലും പോലും കൈതകൾ പൂത്തു. പൂമണം അതിരുകൾ ഭേദിച്ചു പരന്നുകൊണ്ടിരുന്നു.

മാത്തനും കെട്ട്യോളും കൂട്ടുകാരെപ്പോലെ എന്നു നാട്ടുകാർ പറഞ്ഞപ്പോൾ ഇതേതോ മുജ്ജന്മബന്ധമാണെന്ന് ശിവപ്പ വിശ്വസിച്ചു. കാരണം അവളുടെ വരവോടെ വാക്കാടൊരു വനസ്വർഗമായി. മലകേറി നടന്നിരുന്ന മാത്തൻ വേണ്ടസമയത്ത് കൃത്യമായും വീട്ടിലുണ്ടാവും. മാത്തനുള്ളപ്പോൾ അയാളുടെ നിഴലായി മാത്രമേ അവളെ കാണാൻ സാധിക്കൂ.

മാത്തൻ ഒന്നുനോക്കിയാൽ അത് എന്തിനാണെന്ന് ഏലിക്കുട്ടിക്കറിയാം. ഭർത്താവ് കൈനീട്ടിയാൽ കൊടുക്കേണ്ടതെന്തോ അത് അവളുടെ അരികിൽത്തന്നെയുണ്ടാകും. മാത്തന്റെ രുചിഭേദങ്ങൾക്കനുസൃതമായിട്ടാവും ഏലിക്കുട്ടി ഭക്ഷണം വിളമ്പുക. ആഹാരം തയ്യാറാക്കുമ്പോൾ അമ്മയുടെ ഉപദേശമാവും അവൾ ഓർക്കുന്നത്. പുരുഷന്റെ മനസ്സിലേക്കുള്ള വഴി അവന്റെ വായിലൂടെയും വയറ്റിലൂടെയുമായിരിക്കും. അതിനുവേണ്ട കൈപ്പുണ്യം അവൾ ആർജ്ജിച്ചിരുന്നു. ഭക്ഷണം വിളമ്പുമ്പോഴാകട്ടെ അപ്പന്റെ നിർദ്ദേശം അവളെ നയിക്കുമായിരുന്നു. എന്തു കൊടുക്കുന്നു എന്നതിലല്ല കാര്യം; എങ്ങനെ കൊടുക്കുന്നു എന്നതിലാണ്. ചിരിച്ച മുഖത്തോടെ കാരുണ്യത്തോടെ കരുതലോടെ സ്വന്തം കൈകൊണ്ടു മാത്രമേ അവൾ മാത്തനെ ഊട്ടാറുള്ളൂ. അലോസരപ്പെടുത്തുന്ന കാര്യങ്ങളൊന്നും പറഞ്ഞ് മാത്തനെ അവൾ അലട്ടാറുമില്ല.

മാത്തനും അങ്ങനെത്തന്നെയായിരുന്നു. ഏലിക്കുട്ടിയുടെ സാന്നിധ്യത്തിൽ മറ്റെല്ലാം മറന്ന് അവളിൽതന്നെ ശ്രദ്ധയൂന്നും. ബോധപൂർവമല്ലാതെ സംഭവിക്കുന്നതാണത്.

കൈതപ്പൂമണം കാമോദ്ദീപകമാണെന്ന് സിദ്ധൻ പറഞ്ഞതിന്റെ പൊരുൾ അവൾ അടുത്തുവരുമ്പോഴൊക്കെ മാത്തൻ അനുഭവിച്ചറിയുകയായിരുന്നു.

കടമ്പത്ത് മുല്ലപ്പെരിയാറിലേക്ക് ലയിക്കുന്ന മുത്തേനരുവിയുടെ കരയിൽ നിന്നുയർന്നു പൊന്തിയ ഗന്ധം ഏതെന്ന് ഒരിക്കൽ സിദ്ധനോട് ചോദിച്ചപ്പോൾ, വെൺമ കലർന്ന് ഊത നിറത്തിൽ, വാഴക്കുല പോലെ ഞാന്നു കിടക്കുന്ന പോളകളുള്ള പൂങ്കുല ചൂണ്ടി അദ്ദേഹം പറഞ്ഞു- പൂക്കൈതെ പൂത്ത ഗന്ധം. മനുഷ്യരുൾപ്പടെ കരയിലുള്ള സർവ്വജീവജാലങ്ങളിലും വെള്ളത്തിലെ മത്സ്യങ്ങളിൽപോലും കാമമുണർത്തും ഈ ഗന്ധം; പ്രത്യേകിച്ച് നിലാവുള്ള രാത്രികളിൽ.

ഒറ്റയ്ക്കൊരു പൂക്കൈതെ പൂത്തതു കാണാനാവില്ല. ആൺ പെൺ കൈതകൾ കൂടിച്ചേർന്ന കൈതക്കൂട്ടത്തിൽ മാത്രമേ അവ പൂക്കുകയുള്ളു.

നിലാവിൽ മറ്റൊരു നിലാപൂങ്കുലയായി സുഗന്ധം പരത്തുന്ന പൂക്കൈതയെപ്പറ്റി പറഞ്ഞപ്പോൾ ഏലിക്കുട്ടിക്ക് ഒരു മോഹം- എന്നെ കൊണ്ടുപോകുമോ പൂക്കൈതെ പൂത്തതു കാട്ടിത്തരുമോ?

പൂക്കൈതെ മാത്രമല്ല പുതിയൊരു സ്വർഗം തന്നെ അവൾക്ക് കാട്ടിക്കൊടുക്കണമെന്ന് മാത്തൻ തീരുമാനിച്ചു.

നാൽപ്പത്തിനാല്

മുത്തേനരുവിയുടെ കരയിൽ, കാട്ടുമുല്ലകളുടെ മേലാപ്പിനു കീഴെ കൈതപ്പൂവിതളുകളട്ടിയിട്ട മഞ്ചത്തിൽ മദനാലസ്യം വിട്ടൊഴിയാതെ. മലർന്നു കിടന്ന്, പോക്കുവെയിൽ പൊന്നാക്കിയ ആകാശത്തിന്റെ അതിരുകളിലേക്ക് പൂത്തുലഞ്ഞു നിൽക്കുന്ന പൂക്കൈതകളെ നോക്കിയും അവയുടെ അലൗകിക ഗന്ധം നുകർന്നും അവൾ മാത്തന്റെ കാതിൽ ചുണ്ടുരുമ്മി:

പുലിയച്ചാ ഇതാണോ സ്വർഗ്ഗം?

മാത്തൻ ഇത്രയും പ്രതീക്ഷിച്ചിരുന്നില്ല. ആറ്റുതീരത്ത് സൗകര്യമായിരുന്ന് കൈതപ്പൂ കാണാൻ അവൾക്ക് സൗകര്യമൊരുക്കണമെന്നേ പറഞ്ഞിരുന്നുള്ളു. കാടരുടെ സൗന്ദര്യബോധം മാത്തന്റെ സങ്കല്പങ്ങൾക്കുമപ്പുറമായിരുന്നു.

ഏലിക്കുട്ടിയുടെ ചുണ്ടുകളിൽ ആർക്കും കാണാനാവാത്ത കാന്തമുണ്ടായിരുന്നു. ആ ചുണ്ടുകളിൽനിന്ന് വേർപെടാനാവാതെ മാത്തൻ കുടുങ്ങിക്കിടന്നു. കാതിൽനിന്ന് കഴുത്തിലേക്കും മാറിലേക്കും വയറിലേക്കും അതിനു താഴേക്കും ഇഴഞ്ഞിറങ്ങിയ ചുണ്ടുകൾ ഇടംകാലിലെ പെരുവിരൽ നുണഞ്ഞിരിക്കെ, തല അവളുടെ കാതോളം വളച്ചുകൊണ്ടുവന്ന് മാത്തൻ പറഞ്ഞു:

അതെ. ഇതാണ് സ്വർഗം.

മേഘങ്ങൾ മേയുന്ന കുന്നിനു കീഴെ കുലച്ചാർത്ത വാകമരങ്ങൾക്കിടയിലൂടെ നിലാവിതളുകൾ നീട്ടിയ നീൾവിരൽ സ്പർശമേറ്റ് കാടക്കുടിയിൽ കാട്ടുകനലിനുചുറ്റും കാടർക്കൊപ്പമിരുന്ന് മുളയരി മുത്താറിയിലുലത്തിയതും ആചാരപ്രകാരമുള്ള മുപ്പത്തിമൂന്നുവനവിഭവങ്ങളും കാങ്കുവനുൾപ്പടെയുള്ള ഒൻപതുപഴങ്ങളും നുണഞ്ഞ് അതിതൃപ്തയായി അവൾ മാത്തനോട് ചോദിച്ചു:

പുലിയച്ചാ ഇതാണോ അമൃതേത്ത്?

രാത്രിയുടെ ഏതോ യാമത്തിൽ വനവിജനതയിൽ വീശാതെ വീശിയ കാറ്റിൽ മദഗന്ധമുലഞ്ഞ മുല്ലക്കുടിലിലെ കൈതപ്പൂമഞ്ചത്തിൽ വികാരവിവശനായി നിലാവിന്റെ നിറമുള്ള അവളുടെ കാൽനഖങ്ങളിൽ ചുംബിക്കാൻ തുടങ്ങിയ മാത്തൻ മൂർദ്ധാവിലെത്തിയപ്പോൾ ചുണ്ടുകളെ സ്വതന്ത്രമാക്കി രുചി അറിയിച്ചു:

അതെ ഇതാണ് അമൃതേത്ത്.

ഒരു പൂക്കാലം പൂർണ്ണമായും വനത്തിൽ കഴിഞ്ഞശേഷമാണ് മാത്തനും ഭാര്യയും തിരിച്ചുപോയത്.

വിവാഹശേഷം പിതൃഗൃഹത്തിലേക്ക് വധൂവരന്മാരെ വരവേൽക്കുന്നതുപോലെ സ്വീകരിച്ച സിദ്ധൻ യാത്രയാക്കുമ്പോൾ അവളോട് പ്രത്യേകം പറഞ്ഞു:

മാത്തന് നീ മലയാവുക.

ഭാര്യാഭർത്താക്കന്മാരുടെ കൈപിടിച്ചായിരുന്നു അദ്ദേഹത്തിന്റെ അടുത്ത വാക്കുകൾ:

പരിഹരിക്കാനാവാത്ത പ്രശ്നങ്ങൾ നിങ്ങളുടെ ജീവിതത്തിലുണ്ടാവുകയാണെങ്കിൽ പരിഹാരവുമായി ഞാൻ ഉണ്ടെന്ന് ഓർക്കുക.

മാത്തനെ അവൾ മലപോലെ കാത്തു. അവൻ വേറെ മല കയറാൻ പോയില്ല. കയറിയാലും മടുക്കാത്ത മലയായിരുന്നു മാത്തന് അവൾ.

കുടുംബസ്ഥനായ തോട്ടമുടമയായതോടെ മലമാത്തന്റെ പേരിൽനിന്ന് മലമാഞ്ഞുപോയി. അയാൾ ക്രമേണ തോട്ടത്തിൽ തൊമ്മിയായി.

കാലമേറെ കടന്നു. തോട്ടമുടമയായ തൊമ്മിയുടെ പണവും പ്രതാപവും പ്രശസ്തിയും മലയോരം കടന്നും മല കവിഞ്ഞും വ്യാപിച്ചു. പക്ഷേ ഒരു കാര്യത്തിൽ മാത്രം അയാൾ ദുഃഖിതനായിരുന്നു. കുട്ടികളില്ല.

മലമാത്തന്റെ പിതാവും ഇതുപോലെ സന്താനഭാഗ്യമില്ലാതെ ദുഃഖിച്ചിരുന്നതായും അവസാനം മലകയറി മരുന്നുസേവിച്ചാണ് മാത്തനുണ്ടായതെന്നും പഴമക്കാർ പറഞ്ഞു കൊടുത്തു.

കുറച്ചുകൂടി കാക്കാം. ഒരു പ്രശ്നവും പരിഹാരമില്ലാതെ അവശേഷിക്കില്ല. മാത്രവുമല്ല അങ്ങനെ പ്രശ്നങ്ങളുണ്ടാവുകയാണെങ്കിൽ അഭയമായി ഒരിടവും മനസ്സിൽ ഉണ്ടായിരുന്നു- ശിവമുടിയിലെ സിദ്ധൻ.

അങ്ങനെ കഴിഞ്ഞു കുറെ വർഷങ്ങൾ. ഒരു രാത്രി ഞെട്ടി എഴുന്നേറ്റ മാത്തൻ ഭാര്യയോടു പറഞ്ഞു:

ഞാനൊരു സ്വപ്നം കണ്ടു. സ്വപ്നത്തിൽ അദ്ദേഹമായിരുന്നു. സിദ്ധൻ. ഇനി കാക്കണ്ടാ എന്നായിരുന്നു കല്പന.

മാത്തനും ഭാര്യയും പ്രതീക്ഷയോടെ കാടുകയറി.

നവവധുവുമായി ആദ്യമായി ചെന്ന കാടായിരുന്നില്ല അത്. വെള്ള ക്കെട്ടിന്റെ ചതുപ്പ് മലമുകളിലുമെത്തിയിരിക്കുന്നു.

ഭാര്യയുമായി ശിവമുടിയിലെത്തിയ മാത്തനെ സിദ്ധൻ ആശ്വസിപ്പിച്ചു:

പിതാവിനെപ്പോലെ വൈകി സന്താനമുണ്ടാവാനാണ് നിനക്കും യോഗം. സൽസന്താനം ഉണ്ടാവുക എന്നത് ഒരു ശുഭയോഗമാണ്. അതി നൊരു കാലമുണ്ട്. നിനക്കതിന് സമയമായെന്ന് ഞാൻ അറിയിക്കുക യായിരുന്നു.

മാത്തനും ഭാര്യയ്ക്കും ആശ്വാസമായി.

എന്റെ ഗുരു നിന്റെ മാതാപിതാക്കൾക്ക് നൽകിയ സന്താനവല്ലിയും ശിവശിലയും അന്ന് സന്ധിക്കുണ്ടിലുണ്ടായിരുന്നു. അതിപ്പോഴും അവിടെ കാണുമായിരിക്കും. അന്ന് തെളിനീരരുവികളുടെ സംഗമമായിരുന്ന സന്ധിക്കുണ്ടിനെ ഇന്ന് പരന്നുവ്യാപിച്ച, ഈ തടാകത്തിനടിയിൽ കണ്ടെ ത്തുക ക്ളേശകരമാണ്. എന്നാലും ശ്രമിക്കാം എന്നു പറഞ്ഞുകൊണ്ട് തടാകത്തിലേക്കിറങ്ങിയ സിദ്ധൻ ഭാര്യാഭർത്താക്കന്മാരെ വാത്സല്യ ത്തോടെ ഒന്നുനോക്കി. പിന്നെ ആ നിർദ്ദേശം നൽകി:

ഈ തടാകത്തിനടിയിലെവിടെയോ മാഞ്ഞ സന്ധിക്കുണ്ടും അതി നടിയിലുള്ള സന്താനവല്ലിയുടെ വേരും തേടി ഞാൻ മുങ്ങുകയാണ്. ജീവനോടെയോ ശവമായോ ഞാൻ പൊന്തുന്നത് കാത്തിരിക്കുക. രണ്ടാ യാലും എന്റെ ഇടംകയ്യിൽ ശിവശിലയും വലംകയ്യിൽ സന്താനവല്ലിയുടെ കിഴങ്ങുമുണ്ടായിരിക്കും. ശവത്തിന്റെ കയ്യിലേതാണെന്നു കരുതി അറയ്ക്കണ്ടാ. അതരച്ച് തരും; നിങ്ങൾ സേവിക്കുക.

മാത്തന്റെയും ഭാര്യയുടെയും ആശങ്ക കണ്ട് അദ്ദേഹം ചിരിച്ചു:

നിങ്ങൾക്ക് വേണ്ടിയുള്ള ത്യാഗമല്ല, എന്റെനിയോഗമാണിത്.

മുല്ലപ്പെരിയാറിലേക്ക് മുങ്ങിയ സിദ്ധനെ കാത്ത് മാത്തനും ഭാര്യയും കരയ്ക്കിരുന്നു. ഒപ്പം അവശേഷിച്ച കാടരും വേടരും അരയരും. അവരുടെ നായ്ക്കളും.

ഏഴുനാഴിക കഴിഞ്ഞപ്പോൾ ആ തടാകത്തിലേക്ക് നോക്കി ഒരു നായ കുരച്ചു. അതിന്റെ ദൃഷ്ടിപഥത്തിൽ മാത്തനും ഭാര്യയും ആ കാഴ്ച കണ്ടു- പൊന്തിവരുന്ന രണ്ടു കൈകൾ. സൂക്ഷിച്ചുനോക്കിയപ്പോൾ ഒരു കൈയിൽ ശിവശിലയും മറു കൈയിൽ ജലസസ്യത്തിന്റെ കിഴങ്ങും.

തടാകത്തിലേക്ക് നീന്തിച്ചെന്ന് അതേറ്റുവാങ്ങുമ്പോൾ സിദ്ധൻ ഒന്നുയർന്ന് എല്ലാവരേയും നോക്കി. പിന്നെ പെട്ടെന്ന് വെള്ളത്തിനടിയിലേക്ക് താണുപോയി.

തിരയാനായി മുങ്ങാൻ തുടങ്ങിയ മാത്തനോട് കാടൻ കറുമ്പൻ പറഞ്ഞു:

തിരയണ്ടാ. പ്രവചിക്കപ്പെട്ടതാണ് ഈ ജലസമാധി.

മനക്ളേശം സഹിയാഞ്ഞ് മാത്തനും ഭാര്യയും കൂടി വരുന്നുണ്ടെന്നും അവരുടെ സങ്കടപരിഹാരമാണ് ഇനിയുള്ള ദൗത്യമെന്നും അതിനുശേഷം ജലസമാധിയാണെന്നും സിദ്ധൻ നാലുനാൾമുമ്പേ കാടൻ കറുമ്പനോട് പറഞ്ഞിരുന്നു. പിന്തിരിപ്പിക്കാൻ ശ്രമിച്ചപ്പോൾ പ്രിയതരുക്കൾ നിറഞ്ഞ മലയും താഴ്വാരവും ജലത്തിനടിയിൽക്കിടന്ന് വിളിക്കുകയാണെന്നും അവരുടെ ജലസമാധിയ്ക്കൊപ്പം ചേരാൻ സമയമായെന്നും സിദ്ധൻ പറഞ്ഞത്രെ. ശിവമുടിയിലും പെരിയമലയിലുമുള്ള അനേകം ഔഷധസസ്യങ്ങളെ അദ്ദേഹം പേരുചൊല്ലി വിളിക്കുകയും ദാ വരികയായി എന്നു പറയുകയും ചെയ്തു. മുല്ലച്ചാലിന്റെയും പെരിഞ്ചാലിന്റെയും തീരങ്ങളിലും സന്ധിക്കുണ്ടിലുമുള്ള ജലസസ്യങ്ങളെപ്പോലും അദ്ദേഹം വാത്സല്യത്തോടെ വിളിച്ചു. അതിനുശേഷം മറ്റാരും അറിയണ്ടാ എന്ന നിർദ്ദേശത്തോടെ സിദ്ധൻ മറ്റൊരു കാര്യം കൂടി അറിയിച്ചു. മാത്തന് ഒരാൺകുഞ്ഞ് ജനിക്കുമെന്നും ഇലപ്പലക അവനെ ഏല്പിക്കാൻ മറക്കരുതെന്നും പറയാൻ ...

സന്താനവല്ലിയുടെ വേര് ശിവശിലയിലരച്ച് നീട്ടിക്കൊണ്ട് കാടൻ കറുമ്പന്റെ ആത്മഗതം:

എന്റെ കൈകൊണ്ടുതന്നെ ഇത് നിർവഹിക്കണമെന്നായിരുന്നു അദ്ദേഹത്തിന്റെ ഇംഗിതം.

ഭക്ത്യാദരപൂർവം അതേററുവാങ്ങിയ മാത്തനും ഭാര്യയും നോക്കുമ്പോൾ കറുമ്പൻ വിതുമ്പുന്നു.

എന്തിനും ഏതിനും നിഴലായി നിന്നിരുന്ന കാടൻ കറുമ്പന്റെ ഉള്ളുലയുന്നത് ആദ്യമായി കാണുകയായിരുന്നു മാത്തൻ.

എന്താകറുമ്പാ ഇത്- ഏതെല്ലാം പരീക്ഷണഘട്ടങ്ങളെ നാം നേരിട്ടിരിക്കുന്നു. എത്ര മരണങ്ങൾ നാം കണ്ടിരിക്കുന്നു. ആരെങ്കിലും അമരരാണോ? ഇത് അദ്ദേഹം സ്വയംവരിച്ചതാണെന്ന് നീയല്ലേ പറഞ്ഞത്...

കറുമ്പനെ ഇങ്ങനെ പറഞ്ഞ് ആശ്വസിപ്പിക്കുവാൻ വാക്കുകൾക്ക് പരതിയ മാത്തന് പക്ഷേ ഒന്നും മിണ്ടാൻ കഴിഞ്ഞില്ല.

കറുമ്പൻ വീണ്ടും വിങ്ങിപ്പൊട്ടി:

എനിക്കും സമയമായി.

അപ്പോൾമാത്രം മാത്തൻ എതിർത്തു:

ഇല്ല ആരോഗ്യവാനായ നീ ഇനിയും ജീവിക്കും; ജീവിക്കണം.

കറുമ്പൻ പെട്ടെന്ന് വിങ്ങലടക്കി ചിരിച്ചു:

എന്റെ കാടും മേടും താഴ്വരകളും നദിയുമെല്ലാം മാഞ്ഞുപോയിരിക്കുന്നു. പകരം വന്നിരിക്കുന്ന ഈ ജലജയിലിനെ എനിക്കു പരിചയമില്ല. സിദ്ധന്റെ സാന്നിധ്യമാണ് ഇത്രയുംനാൾ എന്നെ ജീവിപ്പിച്ചത്. ഇനി അതു വേണ്ടല്ലോ...

അത്രയും പറഞ്ഞ് അവസാനിപ്പിക്കുകയല്ലായിരുന്നു കറുമ്പൻ. അണക്കെട്ടുവന്നതിനെ തുടർന്നുണ്ടായ മാറ്റങ്ങൾ കാടൻ കറുമ്പന്റെ വാക്കുകളിൽ തിളച്ചു:

ശിവമുടിക്കും പെരിയമലയ്ക്കും താഴെ അറുനൂറു നാഴിക വ്യാപിച്ചു കിടന്നിരുന്ന വനമെല്ലാം വെള്ളത്തിലായി.മലയിലും മേട്ടിലും താഴ്വരയിലുമുണ്ടായിരുന്ന കാടരുടെ നാലു ഗോത്രങ്ങളിൽ പലരേയും കാണാനില്ല. വേടരുടെ മൂന്നു ഗോത്രങ്ങളും അരയരുടെ ആറു ഗോത്രങ്ങളും പാടേ അപ്രത്യക്ഷമായിരിക്കുന്നു. അവരുടെ ഭാഷ, അവരുടെ പാട്ട്, അവരുടെ ആചാരങ്ങൾ എല്ലാം ഇങ്ങിനിവരാത്തവണ്ണം ഈ മലയിൽ നിന്നേ മാഞ്ഞുപോയി. ഇവിടെമാത്രമുണ്ടായിരുന്ന മക്കു മുതൽ മഞ്ചോട്ടി വരെ ചത്തുപൊങ്ങി. മുക്കനീച്ച മുതൽ കാട്ടുപരുന്തുവരെ അപ്രത്യക്ഷമായി. എന്റെ തുമ്പികളെയൊന്നും കാണുന്നില്ല. ആനത്തുമ്പികൾ മാത്രമല്ല കാട്ടുതുമ്പികളിലൊന്നുപോലും ഇപ്പോഴവിടെങ്ങുമില്ല.കാടില്ലാതെ കാടനെന്ത് ജീവിതം?

കറുമ്പന്റെ ഗദ്ഗദം അടങ്ങിയപ്പോൾ എന്തായാലും നിന്നെ വിട്ട് ഞങ്ങൾ പോവില്ല എന്നു പറഞ്ഞുകൊണ്ട് മാത്തനും ഭാര്യയും ചേർന്ന് സ്നേഹപൂർവ്വം ക്ഷണിച്ചു..

കറുമ്പനും കാടരും ഞങ്ങളുടെ കൂടെ വരൂ... കീഴ്ത്തോട്ടങ്ങളിൽ കഴിയാം. അല്ലെങ്കിൽ എവിടെ വേണമോ അങ്ങനെ...

കാടൻ വീണ്ടും ചിരിച്ചു.

എന്റെ ആവശ്യങ്ങൾ നിങ്ങൾക്ക് അസാധ്യമായതാണ്. അതിനാൽ എന്നെ കൂട്ടാനുള്ള ശ്രമം ഉപേക്ഷിച്ചേക്കുക.

വീണ്ടും നിർബ്ബന്ധിച്ചപ്പോൾ എന്തോ തീരുമാനിച്ചുറച്ചതുപോലെ അവൻ ഉള്ളു തുറന്നു.

എന്റെ കാട് എനിക്കു തിരിച്ചുതരാൻ നിങ്ങൾക്കാകുമോ? മുങ്ങിപ്പോയ എന്റെ കൂട്ടരെ എനിക്ക് മടക്കിത്തരാനാവുമോ? മഹാമരങ്ങളെയും അതിൽ കൂടുകൂട്ടിയ പറവകളെയും തിരിച്ചുതരുമോ? എന്തിന് എന്റെ പ്രിയപ്പെട്ട ഒരാനത്തുമ്പിയെയെങ്കിലും നിങ്ങൾക്ക് തിരിച്ച് തരാൻ കഴിയുമോ?

വിടവുകളില്ലാതെ ഉയർന്നുകൊണ്ടിരുന്ന കാടന്റെ ചോദ്യങ്ങൾക്ക് മറുപടികാണാതെ മടങ്ങുമ്പോൾ പിന്നിൽ അവന്റെ ചാവുപാട്ട് അലിഞ്ഞലിഞ്ഞകന്നുകൊണ്ടിരുന്നു.

നാൽപ്പത്തിയഞ്ച്

ഒരാഴ്ചയായി ശിവപ്പ മുറിവിട്ട് പുറത്തിറങ്ങുന്നില്ല. ആവശ്യപ്പെട്ടാൽ മാത്രം ആഹാരമോ വെള്ളമോ എത്തിച്ചുകൊടുക്കാനാണ് നിർദ്ദേശം. തോട്ടത്തിലും പോകുന്നില്ല. അതുകൊണ്ട് എല്ലാം അവതാളത്തിലായിരിക്കുകയാണ്.

ശിവമുടിയിൽനിന്ന് തിരിച്ചുവന്ന മാത്തനും ഭാര്യയും അതുകേട്ട് പരിഭ്രമിച്ചു. വേഗം ചെന്ന് നോക്കിയപ്പോൾ ഔട്ട് ഹൗസിലെ വിശാലമായ മുറിയിൽ കാഞ്ഞിരപ്പെട്ടി മുതൽ കോമപ്പന്റെ ഭാണ്ഡം വരെ തുറന്നു വാരിയിട്ട് അവയിലെ രേഖകൾക്കും ദിനസരിക്കുറിപ്പുകൾക്കും നടുവിലിരുന്ന് ഭ്രാന്തനെപ്പോലെ ചിരിക്കുകയാണ് ശിവപ്പ.

മാത്തനെ കണ്ടപ്പോൾ അമൂല്യനിധി കണ്ടെത്തിയ അത്യാഹ്ളാദത്തിൽ വാചാലനായി അദ്ദേഹം:

വേദലിംഗത്തിന്റെ കാഞ്ഞിരപ്പെട്ടികളിൽ രേഖകൾ മാത്രമായിരുന്നെങ്കിൽ ബ്രണ്ണന്റെ ഇരുമ്പുപെട്ടികൾ നിറയെ ദിനസരിക്കുറിപ്പുകളായിരുന്നു. മുല്ലപ്പെരിയാറിൽ ആദ്യകല്ലുവച്ചതുമുതൽ ഉദ്ഘാടനത്തലേന്നുവരെയുള്ള സംഭവങ്ങളാണ് കോമപ്പന്റെ ഭാണ്ഡത്തിൽ. അതിലൊക്കെ അദ്ഭുതം കാടേറി കറിയ ഒട്ടേറെ കാര്യങ്ങൾ രേഖപ്പെടുത്തി വച്ചിരിക്കുന്നു എന്നുള്ളതാണ്. കാഞ്ഞിരപ്പെട്ടികൾക്കൊപ്പമുണ്ടായിരുന്ന തുണിക്കെട്ടിലായിരുന്നു അത്. അതൊരുപക്ഷേ തടങ്കൽ കാലത്ത് ചെയ്തതാകാം. ഈ കുറിപ്പുകളും രേഖകളുമെല്ലാം മുല്ലപ്പെരിയാറിന്റെയും ആ കാലഘട്ടത്തിന്റെയും ചരിത്രമാണ്. മറ്റാരുടെ കയ്യിലുമെത്താത്ത ചരിത്രത്തിന്റെ ദൃക്സാക്ഷി വിവരണം.

ശിവപ്പ ആവേശത്തിലായിരുന്നു.

മുല്ലപ്പെരിയാറിൽ അണകെട്ടിയ ചീഫ് എഞ്ചിനീയറെപ്പറ്റി ആരോ, ഒരുപക്ഷേ കറിയതന്നെയായിരിക്കാം, എഴുതിയിരിക്കുന്നതു കണ്ടോ എന്നു ചോദിച്ചുകൊണ്ട് ശിവപ്പ ഒരു ഭാഗം വായിച്ചു:

ശത്രുവിനോട് ആദരവുതോന്നുന്ന സന്ദർഭം നമ്മുടെ ജീവിതത്തിലുണ്ടാകാറുണ്ടോ? എന്നാൽ ശത്രുസ്ഥാനത്തുള്ള ആ മനുഷ്യനോട് എന്തെന്നില്ലാത്ത ആദരവാണ് എനിക്ക് തോന്നിയത്. ഇതുപോലെ നിശ്ചയദാർഢ്യമുള്ള ഒരു മനുഷ്യൻ ഭൂമിയിൽ ജനിച്ചിട്ടില്ല. ജീവിച്ചിട്ടില്ല. പ്രവർത്തിച്ചിട്ടില്ല. തിരുവിതാംകൂറിന്റെ താത്പര്യങ്ങളെ ഹനിച്ചുകൊണ്ട് മുല്ലപ്പെരിയാറിനെ പാണ്ടിനാട്ടിലേക്ക് തട്ടിക്കൊണ്ടുപോകാനായി അണ

കെട്ടിയ കേണൽ ജോൺ പെനിക്യുക്ക്, യോഗേശ്വരൻ പറഞ്ഞുതന്ന പുരാണങ്ങളിലെ ഭഗീരഥന് തുല്യനാണ്.

എന്നെ സംബന്ധിച്ചിടത്തോളം ശത്രുവിന്റെ സ്ഥാനത്താണെങ്കിലും ആ മനുഷ്യന്റെ നിശ്ചയദാർഢ്യവും അർപ്പണബോധവും നേരിട്ടു കണ്ടപ്പോൾ വ്യക്തി എന്ന നിലയിൽ അദ്ദേഹത്തെ ആദരിക്കാനാണ് തോന്നിയത്. എന്തെന്ത് പ്രതിസന്ധികളെ നേരിട്ടാണ് അദ്ദേഹം ലക്ഷ്യം നേടിയത്. മദ്രാസ് ഗവർണറായിരുന്ന കണ്ണിമാറ പ്രഭുവിന്റെ പിന്തുണയോടെ 1887 ൽ പെനിക്യുക്ക് അണക്കെട്ട് നിർമ്മാണം തുടങ്ങിയെങ്കിലും തുടക്കം മുതൽ ഞാൻ ഉൾപ്പടെയുള്ളവരുണ്ടാക്കിയ തടസ്സങ്ങളെ അദ്ദേഹത്തിന് നേരിടേണ്ടിവന്നു. അതിനു പുറമെ, പ്രകൃതിയുടെ മാത്രമല്ല അധികൃതരുടെയും നിസ്സഹകരണം അദ്ദേഹത്തെ ഉലച്ചു. പണി തുടങ്ങാൻ നിർദ്ദേശിച്ച സർക്കാരിൽ നിന്നുള്ള സാമ്പത്തികസഹായം നിലച്ചതോടെ അണക്കെട്ടിന്റെ അവസാനഘട്ട നിർമ്മാണം പ്രതിസന്ധിയിലായിട്ടും അദ്ദേഹം പിന്തിരിഞ്ഞില്ല. ലണ്ടനിലെ സ്വന്തം സ്ഥലവും ഭാര്യയുടെ സ്വർണ്ണാഭരണങ്ങളും വിറ്റും സുഹൃത്തുക്കളിൽ നിന്ന് വായ്പയെടുത്തുമാണ് പെനിക്യുക്ക് അണക്കെട്ടിന്റെ നിർമ്മാണച്ചെലവ് കണ്ടെത്തിയത്. തുടങ്ങിവച്ച കാര്യം പൂർത്തിയാക്കാൻ ഇത്രയേറെ പ്രതിബദ്ധത കാട്ടിയ മറ്റൊരാളിനെ ഞാൻ കണ്ടിട്ടില്ല.

ആർക്കെങ്കിലും എന്നെങ്കിലും പ്രയോജനപ്പെടുമെന്നു കരുതി നന്മചെയ്യുന്നവർ തൽക്കാലം കുറച്ചു കഷ്ടപ്പെടുമെങ്കിലും അവർക്കുള്ള പ്രതിഫലം കാലത്തിന്റെ കയ്യിൽ ഭദ്രമായിരിക്കും. ഒരുനാൾ അവർക്കതിന്റെ പത്തിരട്ടി പലിശ സഹിതം തിരിച്ചു ലഭിക്കുകയും ചെയ്യും.

കാലത്തിന്റെ കണക്കുപുസ്തകത്തിൽ പിഴവുണ്ടാവില്ല; കുടിശ്ശികയും. യഥാസമയം കാലം അതിന്റെ കടം വീട്ടിയിരിക്കും. കേണൽ പെനിക്യുക്കിന്റെ കാര്യത്തിലും അതാണ് സംഭവിക്കുന്നതെന്ന് ചന്ദ്രമോഹന്റെ വാക്കുകൾ ഡോക്ടർ മാത്യു തോമസ് വർഗീസ് പണിക്കരെ ഓർമ്മിപ്പിച്ചു.

മുല്ലപ്പെരിയാറിൽ അണകെട്ടിയ ബ്രിട്ടീഷുകാരനായ ചീഫ് എഞ്ചിനീയറുടെ പ്രതിമ തമിഴ്നാട്ടിൽ സ്ഥാപിക്കുന്നു എന്ന വാർത്തയുമായാണ് ചന്ദ്രമോഹൻ അന്നത്തെ സായാഹ്നക്കൂട്ടായ്മയിലേക്കു വന്നത്. അതിശയോക്തി ഒട്ടുമേ ഇല്ലാതെ അയാൾ വിവരിച്ചു, തമിഴ്നാട്ടിലെ അഞ്ചു ജില്ലകൾക്ക് ജലമേകുന്ന മുല്ലപ്പെരിയാർ അണക്കെട്ട് ഏറെ യാതനകൾ സഹിച്ച് യാഥാർത്ഥ്യമാക്കിയ പെനിക്യുക്കിന്റെ പൂർണകായപ്രതിമ അടങ്ങുന്ന സ്മാരകമന്ദിരം തേനിയിലെ ലോവർക്യാമ്പിലാണ് നിർമ്മിക്കുന്നത്. തമിഴ്നാട് വൈദ്യുതിബോർഡിന്റെ തേനിയിലെ സ്ഥലത്ത് 2500 ചതുരശ്ര അടി വിസ്തൃതിയിൽ സ്മാരകമന്ദിരം ഒരുക്കാനായി ഒരുകോടി രൂപ അനുവദിച്ചതായി തമിഴ്നാടിന്റെ ഔദ്യോഗിക അറിയിപ്പുവന്നു കഴിഞ്ഞു.

മുല്ലപ്പെരിയാർ ഡാമിന്റെ ശില്പിയെന്ന നിലയിൽ തമിഴ്ജനതയുടെ ഹൃദയത്തിൽ ഇടംപിടിച്ച പെനിക്യുക്കിന് അർഹമായ ആദരവേകാനാണ് സ്മാരകനിർമ്മാണത്തിലൂടെ തമിഴ്നാട് ലക്ഷ്യമിടുന്നതെന്നാണ് ഔദ്യോഗിക വിശദീകരണം.പെനിക്യുക്കിന്റെ എഞ്ചിനീയറിംഗ് വൈദഗ്ദ്ധ്യത്തിന്റെ തെളിവെന്ന നിലയിൽ സുർക്കിയും കല്ലുമുപയോഗിച്ച് പടുത്തുയർത്തിയ 176 അടി ഉയരവും 1200 അടി നീളവുമുള്ള മുല്ലപ്പെരിയാർ ഡാം ഒരു നൂറ്റാണ്ടു കഴിഞ്ഞും സുരക്ഷിതമായി നിലകൊള്ളുന്നുവെന്ന് സ്മാരക നിർമ്മാണം സംബന്ധിച്ച അറിയിപ്പിൽ തമിഴ്നാട് സർക്കാർ അവകാശപ്പെടുന്നുണ്ട്.

കേണൽ പെനിക്യുക്കിന്റെ ത്യാഗനിർഭരമായ ഉത്തരവാദിത്വബോധത്തിന്റെ സദ്ഫലമാണ് തമിഴ്നാട്ടിലെ അഞ്ചുജില്ലകളിലായി പരന്നുകിടക്കുന്ന 2.23ലക്ഷം ഹെക്ടർ കൃഷിയിടങ്ങളെ ഇന്ന് ഫലഭൂയിഷ്ഠമാക്കുന്നതെന്നുള്ള സർക്കാരിന്റെ ഈ ഏറ്റുപറച്ചിൽ മാത്രം മതി പരിശ്രമശാലിയായ ആ മഹാമനുഷ്യന്റെ കടംവീട്ടാനെന്ന് ചന്ദ്രമോഹൻ പറഞ്ഞപ്പോൾ അകത്തുനിന്ന് അപ്പന്റെ ആത്മഗതം ഉറക്കെയായി:

ഒരിക്കലും വീട്ടിത്തീർക്കാവുന്നതല്ല ഒരു കടവും.

എല്ലാ കടങ്ങളും പലിശസഹിതം തിരിച്ചുപിടിക്കാൻ അവൾ വരുന്നുണ്ട്...

നാൽപ്പത്തിയാറ്

കോടമഞ്ഞു കനത്ത ഒരു മകരരാത്രിയിൽ ശിവപ്പ പതിവില്ലാതെ ഒന്നു ചുമച്ചു. അതൊരു തുടർച്ചുമയായി. ഇടയ്ക്ക് ശ്വാസം മുട്ടിയപ്പോൾ വെള്ളം ചോദിച്ചു. ഒപ്പം മാത്തനേയും തിരക്കി. ഓടിച്ചെല്ലുമ്പോൾ പ്രാകൃതമായൊരു ചാവുപാട്ടിന്റെ താളവും പദങ്ങളും സ്വരവുമായിരിക്കുന്നു ശിവപ്പ.

...ഞാൻ മണ്ണാകണം, മണ്ണിനു വളമാകണം. വേരാകണം, വേരിലൂടെ മരമാകണം.മരച്ചില്ലകളാകണം; ചില്ലകളിൽ തളിർക്കുന്ന ഇലകളാകണം, പൂവാകണം, കായാകണം, ഫലമാകണം, ഫലം വീണ മണ്ണാകണം, ഞാൻ മണ്ണാകണം...

മാത്തനെ കണ്ടപ്പോൾ ഒരാവശ്യമേ ശിവപ്പ ഉന്നയിച്ചുള്ളു.

രണ്ടാമത്തെ നീരാലിനു ചുവട്ടിൽ അടക്കണം.

അപ്പനെ അടക്കിയ ആദരവോടെയായിരുന്നു ശിവപ്പയ്ക്കുള്ള യാത്രാമൊഴി. അദ്ദേഹം അതർഹിക്കുന്നു എന്ന് മാത്തൻ വിശ്വസിച്ചു. ആ മഹാമനുഷ്യന്റെ അദ്ധ്വാനഫലം വാക്കാട്ടെതോട്ടങ്ങളിൽ വിളഞ്ഞു കിടക്കുകയായിരുന്നു.

നാൽപ്പത്തിയേഴ്

ജനിക്കുംമുമ്പേ മകനെ വക്കൻ എന്നു പേരിട്ടു വിളിക്കുകയായിരുന്നു മാത്തനും ഏലിയും.

പുലിയച്ചന്റെ പുലിക്കുട്ടിയാണത്; അതാ ഇത്ര ബഹളം.

നിറവയറിൽ കാതുചേർത്തു പരതിയ മാത്തന്റെ തലമുടിയിലൂടെ വിരലോടിച്ചുകൊണ്ട് ഏലി അങ്ങനെ പറഞ്ഞപ്പോൾ മാത്തന് തീർച്ചയായിരുന്നു:

കൈതപ്പൂ നിറമുള്ള, മണമുള്ള, ഒരു പാവം പൂവിതളാണ് എന്റെ കുട്ടി.

എന്നാൽ അച്ഛന്റെയും അമ്മയുടെയും പ്രതീക്ഷപോലെയായിരുന്നില്ല വക്കൻ. പേറ്റുപുരയിൽ നിന്ന് തലപുറത്തേക്കിട്ട് പതിച്ചി കുഞ്ഞാത്ത പരിഭ്രമിച്ചു:

പെറ്റു. ആങ്കൊച്ചാ. പക്ഷേ കുഞ്ഞിതുവരെ കരഞ്ഞില്ല.

അവർ അതു പറഞ്ഞു തീർന്നില്ല, അതിനു മുമ്പേ പേറ്റുപുരയിൽനിന്ന് കാതടപ്പിക്കുന്ന പിള്ളക്കരച്ചിൽ ഉയർന്നു പൊങ്ങി.

നിർത്താതെയുള്ള നിലവിളി. തേനും വയമ്പും കൊടുക്കുംമുമ്പ് കുഞ്ഞിന്റെ വായിൽ മുല തിരുകിയാണ് ഏലി അവനെ അടക്കിയത്.

കൈതപ്പൂവിന്റെ നിറമല്ലായിരുന്നു അവന്; ശിവശിലയുടെ വർണ്ണം. പുലിക്കുട്ടിയെപ്പോലെ ശൗര്യം കാട്ടിയില്ല; എന്നാൽ അവൻ പുലിയായിരുന്നു. വിശന്നാൽ അവന്റെ കരച്ചിൽ ഉച്ചത്തിലാകും.

മാത്തന് കുഞ്ഞുണ്ടായതിനെപ്പററി കുടുംബചരിത്രത്തിൽ പറയുന്നതിങ്ങനെയാണ്:

മാതാപിതാക്കളുടെ ദീർഘനാളത്തെ കാത്തിരിപ്പിന് ശേഷം 1907 ലാണ് വാക്കാട് പ്ലാന്റേഷൻസിന്റെ അമരക്കാരനായ വർഗീസ് മാത്യു തോമസ് പണിക്കർ ജനിച്ചത്. പിതാവിൽ നിന്ന് ലഭിച്ച പാരമ്പര്യഅറിവുകളും ആധുനികശാസ്ത്ര സാങ്കേതികവിദ്യകളും സമന്വയിപ്പിച്ച് പ്ലാന്റേഷൻ രംഗത്ത് മുന്നേറിയ അദ്ദേഹം സഭയുടെയും സമുദായത്തിന്റെയും സാമൂഹ്യ-സാംസ്കാരിക- രാഷ്ട്രീയരംഗങ്ങളിലുള്ളവരുടേയും ആദരവ് പിടിച്ചുപറ്റി.

നാൽപ്പത്തിയെട്ട്

മുല്ലപ്പെരിയാറിൽ അണയുടെ പണിക്കു വന്നവരിൽ പലരും മടങ്ങിപ്പോയിരുന്നില്ല. കാട്ടിൽ മലയടിവാരത്ത് കാറ്റും നല്ല മേൽമണ്ണും നോക്കി കൃഷിയും കൂരയുമായി അവിടെക്കൂടി. ചിലർ കുടുംബത്തെ കൂട്ടിക്കൊണ്ടു

വന്നു. കാർഷികോത്പന്നങ്ങൾ വാങ്ങാൻ വെത്തിലഗുണ്ടിൽനിന്നും കുമളിയിൽ നിന്നും ഇടനിലക്കാരെത്തിക്കൊണ്ടിരുന്നു. അവരുടെ ആവശ്യങ്ങൾക്കായി ചെറുപീടികകളും സംഭരണശാലകളും ഉയർന്നു. ക്രമേണ കാടും നാടും തിരിച്ചറിയാൻ പറ്റാത്ത വിധത്തിൽ അവിടം ജനപദമായി.

പാണ്ടിനാട്ടുകാരും തിരുവിതാംകൂറും ഇടകലർന്നിരുന്നതിനിടയിലേക്കാണ് മധ്യതിരുവിതാംകൂറിൽനിന്ന് പുതിയതായി കൂടുതൽ കുടിയേറ്റക്കാർ വന്നത്. കൃഷിരീതികളിലും ആഹാരആചാരകാര്യങ്ങളിലും വ്യത്യസ്തത നിലനിന്നിരുന്ന അവർക്കിടയിൽ ജനനവും മരണവും നടന്നു. വിവാഹങ്ങളും വിവാഹമോചനങ്ങളുമുണ്ടായി. വെട്ടിപ്പിടിക്കലും വിട്ടൊഴിയലും പതിവായി. പകയും വിദ്വേഷവും അതിന്റെ പേരിലുള്ള പ്രശ്നങ്ങളുമുണ്ടായിക്കൊണ്ടിരുന്നു.

കാര്യമായ തർക്കങ്ങളൊക്കെ വാക്കാട്ടെ പൂമുഖത്ത് ഒത്തുതീർന്നിരുന്നു. ന്യായത്തിന്റെ ഭാഗത്തേക്കു വഴങ്ങാത്തവരുടെ മുന്നിൽ മാത്തൻ മലമാത്തനായപ്പോൾ പ്രശ്നങ്ങളൊക്കെ വാക്കാട്ടെ മുറ്റത്ത് പരിഹൃതമായി.

കൃഷിയിടത്തിന്റെ അതിരുമാറ്റൽ, വിളവുകക്കൽ, വായ്പ തിരിച്ചുകൊടുക്കാതെ ചതിക്കൽ തുടങ്ങി പറഞ്ഞുറപ്പിച്ച വിവാഹത്തിൽ നിന്നു പിന്മാറൽ, ഭാര്യാപീഡനം തുടങ്ങി മാത്തന് കൈകാര്യം ചെയ്യാൻ മലയോരത്ത് വിഷയങ്ങൾ ഏറെയായിരുന്നു. ഏതു വഴക്കിന്റെയും മൂർദ്ധന്യത്തിൽ വാക്കാട്ടെത്തി പരിഹരിക്കാം എന്നൊരു പോംവഴി നിർദ്ദേശിക്കപ്പെടുന്നത് അക്കാലത്ത് പതിവായി. അനുനയവും അടിയുമായിരുന്നു മാത്തന്റെ മാർഗം. അനിവാര്യമായ സാഹചര്യത്തിൽ പണമോ ഭൂമിയോ ഉദാരമായി നൽകാനും മാത്തൻ തയ്യാറായിരുന്നു.

കാടേറിയ മനുഷ്യർ പലതരക്കാരാണ്. പുറംലോകവുമായി അധികം ബന്ധമില്ലാത്ത അവരെ തേടിയെത്തുന്നവർ പലവിധ ചൂഷണങ്ങളിലൂടെയാണ് അവിടെ ആധിപത്യമുറപ്പിച്ചത്. ലഹരി വേണ്ടവർക്ക് കള്ളും ചാരായവും കഞ്ചാവും നൽകിയും പണം വേണ്ടവർക്ക് അതു കൊടുത്തും കുറച്ചുപേരെ വരുതിയിലാക്കാൻ വരുത്തർക്ക് കഴിഞ്ഞിരുന്നു.

1907 ഒക്ടോബറിൽ മലയോരത്ത് പെരുമഴക്കാലമായിരുന്നു. മഴയെന്നു പറഞ്ഞാൽ നിർത്താതെ പെയ്യുന്ന മഴ. മാത്തന്റെ ഓർമ്മയിലൊന്നും അങ്ങനൊരു മഴ കണ്ടിട്ടില്ല. മൂന്നു ദിവസത്തിനുശേഷം മഴ ശമിച്ചപ്പോൾ വാക്കാട്ടെ മുറ്റം നിറയെ പാണ്ടിക്കാരും തിരുവിതാംകൂറുകാരുമുൾപ്പെട്ട കുടിയേറ്റക്കാരുടെ കൂട്ടം.

മഴയിൽ ചുമട്ടുകാരനായ രാമൻ ഒലിച്ചുപോയ കാര്യം പറഞ്ഞുകൊണ്ടായിരുന്നു അവർ മഴയുടെ ഭീകരത വിവരിച്ചത്.

മുല്ലച്ചാലും പെരിഞ്ചാലും നിറഞ്ഞു കവിഞ്ഞ് മുല്ലപ്പെരിയാറിനുൾക്കൊള്ളാനാവാത്ത വിധം കരകവിഞ്ഞൊഴുകിയ വെള്ളം തീരങ്ങളും താഴ്‌വാരങ്ങളും കടന്ന് മുകളിലേക്ക് കാട്ടുകൃഷിയിടങ്ങളിലേക്ക്പോലും കയറിരിക്കുന്നു. കൃഷിയെല്ലാം മുങ്ങി. പാകമായിക്കിടന്ന വിളകൾ മാത്രമല്ല കൃഷിക്കളങ്ങളും കർഷകരുടെ കുടികളുമെല്ലാം ഒലിച്ചുപോയി.

കഞ്ഞിയും പുഴുക്കും തയ്യാറാക്കാൻ പണിക്കാരോടാവശ്യപ്പെട്ടശേഷം മാത്തൻ വസ്ത്രങ്ങളും കമ്പിളികളും വരുത്തി അവർക്ക് കൊടുത്തു. പുറംപാത്തിയിലെ സംഭരണപ്പുരയിൽ അവരെ പാർപ്പിച്ചു. വാക്കാട്ടെ തോട്ടങ്ങളിൽ നിന്ന് രണ്ടേക്കർ ഭൂമി വീതം അവർക്ക് നൽകി .കൃഷി നടത്താൻ വിത്തിനങ്ങളും അത്യാവശ്യത്തിന് പണവും കൊടുത്തു.

അതോടെ കുടിയേററക്കാരുടെ കാണപ്പെട്ട ദൈവമായി മാത്തൻ.

അനുഗ്രഹംവാങ്ങി ദൈവസന്നിധിയിൽ നിന്നെന്നപോലെ വാക്കാട്ടുനിന്നു മടങ്ങിപ്പോയ കുടിയേറ്റക്കാരിൽ ദുർമോഹികളുമുണ്ടായിരുന്നു. ദാനമായി വാങ്ങിയ കൃഷിയിടങ്ങൾ മറിച്ചുകൊടുത്തശേഷം കാടുകയറിയ അവരിൽ ചിലർ വരുത്തരുമായി ചില ഗൂഢപ്രവർത്തനങ്ങളിലേർപ്പെട്ടു.

നാൽപ്പത്തിയൊമ്പത്

തൂത്തുക്കുടിയിൽ നിന്ന് നൂഹുക്കണ്ണും ചിന്നസ്വാമിയും മലയിലെത്തിയിട്ടുണ്ടെന്നറിഞ്ഞപ്പോൾ മാത്തന് അപകടം മണത്തു. നല്ലകാര്യത്തിനൊന്നും അവർ വരില്ല. എളുപ്പത്തിൽ പണമുണ്ടാക്കാനുള്ള കുറുക്കുവഴിതേടുന്നതിലും കണ്ടെത്തുന്നതിലും വിരുതരാണവർ. വേദലിംഗത്തിന്റെ പിണിയാളുകളുമായി ചേർന്ന് മധുരയിൽ അവർ കാട്ടിക്കൂട്ടിയതെല്ലാം നവമണിലിംഗം പറഞ്ഞിട്ടുണ്ട്.

മാത്തൻ വിശ്വസ്ഥരെ പറഞ്ഞയച്ചു.

ചിന്നസ്വാമിയും നൂഹുക്കണ്ണും ഉൾപ്പെട്ട പന്ത്രണ്ടംഗസംഘം മണ്ണുമറിച്ചുകൊടുത്ത ചിലരുമായി കാടുകയറിയെന്ന വിവരമേ അവർക്ക് ലഭിച്ചുള്ളു. തടിയോ ആനക്കൊമ്പോ ആയിരിക്കും ലക്ഷ്യമെന്ന് മാത്തൻ ഊഹിച്ചു. ആ വഴിക്ക് തിരിയാനും ആളുവിട്ടു.

വെട്ടാൻ കാതലുള്ള മരങ്ങളൊന്നും പോയിട്ടില്ല. കൊമ്പെടുത്ത ആനകളെയോ തോലുരിഞ്ഞ പുലിയുടെ അവശിഷ്ടങ്ങളോ കാണാതെ അവർ മടങ്ങി.

അന്വേഷണം അവസാനിപ്പിക്കാൻ തോന്നിയെങ്കിലും കുടിയേററക്കാരായ പന്ത്രണ്ടുപേർ എങ്ങോട്ടുപോയെന്ന ചിന്ത മാത്തനെ അലട്ടിക്കൊണ്ടിരുന്നു. സ്വന്തബന്ധുക്കളാരും സഹായം തേടി വരുന്നില്ല എന്ന ചിന്ത മിന്നിയപ്പോൾ അവസാനശ്രമമെന്നനിലയിൽ മാത്തൻ നേരിട്ടിറങ്ങി.

കോന്തന്റെ കുടിയിലായിരുന്നു ആദ്യം ചെന്നത്. യാതൊരു പരിഭ്രമവുമില്ലാതെയാണ് അയാളുടെ ഭാര്യ പറഞ്ഞത്. എന്തോ പണിക്ക് പോവ്വാന്ന് പറഞ്ഞ് പോയതാ, വരാൻ അഞ്ചാറുമാസം കഴിയുമെന്നും പറഞ്ഞിട്ടുണ്ട്.

എട്ടുമാസം കഴിഞ്ഞിട്ടും വരാനാവാത്ത പണിയെന്നതാടീ കാട്ടിൽ എന്നു ചോദിച്ചുകൊണ്ട് ക്ഷുഭിതനായി മാത്തൻ ഇറങ്ങിപ്പോന്നു. അടുത്ത അന്വേഷണം കുഞ്ഞിത്തൊമ്മന്റെ കുടിയിലായിരുന്നു. അവിടെയും മറുപടി ഇതുതന്നെ.

പിന്മാറാൻ മാത്തന് ഭാവമില്ലായിരുന്നു.

വേലാണ്ടിയുടെ മാടത്തിലേക്കു കയറാൻ തുടങ്ങുമ്പോൾ തികച്ചും അപ്രതീക്ഷിതമായി നവമണിലിംഗത്തിന്റെ ദൂതനെത്തി. ചിന്നസ്വാമിയും നൂഹുക്കണ്ണും കാട്ടിലേക്കു കടന്നിട്ടുണ്ടെന്നും തൂത്തുക്കുടിയിലും രാമേശ്വരത്തും വൻ കഞ്ചാവ് ഇടപാട് നടത്തുന്ന അവരുടെ ലക്ഷ്യം ലഹരി വിളയിക്കലായിരിക്കുമെന്നുമായിരുന്നു സന്ദേശം.

കുടിയേറ്റക്കുടികളിലെ തെരച്ചിൽ അവസാനിപ്പിച്ച് അടുത്ത നീക്കം ആസൂത്രണം ചെയ്യാനായി വാക്കാട്ടെത്തിയ മാത്തനെ കാത്ത് രണ്ട് കാടർ നില്പുണ്ടായിരുന്നു.

കണ്ടകാഴ്ച അവർ വിവരിച്ചു.

പെരിഞ്ചക്കാടിനു നടുവിൽ വരട്ടുമേടിൽ ഒരു നോക്കുപാടുദൂരത്തോളം കാടുവെട്ടി കൃഷിക്കളമാക്കി കഞ്ചാവ് വിളയിച്ച് കാവലിരിക്കുകയാണ് കുടിയേറ്റക്കാരായ പന്ത്രണ്ടുപേരും മേലാളരായി മറ്റ് രണ്ടാളും.

പിന്നൊട്ടും താമസിച്ചില്ല. സഹായികളും സന്നാഹങ്ങളുമായി മാത്തൻ പുറപ്പെട്ടു.കാട്ടിലൂടെ എട്ടുനാഴിക നടന്ന് തൂക്കുപാറകേറിയിറങ്ങുന്ന സമതലമാണ് പെരിഞ്ചക്കാട്ടെ വരട്ടുമേടിനു നടുവിൽ ഏറ്റവും വളക്കൂറുള്ള ഭാഗം. മുല്ലപ്പെരിയാറിലെ ജലസംഭരണമേഖല പരിധികളെല്ലാം വിട്ട് വരട്ടുമേടിനു താഴെവരെയെത്തിയപ്പോൾ കഞ്ചാവുകൃഷിക്ക് വെള്ളം തേവാൻ എളുപ്പമായിക്കാണുമെന്ന് മാത്തൻ ഊഹിച്ചു. നേരിൽ കണ്ടപ്പോൾ അതു സത്യമാണെന്ന് ബോധ്യമാവുകയും ചെയ്തു.

അപ്രതീക്ഷിതമായി മാത്തനെയും സംഘത്തേയും കണ്ടപ്പോൾ ഓടാൻ ശ്രമിച്ച പതിന്നാലുപേരെയും തടഞ്ഞുനിർത്തി, അവരുടെ സാന്നിധ്യത്തിൽ കഞ്ചാവു പാടത്തേക്ക് പന്തമെറിഞ്ഞു മാത്തൻ.

അതിനു മുമ്പ് ഒരു കറ്റ കഞ്ചാവ് കെട്ടിവയ്ക്കാനും മാത്തൻ മറന്നില്ല. ഒരുവാക്കുപോലും ഒരാളോടും ഉരിയാടാതെ നിശ്ശബ്ദമായിട്ടായിരുന്നു മാത്തന്റെ ചെയ്തികൾ.അവസാനത്തെ കഞ്ചാവുചെടിയും കത്തിത്തീർന്നേ മാത്തൻ മടങ്ങിയുള്ളു.

നേരത്തെ കെട്ടിവച്ചിരുന്ന കഞ്ചാവ് തലയിലേറ്റി ചിന്നസ്വാമിയേയും നൂഹുക്കണ്ണിനേയും മുന്നിൽ നടത്തി മറ്റുള്ളവരുമായി കാടിറങ്ങിയ മാത്തൻ, ചേലച്ചുറ്റിൽ കുടിയേറ്റക്കാരെ വിളിച്ചുകൂട്ടി മറ്റൊരു പന്തത്തിനു കൂടി തീകൊളുത്തി.

ചിന്നസ്വാമിയുടെയും നൂഹുക്കണ്ണിന്റെയും തലയ്ക്കു നേരെ കത്തുന്ന പന്തം നീട്ടി മാത്തൻ അലറുകയായിരുന്നു:

ജീവനോടെ കത്തിച്ചു കളയും; ഇനി ഇതുവഴി വരുമോ?

ഒരിക്കലുമില്ല എന്ന് ഭയന്നുവിറച്ച് അവർ ആണയിട്ടപ്പോൾ ഓടിക്കോ എന്ന് മാത്തൻ വീണ്ടും അലറി.

അതു കേൾക്കാത്ത താമസം ചേലച്ചുറ്റുകടന്ന് കടമ്പത്താരിതാണ്ടി ചിന്നസ്വാമിയും നൂഹുക്കണ്ണും ഓടാൻ തുടങ്ങി.

മുല്ലപ്പെരിയാറിലെ വെള്ളം വരുത്തിയ മറ്റൊരു വിന ഒഴിയുന്നതു പോലെയായിരുന്നു അവരുടെ ഓട്ടം.

കഞ്ചാവിന്റെ പേരിൽ മറ്റൊരു പ്രതിസന്ധി കൂടി മാത്തന് നേരിടേണ്ടി വന്നു.

ഒരു ദിവസം രാവിലെ മാത്തൻ ഉണർന്നെഴുന്നേറ്റപ്പോൾ കാണുന്നത് ഫോറസ്റ്റ് റേഞ്ചർ റിച്ചാർഡിനെയും പാട്ടത്തിൽ പാപ്പിയേയുമാണ്. വഴി വിട്ട് എന്തും ചെയ്യാൻ മടിക്കാത്ത ആളാണ് വെള്ളക്കാരനാണെങ്കിലും റിച്ചാർഡ്. പാപ്പിയാകട്ടെ കീഴ്നാട്ടിലെ സകലവൃത്തികേടുകളുമുള്ള പുതു പ്പണക്കാരനും.

മാത്തന്റെ മേൽത്തോട്ടത്തിലെ ഒരുഭാഗം പുൽകൃഷിക്ക് ചോദിക്കാൻ വന്നതായിരുന്നു അവർ. സന്തോഷത്തോടെ മാത്തൻ സമ്മതിച്ചു.

പുൽകൃഷിക്കിടയിൽ കഞ്ചാവുണ്ടെന്നും അത് തോട്ടത്തിൽ തന്നെ വാറ്റി പുൽത്തൈലത്തോടൊപ്പം കടത്തുന്നുണ്ടെന്നും പണിക്കാരിലാരോ വന്നു പറഞ്ഞപ്പോൾ മാത്തൻ ഞെട്ടിപ്പോയി.

നേരിൽ കണ്ടപ്പോൾ മാത്തന് സഹിച്ചില്ല. കണ്ണടച്ചേര് പണം പപ്പാതി വീതിക്കാം എന്നു പാപ്പിയും കാട്ടിൽ മാത്തൻ എന്തു ചെയ്താലും ചോദി ക്കില്ലെന്ന് റിച്ചാർഡും പ്രലോഭിപ്പിച്ചു.

മാത്തന് ഒന്നേ അറിയേണ്ടിയിരുന്നുള്ളു.

ഇതിനായി എന്തിന് എന്റെ സ്ഥലം തന്നെ തെരഞ്ഞെടുത്തു?

മറുപടി റിച്ചാർഡിന്റെ ഒറ്റവാചകത്തിലൊതുങ്ങി.

അടിവെള്ളത്തിന്റെ സാന്നിധ്യം ഏറ്റവും കൂടുതൽ ഇവിടെയായതു കൊണ്ട് കഞ്ചാവിന് വെള്ളം തേവാതെ കഴിക്കാം.

മുല്ലപ്പെരിയാറിൽ ജലവിതാനമുയർന്നതിന്റെ മറ്റൊരു ദുരന്തം കൂടി സ്വയം അനുഭവിച്ച മാത്തൻ, അപ്പോഴും മറ്റൊരു പന്തത്തിന് തീ കൊളുത്തി.

അതുകണ്ട് അപ്പോൾ ഭയന്ന് ഓടിയെങ്കിലും, ഇതിന് മാത്തൻ പിഴയൊടുക്കേണ്ടിവരുമെന്ന് റിച്ചാർഡും കണക്കു തീർക്കുമെന്ന് പാപ്പിയും പിന്നീടു പറഞ്ഞതായി മാത്തൻ അറിഞ്ഞു.

അമ്പത്

മലയൻ മരിച്ചു. അരോഗദൃഢഗാത്രനായ മലയന് ഒരാഴ്ചയായി പനിയായിരുന്നു. വല്ലാതെ വിറച്ചു. നിർത്താതെ ചുമച്ചു. പിന്നെ നിശ്ചലനായി.

തൊട്ടടുത്ത ദിവസം കണ്ടപ്പനും ഇങ്ങനെ പനിച്ചു. വിറച്ചു. മരിച്ചു. തുടർന്നുള്ള ദിവസങ്ങളിൽ പണിക്കാരായ പാച്ചനും വേലാണ്ടിയും മരിച്ചു. എല്ലാവരും അരോഗദൃഢഗാത്രരും നല്ല പണിക്കാരുമായിരുന്നു. പണിക്കുമുമ്പുള്ള ദിവസങ്ങളിൽ കാടുവെട്ടി കൃഷിയിടങ്ങൾ തെളിക്കുകയായിരുന്നു അവർ.

കുടിയേറ്റക്കാരൻ കുഞ്ഞാപ്പിയുടെ മകൻ ഏഴുവയസ്സുള്ള എൽദോയും ഇതുപോലെ പനിച്ചു വിറച്ചു മരിച്ചപ്പോൾ മാത്തന് വല്ലാത്ത ആശങ്കയായി. എന്തുകൊണ്ടിങ്ങനെ സംഭവിക്കുന്നു? വേടവൈദ്യന്മാർ പറഞ്ഞു, മലങ്കാളി കോപിച്ചതാണെന്ന്.

രണ്ടു ദിവസം കഴിഞ്ഞപ്പോൾ കുട്ടിത്തേവി എന്ന വൃദ്ധയുടെ ഊഴമായിരുന്നു. മാത്തന് അമ്മയെപ്പോലെ ഇഷ്ടമായിരുന്നു കുട്ടിത്തേവിയെ. അവരുടെ അടക്കത്തിനു നിൽക്കുമ്പോഴാണ് ഇത് വല്ല പകർച്ചവ്യാധിയുമായിരിക്കുമോ എന്ന് പരിശോധിപ്പിക്കണമെന്ന് വനവിഭാഗത്തിലെ ഒരു ഉദ്യോഗസ്ഥൻ നിർദ്ദേശിച്ചത്. മധുരയിൽ നല്ല ഇംഗ്ലീഷ് വൈദ്യന്മാരുണ്ട്; വരുത്തി പരിശോധിപ്പിക്കണം.

അപ്പോഴേക്കും കുടിയേറ്റക്കുടിയിൽ ഒരാൾക്കെങ്കിലും പനി എന്ന അവസ്ഥയിലെത്തിക്കഴിഞ്ഞിരുന്നു മലയോരമേഖല.

അമ്പത്തിയൊന്ന്

കുഴലും സൂചിയും മരുന്നുകളുമൊക്കെയായി ഡോക്ടർ മുത്തുനായകം മലകയറി വന്നപ്പോൾ നാട്ടുകാർ അടക്കം പറഞ്ഞു, മാത്തൻമുതലാളി മധുരയിൽനിന്ന് വല്യവൈദ്യനെ വരുത്തിയിരിക്കുന്നു.

വാക്കാട് തോട്ടത്തിലെ നിരപ്പുരയിൽ രണ്ടുദിവസം രോഗികളെ പരിശോധിച്ച് മരുന്നുകൊടുത്തു നിരീക്ഷിച്ചശേഷം ഡോക്ടർ മുത്തുനായകം പറഞ്ഞു: സൂക്ഷിക്കണം. ഇതു മലമ്പനിയാ,

കപ്പൽ കടന്നുപോയി വൈദ്യം പഠിച്ചുവന്ന ആളാണ്. വെള്ളക്കാരെപ്പോലും ചികിത്സിക്കുന്ന വിദഗ്ദ്ധൻ. അയാൾ പറയുന്നതിൽ തെറ്റുണ്ടാവാൻ വഴിയില്ല.

എന്താ ചെയ്യേണ്ടതെന്ന് മാത്തൻ ചോദിച്ചപ്പോൾ അദ്ദേഹം വിശദീകരിച്ചു:

മരിച്ചവരുടെ വീട്ടിലുള്ളവരെയെല്ലാം പരിശോധിക്കണം. അവർക്ക് പനിയുണ്ടോ എന്ന് നോക്കണം. രോഗലക്ഷണമുള്ളവരെ കിടത്തി ചികിത്സിക്കണം. മരുന്നു വേണം. സഹായികൾ വേണം...

ആവശ്യങ്ങളുടെ നിര നീണ്ടു.

പതിനാലുദിവസത്തോളം കുടിയേറ്റ കുടികളെല്ലാം കയറിയിറങ്ങിയ മുത്തുനായകം പറഞ്ഞു:

മലമ്പനി വല്ലാതെ പടർന്നിരിക്കുന്നു.

പകർച്ചവ്യാധിയെ പടികടത്താൻ എന്തും ചെയ്യാൻ തയ്യാറായ മാത്തൻ നാലുതോട്ടങ്ങളിലെ മേൽപ്പുരകൾ വിട്ടുകൊടുത്തു. മധുരയിൽ നിന്നും കോട്ടയത്തുനിന്നും മരുന്നു വരുത്തി; കൂടുതൽ സഹായികളെയും.

ഡോക്ടർ മുത്തുനായകത്തിന്റെ ശിഷ്യരായ നാലു ചികിത്സകർകൂടി എത്തിച്ചേർന്നു. അവരുടെ നേതൃത്വത്തിൽ നാലുതോട്ടങ്ങളിലും ചികിത്സാകേന്ദ്രങ്ങൾ ആരംഭിച്ചു. മലയിൽ വചനഘോഷണത്തിനു വന്നവർ കൂടി സഹായത്തിനു കൂടിയപ്പോൾ താൽക്കാലികമായി തുടങ്ങിയ ചികിത്സാലയങ്ങൾ രോഗികളുടെ സ്ഥിരം സങ്കേതങ്ങളായി.

മുത്തുനായകവും സഹായികളും ഉറക്കമില്ലാതെ ശുശ്രൂഷിച്ചിട്ടും ചികിത്സ ലഭിച്ചവരിൽ നിരവധിപേർ മരിച്ചു. അവരുടെ അടക്കം കഴിയുംമുമ്പ് പുതിയ രോഗികൾ വരവായി. മലമ്പനിയുടെ തേരോട്ടമായിരുന്നു മലമേഖലയിലാകെ, പ്രത്യേകിച്ച് കാട്ടുവെട്ടിത്തെളിച്ചു കൊണ്ടിരുന്ന കുടിയേറ്റക്കാർക്കിടയിൽ.

സ്വന്തം കുടുംബകാര്യംപോലെ മാത്തൻ എല്ലാറ്റിനും മേൽനോട്ടം വഹിച്ചു. ആഹാരം, വസ്ത്രം, മരുന്ന് എന്നിവയ്ക്കുള്ള പണം വാക്കാട്ടു നിന്ന് പ്രവഹിച്ചുകൊണ്ടിരുന്നു. എങ്ങനെയും ഈ മഹാമാരി ശമിക്കണം. വീട്ടുകാര്യങ്ങളോ തോട്ടത്തിലെ പണികളോ അത്യാവശ്യയാത്രകളോ ഒന്നും മാത്തന് പ്രശ്നമായിരുന്നില്ല. അവയ്ക്കെല്ലാം അവധികൊടുത്ത മാത്തൻ രോഗികൾക്കിടയിൽ തങ്ങി.

ആഴ്ചകളും മാസങ്ങളും കടന്നുപോയി.

മഴ പെയ്ത് തോരുന്നതുപോലെ മലമേഖലയിലെ മലമ്പനി ക്രമേണ ശമിച്ചെങ്കിലും രോഗം വീണ്ടും പടർന്നു പിടിക്കാൻ സാധ്യതയുണ്ടെന്നും നിലവിലുള്ള സംവിധാനം ഇതേപോലെ തുടരുന്നതാണ് നല്ലതെന്നും മുത്തുനായകം പറഞ്ഞപ്പോൾ മാത്തൻ ചോദിച്ചു:

അപ്പോൾ ഡോക്ടർക്ക് ഇവിടെ എവിടെയാ സ്ഥിരമായ താമസ സൗകര്യമൊരുക്കേണ്ടത്?

മാത്തന്റെ ചോദ്യംകേട്ട് ഒന്നമ്പരന്നു ഡോക്ടർ മുത്തുനായകം. എന്നാലും എത്രയോ കാലമായി ആത്മബന്ധമുള്ള ഒരു സുഹൃത്തിന്റെയോ സ്വന്തം സഹോദരന്റെയോ ചോദ്യം പോലെയായിരുന്നു മാത്തന്റെ ആ വാക്കുകൾ മുത്തുനായകത്തെ സ്പർശിച്ചത്.

സർജൻ ജനറലിനെക്കൊണ്ട് മാത്തൻ ശുപാർശ ചെയ്യിച്ചപ്പോൾ ഹ്രസ്വകാലത്തേക്കുള്ള ഒരു മെഡിക്കൽ ക്യാമ്പെന്നേ കരുതിയുള്ളു. അതിപ്പോൾ സ്ഥിരം സംവിധാനമാക്കുന്ന കാര്യമാണ് മാത്തൻ സംസാരിക്കുന്നത്. മാത്തനുമായി വല്ലാത്തൊരടുപ്പം ദീർഘകാലമായി ഉണ്ടെന്ന തോന്നൽ ഡോക്ടറിലുറച്ചു. അദ്ദേഹം അതിശയിച്ചുപോയി; പ്രത്യേകിച്ചൊരു കാരണവുമില്ലെങ്കിലും ഒരാൾ നമ്മിലേക്ക് പ്രവേശിക്കുന്നത് എത്ര വേഗമാണ്.

സമ്പന്നതയുടെ മടിത്തട്ടിൽ ജനിച്ചുവീണ മുത്തുനായകം പണത്തിനുവേണ്ടിയല്ല വൈദ്യവൃത്തിയിലേക്ക് തിരിഞ്ഞത്. പണമുണ്ടായിട്ടും ചികിത്സകിട്ടാതെ അച്ഛനമ്മമാർ അകാലത്തിൽ പൊലിഞ്ഞതു മുതൽ ഡോക്ടറായി സൗജന്യസേവനം ചെയ്യണമെന്നുള്ളത് അദ്ദേഹത്തിന്റെ ആഗ്രഹമായിരുന്നു. അതിനുവേണ്ടിയാണ് കുടുംബവും കുട്ടികളുമൊന്നുമില്ലാത്ത സ്വതന്ത്രജീവിതം തെരഞ്ഞെടുത്തതും. മധുരയിലായാലും ഹൈദരാബാദിലായാലും ഹൈറേഞ്ചിലായാലും ആശ്വാസം വേണ്ട രോഗിയുടെ മുഖം ഒന്നു തന്നെ. ഭൗതികസൗകര്യങ്ങളൊരുക്കാൻ മാത്തൻ സന്നദ്ധനായ സ്ഥിതിക്ക് അതിവിടെത്തന്നെയാകാമെന്ന് ആ ഒരു നിമിഷത്തിൽ ഡോക്ടർ തീരുമാനിക്കുകയായിരുന്നു.

താൽക്കാലികചികിത്സാലയങ്ങൾ തുടങ്ങിയിരുന്ന നാലിടത്തും ഒരു നാൾ വാക്കാട് ധർമ്മാശുപത്രി എന്ന് എഴുതിവച്ച് വീണ്ടും വരാവുന്ന മലമ്പനിയെ കാത്തിരിക്കാൻ തുടങ്ങി ഡോക്ടർ മുത്തുനായകം.

അമ്പത്തിരണ്ട്

അണക്കെട്ടിന്റെ ആഴത്തിലുള്ള ജലസസ്യങ്ങളെത്തേടി ദിവസങ്ങളോളം മുങ്ങാംകുഴിയിട്ട നിജാദിനും ഫൗസിയയ്ക്കും ഒട്ടും മടുത്തിട്ടില്ലായിരുന്നു.

വിചാരിച്ചതിലധികം അടിത്തട്ടുസസ്യങ്ങൾ കണ്ടെത്തിയെന്നും അവ ശേഖരിച്ച് നിരീക്ഷണത്തിൽ വയ്ക്കാൻ പുതിയ ഉപകരണങ്ങൾ വേണമെന്നും ഒരിക്കൽ പറഞ്ഞു. അങ്ങനെ എന്തെല്ലാമോ വഹിച്ചുകൊണ്ടുള്ള ഒരുയാത്രയ്ക്കുശേഷം ചിന്താമഗ്നരായി കാണപ്പെട്ട ഫൗസിയയും നിജാദും പെട്ടെന്ന് സന്ദർഭത്തിന് ചേരാത്തവിധം മുല്ലപ്പെരിയാർ പ്രശ്നത്തിലെ പ്രത്യാഘാതങ്ങൾ ഉന്നയിക്കുകയായിരുന്നു:

അണക്കെട്ടിന് എന്തെങ്കിലും സംഭവിച്ചാൽ ഹൈറേഞ്ചിലെ തമിഴ് വിഭാഗത്തെ നാട്ടുകാരായ മലയാളികൾ വച്ചേക്കുമോ?

അപ്പന്റെ കിടക്കമുറിയിൽ അദ്ദേഹത്തിന്റെ സാന്നിധ്യത്തിലായിരുന്നു ആ ചോദ്യം. അവശതയാർന്നതെങ്കിലും ഗംഭീരമായ ചിരിയുടെ ചിറകിലായിരുന്നു അദ്ദേഹത്തിന്റെ മറുപടി:

അവൾ വന്നാൽ പിന്നെ മലയാളികളെന്നോ തമിഴരെന്നോ മണ്ണെന്നോ മരമെന്നോ മലയെന്നോ പുഴയെന്നോ വ്യത്യാസമുണ്ടോ...

അമ്പത്തിമൂന്ന്

മകൻ വളരുന്നത് മാത്തൻ ശ്രദ്ധിച്ചില്ല. അവന് ഔപചാരിക വിദ്യാഭ്യാസം നൽകാനുള്ള സൗകര്യങ്ങൾ ഹൈറേഞ്ചിലില്ലായിരുന്നു. എന്നാൽ പിന്നാലെ പോയി അപ്പൻ ചെയ്യുന്നതെല്ലാം കണ്ടുപഠിക്കുന്നതിൽ വിരുതനായിരുന്നു വക്കൻ. അഞ്ചാംവയസ്സിൽ അപ്പന് പിന്നാലെ തട്ടുമല കയറിയ അവൻ എട്ടാം വയസ്സിൽ ഏഴുതോട്ടങ്ങളും നടന്നുകണ്ടു. പന്ത്രണ്ടാം വയസ്സായപ്പോൾ തോട്ടങ്ങളിൽ ഏതെല്ലാം കൃഷികളാണുള്ളതെന്നും എത്ര മരങ്ങൾ ഓരോ തോട്ടങ്ങളിലുമുണ്ടെന്നും അവയുടെ ജാതി ഇനം പേര് തിരിച്ചുപറയാൻ വക്കൻ പരിചയിച്ചു.

പ്രായത്തിൽ കവിഞ്ഞ വളർച്ചയും പ്രാപ്തിയുമുള്ള വക്കൻ നിരക്ഷരനായി വളരുന്നതിൽ മുത്തുനായകത്തിന് പന്തികേട് തോന്നി. അദ്ദേഹം അക്കാര്യം മാത്തനോടു പറയുകയും പുതിയൊരു നിർദ്ദേശം മുന്നോട്ടു വയ്ക്കുകയും ചെയ്തു- കൊടൈക്കനാലിൽ അയച്ച് വക്കനെ പഠിപ്പിക്കുക.

മകനെ ദൂരേക്ക് അയക്കുന്ന കാര്യം മാത്തന് സ്വീകാര്യമായിരുന്നില്ല. അതിനാൽ ഇവിടെ താമസിച്ച് അവനെ പഠിപ്പിക്കാൻ തയ്യാറുള്ള ഒരാളെ കണ്ടെത്തിയാലോ എന്ന് മുത്തുനായകത്തോട് ആരാഞ്ഞപ്പോൾ ആവാം എന്നായിരുന്നു മറുപടി.

അമ്പത്തിനാല്

മല കയറിവന്ന മദാമ്മയെ കുടിയേറ്റക്കാർ നോക്കിനിന്നു. യൗവനം വിട്ടുമാറാത്ത സുന്ദരി. സ്വർണ്ണമുടിയും ലക്ഷണമൊത്ത മുഖവും തികഞ്ഞ അവയവഭംഗിയുമുള്ള മദാമ്മയെ വാക്കാട് ബംഗ്ളാവിലേക്ക് നയിച്ചത് ഡോക്ടർ മുത്തുനായകമാണ്.

വാക്കാട് സ്ഥിരമായി താമസിച്ച് വക്കനെ പഠിപ്പിക്കാൻ വന്ന സോഫി എന്ന സോഫിയ സ്കോട്ടാണ് മദാമ്മ എന്നറിഞ്ഞപ്പോൾ മാത്തനും ഭാര്യയ്ക്കും സന്തോഷമായി. മാതൃഭാഷയായ ഇംഗ്ളീഷിനു പുറമെ തമിഴും മലയാളവും നന്നായറിയാവുന്ന സോഫി, ഭർത്താവ് സ്കോട്ടിനൊപ്പം കൊടൈക്കനാലിലെ ഇംഗ്ളീഷ് ഇന്ത്യൻ സ്കൂളിൽ

പഠിപ്പിക്കുകയായിരുന്നു. അധ്യാപനത്തോടൊപ്പം പാമ്പുകളെ പരിപാലിക്കുന്നതിൽ അതീവതത്പരനായിരുന്ന സ്കോട്ട് ഒരു കരിമൂർഖന്റെ കടിയേറ്റ് മരണപ്പെട്ടതിനെത്തുടർന്ന് സോഫിയുടെ മനോനില തകർന്നു. ഭർത്താവിന്റെ സ്മരണകളുണർത്തുന്ന കൊടൈക്കനാലിൽ നിന്ന് മാറി നിൽക്കാൻ ആഗ്രഹിച്ചിരുന്ന അവരെ സന്ദർഭം ഒത്തുവന്നപ്പോൾ കുടുംബ സുഹൃത്തായ മുത്തുനായകം കൂട്ടിക്കൊണ്ടുവരികയായിരുന്നു.

ലണ്ടന്റെ പ്രാന്തത്തിലുള്ള ലേക്ക്ഷോർ സ്വദേശികളാണ് സ്കോട്ടും സോഫിയയും. അച്ഛനമ്മമാർ ബാല്യത്തിലേ മരണപ്പെട്ട സോഫിയ ഒരകന്ന ബന്ധുവിന്റെ കൂടെയാണ് വളർന്നതും പഠിച്ചതും. പഠനകാലത്ത് അവൾ പത്തുവർഷം സ്കോട്ടിനെ പ്രണയിച്ചു. വിവാഹശേഷം ഇന്ത്യയിലേക്കു പോന്നു. ഇവിടെ പന്ത്രണ്ടുവർഷം ഒന്നിച്ചു ജീവിച്ചു. കുട്ടികളില്ല. സ്കോട്ടിന്റെ മരണത്തോടെ ഒറ്റപ്പെട്ടുപോയ സോഫിയ ലണ്ടനിലേക്കു പോകാൻ മടിച്ചു. തിരിച്ചുചെന്നിട്ട് അവിടെ പ്രത്യേകിച്ച് കാര്യങ്ങളൊന്നുമില്ലായിരുന്നു.

ഇംഗ്ളീഷുകാരി ബംഗ്ളാവിൽ താമസിച്ച് മകനെ പഠിപ്പിക്കുന്നു എന്നത് അഭിമാനത്തിന്റെ അടയാളമായി മാത്തൻ സ്വീകരിച്ചു. ഭാര്യയ്ക്കും അതൊരു മഹാകാര്യമായിതോന്നി. ആദ്യമൊക്കെ മുഷിഞ്ഞെങ്കിലും പിന്നെപ്പിന്നെ വക്കൻ സോഫിയയുടെ മുന്നിൽ അനുസരണയുള്ളവനായി.

ഒഴിഞ്ഞ പാത്രത്തിലേക്ക് ഒഴിക്കാൻ തോന്നും; ചോർച്ചയില്ലാത്ത പാത്രം നിറഞ്ഞു വരുന്നത് തൃപ്തികരമായ കാഴ്ചയാണ്. അങ്ങനെ പറഞ്ഞുകൊണ്ട് സാധാരണകുട്ടികൾ പതിനഞ്ചുവർഷംകൊണ്ട് ഗ്രഹിക്കുന്ന കാര്യങ്ങൾ വക്കൻ മൂന്നുവർഷം കൊണ്ടു പഠിച്ചെടുത്തു എന്ന് സോഫിയ മുത്തുനായകത്തോട് പറഞ്ഞു.

കൗമാരം കടന്ന വക്കനിലെ മാറ്റങ്ങൾ പ്രകടമായിരുന്നു. അപ്പനും വല്യപ്പനുമില്ലാതിരുന്ന പരിഷ്കൃതപെരുമാറ്റം അതിലൊന്നായിരുന്നു. വായനയും പുതിയ കാര്യങ്ങൾ ഗ്രഹിക്കാനുള്ള ത്വരയും വക്കനെ മറ്റുള്ളവരിൽ നിന്ന് വ്യത്യസ്തനാക്കി. ഉടുപ്പിലും നടപ്പിലും ആഹാരരീതികളിലും നാട്ടിലേതിനൊപ്പം ഇംഗ്ളീഷ് ചിട്ടകളും വക്കൻ വശമാക്കി.

രണ്ടുവർഷം കൂടി സോഫിയയുടെ ശിക്ഷണത്തിൽ കഴിഞ്ഞശേഷം അപ്പനെ സഹായിക്കാൻ വക്കൻ ഇറങ്ങട്ടെ എന്നായിരുന്നു മുത്തുനായകത്തിന്റെ അഭിപ്രായം. മാത്തനും അത് സ്വീകാര്യമായിരുന്നു. എന്നാൽ അനൗപചാരികമായി വേണ്ടതെല്ലാം ഗ്രഹിച്ചു കഴിഞ്ഞ വക്കൻ ഊട്ടിയിലോ കൂനൂരിലോ പോയി ഔപചാരികമായ ഉന്നതവിദ്യാഭ്യാസം നേടട്ടെ എന്നായി സോഫിയ. അവൻ പഠിച്ച് ഉദ്യോഗസ്ഥനായാൽ ഈ തോട്ടങ്ങളൊക്കെ ആരും നോക്കും; ഇതു പരിപാലിക്കാനുള്ള അറിവും അല്പം കൂടി ലോകപരിചയവും അവനുണ്ടാക്കിക്കൊടുക്കുക അതു

മാത്രമായിരുന്നു മാത്തന്റെ ആവശ്യം. അതുകഴിഞ്ഞ് കുടിയേറ്റക്കാരുടെ കുട്ടികളെ പഠിപ്പിച്ച് മദാമ്മ ഇവിടെത്തന്നെ കൂടട്ടെ എന്നും മാത്തൻ പറഞ്ഞു. അതു ശരിയാണെന്ന് മുത്തുനായകത്തിനും തോന്നി.

മറ്റൊന്നുമോർക്കാതെ തിരക്കിലേക്ക് തിരിയാനും സേവനത്തിന്റെ പുതിയൊരു പാത കണ്ടെത്താനുള്ള ആ നിർദ്ദേശം സോഫിയയ്ക്കു സ്വീകാര്യമായി. എന്നാൽ അത് സ്വന്തം ദുരന്തപാത സ്വയം തെരഞ്ഞെടുക്കുകയാണെന്ന് അപ്പോൾ അവർക്ക് മനസ്സിലായില്ല.

അമ്പത്തിയഞ്ച്

മുല്ലപ്പെരിയാർ അണയുടെ ജലസംഭരണമേഖല പെട്ടെന്ന് വാക്കാട്ടെ കാട്ടുതോട്ടങ്ങൾ വരെ വ്യാപിച്ചതായറിഞ്ഞപ്പോൾ മാത്തന്റെ ഉള്ളൊന്നു കാളി. സഹായികളെയും കൂട്ടിപ്പോയി ദുരന്തമേഖല കണ്ടുവന്ന മാത്തൻ അസ്വസ്ഥനായി. വെള്ളം നന്നായി കയറുന്നുണ്ട്. ചോലച്ചുവടിനു കീഴിലുള്ള ഏലച്ചെടികളെല്ലാം മുങ്ങിപ്പോയിരിക്കുന്നു. ഒരാഴ്ചക്കുള്ളിൽ വെള്ളമിറങ്ങിയില്ലെങ്കിൽ എല്ലാം നശിക്കും.

മക്കൾ മരണക്കയത്തിൽ മുങ്ങിക്കിടക്കുന്നതു കാണേണ്ടി വന്ന പിതാവാണ് ഞാൻ; എനിക്കിതു സഹിക്കാനാവില്ല എന്ന് കലമ്പിക്കൊണ്ട് മാത്തൻ എന്തിനോ തയ്യാറെടുത്തു തുടങ്ങി.

പിതാവിന്റെ മനോദുഃഖം വക്കനെ ഉലച്ചു. അദ്ദേഹത്തിന്റെ പുറപ്പാട് അവനിൽ ആശങ്കയുണർത്തി.

വക്കനിൽനിന്ന് കാര്യങ്ങൾ ഗ്രഹിച്ച സോഫിയ മാത്തനേയും കൂട്ടിപ്പോയി ചീഫ് എഞ്ചിനീയറെ കണ്ടു. കൂട്ടത്തിൽ മുത്തുനായകവും വക്കനുമുണ്ടായിരുന്നു. അവർ കാര്യങ്ങൾ വിവരിച്ചു. എല്ലാംകേട്ടശേഷം വെള്ളപ്പൊക്കത്തിന്റെ രഹസ്യം ചീഫ് എഞ്ചിനീയർ വെളിപ്പെടുത്തി. പാണ്ടിനാട്ടിൽ അപ്രതീക്ഷിതമായി മഴ പെയ്യുന്നതിനാൽ അവിടെ ഇപ്പോൾ വെള്ളത്തിന്റെ ആവശ്യമില്ല. അതിനാൽ അണക്കെട്ടടച്ചിരിക്കുകയാണ്. ആസന്നമായ വേനലിലേക്ക് വേണ്ടി പരമാവധി വെള്ളം അണക്കെട്ടിൽ ശേഖരിക്കുന്നതിനാലാണ് സംഭരണമേഖലയുടെ വ്യാപ്തി വർദ്ധിച്ച് സമീപമുള്ള തോട്ടങ്ങളെക്കൂടി മുക്കിക്കൊണ്ട് വെള്ളം നിറയുന്നത്.

ഇത് അന്യായവും നിയമവിരുദ്ധവുമായ നടപടിയാണെന്ന് സോഫിയ പറഞ്ഞപ്പോൾ അനുവദനീയമായ പരിധിക്കപ്പുറത്തേക്ക് വെള്ളം സംഭരിക്കപ്പെടുന്നത് മുല്ലപ്പെരിയാർ കരാറിന്റെ ലംഘനമാണെന്ന് കൗമാരക്കാരനായ വക്കൻ എല്ലാവരേയും അതിശയിപ്പിച്ചുകൊണ്ട് തുറന്നടിച്ചു.

മകന്റെ വാദം കേട്ട് മാത്തൻ വിസ്മയം പൂണ്ടപ്പോൾ വക്കനെ ശരിവച്ചുകൊണ്ട് സോഫിയ ചീഫ് എഞ്ചിനീയറെ ഭീഷണിപ്പെടുത്തുകയായിരുന്നു. വെള്ളം തരുന്നവരെ വെള്ളത്തിൽ മുക്കിക്കൊല്ലുന്നത് കൊലപാതകമാണ്. കരാറിലെ വ്യവസ്ഥകൾ ഇവിടുത്തെ കുട്ടികൾക്കു

പോലുമറിയാം. വേണ്ടിവന്നാൽ ഇക്കാര്യത്തിനായി ഗവർണർ ജനറലിനെ ത്തന്നെ കാണുമെന്ന് വെള്ളക്കാരി പറഞ്ഞപ്പോൾ ചീഫ് എഞ്ചിനീയർ അമ്പരന്നു.

ദുരന്തഫലമനുഭവിക്കുന്ന കർഷകർക്ക്, സർക്കാർ മാത്രമല്ല, ചീഫ് എഞ്ചിനീയർ വ്യക്തിപരമായി നഷ്ടപരിഹാരം നൽകേണ്ടിവരുമെന്ന് കൂടി സോഫിയ ചൂണ്ടിക്കാട്ടിയപ്പോൾ സത്വരനടപടിയുണ്ടായി.

അണക്കെട്ടിൽ നിന്ന് വെള്ളം കൊണ്ടുപോകുന്ന പതിവ് പുന രാരംഭിച്ചു. ജലനിരപ്പ് 132 അടിയായി കുറഞ്ഞപ്പോൾ വാക്കാട്ടെ കാട്ടുതോട്ട ങ്ങൾ കാണാനായി. ചോലമരങ്ങൾക്കു കീഴെ മുങ്ങിനിവർന്ന ഏലച്ചെടി കളും തലയുയർത്തി.

വക്കന്റെ സന്ദർഭോചിതമായ ഇടപെടലിൽ അഭിമാനം തോന്നിയ മാത്തൻ അനുമോദിച്ചതത്രയും സോഫിയയെയായിരുന്നു. വെറും പാഠങ്ങ ളല്ല; ജീവിതത്തിന്റെയും നാടിന്റെയും ചുറ്റുപാടുകളും പാഠങ്ങൾ കൂടി യാണ് സോഫിയ വക്കനെ പഠിപ്പിച്ചതെന്നായിരുന്നു മുത്തുനായകത്തിന്റെ പ്രശംസ.

ഒരിക്കൽ യാദൃശ്ചികമായി അവരുടെ പഠനവേദിയിലെത്തിയ മുത്തു നായകം സോഫിയയിൽ നിന്നു കേട്ടത്, വ്യാപാരത്തിനു വന്ന ബ്രിട്ടീഷു കാർ എങ്ങനെ നാടിന്റെ നിയന്ത്രണം കയ്യടക്കി എന്നാണ്. മറ്റൊരിക്കൽ മുല്ലപ്പെരിയാർ കരാറിലെ വ്യവസ്ഥകൾ അവർ അപഗ്രഥിക്കുന്നതുകേ ട്ടു.മദ്രാസ് റസിഡൻസിയും തിരുവിതാംകൂറും തമ്മിലുള്ള അഭിപ്രായഭി ന്നതകളും നാട്ടുരാജ്യങ്ങളുടെ അവകാശങ്ങളും അവർ ചർച്ച ചെയ്യു ന്നതാണ് പിന്നീടൊരിക്കൽ കണ്ടത്. ഇക്കാര്യങ്ങളൊക്കെ വിശദമായി അറിഞ്ഞതോടെ സോഫിയയെക്കൊണ്ട് പ്രയോജനമുണ്ടെന്നും അവരുടെ ശിക്ഷണത്തിൽ മകൻ സമർത്ഥനാകുമെന്നും മാത്തൻ ഉറപ്പിക്കുക യായിരുന്നു.

അമ്പത്തിയാറ്

അപ്പന് അസൗകര്യമുള്ളപ്പോഴൊക്കെ പഠനത്തിനവധികൊടുത്ത് മല കയറാൻ വക്കൻ തയ്യാറായി.

ഒരിക്കൽ സോഫിയ ചോദിച്ചു, ഞാനും വരട്ടയോയെന്ന്.

വക്കൻ അവരുടെ കൈപിടിച്ചു.

അമ്പത്തിയേഴ്

കാട്ടിലേക്കു കയറിയപ്പോൾ സോഫിയ മരങ്ങളെക്കുറിച്ചു ചോദിച്ചു. മര ങ്ങളെ കൂട്ടുകാരായി കണ്ടിരുന്ന വക്കൻ അക്കാര്യത്തിൽ സോഫിയയ്ക്ക്

ഗുരുവായി. കാട്ടുമരങ്ങളുടെ പൂവും കായും മാത്രം തിന്ന് നമുക്കു ജീവിക്കാം എന്നു പറഞ്ഞുകൊണ്ട് ഇലിപ്പയേയും ആറ്റിലിപ്പയേയും സോഫിയയ്ക്ക് കാട്ടികൊടുത്തു മാത്തൻ. മധുരമുള്ള മരമാണ് ഇലിപ്പ. കൽക്കണ്ടത്തേക്കാൾ മധുരമാണ് ഇലിപ്പയുടെ മറ്റൊരിനമായ ആറ്റിലിപ്പയ്ക്ക്.മൂടുമുതൽ തടിത്തണ്ടുവരെ അടയ്ക്കാക്കുലപോലെകായ്കൾ തൂങ്ങുന്ന വൃക്ഷത്തെ ചൂണ്ടി മാത്തൻ മുട്ടിമരം എന്ന് വിളിച്ചു. അതിന്റെ കായ്കൾ തിന്നാൽ വിശപ്പ് അറിയുകയേയില്ല. ആനത്തൊണ്ടി, കാഞ്ഞിരം, ഒടുക്, ആവൽ എന്നിവ മരുന്നുമരങ്ങളാണെന്ന് മാത്തൻ പറഞ്ഞു കൊടുത്തു. ചേരിനെ തൊട്ടാൽ താന്നിയെ വണങ്ങണമെന്ന് പറഞ്ഞുകൊണ്ടാണ് ഇരുവൃക്ഷങ്ങളും കാട്ടിക്കൊടുത്തത്. ആരും തൊടുന്നതോ അടുത്തു ചെല്ലുന്നതോ ചേരിന് ഇഷ്ടമല്ലത്രെ! ആ ഇഷ്ടക്കേടിനെ മാനിക്കാതെ ചെല്ലുന്നവർ നേരത്തോടുനേരം ചൊറിഞ്ഞുകൊണ്ടിരിക്കും. താന്നിയുടെ വേരിട്ടു തിളപ്പിച്ച വെള്ളമൊഴിച്ചാൽ ചൊറിച്ചിൽ മാറും.

വല്ലഭവൃക്ഷത്തെ വല്ലാതെ ഇഷ്ടമായി സോഫിയയ്ക്ക്. വേങ്ങയും പച്ചക്കടമ്പും വെന്തേക്കും കണ്ടപ്പോൾ വിസ്മയിച്ച സോഫിയ അത്തിയും ചെന്തരുന്നിയും തൊട്ടുനോക്കി. കരിങ്ങാലി, കുമ്പിൾ, ചുരുളി, ഇരുമ്പകം, കൂവളം, പാച്ചോറ്റി, നീർമരുത് എന്നിവ സോഫിയ ആദ്യമായി കാണുകയായിരുന്നു. കുടകപ്പാലയും കടമ്പും കണ്ടപ്പോൾ അവൾ അതിനരികിൽ നിന്നു. ജാതി, വേഴ്, പുളിവാക, തേക്ക്, ഈട്ടി, പ്ളാശ് എന്നിവ കാട്ടുവഴിയിലുടനീളമുണ്ടായിരുന്നു. മുളങ്കാടുകൾ കണ്ടപ്പോൾ ഇവയ്ക്കാരാണ് മഞ്ഞനിറം നൽകിയതെന്ന് സോഫിയ ചോദിച്ചു. അപ്പോൾ പച്ചമുളങ്കൂട്ടവും ഇല്ലിക്കാടും കാട്ടി അവളെ വിസ്മയിപ്പിച്ചു വക്കൻ.

ചെത്തിമലയും വരട്ടുമലയും കേറി തൂക്കുപാറയുടെ പകുതിയെത്തിയപ്പോൾ സോഫിയ വല്ലാതെ അണച്ചു:

ഇനി വയ്യ. ഞാൻ വല്ലാതെ തളർന്നു.

ക്ഷീണം അശേഷമറിയാത്ത വക്കൻ ചിരിച്ചു:

ഈ പാറ കേറിയിറങ്ങിയാൽ നമ്മുടെ മേൽത്തോട്ടമായി. അതിനപ്പുറം മുല്ലപ്പെരിയാർ അണക്കെട്ടാണ്. ഇത്രയും വന്നിട്ട് അത് കാണാതെ പോയാലോ...

സോഫിയ കാൽവണ്ണയിൽ ശരിക്കും അമർത്തി .

എനിക്കിനി വയ്യ. കാൽവണ്ണകൾ വല്ലാതെ മരച്ചു. ഇറങ്ങാനും പറ്റുമെന്ന് തോന്നുന്നില്ല.

തൂക്കായ മല ആദ്യമായി കയറുമ്പോൾ കാൽമുട്ടിനു താഴെവിറയ്ക്കുകയും കാൽവണ്ണകൾ കഴയ്ക്കുകയും ചെയ്യുന്നത് സാധാരണമാണെന്ന് വക്കന് അറിയാമായിരുന്നു.

അതിപ്പോൾ മാറ്റിത്തരാം എന്നു പറഞ്ഞുകൊണ്ട് കുത്തനെയുള്ള പാറയുടെ പരന്നഭാഗത്തേക്ക് അമർന്നിരുന്ന വക്കൻ സോഫിയയുടെ രണ്ടുപാദങ്ങളും മടിയിലേക്കെടുത്തുവച്ച് കാൽവണ്ണകൾ കടഞ്ഞുഴിഞ്ഞു.

വെണ്ണയുടെ മൃദുത്വമായിരുന്നു സോഫിയയുടെ ത്വക്കിന്. ആയാസ രഹിതമായൊരു തലോടൽ മാത്രമായിരുന്നു വക്കനെ സംബന്ധിച്ചിട ത്തോളം ആ ഉഴിച്ചിൽ. അതങ്ങനെ തുടരുന്നതിൽ അവന് ക്ലേശമേതുമേ തോന്നിയില്ല. മതിയെന്നോ നിർത്തെന്നോ ആശ്വാസമായെന്നോ സോഫിയ പറഞ്ഞതുമില്ല. പകരം ഇടയ്ക്ക് കഴുത്തുനിവർത്തി ആകാ ശത്തേക്കു നോക്കുകയും ചുണ്ടുകൾ വല്ലാതെ സ്വയംകടിച്ചമർത്തുകയും അപരിചിതമായ ചില ശബ്ദങ്ങൾ പുറപ്പെടുവിക്കുകയും ചെയ്തു സോഫിയ.

എന്താ വേദനിക്കുന്നോ- വക്കൻ ചോദിച്ചു.

ഒട്ടുമേയില്ല- സോഫിയയുടെ മറുപടി.

ഉഴിച്ചിൽ നീണ്ടുപോയപ്പോൾ അവൻ വീണ്ടും ചോദിച്ചു:

ആശ്വാസമായോ.

അവർ മറുപടി പറഞ്ഞില്ല.

നമുക്ക് കയറി നോക്കിയാലോ?

എനിക്കാവുമെന്ന് തോന്നുന്നില്ല.

എന്നാൽ ഇറങ്ങാം...

ഇറങ്ങാനും എന്റെ മുട്ടുവഴങ്ങുമെന്നു തോന്നുന്നില്ല.

വക്കൻ എന്തിനും സന്നദ്ധനാവുകയായിരുന്നു.

എന്തായാലും ഇത്രത്തോളം വന്നു; ഇനി കയറിയിട്ടുതന്നെ കാര്യം.

തീരുമാനിച്ചുറച്ചതുപോലെ അവൻ പറഞ്ഞു:

മലകയറുന്നതും തിരിച്ചിറങ്ങുന്നതും എന്റെ തോളിൽത്തന്നെയാകാം.

ബലത്തുവരുന്ന ഭുജങ്ങളും തോളും മാറിടവും തെളിച്ച് സന്നദ്ധനാ യെന്നു മാത്രമല്ല, അനുമതിപോലും ചോദിക്കാതെ ഒരു പൂവെടുക്കുന്ന ലാഘവത്തോടെ സോഫിയയെ തോളിലിട്ടു മലകയറാൻ തുടങ്ങി വക്കൻ.

കാഴ്ചയിൽ ഭാരമേറിയതെന്ന് തോന്നുമെങ്കിലും ഏറ്റുമ്പോൾ തീരെ ലഘുവായ കാട്ടുപനമ്പൂങ്കുല തോളിലേന്തി വിജനമായ വനവീഥിയിലൂടെ നറുനിലാവത്ത് കാടരുടെ നിലാപ്പൊങ്കലിന് പോകുന്ന മനോനിലയി ലായിരുന്നു വക്കൻ.

ശരീരം മാത്രമല്ല, ആത്മാവുപോലും അവനിലേക്കാഴ്ത്തി തെംസിന്റെ തീരങ്ങളെ സ്വപ്നം കാണുകയായിരുന്ന സോഫിയ പാടാൻ തുടങ്ങി:

... തെംസേ നിന്റെ ഓളകയ്യുകൾ കരയിലേക്ക് കയറിവരുന്നത് എന്നെ തൊടാനാണോ? അരികിൽ വന്നെന്നെ മോഹിപ്പിച്ച് പെട്ടെന്ന് പിന്തിരി ഞ്ഞുപോകുന്ന ഓളക്കയ്യുകൾ ഒരിക്കൽകൂടിനീട്ടി നീ എന്നെയൊന്നു

തൊടുമോ? ഒരിക്കലേക്കു മാത്രം... എനിക്കു നനയണം... എനിക്കു നിന്നിലലിയണം...

അരികിൽവരെ വന്നാലും ഒരിക്കലും തൊടാത്ത ഓളക്കൈകളിലേക്ക് പൂവിതൾച്ചുണ്ടുകൾ നീണ്ടുനീണ്ടു ചെന്നു.

പിൻകഴുത്തിൽ ഒരു മിന്നൽ പൊട്ടിയത് വക്കൻ അറിഞ്ഞു. അത് ശരീരമാകെ വ്യാപിച്ച് അതുവരെയറിയാത്ത ഒരതീന്ദ്രിയാനുഭൂതിയിൽ അവൻ തരിച്ചുനിന്നു. പിന്നീടുള്ള അവന്റെ മലകയറ്റം തീർത്തും സ്വപ്നാടനമായിരുന്നു.

തോളിലേന്തിയ പനമ്പൂങ്കുല സുഗന്ധവാഹികളായ പരാഗങ്ങൾ ദേഹമാകെ വിതറുകയും നനുത്ത പൂവിതളുകൾ കൊണ്ടവനെ ഗാഢ ഗാഢം പൊതിയുകയും ചെയ്തു.

ഒടുവിൽ പരാഗങ്ങളത്രയും അലിഞ്ഞമർന്ന് ഇതൾച്ചുണ്ടിലെ തേൻതുള്ളികൾ കാതിലും പിൻപുറത്തും പൊഴിഞ്ഞപ്പോൾ പാറപ്പടിയിലേക്ക് പൂങ്കുല ഇറക്കിവച്ച് മേൽപ്പാറയിൽ അവനും ഇരുന്നു. അപ്പോഴും പൂവിതളുകൾ അവന്റെ മുഖത്തും ചുണ്ടിലും മാറിലും വയറിലും അതിനു താഴേക്കും പൊഴിഞ്ഞു വീണുകൊണ്ടിരുന്നു. അവസാനം വിവശനായി മേൽപ്പാറയിലേക്ക് ചാഞ്ഞ വക്കൻ പൂങ്കുലയാൽ പൂർണ്ണമായും മൂടപ്പെട്ടു. പൂവിതളുകൾ അവന്റെ ശരീരമാകെ അരിച്ചു നടന്നു. അവസാനത്തെ തേൻതുള്ളിയും ഇറ്റു വീണപ്പോൾ ആകാശത്ത് മരച്ചില്ലകൾക്കുമീതെ, നാണമാർന്ന്, മേഘങ്ങൾക്ക് പിന്നിലൊളിച്ച നിലാവിന്റെ നിഴൽ നോക്കി സോഫിയ വീണ്ടും പാടി:

നിലാവേ,നീ സാക്ഷി. ഈ ഓളങ്ങൾക്ക് നിലയ്ക്കാൻ കഴിയുമോ? നിശ്ചലമാകാൻ കഴിയുമോ? കരയിലെ പൂവിന്റെ തപസ്സിനെ അവഗണിക്കാൻ സാധിക്കുമോ?

പനമ്പൂങ്കുല തോളിലേന്തി വക്കൻ വനയാത്ര തുടർന്നു. തോട്ടത്തിലെ താന്നിച്ചോട്ടിലും നദീതീരത്തെ കടമ്പിൻ നിഴലിലും ആളൊഴിഞ്ഞ വനവീഥിയിലെ അരളിക്കാട്ടിലും അവൻ പൂങ്കുല ഇറക്കി വയ്ക്കുകയും ഊറിവന്ന തേൻകണങ്ങൾ നുകർന്ന് മത്തനാവുകയും ചെയ്തു.

ഏഴാംനാൾ വാക്കാട്ട് തിരിച്ചെത്തിയപ്പോൾ സോഫിയ ആദ്യം ചെയ്തത് ദിനസരിക്കുറിപ്പുപുസ്തകമെടുത്തുകൊണ്ട് വല്ലാത്തൊരു വേഗത്തിൽ പുറത്തേക്കു പോവുകയായിരുന്നു.

അമ്പത്തിയെട്ട്

മദാമ്മ മരിച്ചു. വിവരമറിഞ്ഞ് ഓടിയെത്തിയ തൊഴിലാളികളും കുടിയേറ്റക്കാരുൾപ്പടെയുള്ളവരുടെ കൂട്ടത്തിൽ മാത്തനും ഭാര്യയും മകൻ വക്കനുമുണ്ടായിരുന്നു.

മുത്തുനായകത്തിന്റെ ചികിത്സാകേന്ദ്രത്തിനു പിന്നിൽ കുടിയേറ്റക്കാരുടെ കുട്ടികളെ പഠിപ്പിക്കാൻ ഇറക്കിക്കെട്ടിയ അപൂർണ്ണമായ പുൽപ്പന്തലിനു കീഴെ ചാരുകസേരയിൽ നിവർത്തിയ ദിനസരിപുസ്തകം മാറിലമർത്തി വല്ലാത്തൊരു വിശ്രാന്തിയിൽ മദാമ്മ മയങ്ങുകയാണെന്നേ തോന്നൂ.

പനമ്പൂങ്കുല ഇതൾപൊഴിഞ്ഞു വാടിക്കിടക്കുന്നു. വക്കൻ വാവിട്ടു കരഞ്ഞുകൊണ്ട് പൂന്തണ്ടിൽ തൊട്ടു. വാരിപ്പുണർന്ന കൈകളിൽനിന്ന് ദിനസരിപ്പുസ്തകം അടർത്തിമാറ്റി. പെട്ടെന്ന് പൂമണം പരന്നപ്പോൾ ഡോക്ടർ മുത്തുനായകം ആരോടോ പറയുന്നത് വക്കൻ വ്യക്തമായും കേട്ടു:

...ഹൃദയാഘാതമായിരുന്നു.

അടക്കത്തിന് ദൂരെദിക്കിൽ നിന്നുപോലും കറുത്ത കോട്ടിട്ട നിരവധി വെള്ളക്കാർ എത്തിയിരുന്നു. അവരെല്ലാം അനുശോചനമറിയിച്ചത് വക്കനോടായിരുന്നു. കുടിയേറ്റക്കാരും തോട്ടത്തിലെ പണിക്കാരും അപ്പനും അമ്മയും പോലും വക്കനെ സാന്ത്വനിപ്പിച്ചു.

വക്കന്റേതുമാത്രമായ എന്തോ ഒന്ന് എന്നെന്നേക്കുമായി നഷ്ടപ്പെട്ടു എന്ന മട്ടിലായിരുന്നു എല്ലാവരുടെയും പെരുമാറ്റം.

അവനെ അവനാക്കിയത് അവരാണ്;

മദാമ്മയാണ് വക്കനെ മിടുക്കനാക്കിയത്.അവൻ കുഞ്ഞല്ലേ ആ വേർപാട് എങ്ങനെ താങ്ങും-

ഇങ്ങനെപോയി ആശ്വാസവാക്കുകൾ.അപ്പോഴെല്ലാം വക്കൻ മാറോടടുക്കിപ്പിടിച്ചിരിക്കയായിരുന്നു സോഫിയയുടെ ദിനസരിപ്പുസ്തകം.

അമ്പത്തിയൊമ്പത്

രാത്രിയുടെ ഏകാന്തതയിൽ പാനീസിന്റെ പാൽവെളിച്ചത്തിൽ സോഫിയയുടെ അക്ഷരങ്ങൾ തിളങ്ങി. മരണത്തിനുമുമ്പ് മാറോടടുക്കിപ്പിടിച്ചിരുന്ന ദിനസരിക്കുറിപ്പുകളുടെ അവസാനഭാഗം വക്കന്റെ കണ്ണുകളിലുടക്കി:

പ്രിയപ്പെട്ടവനെ ഞാൻ വല്ലാത്തൊരാശയക്കുഴപ്പത്തിലാണ്. അവസാനത്തെ അറിവും പകർന്നു കഴിയുമ്പോൾ നമ്മുടെ ഉള്ളറ നിറയുകയാണോ അതോ ഒഴിയുകയാണോ? അറിവുകളോരോന്നായി പകർന്ന് പകർന്ന് വിലക്കപ്പെട്ട അറിവിന്റെ അവസാനത്തെ അറയും തുറന്നു കഴിഞ്ഞപ്പോൾ എന്താണ് എന്നിൽ സംഭവിച്ചതെന്നെനിക്കറിയില്ല. നീ തരാത്തതൊക്കെയും അവനിൽ നിന്നു ഞാൻ കവർന്നെടുത്തു. നീ എടുക്കാത്തതിനാൽ; ഞാൻ കരുതിവച്ചിരുന്നതൊക്കെയും അവന്

കൊടുക്കുകയും ചെയ്തു. അതുകൊണ്ടാണോ ഉൾക്കൊള്ളാനാവാത്ത വിധം എന്റെ ഉള്ളറ നിറയുന്നത്? അതോ എല്ലാം പകർന്നുപോയതിനാൽ ഒന്നുമില്ലായ്മയുടെ ശൂന്യത എന്നെ ഉലയ്ക്കുകയാണോ? ആനന്ദം കൊണ്ടായാലും അവമതിപ്പുകൊണ്ടായാലും എനിക്ക് സഹിക്കാനാവുന്നതിനപ്പുറമാണ് ഈ അവസ്ഥ. ക്ഷമിച്ചു എന്നൊരു വാക്ക് നിന്നിൽ നിന്ന് എനിക്ക് കേൾക്കാം...

തുടർന്ന് വായിക്കാനാവാത്ത വിധം കുറിപ്പുകളിൽ പനമ്പൂങ്കുലയുടെ ഇതളുകൾ കൊഴിഞ്ഞുവീഴുകയും അക്ഷരങ്ങൾ മറയ്ക്കപ്പെടുകയും ചെയ്തു.

ദിനസരിക്കുറിപ്പുപുസ്തകം മാറോടടുക്കി വക്കൻ കിടക്കയിലേക്കു ചാഞ്ഞു. അത് കിടക്കയല്ലെന്നും പരന്ന പാറപ്പുറമാണെന്നും സങ്കല്പിക്കാൻ ശ്രമിച്ചു പരാജയപ്പെട്ട വക്കനുമേൽ എങ്ങുനിന്നെന്നറിയാതെ പെട്ടെന്ന് തീക്കാറ്റ് വീശുകയായിരുന്നു.

അറുപത്

വകയുടെ പടഹധ്വനികൾ മുഴക്കി വക്കൻ പാഞ്ഞു നടന്നു. മേലേ തോട്ടത്തിലിറങ്ങി വിള നശിപ്പിച്ച ഏഴു കാട്ടുപന്നികളെ മൂർച്ചപത്തലിൽ കൊരുത്തുകൊണ്ടായിരുന്നു തുടക്കം. പണിക്കാരും കാവൽക്കാരും ഞെട്ടിപ്പോയി. നേരെ വന്നാൽ കുത്തിമലർത്തുന്ന കാട്ടുപന്നികളെ മുഖാമുഖം നോക്കിയാണ് വക്കൻ കൊന്നത്. ഇടത്തോട്ടത്തിൽ ഒറ്റയാന്റെ ശല്യമുണ്ടെന്നു കേൾക്കാത്ത താമസം അവിടെ പാഞ്ഞെത്തി ചാക്കിൽ കല്ലു കെട്ടി മരക്കൊമ്പിൽ മറഞ്ഞിരുന്ന് മസ്തകത്തിൽ ആഞ്ഞടിച്ച് ആനയെ വീഴ്ത്തി. ഏലയ്ക്കാ മോഷ്ടിച്ച മൂന്നുപേരെ മരത്തിൽ കെട്ടിയിട്ട് തല്ലി. അനുവാദമില്ലാതെ മരംവെട്ടിയവരെ മരത്തടിചുമപ്പിച്ചുകൊണ്ട് വൈകുന്നേരംവരെ നിർത്തി.

സൗമ്യനായിരുന്ന വക്കന്റെ മാറ്റം സോഫിയയുടെ മരണശേഷമായിരുന്നു. അവരുടെ മൃതദേഹം കണ്ട് വാവിട്ടു കരഞ്ഞ വക്കൻ ദിനസരിക്കുറിപ്പുകൾ വായിച്ചതോടെ നിരാശിതനും പിന്നീട് പ്രതികാരദാഹിയുമായി. ആരോടെന്നോ എന്തിനോടെന്നോ അറിയാത്ത പക. ഒരു കാരണം കിട്ടാൻ കാത്തിരിക്കുകയായിരുന്നു വക്കൻ.

എന്നാൽ മകന്റെ മാറ്റം അവന്റെ കാര്യപ്രാപ്തിയുടെ ലക്ഷണമായാണ് മാത്തനും ഭാര്യയും കണ്ടത്. ഇത്രയൊക്കെ മുതലുള്ളതല്ലേ, അത് കാക്കേണ്ടവൻ കരുത്തനും കഴിവുള്ളവനുമാണെന്ന് ചുറ്റുമുള്ളവർ കാണട്ടെ എന്നായിരുന്നു അവരുടെ മനോനില.

താഴ്വാരം മുതൽ ശിവമുടി വരെ ഭീതിയുടെ കാറ്റ് വിതച്ച് നാലഞ്ച് വർഷം വക്കൻ കയറിയിറങ്ങി. എന്നാൽ മേട്ടിലെ വനവഴിയിലും പാറ

പ്പുരപ്പിലും തോട്ടത്തിലെ താന്നിച്ചോട്ടിലും നദീതീരത്തെ കടമ്പിൻചോട്ടിലും അരളിക്കാട്ടിലുമെത്തുമ്പോൾ വക്കൻ വല്ലാതെ തരളിതനാകും. അപ്പോഴൊക്കെ പനമ്പൂങ്കുല കാണുകയും അവ വിടരുന്ന ദലമർമ്മരം കേൾക്കുകയും സുഗന്ധമനുഭവിക്കുകയും ചെയ്യുമായിരുന്നു. അതെല്ലാം സോഫിയയുടെ സാന്നിധ്യമാണെന്നറിയുമ്പോൾ സുഖദമായൊരാലസ്യം വക്കനെ വന്നുമൂടുമായിരുന്നു.

വിശ്രാന്തിയുടെ വേളകളിൽ സ്വന്തം മാറ്റങ്ങളെക്കുറിച്ച് വക്കൻ ചിന്തിക്കും- എന്തുകൊണ്ടിങ്ങനെയായി?

അതുവരെ അറിയാത്ത സ്വർഗം കാട്ടിത്തന്നിട്ട് അപ്രത്യക്ഷയായ സോഫിയയോട് വിദ്വേഷമുണ്ടോ? തുടർന്നും അതു ലഭിക്കാത്തതിൽ നിരാശയുണ്ടോ? മറ്റൊരാളിന് അവകാശപ്പെട്ടത് യാദൃശ്ചികമായി കൈവശം വന്നതാണെന്നും ഉടമയ്ക്ക് വിധേയത്വം അവകാശിയോടാണെന്നുമുള്ള തിരിച്ചിറവ് വല്ലാത്തൊരു ആത്മനിന്ദ വളർത്തിയിട്ടുണ്ടോ? അത് സ്വയം പകയ്ക്കും മറ്റുള്ളവരോടുള്ള പ്രതികാരത്തിനും കാരണമായിട്ടുണ്ടോ? - ഓരോ ഘടകവും പ്രത്യേകമായിട്ടല്ലെങ്കിലും ഒന്നിച്ച് ഒരു നിമിത്തമായതാവാമെന്ന് വക്കൻ സ്വയം മറുപടി കണ്ടെത്തി. എന്തായാലും വക്കനിൽ വന്നനുഭവിച്ച മാറ്റങ്ങൾ വാക്കാടിന് അനുഗ്രഹമാവുകയായിരുന്നു.

വാക്കാട്ടെ തോട്ടങ്ങളിലിറങ്ങാൻ മൃഗങ്ങൾക്കുപോലും ഭയമാണെന്ന് നാട്ടിൽ പാട്ടായി. പണിക്കാർ കൃത്യമായി വരും. മുടങ്ങാതെ ജോലി ചെയ്യും. തോട്ടത്തിലോ സംഭരണശാലയിലോ മോഷണമില്ല. ചരക്കെടുക്കുന്നവർ കൃത്യമായി പണം നൽകും. വനപാലകരോ പോലീസോ മറ്റ് അധികൃതരോ വാക്കാട്ടെ അതിരു കടക്കില്ല. ഒറ്റയാനെ വീഴ്ത്തിയ വക്കന്റെ മുന്നിൽ ആർക്ക് എന്തു ചെയ്യാനാവും എന്നായിരുന്നു മലനാടിന്റെ മനോഗതി. എന്നാൽ പകയുടെ കനൽ വാക്കാട്ടേക്ക് നീറിപ്പിടിച്ചു വരുന്നത് വക്കൻ കണ്ടില്ല.

അറുപത്തിയൊന്ന്

വാക്കാട്ടെ തോട്ടങ്ങളിൽ വനഭൂമിയുണ്ടെന്നും അത് തിരിച്ചെടുക്കുകയാണെന്നും ആക്ഷേപമുണ്ടെങ്കിൽ ഒരാഴ്ചക്കകം അറിയിക്കണമെന്നും കാട്ടി റേഞ്ചർ റിച്ചാർഡ് കൈമാറിയ അറിയിപ്പായിരുന്നു ആദ്യ കനൽ. രണ്ടാമത്തേത് പാട്ടത്തിൽ പാപ്പിയുടെ ചതി.

കഞ്ചാവ് കൃഷി മുടക്കിയതിന്റെ പ്രതികാരമാണ് റിച്ചാർഡിന്റെ നടപടിയെന്നറിയാമെങ്കിലും നിയമം നിയമത്തിന്റെ വഴിക്കു പോകട്ടെ എന്ന് മുത്തുനായകം ഉപദേശിച്ചു. വല്യപ്പന്റെ കാലം മുതൽ കൈവശം വച്ചനുഭവിക്കുന്നതും മഹാരാജാവ് കരമൊഴിവായി നൽകിയതുമായതല്ലാതെ ഒരിഞ്ചുഭൂമിപോലും വാക്കാടിന്റെ അധീനതയിലില്ല. അതിൽത്തന്നെ

എത്രയോ സ്ഥലം കരാറിലില്ലാഞ്ഞിട്ടും മുല്ലപ്പെരിയാറിന്റെ ജലസംഭരണമേഖലയായി. കുടിയേറ്റക്കാർക്കും കൃഷിക്ക് ഭൂമി ചോദിച്ചുവന്നവർക്കും നൽകിയത് വാക്കാട്ടെ ഭൂമിയാണ്. അതിനു പുറമെയാണ് ആരാധനാലയങ്ങൾക്കും ചികിത്സാലയങ്ങൾക്കും വിട്ടുനൽകിയ ഭൂമി. എന്നിട്ടും വനഭൂമി അപഹരിച്ചതായി ആക്ഷേപം വന്നത് മാത്തന് അപമാനമായി. ഇത് പ്രതികാരം തീർക്കലാണെന്ന് മാത്തൻ തീർത്തു പറഞ്ഞു.

അപ്പന്റെ വിഷമം വക്കനെ ചൊടിപ്പിച്ചു.

കണക്കുതീർത്തിട്ടുതന്നെ കാര്യം എന്നു പറഞ്ഞ് റിച്ചാർഡിനെ കാണാനിറങ്ങിയ വക്കനെ തടഞ്ഞുകൊണ്ട് മുത്തുനായകം പറഞ്ഞു: ആദ്യം കാര്യം മനസ്സിലാക്കൽ, ആവുമെങ്കിൽ അനുനയം, പിന്നെ നിയമത്തിന്റെ വഴി. അതു കഴിഞ്ഞുമതി കണക്കുതീർക്കൽ.

വക്കന് അത് സ്വീകാര്യമല്ലെന്ന് കണ്ടപ്പോൾ മുത്തുനായകത്തിന്റെ അഭിപ്രായത്തിൽ കഴമ്പുണ്ടെന്ന് മകനെ ഉപദേശിച്ചുകൊണ്ട് മാത്തൻ പറഞ്ഞു:

ആ വഴി കഴിഞ്ഞിട്ടുമതി, നിന്റെ വഴി.

അറുപത്തിരണ്ട്

റേഞ്ചർ റിച്ചാർഡ് പ്രതികാരത്തിന്റെ ലഹരിയിലായിരുന്നു. ഒരു കെട്ട് രേഖകളും രേഖാചിത്രങ്ങളും നിവർത്തിയിട്ട് അയാൾ അട്ടഹസിച്ചു.

1829 ലെ വനവിസ്തൃതി ഇവിടെ ഇപ്പോഴുമുണ്ടെന്ന് ഉറപ്പുവരുത്താൻ എനിക്കു നിർദ്ദേശമുണ്ട്. എന്നാൽ വനവിസ്തൃതിയിൽ കുറവുകാണുന്നു. ഇവിടെ വാക്കാട്ടുകാർക്കല്ലാതെ മറ്റാർക്കും സ്വകാര്യഭൂമിയില്ല. അതിനാൽ നഷ്ടപ്പെട്ട വനം വാക്കാട്ടെ തോട്ടങ്ങൾക്കുള്ളിലുണ്ട്. കാതലുള്ള കാഞ്ഞമരഭാഗം നോക്കി ഞാനത് തിരിച്ചുപിടിക്കും.

റിച്ചാർഡിന്റെ പ്രതികാരം കലർന്ന അഹങ്കാരം വക്കനെ വിറപ്പിച്ചപ്പോൾ അവന്റെ കൈ അമർത്തി മുത്തുനായകം അടക്കം പറഞ്ഞു:

അയാൾ ചട്ടം പറയുകയാണ്; നമുക്ക് നിയമത്തിന്റെ വഴി നോക്കാം...

പുറത്തേക്കിറങ്ങുമ്പോൾ പിന്നാലെ വന്ന റിച്ചാർഡ്, വക്കനെ മാറ്റി നിർത്തി സ്വകാര്യം പറഞ്ഞു:

അനധികൃതവനം ഒരിഞ്ചുപോലും വാക്കാടിന്റെ അധീനതയിലില്ലെന്ന് എനിക്കറിയാം. പക്ഷെ, എന്നെ അപമാനിച്ച നിന്റെ അപ്പനോടുള്ള കണക്കു ഞാൻ ഇങ്ങനെ തീർക്കും...

രോഷം മനസ്സിലടക്കി വക്കൻ പറഞ്ഞു.

എന്നാൽ കാണാം.

അതൊരു വെല്ലുവിളിയായി സ്വീകരിച്ച് റിച്ചാർഡ് കൈനീട്ടി.

കാണാം.

വക്കനും കൈനീട്ടി.

ഉദ്യോഗസ്ഥന്മാർ നോക്കിനിൽക്കെയുള്ള ആ ഒരു നിമിഷത്തെ ഹസ്തദാനത്തിൽ റിച്ചാർഡിന്റെ വലംകൈ ഞെരിഞ്ഞമരുകയും അയാളുടെ കണ്ണിൽ നിന്ന് വെള്ളം ചാടുകയും ചെയ്തു.

അറുപത്തിമൂന്ന്

സി പി രാമസ്വാമി അയ്യർ ശ്രദ്ധാപൂർവ്വം കേൾക്കുകയായിരുന്നു. സുഹൃത്താണെങ്കിലും മുത്തുനായകത്തിന്റെ വിശദീകരണത്തിലെ അവ്യക്തത അദ്ദേഹത്തിന് സഹിച്ചില്ല.അതൃപ്തി മുഖത്തു കാട്ടി, തുടർന്ന് സംസാരിക്കാൻ മാത്തനോട് ആവശ്യപ്പെട്ടു. എന്നാൽ മാത്തന്റെ വാക്കുകളിൽനിന്നും അദ്ദേഹത്തിന് വേണ്ടതു കിട്ടിയില്ല. ഒടുവിൽ ആവശ്യപ്പെടാതെ തന്നെ വക്കൻ വസ്തുതകൾ നിരത്തി:

കാടിന് വിസ്തൃതി കുറഞ്ഞിട്ടുണ്ട് എന്നുള്ളത് വസ്തുതയാണ്. അതിനു കാരണം ആരെങ്കിലും കാട് കയ്യേറിയതല്ല;മറിച്ച് മുല്ലപ്പെരിയാർ അണക്കെട്ടിന്റെ ജലസംഭരണമേഖലയുടെ വിസ്തൃതി അനുവദനീയമായ പരിധിയും കഴിഞ്ഞ് കാട്ടിലേക്ക് കയറിയതാണ്. ഒരിക്കലും വെള്ളം കണ്ടിട്ടില്ലാത്ത വരട്ട്മേട് വരെയായിരിക്കുന്നു വെള്ളം. ശിവമുടിക്കു താഴത്തെ വനമേഖല ഇപ്പോൾ കാടല്ല; ജലാശയമാണ്, മുല്ലപ്പെരിയാർ തടാകം. തടാകത്തിൽ താഴ്ന്നുപോയ കാടിനെ വാക്കാട്ടെ തോട്ടത്തിൽ തിരഞ്ഞിട്ടെന്തു കാര്യം?

കേസിന് അനിവാര്യമായ ഹ്രസ്വവിവരണം മാത്രം കക്ഷികളിൽ നിന്ന് കേൾക്കാൻ താല്പര്യപ്പെട്ടിരുന്ന സി പി രാമസ്വാമി അയ്യർ, വക്കന്റെ വിശദീകരണത്തിനു മുന്നിൽ വിസ്മയഭരിതനായി. കലർപ്പില്ലാത്ത ഇംഗ്ളീഷിന്റെ ആഢ്യത്വം അദ്ദേഹത്തെ ആകർഷിച്ചിരുന്നു.

നിന്റെ നാവിൽ സരസ്വതിയുണ്ട്. ആരാണ് ഗുരു? എവിടെയാണ് പഠിച്ചത്?

ഗുരുവായി സോഫിയ സ്കോട്ടിന്റെ പേര് അപ്പൻ പറഞ്ഞപ്പോൾ പനമ്പൂങ്കുലയുടെ ഗന്ധം അന്തരീക്ഷത്തിൽ വക്കന് അനുഭവപ്പെട്ടു.

സ്കൂളിൽ പോയിട്ടില്ല. ഗുരു ഇങ്ങോട്ട് വന്ന് പഠിപ്പിക്കുകയായിരുന്നു എന്ന് മുത്തുനായകം വെളിപ്പെടുത്തുമ്പോൾ തോളിൽ അമർന്നമങ്ങി സോഫിയ പാടുന്നത് വക്കൻ കേട്ടു.

ഗുരുവിന്റെ പാഠ്യരീതിയെക്കുറിച്ചുള്ള വിശദീകരണത്തിൽ പാറച്ചരിവും മേഘങ്ങൾക്ക് പിന്നിലൊളിച്ച നിറം മങ്ങിയ നിലാവും പൂമൂടിയ

സ്വന്തം രൂപവും വക്കൻ കണ്ടു; ഒപ്പം മറ്റൊന്നു കൂടി -ദിനസരി പുസ്തകം മാറിലമർത്തിയുള്ള സോഫിയയുടെ നിത്യനിദ്ര...

സഹിച്ചില്ല വക്കന്. കണ്ണുകളറിയാതെ നിറഞ്ഞു തുളുമ്പിപ്പോയി.

വക്കന്റെ ഗുരുവായ സോഫിയയുടെ ആകസ്മികമായ അന്ത്യത്തെ ക്കുറിച്ച് മുത്തുനായകത്തിൽനിന്ന് മനസ്സിലാക്കിയ സി പി വികാരാധീനനായി. ഇരിപ്പിടം വിട്ട് എഴുന്നേറ്റുവന്ന് വക്കന്റെ തോളിൽ തട്ടി ആശ്വസിപ്പിച്ചു:

എന്തൊരു ഗുരുഭക്തി! ആ മഹാസരസ്വതി നിന്നിൽ പ്രസാദിച്ചിരിക്കുന്നു. നിന്നെ കേൾക്കാൻ ഞാൻ ഇഷ്ടപ്പെടുന്നു. പറയുക....

വിങ്ങലടക്കിയ വക്കന്റെ വാക്കുകൾ വനശബ്ദമായി :

കാടു കാത്ത കാരണവർക്ക്, കാടരേയും കാട്ടുമൃഗങ്ങളെയും കുടുംബക്കാരായി കരുതിയ കാരണവർക്ക് ,കാട്ടുമണ്ണിനെ നോവിക്കാതെ അവിടെ കനകം വിളയിച്ച കാരണവർക്ക് കരമൊഴിവായിക്കിട്ടിയിടത്ത് കാട്ടുകൊള്ളയും കഞ്ചാവുകൃഷിയും തടഞ്ഞതാണ് വാക്കാട്ടുകാരുടെ അപരാധം.അത് അപരാധമാണെങ്കിൽ എല്ലാം നഷ്ടപ്പെട്ടാലും പിന്നോട്ടില്ലെന്ന് പറഞ്ഞുകൊണ്ട്, ജലസംഭരണമേഖലയുടെ അതിരുവിട്ട വ്യാപനത്തിന് മൂലകാരണമായ മുല്ലപ്പെരിയാർ കരാറിനെക്കുറിച്ചും അതിലെ ദുരൂഹമായ വ്യവസ്ഥകളെപ്പററിയും വക്കൻ വിശദീകരിച്ചു. കരാറിന്റെ പകർപ്പ് ഉൾപ്പടെയുള്ള രേഖകൾകൂടി കാട്ടിയപ്പോൾ സി പി സന്തുഷ്ടനായി.

സമർത്ഥനാണ് നീ; സമാധാനമായി പൊയ്ക്കോളു. നിങ്ങൾ വാക്കാട്ട് എത്തുന്നതിനുമുമ്പ് ഇതിന് പരിഹാരമുണ്ടാകും.

മാത്തൻ പണക്കിഴി ഉയർത്തി, പരുങ്ങലോടെ ചോദിച്ചു:

പ്രതിഫലം?

എന്തുതരും എന്നായി സി പി

മറുപടി വക്കന്റേതായിരുന്നു:

അങ്ങേയ്ക്ക് പ്രതിഫലം നിശ്ചയിക്കാൻ ഞങ്ങൾ അശക്തരാണ്. പക്ഷെ, ചോദിക്കുന്നതെന്തും തരും.

എന്തും?

എന്തും

സി പി പൊട്ടിച്ചിരിച്ചു:

ഞാൻ വരുന്നുണ്ട് വാക്കാട്ടേക്ക്. നല്ല ഒരൂണ് തയ്യാറാക്കി കാത്തിരിക്കുക.

വീൺവാക്കായല്ല അദ്ദേഹം അതു പറഞ്ഞതെന്ന് തുടർന്നുള്ള സംഭാഷണങ്ങളിൽനിന്നു മനസ്സിലായി. തിരുവിതാംകൂറിന്റെ ലീഗൽ ആന്റ് കോൺസ്ററിററ്യൂഷൻ അഡ്വൈസറായി മഹാരാജാവ് ക്ഷണിച്ചിട്ടുണ്ട്. ആ പദവി സ്വീകരിക്കാൻ തന്നെയാണ് തീരുമാനം.

വാക്കും വിനയവും ഉച്ചാരണശുദ്ധിയും ഭാഷാപ്രയോഗവും ആർജ്ജവവും മാത്രമല്ല വക്കനെ അപ്പാടെ ഇഷ്ടമായെന്ന് തുറന്നു പറഞ്ഞ സി പി ഒരു പ്രയോഗം പ്രത്യേകം അനുസ്മരിച്ചു- തടാകത്തിൽ താഴ്ന്നു പോയ കാടിനെ വാക്കാട്ടെ തോട്ടത്തിൽ തിരഞ്ഞിട്ടെന്തുകാര്യം?

യാത്രയാക്കുമ്പോൾ വക്കന്റെ മൂർദ്ധാവിൽ തൊട്ട് സി പി അനുഗ്രഹിച്ചു.

മുളയിലെ അറിയാം മുളങ്കരുത്ത്. നീ പടുമുളയല്ല...നല്ല കരുത്തോടെ വളരും...

വാക്കാട്ടെ വനം കയ്യേറ്റക്കേസ് സി പി രാമസ്വാമി അയ്യർ ഏത് കോടതിയിൽ വാദിച്ചെന്നോ എവിടെനിന്ന് ഉത്തരവ് നേടിയെന്നോ അറിയില്ല. മാത്തനും മുത്തുനായകവും വക്കനും വാക്കാട്ട് എത്തുമ്പോൾ മുറ്റത്ത് അക്ഷമനായി ഉലാത്തുകയായിരുന്നു റേഞ്ചർ റിച്ചാർഡ് .ആകാംക്ഷയോടെ അത് നോക്കി നിൽക്കുകയാണ് കീഴുദ്യോഗസ്ഥർ.

കണ്ടപാടെ വക്കന്റെ അരികിലേക്കാണ് അയാൾ ഓടിയെത്തിയത്:

ക്ഷമിക്കണം, എനിക്ക് ഒരബദ്ധം പറ്റിപ്പോയി.

റിച്ചാർഡിന്റെ മാറ്റം കണ്ട് മാത്തനും മുത്തുനായകവും അതിശയിച്ചു. അപ്പോഴും അയാൾ വിശദീകരിക്കുകയായിരുന്നു:

ഉത്തരവ് കിട്ടി. വാക്കാട്ടെ തോട്ടങ്ങളിൽ അനധികൃത വനമില്ല.

പ്രശ്നങ്ങൾ തീർന്നെന്നുള്ളതിന്റെ സൂചനയായി സൗഹൃദത്തോടെ പിരിയാനായി ഹസ്തദാനത്തിന് വക്കന്റെ നേരെ വലം കൈനീട്ടിയ റിച്ചാർഡ് ഒന്നു ശങ്കിച്ചു.പിന്നെ പെട്ടെന്ന് കൈ പിൻവലിച്ച് സ്വയം പഴിച്ചു:

തടാകത്തിൽ താഴ്ന്നുപോയ കാടുതേടി വാക്കാട്ടെ തോട്ടത്തിൽ കടക്കാൻ ശ്രമിച്ച ഞാനൊരു വിഡ്ഢി.

അത്രയൊക്കെയായിട്ടും കല്ലിനു കാറ്റുപിടിച്ച കണക്കെ നിൽക്കുകയായിരുന്ന വക്കനോട് മുത്തുനായകം അടക്കം പറഞ്ഞു:

വിട്ടേക്ക്. അയാളൊരു ഭീരു.

വായ തുറന്നില്ലെങ്കിലും വക്കൻ അയഞ്ഞെന്ന് തോന്നിയപ്പോൾ ദഹിപ്പിക്കുന്ന ആ കാഴ്ചപ്പരിധിയിൽ നിന്ന് പ്രാണരക്ഷാർത്ഥം പായുകയായിരുന്നു റിച്ചാർഡും കീഴുദ്യോഗസ്ഥരും. അപ്പോൾ മറ്റൊരു ചതിപ്രയോഗത്തിന് അരങ്ങൊരുങ്ങുകയായിരുന്നു വാക്കാട്ടെ തോട്ടങ്ങളിൽ.

അറുപത്തിനാല്

എല്ലാം തീരുമാനിച്ചുറപ്പിച്ചതുപോലെയായിരുന്നു മോഹനചന്ദ്രന്റെ വാക്കുകൾ.

മുല്ലപ്പെരിയാറിൽ നിലവിലുള്ള അണക്കെട്ടിൽ നിന്ന് 366 മീറ്റർ താഴേക്ക് മാറിയാണത്രേ പുതിയ അണക്കെട്ടിനുള്ള സ്ഥലം നിർണയിച്ചിരിക്കുന്നത്. ജിയോളജിക്കൽ സർവേ ഓഫ് ഇന്ത്യയിൽ നിന്നുള്ള വിദഗ്ദ്ധർ ഇവിടത്തെ പാറയുടെ സാമ്പിളുകൾ പരിശോധിച്ച് അണക്കെട്ടു നിർമ്മിക്കാൻ ഈ സ്ഥലം അനുയോജ്യമാണെന്ന് അറിയിച്ചിട്ടുണ്ട്. ഇവിടെ അണക്കെട്ട് നിർമ്മിക്കുമ്പോൾ ഏറ്റവും കുറച്ച് വനഭൂമി മാത്രമേ നഷ്ടപ്പെടുകയുള്ളുവെന്നതും അനുകൂലഘടകമാണ്.

പുൽമേടുകളും യൂക്കാലി പ്ളാന്റേഷനും ഉൾപ്പെട്ട 50.2 ഹെക്ടർ സ്ഥലം മാത്രമാണ് പുതിയ അണക്കെട്ടിന് അധികമായി വേണ്ടിവരിക. കൂടുതലായി ലഭിക്കുന്ന കാച്ച്മെന്റ് ഏരിയയിൽ 0.017 ടി എംസി വെള്ളം അധികമായി സംഭരിക്കപ്പെടും. 53.22 മീറ്റർ ഉയരവും 370.10 മീറ്റർ നീളവുമുള്ള പ്രധാന അണക്കെട്ടും 137 മീറ്റർ നീളവും 25 മീറ്റർ ഉയരവുമുള്ള ഒരു സാഡിൽ ഡാമുമാണ് പുതിയ അണക്കെട്ടിനുണ്ടാകുക. പ്രധാന അണക്കെട്ടിൽ തന്നെയായിരിക്കും ഷട്ടറുകൾ സ്ഥാപിക്കുന്നത്.

ഇതൊക്കെ ആരു തീരുമാനിച്ചു, ആര് അംഗീകരിച്ചു എപ്പോൾ പണി തുടങ്ങും എന്നൊന്നും ആരും തിരിച്ചു ചോദിച്ചില്ല.

എല്ലാവരും കേൾവിക്കാർ മാത്രമായിരുന്നു

ചോദ്യങ്ങളുന്നയിക്കാതിരുന്നതിനേക്കാൾ ഉന്നയിക്കാവുന്ന ചോദ്യങ്ങൾ ഉള്ളിലൊതുക്കാനായിരുന്നു എല്ലാവർക്കും താല്പര്യം. ശബ്ദത്തേക്കാൾ സ്വീകാര്യത ചില സന്ദർഭങ്ങളിൽ മൗനത്തിനായിരിക്കും.

എന്നാൽ അപ്പൻ മാത്രം വാചാലനാവുന്നതുകേട്ടു:

അവൾ വരും... വരുമ്പോൾ ശബ്ദങ്ങളുടെ പ്രളയമായിരിക്കും.

അറുപത്തിയഞ്ച്

ഇച്ചിര മണ്ണു വേണമായിരുന്നു...

കാഴ്ചയിൽ സുന്ദരനായ യുവപുരോഹിതൻ വാക്കാട്ടെ വരാന്തയിൽ വന്നു ചോദിച്ചപ്പോൾ മാത്തൻ പറഞ്ഞു:

മണ്ണ് ചോദിക്കുന്നവരോട് ഇല്ലെന്നു പറയുന്ന പതിവ് വാക്കാട്ടില്ല. പക്ഷെ മകനാണ് ഇനി തീരുമാനിക്കുന്നത്. അവനോട് ചോദിക്കാം. അച്ചൻ ഇരുന്നാട്ടെ.

പുരോഹിതൻ കാത്തിരുന്നു.

കണ്ണെത്താദൂരത്തോളം വ്യാപിച്ചു കിടക്കുന്ന വാക്കാട്ടെ തോട്ടങ്ങളുൾപ്പടെയുള്ളതെല്ലാം പ്രാപ്തനായ മകനെ ഏൽപ്പിച്ച ശേഷം സ്വസ്ഥനായിരിക്കാമെന്ന് മാത്തൻ മനസ്സിൽ ചിന്തിച്ചിരിക്കുമ്പോഴാണ് പുരോഹിതന്റെ വരവ്.എല്ലാം നോക്കിനടത്താനും ആരോട് എങ്ങനെ ഇടപെടണമെന്ന് വിവേചിച്ചറിയാനും ഏതു കാര്യത്തിലും തീരുമാനമെടുക്കാനും മകന് കഴിവുണ്ടെന്ന് അപ്പന് ബോധ്യമായിരുന്നു.പുരോഹിതൻ വന്ന് ഭൂമി ചോദിക്കുമ്പോൾ മകൻ എങ്ങനെ അത് കൈകാര്യം ചെയ്യുന്നു എന്ന് കാണാനുള്ള കൗതുകവും മാത്തനുണ്ടായി.

വക്കനെ വേഗം വരുത്തി. അച്ചന്റെ ആവശ്യമറിഞ്ഞ് യുക്തമായ തീരുമാനമെടുക്കാൻ മാത്തൻ മകനോടു നിർദ്ദേശിച്ചു.

അച്ചൻ ആവശ്യമുന്നയിച്ചു.

ഇച്ചിരമണ്ണുവേണമായിരുന്നു.

വക്കൻ ചിരിച്ചു.

അതുകണ്ട് അബദ്ധം വല്ലതും നാവിൽ നിന്നു വീണോ എന്ന് അച്ചൻ ശങ്കിച്ചപ്പോൾ വക്കൻ പറഞ്ഞു:

അച്ചൻ നാളെയും നാളെ കഴിഞ്ഞും അതു കഴിഞ്ഞും പിന്നെയും പിന്നെയും ഇതുപോലെ വരണമല്ലോ എന്നോർത്ത് ചിരിച്ചുപോയതാണ്.

അച്ചനെപ്പോലെതന്നെ മാത്തനും അതിന്റെ പൊരുൾ പൂർണ്ണമായും മനസ്സിലായില്ലെന്ന് ബോധ്യമായപ്പോൾ വക്കൻ തുറന്നു പറഞ്ഞു:

ഇച്ചിരമണ്ണ് വേണമെന്ന് ഇന്ന് പറഞ്ഞ അച്ചൻ നാളെ വന്ന് ചോദിക്കുക ഇച്ചിര കല്ലും മരവും വേണമെന്നായിരിക്കും. അതുകഴിഞ്ഞ് നാലുപണിക്കാരെ കിട്ടിയാൽ ഉപകാരമായെന്ന് പറയും. അതുംകഴിഞ്ഞ് അല്പം പണം വേണമെന്നാവും ആവശ്യം. ഇതിനിടയിലാവും സുപ്രധാനകാര്യം അച്ചൻ പറയുക- പള്ളിപ്പണിതീരുംവരെ തങ്ങാനൊരിടം കിട്ടിയാൽ തരക്കേടില്ലായിരുന്നു.

അതുതന്നെയായിരുന്നു അച്ചന്റെ മനസ്സിലുണ്ടായിരുന്നത്. ദാതാവിനെ മുഷിപ്പിക്കാതെ അല്പാല്പമായി പറഞ്ഞ് ആവശ്യങ്ങൾ പൂർണ്ണമായും നേടിയെടുക്കുക. അതു പെട്ടെന്ന് വെളിപ്പെട്ടെന്നറിഞ്ഞപ്പോൾ ചൂളിപ്പോയ പുരോഹിതനോട് ആദരവു കലർന്ന അനുകമ്പയോടെ വക്കൻ പറഞ്ഞു:

മറ്റുള്ളവരുടെ നന്മയ്ക്കുവേണ്ടി സ്വയം സമർപ്പിച്ചിരിക്കുന്ന അങ്ങേക്ക് വാക്കാട്ടെ ഏതു മണ്ണും എത്ര വേണമെങ്കിലുമെടുക്കാം. മണ്ണു മാത്രമല്ല കല്ലും മരവും ആവശ്യത്തിന് പണിക്കാരേയും. പള്ളിപ്പണി തീരുംവരെ അച്ചന് ഇവിടെ താമസിക്കുകയും ചെയ്യാം.

ഇരിപ്പിടത്തിൽനിന്ന് അറിയാതെ എഴുന്നേറ്റുപോയ യുവപുരോഹിതന്റെ കണ്ണുകൾ അസാധാരണമായി തിളങ്ങി.തുളുമ്പാറായ ആ

കണ്ണുകളിൽ നിന്നുള്ള പ്രകാശം വാക്കാട്ടെ പൂമുഖത്തു പരന്നു. ആത്മാവിൽ നിന്നുയർന്ന പ്രാർത്ഥന, പുറത്തേക്കുവരാതെ തൊണ്ടയിൽ കുടുങ്ങിപ്പോയെങ്കിലും ഇരുകരങ്ങളും നെഞ്ചോട് ചേർത്ത് പതിഞ്ഞ ശബ്ദത്തിൽ ആയാസപ്പെട്ട് അദ്ദേഹം അറിയാതെ വിളിച്ചുപോയി:എന്റെ ഈശോയേ...

വാക്കാട്ടെ സംഭവബഹുലമായ സകലതിനും പിൽക്കാലത്ത് സാക്ഷിയാകേണ്ടിവരുമെന്ന് സഹായാഭ്യർത്ഥനയുമായി ചെന്ന ഫാദർ ഗീവർഗീസ് പ്ളാന്തോട്ടത്തിൽ എന്ന ആ യുവപുരോഹിതന് അപ്പോൾ സങ്കല്പിക്കാൻ പോലുമാകുമായിരുന്നില്ല.

അറുപത്തിയാറ്

മരങ്ങൾക്ക് വല്ലാത്ത വാട്ടം. എന്നാൽ മരച്ചോലയിലുള്ള ഏലത്തിന് അതില്ല. കീഴില മുതൽ തളിരുവരെ ഒരുപോലെ വാടണമെങ്കിൽ മരത്തിന്റെ തായ്‌വേരിന് ക്ഷതം പറ്റിയിരിക്കണമെന്ന് വക്കൻ ഊഹിച്ചു.

കാട്ടിലാകെ നടന്നുനോക്കി വക്കൻ. വാക്കാട്ടെ തോട്ടങ്ങളിൽ മാത്രമേ ഈ ദുരന്തം സംഭവിച്ചിട്ടുള്ളു. അതും ചോലമരങ്ങളിൽ മുഴുത്തവയ്ക്കു മാത്രം.

കാട്ടിൽ ഉരുണ്ടുവീണ കുട്ടിയുടെ പരിക്ക് പരിശോധിക്കുന്ന കാടന്റെ സൂക്ഷ്മതയോടെ വക്കൻ കീഴ്ത്തോട്ടത്തിലെ ആദ്യമരത്തിന്റെ ചുവട്ടിൽ കുത്തിയിരുന്നു. തടിത്തണ്ടു മുതൽ താഴോട്ട് വിരലോടിച്ചു നോക്കിയപ്പോൾ അടിക്കുറ്റിയൊപ്പിച്ച് താഴേക്കു തടി തുരന്നടച്ചതിന്റെ അടയാളങ്ങൾ ദൃഷ്ടിയിൽ പെട്ടു. തുടർന്ന് വാട്ടമുള്ള മരങ്ങളെല്ലാം പരിശോധിച്ചു. ഏഴുതോട്ടങ്ങളിലെ നൂറ്റിനാല്പത്തിമൂന്നു മരങ്ങൾ ആരോ തുരന്നടച്ചിരിക്കുന്നു. അവയെല്ലാം വാടി നിൽക്കുകയാണ്. ആസൂത്രിതമായ ഈ ദ്രോഹം ചെയ്തതാരാണെന്ന് ചിന്തിച്ചപ്പോഴേക്കും വാടനെ ഓർമ്മ വന്നു.

വെട്ടിക്കടത്താൻ നിരോധനമുള്ള മരങ്ങൾ വാട്ടിവീഴ്ത്താൻ വിരുതനായ വാടന്റെ യഥാർത്ഥ പേരോ നാടോ ഏതെന്ന് ആർക്കുമറിയില്ല. അയാൾക്കൊരു സഹോദരനുണ്ട് കൊമ്പൻ. അനുജന്റെ കണ്ണ് മരത്തിലാണെങ്കിൽ ജ്യേഷ്ഠൻ മരത്തിനൊപ്പം ആനക്കൊമ്പിലും കമ്പമുള്ള ആളാണ്. ശർക്കരക്കുള്ളിൽ തോട്ടവച്ച് ആനത്താരയിൽ കൊണ്ടിടും. അതെടുത്ത് ആർത്തിയോടെ കടിക്കുന്ന ആനയുടെ തല തകരും. അത്രയേ ഉള്ളൂ കൊമ്പന്റെ പണി. കൊമ്പെടുക്കുന്ന ശ്രമകരമായ ജോലിക്ക് വേറെ ആൾക്കാരുണ്ട്.

താഴ്‌വാരത്തിലെ കള്ളത്തടിവെട്ടുകാരുടെ പിണിയാളുകളുമായി ഉൾക്കാട്ടിൽ കഴിയുകയായിരുന്ന വാടനേയും കൊമ്പനേയും ആ

പണിയിൽ നിന്ന് പിന്തിരിപ്പിച്ച് കൃഷി ചെയ്യാൻ ഭൂമി നൽകി കുടിയേറ്റക്കാർക്കൊപ്പം കൂട്ടിയത് മാത്തനായിരുന്നു.

കാട്ടുപൊന്തക്കിടയിൽനിന്ന് വാടനെ പൊക്കുമ്പോൾ അവൻ കുറ്റമേറ്റു. ഞങ്ങളെക്കൊണ്ട് ചെയ്യിച്ചതാണെന്നു പറയുകയും ചെയ്തു.

ആരെന്ന ചോദ്യത്തിന് ഒരു വാക്കായിരുന്നു മറുപടി:

പാപ്പി

കാട് കക്കുന്ന പാട്ടത്തിൽ പാപ്പി, വാക്കാട്ടുകാരെ ഭയന്ന് ഇപ്പോൾ മലകയറാറില്ല. എല്ലാം നിയന്ത്രിക്കുന്നത് നേര്യമംഗലത്തിരുന്നാണ്. ഒരു നാൾ വാടനേയും കൊമ്പനേയും അവിടേക്ക് വരുത്തി വാക്കാട്ടെ തോട്ടങ്ങൾ തകർക്കാൻ ഏർപ്പാടാക്കുകയായിരുന്നു. ചോലമരങ്ങൾ വാട്ടിവീഴ്ത്തിയാൽ ഏലത്തോട്ടം തകർക്കാമെന്ന് പറഞ്ഞുകൊടുക്കുകയും ചെയ്തു. തടിത്തണ്ട് തുരന്ന് അടിക്കുറ്റിയിലൂടെ തായ്‌വേരുൾപ്പടെ പടർവേരുകളിലേക്ക് തുരിശും രസവും ചേർത്ത മിശ്രിതം നിറച്ച് ഇളകാത്തവിധം അടച്ചാൽ ഏതുമരവും വാടും. ആ തന്ത്രമാണ് ഇവിടെ പ്രയോഗിച്ചത്.

കഞ്ചാവ് കൃഷി തടഞ്ഞതിന്റെ പ്രതികാരം തീർന്നതാണ് പാപ്പി. ഒപ്പം റേഞ്ചർ റിച്ചാർഡുമുണ്ടോ എന്ന് ശങ്കിച്ചപ്പോഴേക്കും അലറിക്കരഞ്ഞുകൊണ്ട് ഓടിവരുന്ന അപ്പനെയാണ് വക്കൻ കണ്ടത്; തൊട്ടു പിന്നിൽ റിച്ചാർഡുമുണ്ട്.

അപ്പൻ കരയുന്നത് വക്കൻ ആദ്യമായി കാണുകയായിരുന്നു.

എല്ലാം പോയെടാ മക്കളെ, എന്റെ ഏഴു നീരാലും വാടിപ്പോയെടാ.

ആകെയുണ്ടായിരുന്ന ഏഴുമക്കളും മുങ്ങിമരിച്ചു കിടക്കുന്നത് യാദൃശ്ചികമായി കാണാനിടയായ പിതാവിന്റെ വിലാപമായിരുന്നു അത്.

തളർന്നുപോയ അപ്പനെ താങ്ങിക്കൊണ്ട് റിച്ചാർഡ് പറഞ്ഞു:

വിവരമറിഞ്ഞ് എല്ലാ തോട്ടങ്ങളിലും പോയിട്ടാണ് ഞങ്ങൾ വരുന്നത്.

വക്കന്റെ തീഷ്ണമായ നോട്ടം താങ്ങാനാവാതെ റിച്ചാർഡ് ഉള്ളു തുറന്നു:

എന്നെ സംശയിക്കണ്ടാ- ഞാനിതിലില്ല.

വള്ളിക്കുരുക്ക് കഴുത്തിൽ മുറുകിയ വാടനുനേരെ മാത്തൻ തിരിഞ്ഞപ്പോൾ അവനും അതേറ്റുപറഞ്ഞു:

മററാരുമില്ല; പാപ്പി മാത്രം.

സഹായികൾ കാട്ടിലെവിടെയോ നിന്ന് പിടികൂടി ചാക്കിലാക്കി കൊണ്ടുവന്ന കൊമ്പനും കുറ്റസമ്മതം നടത്തുന്നതിനിടയിൽ പറഞ്ഞത് പാപ്പി എന്നു മാത്രമായിരുന്നു.

വാടിത്തളർന്ന മരങ്ങളെ രക്ഷിക്കാൻ വല്ല വഴിയുമുണ്ടോ എന്നായിരുന്നു മാത്തന്റെ ആദ്യഅന്വേഷണം. അതിന് സഹോദരന്മാരുടെ മറുപടി, മരുന്നടച്ചിട്ട് ദിവസങ്ങളായി. വേരറ്റതിന്റെ ലക്ഷണമാണ് ഇലവാട്ടം, ഇനി വീഴുകയല്ലാതെ മരങ്ങൾക്കൊന്നും ചെയ്യാനില്ല എന്നായിരുന്നു.

അത് കേട്ടതോടെ സടകുടഞ്ഞെഴുന്നേറ്റ സിംഹത്തെപ്പോലെ മാത്തൻ അലറി. വക്കനുൾപ്പടെയുള്ളവർ മാത്തന്റെ ഭാവമാറ്റം കണ്ട് ഞെട്ടിയപ്പോൾ വാടന്റെ കഴുത്തിലെ വള്ളിക്കുരുക്കഴിച്ച് ഇരുകാലുകളും ചേർത്തു ബന്ധിച്ച് വലിച്ചിഴച്ചുകൊണ്ടുപോയി വാടിനിൽക്കുന്ന നീരാലിന്റെ കീഴ്ക്കൊമ്പിൽ തലകീഴായി കെട്ടിത്തൂക്കി അടിയിൽ തീയിട്ടുകൊണ്ട് മാത്തൻ വീണ്ടും അലറി:

ഞാൻ കാടനാണ്.കാടിന്റെ സന്തതിയാണ്. കാട്ടുനീതികളാണ് ഇത്തരം സന്ദർഭങ്ങളിൽ എനിക്കുവശം.

മാത്തനെ ആരും തടഞ്ഞില്ല; തടയാനാവുമായിരുന്നില്ല എന്നതാണ് യാഥാർത്ഥ്യം. എന്നാൽ ചാക്കിൽ നിന്ന് കൊമ്പനെ പൊക്കിയപ്പോൾ വക്കൻ അപേക്ഷിച്ചു:

അപ്പാ ഇവനേയും പാപ്പിയേയും എനിക്കുവേണം, കാട്ടുനീതി ഞാനും ശീലിക്കട്ടെ.

മാത്തൻ പിന്മാറി.

ധ്യാനനിരതനെപ്പോലെ ഏറെനേരം നിന്നു.

വാടൻ വാടിത്തുടങ്ങിയെന്നു കണ്ടപ്പോൾ നീരാലിന്റെ നെറുകയിലേക്കു നോക്കി ഇരുകരങ്ങളും ഭക്ത്യാദരപൂർവ്വം മാറിലമർത്തി മാത്തൻ അദ്ദേഹത്തിനു കേൾക്കാൻ മാത്രം പാകത്തിൽ മന്ത്രിച്ചു:

മൂലതേ...ബ്രഹ്മരൂപായ...

പിന്നൊന്നും മനസ്സിലായില്ല. അവസാനത്തെ ഭാഗം എത്ര അടക്കിയിട്ടും ഹൃദയത്തിൽ നിന്ന് പുറത്തേക്ക് തുളുമ്പിപ്പോയി:

...വൃക്ഷരാജ നമഃസ്തുതേ

നീരാലിനെ വന്ദിക്കാൻ കാടേറി കറിയായ്ക്ക് യോഗേശ്വരൻ ഓതിക്കൊടുത്ത ജപമന്ത്രമായിരുന്നു അത്.

ശർക്കരയിൽ പൊതിഞ്ഞ കൊമ്പനെ കാട്ടാനകൾ മേയുന്ന ഈറ്റക്കാട്ടിലേക്കെറിഞ്ഞുകൊണ്ട് വക്കൻ പ്രഖ്യാപിച്ചു:

മലമാത്തന്റെ മകനാണ് ഞാൻ. അപ്പന്റെ ശീലങ്ങളെ ഇത്തരം സന്ദർഭങ്ങളിൽ എനിക്കും വശമുള്ളു.

അവശേഷിച്ച മൂന്നാമനെ തേടി മാത്തൻ പുറപ്പെടുമ്പോൾ നീരാൽക്കൊമ്പത്ത് തൂങ്ങിമരിച്ച വാടന്റെയും കാട്ടാനകൾ ചവുട്ടിക്കൊന്ന കൊമ്പന്റെയും ദുരന്തവാർത്ത അധികൃതരെ അറിയിച്ച് പാപ്പിയുടെ മരണവിവരത്തിനായി കാത്തിരിക്കുകയായിരുന്നു കാടിന്റെ സൂക്ഷിപ്പുകാരനായ റിച്ചാർഡ്.

അറുപത്തിയേഴ്

മലമടക്കുകൾ പിന്നെയും മാഞ്ഞു. കൃഷി മാത്രമല്ല, വന്മരങ്ങൾപോലും വെള്ളത്തിലായി. വാക്കാട്ടെ മൂന്നു കാട്ടുതോട്ടങ്ങളുടെ അടിക്കാടു മുക്കിക്കൊണ്ട് വെള്ളം കയറിവന്നപ്പോൾ കങ്കാണിമൂപ്പൻ വക്കന് മുന്നറിയിപ്പ് നൽകി.

ഇത് അപകടമാണ്. അടിനനവ് കൂടിക്കൊണ്ടിരിക്കുന്നു.

പരിചയസമ്പന്നനായ മൂപ്പൻ പരിഹാരവും നിർദ്ദേശിച്ചു:

വെള്ളം ഇറങ്ങണം. അണക്കെട്ടിൽ വെള്ളം വല്ലാതെ പൊങ്ങിയതാണ് അടിനനവിന് കാരണം. തടഞ്ഞു നിർത്തിയിരിക്കുന്ന വെള്ളം പരമാവധി ഒഴുക്കിവിടുക മാത്രമാണ് പോംവഴി.

പാപ്പിയെ തിരയുന്നതിനിടയിൽ മറ്റൊന്നും ഗൗനിക്കാതിരുന്ന വക്കനോട് മുത്തുനായകമാണ് ഉപദേശിച്ചത്, നമുക്ക് സി പിയെ കണ്ടാലോ?

അപ്പനുമായി ആലോചിക്കാമെന്ന് വക്കൻ മറുപടി പറഞ്ഞു.

മാത്തനാകട്ടെ നീരാലുകളുടെ സ്ഥിതി കണ്ടശേഷം പൂർണ്ണമായും ഉൾവലിഞ്ഞ അവസ്ഥയിലായിരുന്നു.

അദ്ദേഹത്തിന് കേൾക്കാൻ താല്പര്യമുള്ള ഏകവാർത്ത പാപ്പിയുടെ അന്ത്യത്തെക്കുറിച്ചുള്ളതുമാത്രമായിരുന്നു. സഹായിയായി കൂടിയിരുന്ന ഗീവർഗീസ് അച്ചൻ നിരന്തരം ശ്രമിച്ചിട്ടും മാത്തന്റെ മനസ്സുമാറിയില്ല.

മൈസൂറിലേക്കോ തേനിയിലേക്കോ തെങ്കാശിയിലേക്കോ കടന്ന പാപ്പിയെ തേടി പോയിരിക്കുന്ന മകൻ ശുഭവാർത്തയുമായി വരുന്നതു കാത്തിരിക്കുകയാണ് അപ്പനെന്നു കൂടി അറിഞ്ഞപ്പോൾ വക്കൻ ഒരുറച്ച തീരുമാനമെടുത്തു.

അപ്പന്റെ കാത്തിരിപ്പിനേക്കാൾ പ്രാധാന്യം മറ്റൊന്നിനുമില്ല. പാപ്പിയെ കണ്ടെത്തിയിട്ട് മറ്റു കാര്യങ്ങൾ...

അറുപത്തിയെട്ട്

പഞ്ചസാരയിൽ കുഴച്ച നെയ്പുരട്ടിയ തുണി ദേഹമാകെ ചുറ്റി ഉണങ്ങിയ നീരാലിനു ചുവട്ടിൽ പാപ്പിയെ കൊണ്ടിരുത്തി വക്കൻ അപ്പനോട് ചോദിച്ചു:

എവിടെ തുടങ്ങണം?

അതിനു മറുപടി പറഞ്ഞത് പാപ്പിയായിരുന്നു:

ഒരബദ്ധം പിണഞ്ഞു പോയി. പൊറുക്കണം. എന്നെ കൊല്ലാതെ വിടണം.

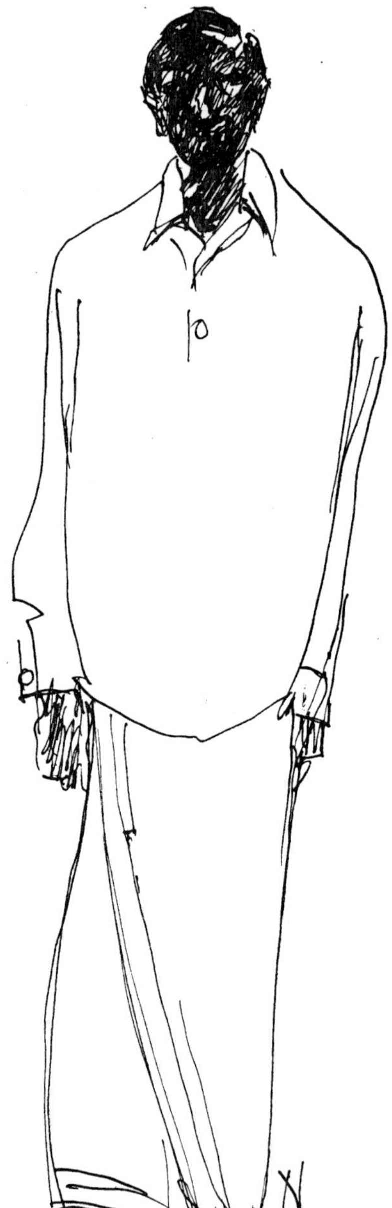

ആനക്കൊമ്പ് കച്ചവടക്കാരനായ പാണ്ഡ്യന്റെ കമ്പത്തെ താവള ത്തിൽ നിന്ന് പൊക്കുമ്പോൾ മുതൽ വക്കൻ കേൾക്കുന്ന പല്ലവി യാണിത്. വക്കനെപ്പോലെ തന്നെ അതവഗണിച്ചുകൊണ്ട് മാത്തൻ പറഞ്ഞു.

നമുക്ക് കാട്ടുനീതിയല്ലേ വശമുള്ളു; അവൻ വേരിൽ തുടങ്ങി. നറുക്കും അങ്ങനെയാകാം.

പാപ്പിയുടെ കാൽപാദങ്ങളിലേക്ക് കർപ്പൂരപ്പൊടി വിതറി തീകൊ ളുത്തി വക്കൻ. തീ ആളിപ്പടർന്നപ്പോൾ അയാൾ പുളഞ്ഞു. അപ്പോൾ അല്പം വെള്ളം തളിച്ച് തീ ചെറുതായി കെടുത്തി

പുകഞ്ഞ് കാലിട്ടടിച്ച പാപ്പിയുടെ കാൽമുട്ടുകളിലേക്കും തുടകളി ലേക്കും വീണ്ടും കർപ്പൂരപ്പൊടി വിതറി തീപടർത്തിയ വക്കൻ അപ്പനെ നോക്കി.

കരിക്കുകയല്ല; വാട്ടിവീഴ്ത്തുകയാണ് കാടിന്റെ നീതി.

അപ്പന്റെ ഉപദേശമനുസരിച്ച് വീണ്ടും വെള്ളം തളിച്ച് തീകെടുത്തി വക്കൻ.

അങ്ങനെ ശിരസ്സുവരെ പൊള്ളിച്ചപ്പോഴേക്കും കരിഞ്ഞ മാംസത്തിന്റെ ഉത്സവം തേടിയ കാട്ടുപട്ടികൾ തോട്ടത്തിനു പുറത്തുനിന്ന് കൂട്ടമായി ഓലിയിട്ടു.

മാത്തൻ എഴുന്നേറ്റു:

വക്കാ, മകനെ അപ്പന് തൃപ്തിയായി. ഇവന്റെ പൊടിപോലും ഇവിടെ കാണരുത്.

അങ്ങനെ മകനോട് നിർദ്ദേശിച്ച ശേഷം നീരാലിന്റെ മൂർദ്ധാവിൽ വാടി ഉണങ്ങിയ ഇലകളിലേക്ക് നോക്കി ഇരുകരങ്ങളും മാറിലമർത്തി, മാത്തന് കേൾക്കാൻ മാത്രം പാകത്തിൽ അയാൾ ഒരിക്കൽകൂടി മന്ത്രിച്ചു:

മൂലതേ...

അറുപത്തിയൊമ്പത്

സി പി രാമസ്വാമി അയ്യർക്ക് എല്ലാം അറിയാമായിരുന്നു. മുല്ലപ്പെരി യാർ അണക്കെട്ടിൽ വെള്ളം കെട്ടി നിർത്തിയിരിക്കുന്നത് കൃഷിക്കു മാത്ര മല്ല. ആ വെള്ളം ഉപയോഗിച്ച് അവർ വൈദ്യുതിയുണ്ടാക്കി തുടങ്ങിയി രുന്നു. അതിനാൽ പരമാവധി വെള്ളം അവിടെ തടഞ്ഞു നിർത്തി നിശ്ചി ത അളവിൽ കൊണ്ടുപോകേണ്ടത് അവരുടെ ആവശ്യമാണെന്ന് അദ്ദേഹം പറഞ്ഞപ്പോൾ വക്കനും മുത്തുനായകത്തിനും അതൊരു പുതിയ അറി വായിരുന്നു. ഇങ്ങനെ ചെയ്യുന്നതുകൊണ്ട് മുങ്ങിപ്പോകുന്ന കൃഷിയേയും തോട്ടങ്ങളെയും രക്ഷിക്കാൻ ആർക്കും ബാധ്യതയില്ലേ എന്നായിരുന്നു അവരുടെ ചോദ്യം.

വക്കനും മുത്തുനായകവും ഉന്നയിച്ച ആക്ഷേപങ്ങൾക്കപ്പുറമായിരുന്നു സി പിയുടെ നിലപാട്. കൃഷിക്ക് എന്നു മാത്രം പറഞ്ഞ് കരാറുണ്ടാക്കി അതനുസരിച്ച് കൊടുക്കുന്ന വെള്ളം കൃഷിക്കല്ലാതെ മറ്റൊരാവശ്യമായ വൈദ്യുതി ഉല്പാദനത്തിനെടുക്കുന്നത് കരാർ ലംഘനമാണെന്നാണ് എന്റെ കേസ്. നിങ്ങൾ പറയും മുമ്പേ തിരുവിതാംകൂറിനുവേണ്ടി ഞാനത് ഉന്നയിക്കുകയും എന്റെ നിലപാട് അംഗീകരിച്ചുകൊണ്ട് ഈ പ്രശ്നം ട്രൈബ്യൂണലിന്റെ തീർപ്പിന് വിട്ടിരിക്കുകയുമാണ്. താമസിയാതെ വിധി വരും.

വിധി വന്നു. ഒരു വിഷയത്തിൽ പരസ്പരവിരുദ്ധമായ രണ്ടുവിധി.

മുല്ലപ്പെരിയാർ ട്രൈബ്യൂണലിന്റെ വിധി വാക്കാടിനെ സംബന്ധിച്ചിടത്തോളം നിർണായകമായിരുന്നു.

രണ്ട് അംഗങ്ങളുള്ള ട്രൈബ്യൂണലിൽ തിരുവിതാംകൂറിനു വേണ്ടി ദിവാൻ വി എസ് സുബ്രഹ്മണ്യ അയ്യരും മദ്രാസ് പ്രസിഡൻസിക്കു വേണ്ടി മുൻ ഹൈക്കോടതി ജഡ്ജി ഡേവിഡ് ദേവാദാസുമാണുണ്ടായിരുന്നത്. 1936 ആഗസ്റ്റിൽ വാദം കേൾക്കാൻ തുടങ്ങിയ ട്രൈബ്യൂണൽ 1937 ജനുവരിയിൽ പുറപ്പെടുവിച്ച വിധി ആകെ ആശയക്കുഴപ്പമുണ്ടാക്കുന്നതായിരുന്നു. ട്രൈബ്യൂണലിലെ രണ്ട് അംഗങ്ങളും മുല്ലപ്പെരിയാർ കാര്യത്തിൽ വ്യത്യസ്തമായ നിലപാടെടുത്തതിനാൽ വെള്ളപ്രശ്നത്തിന് പരിഹാരം കാണാനാവാതെ വക്കൻ ആശങ്കപ്പെട്ടു.

ഒരു വിഷയത്തിൽ രണ്ട് അഭിപ്രായം വന്നാൽ ഏത് സ്വീകരിക്കും?

വിദൂരമായൊരു പ്രതീക്ഷ ഉള്ളിലൊതുക്കി വക്കൻ സി പിയോടു ചോദിച്ചു.

മുല്ലപ്പെരിയാർ വിഷയമാണ് നീ ഉദ്ദേശിക്കുന്നതെങ്കിൽ ,മധ്യസ്ഥതക്കു വിടാനാണ് സാധ്യതയെന്ന് സി പി പറഞ്ഞു. അത് അങ്ങനെ തന്നെ സംഭവിക്കുകയും ചെയ്തു.

സർ നബിൻ നിരഞ്ജൻ ചാറ്റർജിയുടെ മധ്യസ്ഥതയ്ക്കു വിട്ട മുല്ലപ്പെരിയാർ വിഷയത്തിലെ വാദം നേരിട്ടു കേൾക്കണമെന്ന് വക്കന് തോന്നി.

കേസിന്റെ തീയതിയും വാദം നടക്കുന്ന സ്ഥലവും അറിയാൻ കാത്തിരുന്ന വക്കൻ ഒടുവിൽ അതറിഞ്ഞു.1941 ജനുവരി ഒന്നു മുതൽ അഞ്ചു വരെ തിരുവനന്തപുരത്ത്.

വക്കൻ ആദ്യമായിട്ടാണ് തിരുവനന്തപുരത്ത് എത്തിയത്. എന്നാൽ തിരുവനന്തപുരം അയാൾ കണ്ടില്ല. വാദവേദി മാത്രമായി രുന്നു വക്കന്റെ കാഴ്ചയിൽ.

തിരുവിതാംകൂറിനുവേണ്ടി മുൻ ഹൈക്കോടതി ജഡ്ജി പരമേശ്വരൻ പിള്ളയുടെ നേതൃത്വത്തിലുള്ള സംഘം. മദ്രാസ് പ്രസിഡൻസിക്കുവേണ്ടി

സർ അല്ലാടി കൃഷ്ണസ്വാമി അയ്യരും പടയും. തിരുവിതാംകൂറിനെ സഹായിക്കാനുള്ളവരുടെ കൂട്ടത്തിൽ സി പിയുടെ മകൻ പട്ടാഭിരാമനെ കണ്ടു. എന്നാൽ തീരെ പ്രതീക്ഷിക്കാത്ത ഒരാളായിരുന്നു തിരുവിതാം കൂറിനുവേണ്ടി വാദിച്ചത്. അത് ദിവാനായ സർ സി പി രാമസ്വാമി അയ്യരായിരുന്നു.

കരാറിൽ കൃഷിക്കെന്നു പറഞ്ഞ് കൊടുക്കുന്ന വെള്ളംകൊണ്ട് കറന്റുണ്ടാക്കുന്നത് കരാർ ലംഘനമല്ലേ എന്ന് സി പി ചോദിച്ചു. കൊടുക്കുന്ന വെള്ളം എന്തു ചെയ്യണമെന്ന് തീരുമാനിക്കനുള്ള അവകാശം വാങ്ങുന്നവർക്കാണെന്ന് അല്ലാഡി തർക്കിച്ചു. കരാറില്ലാതെയുള്ള കൊടുക്കൽ വാങ്ങലുകളിൽ അതാകാം; അങ്ങനെയെങ്കിൽ കരാർ റദ്ദാക്കി വെള്ളമെടുക്കുക എന്ന് സി പി പറഞ്ഞു.

പ്രത്യക്ഷത്തിൽ നിർദ്ദോഷമെന്ന് തോന്നാവുന്ന സി പിയുടെ നിലപാടിലെ അപകടം അല്ലാഡി മണത്തു. അദ്ദേഹം തണുത്തപ്പോൾ സി പി രാമസ്വാമി അയ്യർ കത്തിക്കയറി. ജലസേചനം എന്ന ആവശ്യത്തിനു മാത്രമായി ഒരു പ്രത്യേക കരാർ പ്രകാരം നൽകുന്ന മുല്ലപ്പെരിയാറിലെ വെള്ളം വൈദ്യുതി ഉല്പാദനം എന്ന മറ്റൊരാവശ്യത്തിനു കൂടി ഉപയോഗിക്കുന്നത് കരാർ ലംഘനമാണെന്ന് തീർപ്പാക്കണം. മാത്രമല്ല ഇങ്ങനെ കരാർ ലംഘിക്കാൻ എതിർകക്ഷിയായ മദ്രാസ് പ്രസിഡൻസിക്ക് അധികാരമില്ലെന്ന് വിധിക്കണം: ഇതായിരുന്നു സി പിയുടെ വാദത്തിന്റെ ചുരുക്കം.

ന്യായം അതാണെന്ന് ആവർത്തിച്ച് ബോധ്യപ്പെടുത്തിയതുകൊണ്ടുമാത്രം സി പിയുടെ വാദം പൂർണ്ണമായും അംഗീകരിക്കുകയും തിരുവിതാംകൂറിന് അനുകൂലമായി വിധിയുണ്ടാവുകയും ചെയ്തു.

കൈവിട്ട തോട്ടം തിരിച്ചുപിടിച്ച ഉടമയെപ്പോലെ. വക്കൻ ആഹ്ളാദിച്ചു. അതിന്റെ ലഹരിയിൽ സി പി യെ കണ്ടപ്പോൾ അനുമോദനങ്ങൾ ചൊരിഞ്ഞുകൊണ്ട് ചോദിച്ചു:

കേട്ടുകേൾവിയില്ലാത്ത കാലപരിധിയിലേക്കുള്ള ഈ കരാർ റദ്ദാക്കിക്കാൻ അങ്ങേക്കു കഴിയില്ലേ? കരാർ കാലാവധി 999 വർഷം ആയതെങ്ങനെയെന്ന് അങ്ങ് ചിന്തിക്കുന്നുണ്ടോ?

ഈ കരാർ റദ്ദാക്കാനായിരിക്കും ഇനി എന്റെ ശ്രമം. ഞാൻ വൈസ്റോയിയെ കാണുന്നുണ്ട്.

സി പി ഉറപ്പിച്ചു പറഞ്ഞു.

യുദ്ധം ജയിച്ച സേനാനായകനായി തിരുവനന്തപുരത്തുനിന്ന് വാക്കാട്ട് തിരിച്ചെത്തുമ്പോൾ മറ്റൊരാൾ വക്കനെ കാത്ത് അവിടെയുണ്ടായിരുന്നു.

എഴുപത്

മുത്തുനായകത്തിന്റെ ഇറക്കുമതിയായിരുന്നു ഡസ്മണ്ട് പെരേര.തക്ക ലക്കാരനാണ്. ചെറുതിലെ ഗ്വാട്ടിമാലയിലെത്തി ഏലംകൃഷിയുടെ ഏഴടവും പഠിച്ച് തോട്ടപരിപാലനത്തിന്റെ അവസാനവാക്കെന്ന ഖ്യാതി നേടി നിൽക്കുമ്പോഴാണ് ഡസ്മണ്ടിനെ മുത്തുനായകത്തിന് കിട്ടുന്നത്. തോട്ടങ്ങളുടെ കാര്യത്തിൽ വിദഗ്ദ്ധനായ ഒരു സുഹൃത്തിന് നാട്ടിൽ മാന്യ മായൊരവസരം ഒരുക്കാമോ എന്ന് മുത്തുനായകത്തിന്റെ അവിടെയുള്ള സഹോദരൻ അന്വേഷിക്കുകയും ഒരുക്കാം ആളിനെ അയച്ചോളു എന്ന് അറിയിക്കുകയും ചെയ്തതിന്റെ അടിസ്ഥാനത്തിലാണ് ഡസ്മണ്ടിന്റെ വരവ്.

ശിവപ്പക്കുശേഷം വാക്കാട്ടെ തോട്ടങ്ങൾ ആരും ശ്രദ്ധിച്ചിട്ടില്ല. വക്കന്റെ അറിവനുസരിച്ചുള്ള കൃഷിരീതികളായിരുന്നു അവിടെ. എന്നാൽ മൂന്നാർ, മുണ്ടക്കയം, മറയൂർ മേഖലകളിലെ തോട്ടങ്ങൾ ആസൂത്രിതനവീകര ണത്തിൽ തഴച്ചുനിൽക്കുന്നത് കാട്ടിക്കൊടുത്തുകൊണ്ട് മുത്തുനായകം വക്കനോടു പറയുമായിരുന്നു:

കാലത്തിനനുസരിച്ച് മാറണം.

വാക്കാട്ടെ തോട്ടങ്ങൾ ഇപ്പോഴും പാരമ്പര്യരീതിയിൽ തുടരുകയാ ണെന്നും അവക്ക് കാലാനുസൃതവും ആസൂത്രിതമായ നവീകരണം അനിവാര്യമാണെന്നും അങ്ങനെ ചെയ്തില്ലെങ്കിൽ അവ നശിക്കുമെന്നും മുത്തുനായകം വക്കനെ ഉപദേശിച്ചിരുന്നു. അതുകേൾക്കുമ്പോഴൊക്കെ തോട്ടം നോക്കാൻ ശിവപ്പയ്ക്ക് ശേഷം യോഗ്യനായ ഒരാളെ ഞാൻ കണ്ടി ട്ടില്ല; എവിടെയെങ്കിലും അന്വേഷിക്കുക; പറ്റിയ ആളിനെ കിട്ടുമെങ്കിൽ നമ്മുടെ ഭാഗ്യം എന്നായിരുന്നു വക്കന്റെ പ്രതികരണം.

ഡസ്മണ്ടിനെ കണ്ടപ്പോൾ, സംസാരിച്ചപ്പോൾ, വക്കന് അയാളെ ബോധിച്ചു.പാർക്കാൻ മേൽത്തോട്ടത്തിലെ ബംഗ്ളാവു കൊടുത്തു. തോട്ട ങ്ങൾ കണ്ട് ആവശ്യമായതെല്ലാം ചെയ്യാൻ നിർദ്ദേശിക്കുകയും ചെയ്തു.

ഒരാഴ്ച കഴിഞ്ഞു വരാമെന്നു പറഞ്ഞ ഡസ്മണ്ട് കൃത്യം ഏഴാം ദിവസം വെള്ളക്കാരിയായ ഭാര്യയും രണ്ടു കുട്ടികളുമായി സ്ഥിരതാമസ ത്തിന് മടങ്ങിവന്നു. വാചാലയായ ആ സ്ത്രീയും തോട്ടപരിപാലനത്തിൽ സമർത്ഥയായിരുന്നു.

ഗ്വാട്ടിമാലയിൽ അങ്ങനെ; തിരുവിതാംകൂറിൽ ഇങ്ങനെ എന്നു പറ ഞ്ഞുകൊണ്ട് ഹെന്റി ബേക്കറേയും മൺറോയെയും ഗുരുസ്ഥാനത്തു കണ്ടുകൊണ്ടാണ് ഡസ്മണ്ട് പെരേര തോട്ടങ്ങളെ തൊട്ടത്. കുട്ടിക്കാനം കണ്ടെത്തിയ ബേക്കർ കാപ്പിയും തേയിലയും പരീക്ഷിച്ചതുപോലെ വാക്കാട്ടെ തോട്ടങ്ങളിൽ ഏലത്തിനു പുറമെ വൈവിധ്യമാർന്ന വിളകൾ ഡസ്മണ്ടിന്റെ സ്വപ്നങ്ങളിലുണ്ടായിരുന്നു.

തോട്ടങ്ങളെല്ലാം പരിശോധിക്കാനും നവീകരണനിർദ്ദേശങ്ങൾ തയ്യാറാക്കാനും ഡസ്മണ്ട് മൂന്നുമാസമെടുത്തു. അതൊരല്പം ദീർഘമായിപ്പോയെന്ന് ശങ്കിച്ചെങ്കിലും മിക്ക തോട്ടങ്ങളുടെയും അതിരുകൾ തിട്ടപ്പെടുത്തുകയും ആവുന്നിടത്തെല്ലാം അതിരടയാളമായി അടുക്കുകല്ലുകൾ പാകുകയും ചെയ്തതു വക്കനെ സന്തുഷ്ടനാക്കി.

ഡസ്മണ്ടിന്റെ സങ്കല്പത്തിലുള്ള തോട്ടങ്ങൾ യഥാർത്ഥമാകുന്നതു കാണാൻ മാത്തൻ കാത്തിരുന്നു.

കാട്ടിലെ കൃഷിയിടങ്ങൾ പരമാവധി ഒഴിവാക്കി, താഴേക്കുള്ള തോട്ടങ്ങളിലായിരുന്നു അദ്ദേഹത്തിന്റെ ശ്രദ്ധയത്രയും. വിദഗ്ദ്ധസഹായികളായി ഒട്ടേറെപ്പേരെ ഡസ്മണ്ട് വരുത്തിയിരുന്നു.

പണത്തിനും പണിക്കാർക്കും വാക്കാട്ട് പഞ്ഞമുണ്ടായിരുന്നില്ല. പണി ചെയ്യിക്കാൻ ഡസ്മണ്ടിനും ഭാര്യയ്ക്കും അവരോടൊപ്പമുള്ള വിദഗ്ദ്ധ മേൽനോട്ടക്കാർക്കും മടിയുമില്ലായിരുന്നു. എല്ലാതോട്ടങ്ങളിലും ഒരേസമയത്തായിരുന്നു നവീകരണം.

ആണ്ടോടാണ്ട് തികയുംമുമ്പ് ഏഴ് തോട്ടങ്ങളുടെ ഉള്ളൊരുക്കം പൂർത്തിയാക്കുകയും പുറത്ത് വാക്കാട് പ്ളാന്റേഷൻസ് എന്ന ബോർഡ് തൂങ്ങുകയും ചെയ്തു. കമ്പനിയായി രജിസ്റ്റർ ചെയ്ത വാക്കാട് പ്ളാന്റേഷൻസിന്റെ ഉദ്ഘാടനം നിർവഹിച്ചത് മാത്തനായിരുന്നു. തോട്ടത്തിനുള്ളിലെ പരിഷ്കാരങ്ങൾ അദ്ദേഹത്തിന് നന്നേ ബോധിച്ചു.

ഏലം, കുരുമുളക് എന്നിവയ്ക്ക് പ്രത്യേക ഡിവിഷൻ. ജാതിയും ഗ്രാമ്പുവും മറ്റൊരു വിഭാഗത്തിൽ. ഇവയ്ക്കു പുറമെ ഹ്രസ്വവിളകളായി വാഴയും ഇഞ്ചിയും. മറ്റൊന്നുകൂടി ചെയ്തു ഡസ്മണ്ട്– തരിശു കിടന്ന കുന്നിൻ ചരിവിലെല്ലാം റബർ നട്ടു.പക്ഷെ അതത്ര പിടിച്ചില്ല വക്കന്. കഴിയുന്നതും ഏലത്തിൽ ശ്രദ്ധ കേന്ദ്രീകരിക്കാനായിരുന്നു വക്കന്റെ നിർദ്ദേശം.

കാപ്പി, തേയില, റബർ തോട്ടങ്ങൾ നിരവധിയുണ്ടായിരുന്നിട്ടും ഏലത്തോട്ടങ്ങളോടായിരുന്നു വക്കന് കമ്പം. അതുമനസ്സിലാക്കിയ ഡസ്മണ്ട് ഉടുമൽപ്പേട്ടിൽ നിന്നു വന്ന മീരാൻ റാവുത്തരുടെയും മധുര താണ്ടിയെത്തിയ അണ്ണാമലച്ചെട്ടിയാരുടെയും തോട്ടങ്ങൾ വാങ്ങി വാക്കാടിനോടു ചേർത്തു. റബർ തോട്ടങ്ങളുടെ സ്ഥാപകനായ ജെ.ജെ.മർഫിയുടെ പിൻഗാമികളുടെ ൾ അധീനതയിലുണ്ടായിരുന്ന പലതോട്ടങ്ങളും ഒത്തുവന്നിട്ടും റബറിനോട് വക്കന് അത്ര മമതയില്ലാതിരുന്നതിനാൽ അതു വേണ്ടെന്നുവച്ചു. എന്നാൽ മർഫിയുടെ കടുത്ത ആരാധകനായിരുന്നു വക്കൻ. ഞാൻ ജീവിച്ചത് എന്റെ തൊഴിലാളികൾക്കിടയിലാണ്; അതിനാൽ എന്റെ മരണവും അവർക്കിടയിലാവും അതുകൊണ്ടുതന്നെ എന്റെ ശവവും അവരുടേതിനിടയിൽ അവരുടെ ശവക്കോട്ടയിലടക്കണം എന്ന്

ശഠിച്ച ജെ ജെ മർഫിയുടെ ഏന്തയാറിലെ ശവമാടത്തെപ്പറ്റി പറയുമ്പോൾ വക്കന്റെ കണ്ണുകളിലെ തിളക്കം ഡസ്മണ്ട് ശ്രദ്ധിച്ചിട്ടിട്ടുണ്ട് ആ വാക്കുകളും: കൂടെ നിന്നവർക്ക് കൂട്ടായിരിക്കണം അതു ജീവനോടെയാണെങ്കിലും ശവമായിട്ടാണെങ്കിലും.

എഴുപത്തിയൊന്ന്

ഡസ്മണ്ട് പെരേര മറ്റൊരാശങ്ക വക്കനുമായി പങ്കിട്ടത് സൂക്ഷ്മമായ നിരീക്ഷണത്തിനുശേഷമായിരുന്നു.

മേട്ടിലെ തോട്ടങ്ങളിൽ അടിവെള്ളത്തിന്റെ അധികസാന്നിധ്യമുണ്ട്. അതേസമയം താഴേക്ക് നീരൊഴുക്ക് കുറവായതിനാൽ ലേശം വരൾച്ചയും. അതിനൊരു പരിഹാരം കാണണം.

അണക്കെട്ടിൽ അധികം വെള്ളം കെട്ടിനിർത്താതെ നിറയുന്നതിനനുസരിച്ച് കൊണ്ടുപോവുകയും ബാക്കിയുള്ളത് നദിയിലേക്ക് ഒഴുക്കിവിടുകയും വേണം. അതുമാത്രമാണ് പരിഹാരം.

സിപിയോട് പരാതിപ്പെട്ടതിനെ തുടർന്ന് വൈദ്യുതി ഉൽപാദിപ്പിക്കാൻ കെട്ടിനിർത്തിയിരുന്ന വെള്ളം തുറന്നുവിടുകയും തോട്ടങ്ങളിൽ അതിന്റെ ഫലം അനുഭവപ്പെടുകയും ചെയ്തതാണ്. ഇനിയും പരാതിയുമായിപ്പോകാൻ ജാള്യം തോന്നി. പകരം മുല്ലപ്പെരിയാർ അണക്കെട്ടിനെ ശപിക്കുകയായിരുന്നു വക്കൻ. വേണമെങ്കിൽ അണക്കെട്ട് തകർക്കാം. ഒരുഘട്ടത്തിൽ വക്കൻ അങ്ങനെ ആലോചിക്കുകയും ചെയ്തു. പക്ഷേ തകർത്താൽ താഴെയുള്ളതെല്ലാം ഒലിച്ചുപോകുമെന്നുറപ്പായിരുന്നതിനാൽ ആ ചിന്ത പാടേ ഉപേക്ഷിച്ചു.

കാത്തിരുന്ന് കാണാമെന്ന് ഡസ്മണ്ടിനോടു പറഞ്ഞെങ്കിലും വക്കന്റെ ഉള്ള് ഉലയുകയായിരുന്നു.

വാക്കാട്ടെ തോട്ടങ്ങൾ ഡസ്മണ്ടിന്റെയും കുടുംബഭരണം കാര്യസ്ഥൻ രുദ്രവാര്യരുടേയും പണമിടപാടുകൾ പിച്ചുഅയ്യരുടേയും നിയന്ത്രണത്തിലായപ്പോൾ വക്കന് ഒരല്പം ഒഴിവു കിട്ടി. ആ ഒഴിവുവേള ആത്മീയ-സാമുദായിക- സാമൂഹിക- രാഷ്ട്രീയ പ്രവർത്തനങ്ങൾക്ക് വിനിയോഗിക്കാൻ ഫാദർ ഗീവർഗീസ് ഉപദേശിച്ചു. എനിക്ക് കൃഷിയെ വഴങ്ങുകയുള്ളു. ആത്മീയതയും രാഷ്ട്രീയവുമൊന്നും എനിക്ക് ചിന്തിക്കാനാവില്ല. എന്നാൽ നാലാൾക്ക് നന്മവരുന്നതെന്തും ചെയ്യാൻ ഞാൻ തയ്യാറാണെന്ന് വക്കൻ പറഞ്ഞു.

കാലത്തിനനുസരിച്ച് വളരാൻ ഇതൊക്കെ ആവശ്യമാണെന്ന് അച്ചൻ നിർബന്ധിച്ചെങ്കിലും വക്കൻ സ്വന്തം നിലപാടിൽത്തന്നെ ഉറച്ചുനിന്നു. എന്നാലും വാക്കാട്ടെ പണംകൊണ്ട് പടുത്തുയർത്തിയ പള്ളികളുടെ

വെഞ്ചിരിപ്പുകളിലെല്ലാം വക്കനെ മുന്നിൽ നിർത്താൻ അച്ചൻ ശ്രമിച്ചു. സഭയുടെ ഏതുകാര്യങ്ങളിലും വക്കന്റെ അഭിപ്രായമറിയണമെന്ന് അരമനയിലും അച്ചൻ വാദിച്ചു.

ആത്മീയ സഭാകാര്യങ്ങളിലെന്നപോലെ മലമേഖലയിലെ സാമൂഹികസാംസ്കാരികസംരംഭങ്ങൾക്കെല്ലാം മുന്നിൽ വക്കൻ അറിയാതെ തന്നെ വാക്കാട് വർഗീസ് ജോർജ് പണിക്കർ എന്ന അയാൾ പ്രത്യക്ഷപ്പെട്ടുകൊണ്ടിരുന്നു. അങ്ങനെ മലയോരത്തും താഴ്വാരത്തും പ്രമാണിയാവുകയായിരുന്നു വാക്കാട് വക്കൻ.

പൊതുചടങ്ങുകളിൽപ്പോലും വാക്കാട് വർഗീസ് ജോർജ് പണിക്കർ അവിഭാജ്യഘടകമായി മാറുന്നത് ഗീവർഗീസച്ചനെ സന്തുഷ്ടനാക്കി. ഓരോ ചടങ്ങിലും വക്കനെ സജ്ജനാക്കുന്നത് കാര്യസ്ഥൻ രുദ്രവാര്യരായിരുന്നു. ഊട്ടിയിലെ പ്ളാന്റർ കുരുവിളയുടെ സമ്മാനമാണ് സമർത്ഥനായ വാര്യർ. തോട്ടം വിറ്റ് വെള്ളക്കാരിയായ ഭാര്യയ്ക്കൊപ്പം കുരുവിള സ്വിറ്റ്സർലണ്ടിലേക്കു പോയപ്പോൾ കെയർ ടേക്കറായിരുന്ന വാര്യരെ വാക്കാട്ടേക്ക് അയക്കുകയായിരുന്നു. ആചാരമര്യാദകളും ചിട്ടവട്ടങ്ങളും കൃത്യമായി അറിയാമായിരുന്ന വാര്യർ സന്ദർഭത്തിനനുസരിച്ച് വക്കനെ ഒരുക്കിവിട്ടുകൊണ്ടിരുന്നു. സംഘാടകരുടെ പുകഴ്ത്തലിൽ വക്കൻ ചൊരിയുന്ന നിർലോഭസഹായങ്ങൾ ആവശ്യാനുസരണം ക്രമീകരിച്ചും നിയന്ത്രിച്ചും ആരെയും വെറുപ്പിക്കാതെ കൈകാര്യം ചെയ്യാൻ അക്കൗണ്ടന്റായി വന്നിരുന്ന പിച്ചു അയ്യർ സമർത്ഥനായിരുന്നു. വാര്യരാണ് അയാളെ വാക്കാട്ടെത്തിച്ചത്.

മകന്റെ പ്രമാണിത്തവും സാമൂഹിക അംഗീകാരവും കണ്ട് വാക്കാട്ട് ബംഗ്ളാവിലിരുന്ന് അപ്പൻ മലമാത്തൻ ആഹ്ളാദിച്ചപ്പോൾ അവനൊരു പെണ്ണുകെട്ടി കുഞ്ഞും കുടുംബവുമുണ്ടാകണേ എന്നായിരുന്നു അമ്മയുടെ പ്രാർത്ഥന. എന്നാൽ വിവാഹത്തോട് വിരക്തിയായിരുന്ന വക്കന് ,പെണ്ണിനെക്കുറിച്ച് ചിന്തിക്കുമ്പോൾ പനമ്പൂങ്കുലയുടെ ഗന്ധം അനുഭവപ്പെടും . പിന്നൊന്നും നിയന്ത്രിക്കാൻ കഴിയില്ല. അതു കാണുമ്പോഴൊക്കെ ഗീവർഗീസ് അച്ചൻ പറയും: വക്കനെ വീഴിക്കാൻ വാക്കത്തിപോലൊരു പെണ്ണിനെ ഞാൻ കൊണ്ടുവരും.

എഴുപത്തിരണ്ട്

വക്കനു പെണ്ണുതേടിപ്പോയ ഫാദർ ഗീവർഗീസ് ഒരാഴ്ചക്കുശേഷം തിരിച്ചുവന്നത് മുഷിഞ്ഞ മുഖമുള്ള ഒരു യുവാവുമായിട്ടായിരുന്നു. അപ്പോൾ വക്കൻ വീട്ടിലില്ല. മാത്തനോടും ഭാര്യയോടും അധികം സംസാരിക്കാതെ യുവാവുമൊത്തു സ്വന്തംമുറിയിലേക്കു പോകുമ്പോൾ ആരോടെന്നില്ലാതെ അച്ചൻ പറഞ്ഞു:

സഹപാഠിയാണ്. കുറച്ചുദിവസം കൂടെ നിൽക്കാൻ വന്നതാണ്.

വക്കൻ വന്നത് രാത്രി വളരെ വൈകിയായിരുന്നു. അതുവരെ ഉറങ്ങാതെ കാത്തിരുന്ന ഫാദർ ഗീവർഗീസ് വക്കന്റെ മുറിയിലെത്തി പതിവില്ലാതെ പരുങ്ങിനിന്നു.

അച്ചന് എന്തോ പറയാനുണ്ടെന്ന് വക്കന് ഉറപ്പായി. അതൊരുപക്ഷേ അപ്രിയമായതായിരിക്കുമെന്നും വക്കൻ ഊഹിച്ചു. ഏതായാലും കേൾക്കുക തന്നെ.

ഏറെനേരത്തെ ശ്രമത്തിനു ശേഷമാണ് അച്ചനെക്കൊണ്ട് സംസാരിപ്പിക്കാൻ കഴിഞ്ഞത്:

ഞാൻ കള്ളം പറഞ്ഞിട്ടില്ല- അവൻ എന്റെ സഹപാഠിയാണ്. വന്നത് കുറച്ചുദിവസം എന്റെ കൂടെ നിൽക്കാനാണ്.

സംഭവം വക്കൻ അറിഞ്ഞിരുന്നില്ല. അതുകൊണ്ടുതന്നെ അച്ചൻ പറഞ്ഞതൊന്നും അയാൾക്ക് മനസ്സിലായതുമില്ല.

അച്ചൻ പറഞ്ഞതത്രയും സത്യമായിരുന്നു. എന്നാൽ ആ സത്യത്തിന്റെ മറുപുറം കണ്ടപ്പോൾ വക്കൻ ഞെട്ടിപ്പോയി.

തങ്കൻ എന്നായിരുന്നു പഠിക്കുന്നകാലത്ത് അവന്റെ പേര്. ബ്രിട്ടീഷ് ഭരണത്തെ എതിർക്കുന്ന സ്വാതന്ത്ര്യസമരപോരാളികൾക്കൊപ്പം അന്നേ കൂടിയ അവൻ അവരെപ്പോലെ തണുപ്പനല്ലായിരുന്നു. സ്വാതന്ത്ര്യത്തിനു വേണ്ടി അല്പം അക്രമമാകാം എന്നായിരുന്നു അവന്റെ നിലപാട്. കൂട്ടുകാരൊക്കെ പിന്തിരിപ്പിക്കാൻ ശ്രമിച്ചെങ്കിലും അവൻ അവർക്കിടയിലെ തീപ്പൊരിയായി ജ്വലിച്ചു വേറിട്ടുനിന്നു. അങ്ങനെ തീപ്പൊരിതങ്കൻ എന്ന പേരു വീണ അവനൊരു സാഹസം കാട്ടി. കൊല്ലത്തെ ആശ്രാമം അതിഥിമന്ദിരത്തിൽ വിശ്രമിക്കുകയായിരുന്ന ചാൾസ് കോൾമാൻ എന്ന ബ്രിട്ടീഷ് ഏജന്റിനെ കാറിത്തുപ്പുകയും അദ്ദേഹത്തിന്റെ മുഖത്ത് ചൂടു ചായ ചാമ്പുകയും ചെയ്തു.

അതിനു തക്കതായ കാരണവുമുണ്ട്. ഉപചാരമില്ലാതെ ചായ പകർന്നുവെന്നാരോപിച്ച് അതിഥിമന്ദിരത്തിലെ പരിചാരകന്റെ മുഖത്തേക്ക് തിളച്ച ചായ ചാമ്പിക്കൊണ്ട് ചാൾസ് കോൾമാൻ എന്ന വെള്ളക്കാരൻ കാറിത്തുപ്പുന്നതും ബ്ലഡി ഇന്ത്യൻ എന്ന് അധിക്ഷേപിക്കുന്നതും തങ്കൻ കണ്ടു. ആ പരിചാരകൻ തീപ്പൊരി തങ്കന്റെ പിതാവായിരുന്നു. പിതാവിനെ കാണാൻ ചെന്ന തങ്കൻ ഈ രംഗത്തിന് സാക്ഷ്യം വഹിക്കേണ്ടി വന്നപ്പോൾ അവൻ സ്വാഭാവികമായും തീപ്പൊരിയായിപ്പോയതാണ്.

അപകടം മണത്ത പിതാവ് പൊള്ളിനീറി മുഖംപൊത്തി വിങ്ങുമ്പോഴും മകനോട് പറഞ്ഞത്, ഓടിക്കോ, ഓടി രക്ഷപ്പെട്ടോ എന്നായിരുന്നു.

കൂട്ടുകാരനെ കണ്ടെത്തിയതും കൂട്ടിക്കൊണ്ടുവന്നതുമായ സാഹച ര്യവും അച്ചൻ വിശദീകരിച്ചു:

ബ്രിട്ടീഷ് സാമ്രാജ്യത്തെ അധിക്ഷേപിക്കുകയും സാമ്രാജ്യത്തിന്റെ പ്രതിനിധിയെ കൊല്ലാൻ ശ്രമിക്കുകയും ചെയ്തുവെന്നാണ് തങ്കനെതി രെയുള്ള കേസ്. പോലീസ് മാത്രമല്ല, ബ്രിട്ടീഷ് പട്ടാളം പോലും നാടെങ്ങും തേടിക്കൊണ്ടിരിക്കുന്നതിനിടയിലാണ് വട്ടശേരി പള്ളിപ്പരിസരത്ത് ഞാൻ തങ്കനെ കണ്ടത്. പിതാവിനെയും പുത്രനെയും പരിശുദ്ധാത്മാവിനെയും ധ്യാനിച്ച് മുട്ടുകുത്തിയ ഞാൻ മറ്റൊരു പിതാവിന്റെയും പുത്രന്റെയും വിലാപം കേട്ടു. അതവഗണിക്കാൻ എനിക്കാവുമായിരുന്നില്ല. പിന്നൊന്നും ആലോചിച്ചില്ല. എന്റെ ളോഹയിൽ മറ്റൊരു പുരോഹിതനായാണ് അവനെ ഇവിടെ എത്തിച്ചത്. എനിക്ക് അഭയമായ ഇടം എന്റെ ചങ്ങാതിക്കും അഭയമാകുമെന്ന് ഞാൻ വിശ്വസിക്കുന്നു...

അച്ചന്റെ മനസ്സിൽ മൂടിക്കെട്ടിയ മഴക്കാർ പെയ്തൊഴിഞ്ഞപ്പോൾ വക്കന്റെ വാക്കുകൾ കുളിർകാറ്റായി വീശി:

പുറത്തിറങ്ങണ്ടാ എന്ന് അവനോട് പറഞ്ഞേക്കു.

പ്രത്യാഘാതങ്ങളുടെ പരമ്പര പ്രതീക്ഷിച്ചുകൊണ്ടാണ് അന്ന് വക്കൻ ഉറങ്ങാൻ കിടന്നത്.

എഴുപത്തിമൂന്ന്

വാക്കാട് പ്ളാന്റേഷൻസ് മുൻനിര തോട്ടം ഗ്രൂപ്പായിട്ടും ഡസ്മണ്ടിന്റെ ആശങ്ക അടങ്ങിയില്ല. അടിനനവേറിയാൽ ഏതുതോട്ടവിളയും ചീയും; മേൽനനവ് കുറഞ്ഞാൽ വാടും. അതുപോലെ വിള പൊലിക്കേണ്ട മണ്ണ് എപ്പോൾ വേണമെങ്കിലും വരണ്ടതാവും അല്ലെങ്കിൽ ചതുപ്പായി മാറാം. വാക്കാട്ടെ പ്രധാനതോട്ടങ്ങളിലെല്ലാം അതിന് സാധ്യതയുണ്ട്. മുല്ലപ്പെരി യാർ അണക്കെട്ടിന്റെ ജലസംഭരണമേഖലയുടെ പരിധി കുറയ്ക്കുകയും അണക്കെട്ടിലെ ജലവിതാനം താഴ്ത്തുകയും പെരിയാറിലൂടെ ആവശ്യ ത്തിന് വെള്ളമൊഴുകാൻ അനുവദിക്കുകയും ചെയ്താൽ മാത്രമാണ് ഈ ആശങ്കയകറ്റാനാവുക. അതിനുള്ള സാധ്യതകളാരായാൻ വക്കനോട് ഒരിക്കൽകൂടി ഡസ്മണ്ട് ആവശ്യപ്പെട്ടു.

ഡസ്മണ്ടിന്റെ ആശങ്കകൾ അതീവ ഗൗരവമായെടുത്ത വക്കൻ ദിവാനെ കണ്ടാലോ എന്ന് മുത്തുനായകവുമായി ഒരിക്കൽകൂടി ആലോ ചിച്ചു. അദ്ദേഹം ചെയ്യാവുന്നതിന്റെ പരമാവധി ചെയ്തു കൊണ്ടിരിക്കുന്നു എന്നു പറഞ്ഞുകൊണ്ടാണ് സുപ്രധാനമായ ആ വെളിപ്പെടുത്തൽ നട ത്തിയത്. ഇക്കാര്യത്തിനായി മാത്രം അദ്ദേഹം ഗവർണർ ജനറലിനെ കണ്ടിരിക്കുന്നു. ലംഘിക്കപ്പെട്ട കരാർ അസാധുവാണ്; അതിനാൽ മുല്ല

പ്പെരിയാർ കരാർ റദ്ദാക്കണം. അതായിരുന്നു സിപിയുടെ ആവശ്യം. അതിന്റെ അനിവാര്യത ബോധ്യമായ ഡൽഹൗസി പ്രഭു ആവശ്യമായതു ചെയ്യാമെന്ന് സി പി ക്ക് ഉറപ്പുകൊടുത്തതായും മുത്തുനായകം പറഞ്ഞു.

എഴുപത്തിനാല്

വെള്ളക്കാരനെ വിശ്വസിക്കരുത്; അവൻ ആടിനുമുന്നിൽ തൂപ്പുകാട്ടും; പച്ചിലക്കു പിന്നാലെ നാക്കുനീട്ടിനടന്ന് അറവുശാലയിലെത്തുമ്പോഴേ ആടറിയൂ അറവു കത്തിക്കു കീഴിലായെന്ന്.

വാക്കാട്ടെ പൂമുഖത്ത് ചിന്താമഗ്നനായിരുന്ന വക്കന്റെ കാതിൽ വീണ അപരിചിത ശബ്ദത്തിന്റെ ഉറവിടത്തിലേക്കു നോക്കുമ്പോൾ ഒരു യുവാവ് വീടിനുള്ളിൽ നിന്നിറങ്ങിവരുന്നു.

ഞാൻ തങ്കനാണ്, ഗീവർഗീസച്ചന്റെ കൂടെ വന്ന തങ്കൻ.

സ്വയം പരിചയപ്പെടുത്തിക്കൊണ്ട് മുന്നിൽ വന്നിരുന്ന അവന്റെ കൂസലില്ലായ്മ വക്കന് നന്നേ ബോധിച്ചു.

പുറത്തിറങ്ങരുതെന്ന് പറഞ്ഞതല്ലേ എന്ന് തികട്ടിവന്ന ചോദ്യം ഉള്ളിലൊതുക്കി വക്കൻ സൗമ്യനായി ചോദിച്ചു:

നീ എന്നാ കാര്യമാ പറയുന്നത്?

എല്ലാം അറിഞ്ഞതുപോലെയായിരുന്നു അവന്റെ മറുപടി:

എനിക്ക് അഭയം തന്ന വീടല്ലേ, വീട്ടുകാരനെ അലട്ടുന്ന പ്രശ്നം എന്റെയും കൂടി പ്രശ്നമാണ്. ഞാനറിഞ്ഞു. പരിഹാരവും കണ്ടിട്ടുണ്ട്.

നീ എന്തറിഞ്ഞു? നിനക്കെന്തു പരിഹാരം ചെയ്യാൻ കഴിയും?

വെള്ളക്കാരൻ കെട്ടിയ അണയല്ലേ, ഞാനതങ്ങ് തകർക്കും.

വക്കൻ സ്തംഭിച്ചുപോയി.

അവൻ തുടരുകയായിരുന്നു:

ഉപകാരം ചെയ്തവന് പ്രത്യുപകാരം. അപകടമാണെന്നറിഞ്ഞിട്ടും എനിക്കിവിടെ അഭയം തന്നു. എന്തു പ്രത്യാഘാതമുണ്ടായാലും ഇവിടുത്തേക്കുവേണ്ടി എന്തും ചെയ്യാൻ ഞാൻ തയ്യാറാണ്. എനിക്കതിൽ സന്തോഷമേയുള്ളു.

അല്പനേരത്തെ ഇടവേളയ്ക്കു ശേഷമായിരുന്നു അവന്റെ അടുത്ത വാക്കുകൾ:

രണ്ടുകുറ്റം ചെയ്തവനെന്നു കരുതി ഒരാളെ രണ്ടുപ്രാവശ്യം കൊല്ലാനാവില്ലല്ലോ..

ആ ഒരു മുഹൂർത്തത്തിൽ അവനോട് വക്കന് അളവറ്റ വാത്സല്യം തോന്നി. അവിവേകത്തിന് തുനിയുന്ന മകനെ ഉപദേശിക്കുന്നതുപോലെ യായിരുന്നു തുടർന്നുള്ള വക്കന്റെ വാക്കുകൾ.

അണക്കെട്ട് തകർത്താലുണ്ടാകുന്ന ദുരന്തങ്ങളുടെ ഭീതിദചിത്രങ്ങൾ വക്കന്റെ വാക്കുകളിലൂടെ കണ്ട അവൻ തണുത്തെന്നു തോന്നി.എന്നിട്ടും ഒരാവശ്യത്തിൽ അവൻ ഉറച്ചു നിന്നു.

അടച്ചിട്ടിരിക്കുന്ന അസ്വാതന്ത്ര്യം എനിക്ക് സഹിക്കാനാവുന്നില്ല; ഞാൻ പുറത്തിറങ്ങിക്കോട്ടെ...

അതിനെ എതിർക്കാൻ വക്കന് സാധിച്ചില്ല; പക്ഷേ ഒരു നിബന്ധന വച്ചു:

ളോഹയിൽ. അച്ചനൊപ്പം മാത്രം.

തങ്കൻ ഉത്സാഹത്തോടെ അകത്തേക്കു പോയപ്പോൾ വക്കൻ ആലോ ചിക്കുകയായിരുന്നു- ഒരായുഷ്കാലംകൊണ്ട് സാധ്യമാകാത്ത ആത്മ ബന്ധം ചിലപ്പോൾ ചിലരോട് ചില സന്ദർഭത്തിൽ ഒരു നിമിഷം കൊണ്ട് സാധ്യമായെന്നുവരും.

എഴുപത്തിയഞ്ച്

പുതിയ അണക്കെട്ടിന് അനുമതി കിട്ടുമോ എന്നറിയുംമുമ്പേ അതിന്റെ ഉടമസ്ഥാവകാശത്തെക്കുറിച്ച് തർക്കം എന്നു പറഞ്ഞുകൊണ്ടാണ് ചന്ദ്രമോഹൻ തുടങ്ങിയത്.

മുല്ലപ്പെരിയാറിൽ കെട്ടാൻ പോകുന്ന പുതിയ അണക്കെട്ടിന്റെ നിയ ന്ത്രണവും നടത്തിപ്പും സ്വതന്ത്ര ഏജൻസിയെ ഏൽപ്പിക്കുന്നതിനെ ക്കുറിച്ച് അഭിപ്രായം അറിയിക്കാൻ കേരളത്തോടും തമിഴ്നാടിനോടും സുപ്രീംകോടതി നിയോഗിച്ച ഉന്നതാധികാരസമിതി നിർദ്ദേശിച്ചിരിക്കു കയാണ്. പുതിയ അണക്കെട്ടിന്റെ ഉടമസ്ഥാവകാശം തങ്ങൾക്കാണെ ന്നതിൽ സംശയം വേണ്ടെന്നു കേരളം പറഞ്ഞുകഴിഞ്ഞു. തമിഴ്നാട് അതിനെ എതിർക്കുകയാണ്. പുതിയ അണക്കെട്ടു വന്നാൽ പുതിയ ഉട മസ്ഥ-നിയന്ത്രണ-നടത്തിപ്പു സംവിധാനമുണ്ടാവും. അതാണ് എതിർക്കാൻ കാരണമെന്നും തമിഴ്നാട് പറയുന്നു.

സായാഹ്നക്കൂട്ടായ്മയിലാരും ചന്ദ്രമോഹന്റെ വാക്കുകളോടു പ്രതി കരിച്ചില്ലെങ്കിലും അകമുറിയിൽ നിന്ന് കൃത്യമായി അപ്പന്റെ ഒച്ചപൊങ്ങി; അതൊരു ചോദ്യവും ഒപ്പം മറുപടിയുമായിരുന്നു.

അവൾക്ക് പുതിയ ജയിലോ? ഇല്ല. അവൾ അതും തകർക്കും...

എഴുപത്തിയാറ്

മലയോരത്തെ പള്ളികളിലും കുടിയേറ്റക്കാരുടെ കുടികളിലും കയറിയിറങ്ങി ഒരച്ചൻ സ്വാതന്ത്ര്യസമരസന്ദേശം പ്രചരിപ്പിക്കുന്നതായി അറിഞ്ഞപ്പോൾ അക്കാര്യം അറിഞ്ഞില്ലെന്നു നടിച്ചു വക്കൻ.പുതുതായി വന്ന അച്ചൻ വാക്കാട്ടെ തോട്ടങ്ങളിൽ ചിലരെ താമസിപ്പിച്ചിട്ടുണ്ടെന്ന് ഡസ്മണ്ട് വന്നുപറഞ്ഞപ്പോൾ വക്കൻ രഹസ്യമായി ചെന്നു നോക്കി. നേരിൽ കണ്ടപ്പോൾ അവരിൽ പലരും അറിയപ്പെടുന്ന നേതാക്കളും പോലീസ് തിരഞ്ഞു നടക്കുന്നവരുമാണെന്ന് മനസ്സിലായി. അബദ്ധത്തിൽപ്പെട്ടല്ലോ എന്നാശങ്കപ്പെട്ടു നിൽക്കുമ്പോൾ ഒരു നേതാവ് വികാരഭരിതനായി വക്കനോട് പറഞ്ഞു, വക്കന്റെ ഉള്ളിലെ ദേശീയതയെപ്പറ്റി തങ്കൻ പറഞ്ഞപ്പോൾ മാത്രമാണ് ഞങ്ങളറിഞ്ഞത്. ആരും അഭയം തരാത്ത ഞങ്ങൾക്കുവേണ്ടി ഇത്ര സുരക്ഷിത താവളവും സൗകര്യങ്ങളും വക്കൻ ഇവിടെ ഒരുക്കുമെന്ന് തീരെ പ്രതീക്ഷിച്ചിരുന്നില്ല...

പുലിവാലുപിടിച്ച അവസ്ഥയിലായെന്നറിഞ്ഞിട്ടും അവരെ ഇറക്കിവിടാൻ വക്കന് തോന്നിയില്ല. ദിവസങ്ങളും ആഴ്ചകളും മാസങ്ങളും കഴിഞ്ഞപ്പോൾ അവരുമായി കൂടുതൽ അടുത്ത വക്കൻ അവരിലൊരാളായി മാറുകയാണോ എന്ന് സ്വയം സംശയിച്ചു.

എഴുപത്തിയേഴ്

മുത്തുനായകം നിരാശനായിരുന്നു. മുഖം കുനിച്ച് ഒരേ ഒരിരുപ്പ്. കാര്യം തിരക്കിയ വക്കനോട് ഏറെക്കഴിഞ്ഞാണ് അതുപറഞ്ഞത്. സി.പി. തിരുവിതാംകൂറിനോട് വിട പറഞ്ഞു.

നാടിന്റെ താത്പര്യം സംരക്ഷിക്കുന്നതിനുവേണ്ടി എന്തൊക്കെ ചെയ്താലും നാട്ടുകാരോടുള്ള മര്യാദയെയാണ് ഭരണാധികാരികയുടെ മുഖമായി ജനം കാണുക. സി.പിയുടെ ആ മുഖം വികൃതമായിരുന്നോ എന്ന് സ്വയം ചോദിച്ചുകൊണ്ട് മുത്തുനായകം പറഞ്ഞു:

ഏകാധിപത്യപ്രവണതയും അടിച്ചമർത്തൽ നയവും കാരണം സി പിക്ക് ശത്രുക്കൾ ഏറെയായിരുന്നു. അപ്രതീക്ഷിതമായ ഒരാക്രമണം സി പിയുടെ മനസ്സു മടുപ്പിച്ചു. അതിന്റെ പിന്നിലെ പ്രേരണാശക്തിയെപ്പറ്റി വ്യക്തമായ സൂചന കിട്ടിയപ്പോൾ അതുവരെ പരിപാലിച്ചിരുന്നതിനെ ത്യജിച്ചുപോകാൻ സി പി നിർബ്ബന്ധിതനാവുകയായിരുന്നു. 1946 ജൂലായ് 25ന് സി പിക്കു നേരെയുണ്ടായ വധശ്രമത്തിന്റെയും അതിന്റെ പിന്നിലെ ഗൂഢാലോചനയുടെയും രഹസ്യം വെളിപ്പെടുത്തിയ മുത്തുനായകം, സി പി ഒളിച്ചോടിയതല്ലെന്നു അവധിയിൽ പോയതാണെന്നും അദ്ദേഹത്തെ മഹാരാജാവ് തിരികെ വിളിച്ചിട്ടുണ്ടെന്നും കേൾക്കുന്നതായി പറഞ്ഞു.

എഴുപത്തിയെട്ട്

വെള്ളക്കാരുടെ അടിക്കടിയുള്ള സന്ദർശനം പെട്ടെന്ന് നിലച്ചതായിരുന്നു ഇന്ത്യ സ്വതന്ത്രയായതിന്റെ മലയോരത്തെ അടയാളം. കുടിയേറ്റക്കാരും തൊഴിലാളികളും അക്കാര്യം അറിഞ്ഞിട്ടുണ്ടോ എന്ന് സംശയം. എന്നാൽ തോട്ടങ്ങളിൽ ഒളിച്ചുപാർത്തിരുന്നവർ അതറിഞ്ഞു. ഇനി നമ്മെ നമ്മൾ ഭരിക്കും എന്നുറക്കെ മുദ്രാവാക്യം മുഴക്കി വക്കനോട് നന്ദിപറഞ്ഞ് ഇറങ്ങിപ്പോയ നേതാക്കൾ എന്നും ഏതു കാര്യത്തിനും വക്കനോടൊപ്പം ഉണ്ടാകുമെന്ന് ഉറപ്പുകൊടുക്കാൻ മറന്നില്ല.

സ്വതന്ത്ര ഇന്ത്യയുടെ ആദ്യ പ്രധാനമന്ത്രി ജവഹർലാൽ നെഹ്റുവിന്റെ പ്രസംഗം മുത്തുനായകത്തിന്റെ റേഡിയോവിൽ കേട്ട പുളകത്തിൽ നിന്ന് ഗീവർഗീസച്ചനും തങ്കനും അപ്പോഴും മുക്തരായിരുന്നില്ല.

എഴുപത്തിയൊമ്പത്

സ്വതന്ത്ര്യത്തിനുമുമ്പ്, ബ്രിട്ടീഷ് മേൽക്കോയ്മയിൽ അവരുടെ താല്പര്യപ്രകാരം നാട്ടുരാജ്യങ്ങൾ തമ്മിൽ ഏർപ്പെട്ട കരാറിന് സ്വാതന്ത്ര്യലബ്ധിക്കുശേഷം നാട്ടുരാജ്യങ്ങൾ എന്ന സങ്കല്പം തന്നെ ഇല്ലാതായ സാഹചര്യത്തിൽ പ്രസക്തിയുണ്ടോ?

ചോദ്യം പ്ളാന്റർ വാക്കാട് വർഗീസ് ജോർജ് പണിക്കരുടേതായിരുന്നു.

അതുകേട്ടിരുന്ന തോട്ടം ഉടമകൾ മറുപടി പറയാനാവാതെ ഈട്ടിപ്പാളികൾ പാകിയ മച്ചിലേക്കു നോക്കി.

കനംകുറച്ച് അറുത്തെടുത്ത ഈട്ടിപ്പാളികൾ ഇംഗ്ളീഷ് ക്ളബ്ബിന്റെ അടയാളമായിരുന്നു. വനവിഭാഗം ഉദ്യോഗസ്ഥനായിരുന്ന അലൻ ആൻഡ്രു എന്ന വെള്ളക്കാരൻ ഔദ്യോഗികവസതിക്ക് മോടികൂട്ടാൻ ഉൾക്കാടുകളിൽ നിന്ന് ക്ളേശപ്പെട്ട് ഈട്ടിമരങ്ങൾ വെട്ടിക്കൊണ്ടുവന്ന് നേർപ്പിച്ച് അറുത്ത് ചിന്തേരിട്ട് മച്ചിൽ പാകിക്കുമ്പോൾ എന്നെങ്കിലും ഒരിക്കൽ നാട്ടുകാരായ ചിലർ വന്നിരുന്ന് അതിൽ നോക്കി തലപുകയ്ക്കുമെന്ന് ഒരിക്കലും സങ്കല്പിച്ചിരുന്നില്ല.

ഹൈറേഞ്ചിൽ വെള്ളക്കാരുടെ എണ്ണം കൂടിക്കൂടി വന്നപ്പോൾ അവർക്ക് ഒത്തുകൂടാനൊരിടം എന്ന നിലയിൽ അലൻ ആൻഡ്രു ഔദ്യോഗികവസതി വിട്ടു നൽകുകയും അത് ഇംഗ്ളീഷ് ക്ളബ്ബ് എന്ന പേരിൽ അറിയപ്പെടുകയുമായിരുന്നു.

കാടുകയ്യേറി തോട്ടമുണ്ടാക്കുകയും കാട്ടിൽ അലഞ്ഞു നടക്കുകയും ചെയ്തിരുന്ന വില്യം മക്കൻസിയോടൊപ്പം സ്വദേശികൾക്ക് പ്രവേശനം നിയന്ത്രിതമായിരുന്ന ക്ളബ്ബിലേക്ക് വക്കൻ പലപ്പോഴും വന്നിട്ടുണ്ട്. അന്നൊക്കെ ക്ളബ്ബിന്റെ അകത്തളത്തിലേക്ക് അന്യനെപ്പോലെ നോക്കി

നിന്നിരുന്ന വക്കൻ ആ ഇംഗ്ളീഷ് ക്ളബ്ബിന്റെ പ്രസിഡന്റാണിപ്പോൾ. തോട്ടം ഉടമകളുടെ സംഘടനാ പ്രസിഡന്റല്ലാതെ മറ്റാരാണ് നമ്മുടെ പ്രസിഡന്റാവുക എന്നാണ് അദ്ധ്യക്ഷനെ നിശ്ചയിക്കുന്ന കാര്യം ആലോചിച്ചപ്പോൾ ക്ളബ്ബിലെ അംഗങ്ങൾ ഏകകണ്ഠമായി ചോദിച്ചത്.

പ്രസിഡന്റിന്റെ ചോദ്യത്തിനുള്ള ആദ്യപ്രതികരണമുണ്ടായത് പ്ളാന്റർ മറ്റത്തിൽമാത്തുക്കുട്ടിയിൽ നിന്നാണ്:

...ബഹുമാനപ്പെട്ട പ്രസിഡന്റ് പ്ളാന്റർ വാക്കാട് വർഗീസ് ജോർജ് പണിക്കർ അവർകൾ ഉന്നയിച്ചിരിക്കുന്ന ചോദ്യം നമ്മുടെ നിലനില്പിന്റെ പ്രശ്നമാണ്...

വക്കൻ ഉള്ളിൽ ചിരിച്ചു.

വാക്കാട് വക്കൻ എന്ന പേര് മാഞ്ഞുപോയിരിക്കുന്നു.

വക്കൻ,വക്കച്ചൻ മുതലാളി, പ്ളാന്റർ വക്കച്ചൻ, വർഗീസ് ജോർജ്, ഇപ്പോഴിതാ -ബഹുമാനപ്പെട്ട പ്ളാന്റർ വാക്കാട് വർഗീസ് ജോർജ് പണിക്കർ അവർകൾ

ഭൗതികവളർച്ചയുടെ അടയാളങ്ങളാണ് പേരുകൾ.

വ്യക്തിയെ സംബന്ധിച്ചിടത്തോളം വളർച്ചയുടെ ഏറ്റക്കുറച്ചിലനുസരിച്ച് പേരുകൾക്ക് പരിണാമം സംഭവിക്കുന്നു.

മുല്ലപ്പെരിയാർ അണക്കെട്ടിലെ ജലസംഭരണമേഖലയുടെ വ്യാപ്തി വർദ്ധിച്ചതിനാലും താഴേക്കുള്ള നീരൊഴുക്ക് കുറഞ്ഞതിനാലും വാക്കാടു പ്ളാന്റേഷൻസിനെപ്പോലെ ഭീഷണി നേരിടുന്ന തോട്ടം ഉടമകളായിരുന്നു ഇംഗ്ളീഷ് ക്ളബ്ബിൽ ഒത്തുകൂടിയിരുന്നത്.

ഏറാട് എസ്റ്റേറ്റ്സ് ഉടമ പ്ളാന്റർ പോത്തൻ ജോസഫ് വക്കനെ പിന്തുണച്ച് സംസാരിക്കാൻ എഴുന്നേറ്റു.

കങ്കാണിയായിരുന്ന ഏറാട് പോത്തൻ, പിന്നീട് തോട്ടം സൂപ്രണ്ടായ പോത്തൻ ജോസഫായി. ഇപ്പോൾ തോട്ടം ഉടമയായ പ്ളാന്റർ പോത്തൻ ജോർജ്ജ് ജോസഫിലേക്ക് അയാൾ പരിണമിച്ചത് ഭാര്യ മറിയക്കുട്ടിയുടെ മിടുക്കിലാണെന്ന് ഓർക്കാനൊരു കൗതുകം തോന്നി വക്കന്.

വില്യം മക്കൻസി എന്ന വെള്ളക്കാരൻ വരട്ടുമേടിനു താഴെ തോട്ടം തെളിക്കുമ്പോൾ പണിതേടി താഴ്വാരത്തുനിന്നു വന്നതാണ് പോത്തൻ. കൂടെ ഭാര്യ മറിയക്കുട്ടിയുമുണ്ടായിരുന്നു. തടിച്ച നിതംബവും അഴകാർന്ന മുലകളും ഒതുങ്ങിയ അരക്കെട്ടുമുള്ള തേൻ നിറത്തിലൊരു പെണ്ണ്. വനപുഷ്പങ്ങൾ തേടി സാഹസികയാത്ര നടത്തുന്ന മക്കൻസി ഒരിക്കൽ കാട്ടിൽ വച്ചു കണ്ടപ്പോൾ ദ്വയാർത്ഥത്തിൽ പറഞ്ഞിരുന്നു:

ഒരു പൂവിൽ മാത്രമല്ല ഓരോ പൂവിലും തേനുണ്ട്. വ്യത്യസ്ത രുചികളുള്ള തേൻ തേടുകയാണ് ഞാൻ. അങ്ങനെ തുറന്നു പറഞ്ഞ

മക്കൻസിക്ക് മറിയക്കുട്ടി തേൻ വറ്റാത്ത പൂവായിരുന്നു. അതുകൊണ്ട് വാടാതെ അവളെ ബംഗ്ളാവിനുള്ളിൽത്തന്നെ സൂക്ഷിച്ചു സായിപ്പ്. അതു പോലെ മറിയക്കുട്ടിയുടെ ഭർത്താവായതുകൊണ്ടുമാത്രം പോത്തൻ പണിയെടുക്കണ്ടാ; പണി ചെയ്യിച്ചാൽ മതി എന്ന അവസ്ഥ അവിടെ സൃഷ്ടിക്കപ്പെട്ടു. ഈ കറുമ്പിയിൽ എന്തു കണ്ടിട്ടാ സായിപ്പിങ്ങനെയെന്ന് മറ്റുള്ളവർ അസൂയപ്പെടുമ്പോൾ പോത്തൻ കങ്കാണിയും പിന്നീട് സൂപ്രണ്ടുമായി ഏറാട് എസ്റ്റേറ്റ് നിയന്ത്രിക്കുകയായിരുന്നു.

ഇംഗ്ലീഷ് ക്ലബ്ബിലെ ലഹരി മക്കൻസിയെ വാചാലനാക്കിയ ഒരു രാത്രിയിൽ വക്കനെന്താ സ്ത്രീ വിദ്വേഷിയാണോ; പെണ്ണുകെട്ടാത്തതെന്താ എന്നു ചോദിച്ചുകൊണ്ട് മറിയക്കുട്ടിയുടെ കാര്യം ഇങ്ങോട്ടു പറയുകയായിരുന്നു. അവളൊരു തേനറയാണ്. ചില സ്ത്രീകളിൽ ചിലതുണ്ട് എന്നു പറയുന്നത് എത്ര നേരാണെന്ന് മക്കൻസി അതിശയിക്കുകയും ചെയ്തു.

സ്വാതന്ത്ര്യലബ്ധിയോടെ ഇന്ത്യ വിടുമ്പോൾ തോട്ടം പൂർണ്ണമായും മറിയക്കുട്ടിയുടെ പേരിൽ സായിപ്പ് ഇഷ്ടദാനം നൽകുകയായിരുന്നു.

ഇത്തരം ചരിത്രപശ്ചാത്തലമുള്ള പലരുമാണ് പേരിനു പിന്നിൽ പ്ളാന്റർ എന്നു ചേർത്ത് ചുറ്റുമിരിക്കുന്നത്. അവരുടെ അഭിപ്രായങ്ങൾ കേൾക്കാൻ താല്പര്യം തോന്നിയില്ലെങ്കിലും മുല്ലപ്പെരിയാർ പ്രശ്നത്തിൽ തോട്ടം ഉടമകൾക്കെല്ലാം ഒരേ സ്വരമായിരിക്കണമെന്ന് ഡസ്മണ്ട് പറഞ്ഞത് വക്കൻ ഓർത്തു. ഇവിടെ നടക്കുന്നതെല്ലാം ശ്രദ്ധിച്ച് ടൈ മുറുക്കി വാതിലിനു പുറത്തുണ്ടാവും ഡസ്മണ്ട്. സംഘർഷം അധികരിക്കുമ്പോൾ കഴുത്തിൽ തിരുപ്പിടിച്ച് ടൈ മുറുക്കുന്നത് അയാളുടെ ശീലമാണ്.

വക്കന്റെ മനസ്സ് യോഗത്തിലേക്ക് തിരിച്ചുവന്നു.

ഏറാട് പോത്തൻ പറഞ്ഞവസാനിപ്പിക്കുകയായിരുന്നു:

... അതുകൊണ്ട് നമ്മുടെ പ്രസിഡന്റ് ഇക്കാര്യത്തിൽ എന്തു തീരുമാനിക്കുന്നോ അതായിരിക്കും നമ്മുടെ കൂട്ടായ തീരുമാനം.

പോത്തൻ ജോസഫ് അവസാനിപ്പിച്ചിടത്തുനിന്ന് കേട്ടത് അസൂയ നിറഞ്ഞതും അതൃപ്തി നിഴലിച്ചതുമായ മറ്റൊരു സ്വരമായിരുന്നു.

...ഇക്കാര്യത്തിൽ നമുക്ക് ഒരേ അഭിപ്രായമായിരിക്കും; എന്നാലും എന്തായിരിക്കും നമ്മുടെ പ്രസിഡന്റ് തീരുമാനിക്കുക?

ഉണ്ണൂണ്ണി ഉതുപ്പ് കല്ലേലി എന്ന പ്ളാന്റർ അങ്ങനെ ചോദിച്ചത് വക്കന് രസിച്ചില്ല.

പങ്കുകാരനെ കൊന്ന് കല്ലേലി തോട്ടം സ്വന്തമാക്കിയ ചതിയനാണ് അവൻ. പക്ഷെ ഡസ്മണ്ടിന്റെ ഉപദേശം മാനിച്ച് അനങ്ങാതിരുന്ന വക്കന്റെ മനസ്സിൽ നിന്ന് ഉണ്ണൂണ്ണി മാഞ്ഞുപോയില്ല.

അട്ടത്തോടിലെ ഏലത്തോട്ടം വാങ്ങിയത് ഉണ്ണൂണ്ണിയും കുടകിലുള്ള രാമണ്ണയും സംയുക്തമായിട്ടായിരുന്നു. ആറുമാസം കഴിഞ്ഞ് രാമണ്ണയുടെ അവകാശം കൂടി ഉണ്ണൂണ്ണിക്ക് കൈമാറിയിട്ടുപോകുമ്പോൾ കൊക്കയിൽ വീണ് രാമണ്ണ കൊല്ലപ്പെടുകയായിരുന്നു. തോട്ടം നോക്കാൻ വന്ന രാമണ്ണയിൽ നിന്ന് അവകാശം എഴുതിവാങ്ങിയശേഷം അയാളെ കൊക്കയിലെറിഞ്ഞു കൊല്ലുകയായിരുന്നു ഉണ്ണൂണ്ണി എന്നാണ് പറഞ്ഞുകേൾക്കുന്നത്. ഏതെങ്കിലും പ്രശ്നത്തിൽ എതിർക്കാൻ വരുന്നവരോട് രാമണ്ണയുടെ അനുഭവം അറിയാമോ എന്ന ഉണ്ണൂണ്ണിയുടെ ഭീഷണിയിൽ നിന്നാണ് വസ്തുത നാട്ടുകാർക്ക് മനസ്സിലായത്.

സ്ത്രീലമ്പടനും ധാരാളിയുമായ രാമണ്ണ എവിടൊക്കെ എന്തെല്ലാം കളഞ്ഞിരിക്കുന്നു സമ്പാദിച്ചു കൂട്ടിയിരിക്കുന്നു, എന്നൊന്നും വീട്ടുകാർക്ക് തിട്ടമായിരുന്നതിനാൽ തോട്ടം തേടി അയാളുടെ അവകാശികളാരും വന്നില്ല.

വിള വിറ്റു പണം വരാൻ തുടങ്ങിയപ്പോൾ ഉണ്ണൂണ്ണി പെട്ടെന്നൊരു ദിവസം ഉണ്ണൂണ്ണി ഉതുപ്പായി. ഉണ്ണൂണ്ണി എന്ന സ്വന്തം പേരിന് ചന്തം പോരെന്നു തോന്നി ചത്തുപോയ അപ്പന്റെ പേരുകൂടി അവൻ ചേർത്തതാണെന്ന് ഹൈറേഞ്ചുകാർ തമാശ പറഞ്ഞു. ഇംഗ്ലീഷ് ക്ളബ്ബിലെ പ്രവേശനരേഖയിൽ അവന്റെ പേര് ഉണ്ണൂണ്ണി ഉതുപ്പ് കല്ലേലി എന്നു കണ്ടപ്പോൾ ഞെട്ടിപ്പോയി.

വീണുകിട്ടിയപേരെടുത്ത് കുടുംബപ്പേരാക്കി സ്വന്തം പേരിനോടു ചേർത്തവന്റെ മുഖത്തുനോക്കി അവജ്ഞയോടെ വക്കൻ പറഞ്ഞു:

പ്ളാന്റേഴ്സ് അസോസിയേഷൻ പ്രസിഡന്റ് എന്ന നിലയിൽ ഞാൻ യുക്തമെന്നു തോന്നുന്ന തീരുമാനമെടുക്കും. തൽക്കാലം ഇക്കാര്യം സർക്കാരിന്റെ ശ്രദ്ധയിൽപ്പെടുത്തി പരിഹാരം കാണാൻ ശ്രമിക്കാമെന്നാണ് ആലോചിക്കുന്നത്. അതിനായി ഒരു നിവേദകസംഘം തിരുവനന്തപുരത്ത് പോകണം.

അത്രയും പറഞ്ഞപ്പോഴേക്കും അതാണ് ശരിയെന്ന് മിക്ക തോട്ടം ഉടമകളും കയ്യടിച്ചു പ്രോത്സാഹിപ്പിച്ചു. ആ വിടവിൽ ഉണ്ണൂണ്ണി ഉതുപ്പ് കല്ലേലി ഉൾപ്പടെയുള്ള ചിലരെ ഒഴിവാക്കി നിവേദകസംഘത്തിലുൾപ്പെടുത്തേണ്ടവരുടെ പേരുകൾ വക്കൻ വായിച്ചു.

അംഗങ്ങളുടെ മറുപടിക്ക് കാക്കാതെ വക്കൻ ചോദിച്ചു

ആർക്കെങ്കിലും എതിർപ്പുണ്ടോ?

അതിനും മറുപടി വരുംമുമ്പ് വക്കൻ അറിയിച്ചു.

നിവേദനം എന്റെ മാനേജിംഗ് ഡയറക്ടർ ഡസ്മണ്ട് തയ്യാറാക്കും.

അതു നന്നായി.

ആരുടെയോ ആ പ്രതികരണം സംഘഗാനം പോലെ ഉയർന്നപ്പോൾ യോഗം അവസാനിച്ചതായി പ്രഖ്യാപിച്ച അസോസിയേഷൻ പ്രസിഡന്റ് പ്ളാന്റർ വാക്കാട് വർഗീസ് ജോർജ് പണിക്കരെ ഒളികണ്ണിട്ടു നോക്കുകയായിരുന്നു,അവഗണിക്കപ്പെടുകയും ഒററപ്പെടുകയും മുറിവേൽക്കുകയും ചെയ്ത ഉണ്ണൂണ്ണി ഉതുപ്പ് കല്ലേലി.

എൺപത്

വാക്കാട് പ്ളാന്റേഷൻസിന്റെ മാനേജിംഗ് ഡയറക്ടർ ഡസ്മണ്ട് പെരേര തിരക്കിലായിരുന്നു. മുല്ലപ്പെരിയാർ അണക്കെട്ടിന്റെ ആസൂത്രണം മുതൽ നിർമ്മാണം വരെയുള്ള ചരിത്രവും അതിലെ ചതിയും വിവരിച്ചശേഷം ഇപ്പോഴുണ്ടായിരിക്കുന്ന പ്രശ്നങ്ങളും അതു പരിഹരിക്കുന്നതിന് പ്ളാന്റർമാരുടെ ഭാഗത്തുനിന്നുള്ള നിർദ്ദേശങ്ങളും ഉൾക്കൊള്ളിച്ചുകൊണ്ടുള്ള നിവേദനം തയ്യാറാക്കി ജനറൽ മാനേജരെ ഏല്പിച്ചു. അദ്ദേഹം അത് അസിസ്റ്റന്റ് ജനറൽ മാനേജർമാരും മാനേജർമാരും തോട്ടം സൂപ്രണ്ടുമാരുമുൾപ്പടെയുള്ളവരുമായി പദാനുപദം പരിശോധിക്കുകയും അനുബന്ധരേഖകൾ ഒത്തുനോക്കി ശരിയാണെന്ന് ഉറപ്പുവരുത്തുകയും ചെയ്യുന്നതിനിടയിലാണ് പ്ളാന്റേഷൻസിന്റെ ചെയർമാനായ വക്കൻ കയറിവന്നത്. വന്നപാടെ അദ്ദേഹത്തിൽനിന്ന് ഒരറിയിപ്പാണുണ്ടായത്:

നിവേദനം തയ്യാറാക്കിയ ഈ ഓഫീസ് ഇന്നുമുതൽ അസോസിയേഷന്റെ ആസ്ഥാനമായിരിക്കും. ഞാനത് രജിസ്റ്റർ ചെയ്തു.

മാനേജിംഗ് ഡയറക്ടർ അറിയാതെ ഓഫീസ് മാറ്റമോ?

അപ്രതീക്ഷിതമായതു കേട്ട് സ്തംഭിച്ചുനിന്ന ഡസ്മണ്ട് പെരേരയോട് വക്കൻ വിശദീകരിച്ചു:

ഇത് അത്യാവശ്യമാണെന്ന് എനിക്കു തോന്നി. ചെയർമാനുവേണ്ടി നിർമ്മിച്ച ഓഫീസും സൗകര്യങ്ങളും നിങ്ങൾക്കെടുക്കാം.

ഡസ്മണ്ട് പരേരയുടെ സങ്കല്പത്തിനുമപ്പുറമായിരുന്നു ആ നിർദ്ദേശം. അത്യാധുനിക സൗകര്യങ്ങളോടെ അതിവിപുലമായിട്ടായിരുന്നു ചെയർമാന്റെ ഓഫീസ് സമുച്ചയം നിർമ്മിച്ചിരുന്നത്. എം.ഡിയെക്കൂടാതെ ഒരുപട തന്നെയുണ്ട് ഓഫീസ് ജീവനക്കാരായി. അവർക്കെല്ലാം തികഞ്ഞാലും അധികമായിരിക്കും പുതിയ സ്ഥലം.

ഓഫീസ് മാറ്റം ഇന്നു തന്നെ വേണം.

വക്കൻ നിർബ്ബന്ധപൂർവ്വം ആവശ്യപ്പെട്ടപ്പോൾ ഡസ്മണ്ട് പെരേര ചോദിച്ചു:

ചെയർമാൻ ഏത് ഓഫീസ് ഉപയോഗിക്കും. ബോർഡ് മീറ്റിംഗും മറ്റും കൂടേണ്ടതല്ലേ?

മറുപടി ഒറ്റവാചകമായിരുന്നു:

വാക്കാട് ബംഗ്ളാവിലെ ഔട്ട്ഹൗസ്.

വാക്കാട് പ്ളാന്റേഷൻസിന്റെ ഡയറക്ടർ ബോർഡിൽ വക്കനെ കൂടാതെ പ്രധാനമായും അപ്പനും അമ്മയുമാണ് ഉണ്ടായിരുന്നത്. എല്ലാം മകനെ ഏൽപ്പിച്ചശേഷം പുറത്തിറങ്ങാതിരിക്കുന്ന അപ്പനെക്കൂടി ഉദ്ദേശിച്ചായിരുന്നു പുതിയ മാറ്റം.

നിർദ്ദേശങ്ങളെല്ലാം നൽകിയശേഷം നിവേദനം സസൂക്ഷ്മം പരിശോധിച്ച് അതിൽ കാതലായ മാറ്റങ്ങൾ വരുത്തിയ വക്കൻ സുപ്രധാനമായ മറ്റൊന്നു കൂടി എഴുതിച്ചേർക്കാൻ ആവശ്യപ്പെട്ടു- ബ്രിട്ടീഷ് മേൽക്കോയ്മയിൽ രണ്ട് നാട്ടുരാജ്യങ്ങൾ തമ്മിലുണ്ടാക്കിയ മുല്ലപ്പെരിയാർ കരാർ, സ്വാതന്ത്ര്യലബ്ധിയോടെ നാട്ടുരാജ്യങ്ങൾ എന്ന സങ്കല്പംതന്നെ ഇല്ലാതായ സാഹചര്യത്തിൽ അസാധുവായിരിക്കുന്നതിനാൽ സത്വരം റദ്ദാക്കാനുള്ള നടപടി സ്വീകരിക്കണമെന്നും അതുമാത്രമായിരിക്കും ഈ പ്രശ്നത്തിന് ശാശ്വതപരിഹാരമെന്നുമായിരുന്നു ആ നിർദ്ദേശം.

അടുത്തദിവസം തന്നെ തോട്ടം ഉടമകളെ വിളിച്ചുവരുത്തി നിവേദനത്തിന്റെ കരട് വായിച്ചു കേൾപ്പിച്ച വക്കൻ ഇതിൽ എന്തെങ്കിലും മാറ്റമോ കൂട്ടിച്ചേർക്കലുകളോ വരുത്താനുണ്ടോ എന്നാരാഞ്ഞു.

നിവേദനം സമ്പൂർണ്ണവും കുറ്റമറ്റതുമാണെന്ന് എല്ലാവരും സമ്മതിച്ചപ്പോൾ ഉണ്ണൂണ്ണി അസ്വസ്ഥനായി:

അസോസിയേഷന്റെ കാര്യങ്ങളൊക്കെ നമുക്ക് ക്ളബ്ബിലിരുന്ന് ചർച്ച ചെയ്യാമായിരുന്നു.

അതിനെ പിന്തുണച്ച് ഏറാട് പോത്തൻ രംഗത്തുവന്നപ്പോൾ ഉണ്ണൂണ്ണിയുടെ ശബ്ദം കനത്തു:

അസോസിയേഷന്റെ കാര്യങ്ങൾ വാക്കാട്ടെ തോട്ടത്തിലിരുന്നല്ല സംസാരിക്കേണ്ടത്; നമുക്കൊരാഫീസ് ഉണ്ടാകുന്നതുവരെ ക്ളബ്ബ് തന്നെ ഓഫീസായി ഉപയോഗിക്കാം.

എല്ലാം കടിച്ചമർത്താൻ ഡസ്മണ്ടിന്റെ മുഖം വക്കനെ പ്രേരിപ്പിച്ചു.

തികച്ചും അപ്രതീക്ഷിതമായി മറ്റത്തിൽ മാത്തുക്കുട്ടി എന്ന പ്ളാന്റർ സൗമ്യവും മൃദുവുമായ ഭാഷയിൽ ഉണ്ണൂണ്ണിയോട് പറഞ്ഞു:

ഇതിനേക്കാൾ മികച്ച ഒരോഫീസ് ഉണ്ണൂണ്ണി തരപ്പെടുത്തുമെങ്കിൽ നമുക്കങ്ങോട്ടുപോകാം. പ്ലാന്റേഴ്സ് അസോസിയേഷന്റെ പേരിലുള്ള ഓഫീസാണിത്.

ഒന്നു നിർത്തി ഉണ്ണൂണ്ണിയുടെ മുഖത്തേക്ക് തറപ്പിച്ചു നോക്കി മാത്തുക്കുട്ടി വെട്ടിത്തുറന്നു പറഞ്ഞു:

സ്വന്തം ഓഫീസ് സംവിധാനങ്ങൾ മാറ്റിക്കൊണ്ട് അസോസിയേഷന്റെ പേരിൽ ഇത് രജിസ്റ്റർ ചെയ്തു തന്ന പ്രസിഡന്റിനേക്കാൾ ഔദാര്യം ഉണ്ണൂണ്ണി ഉതുപ്പ് കല്ലേലിക്കുണ്ടെന്ന് ഇവിടാർക്കും തോന്നുന്നില്ല.

ഉണ്ണൂണ്ണി ചൂളിപ്പോയി; ഒപ്പം ഏറാട് പോത്തനും.

വക്കനിൽ നിന്നുള്ള രണ്ടാമത്തെ പ്രഹരമാണിതെന്ന് ഉണ്ണൂണ്ണി മനസ്സിൽ കുറിച്ചു.

എൺപത്തിയൊന്ന്

നിവേദനം സ്വീകരിച്ച മന്ത്രിമാരിൽ പലരും വാക്കാട്ടെ തോട്ടത്തിൽ ഒളിച്ചു പാർത്തവരാണ്. വക്കനെയും സംഘത്തെയും ആദരവോടെ സ്വീകരിച്ചെങ്കിലും നിവേദനത്തിലെ ഉള്ളടക്കത്തിന്റെ കാര്യത്തിൽ തീർപ്പുണ്ടായില്ല. നോക്കാം, പരിശോധിക്കാം, വേണ്ടതുപോലെ ചെയ്യാം എന്നൊക്കെ അവർ നൽകിയ ഉറപ്പ് കൂടെയുള്ളവർക്ക് ബോധിച്ചെങ്കിലും വക്കന് തീരെ തൃപ്തി നൽകിയില്ല.

മാസങ്ങളും വർഷങ്ങളുമെടുത്തിട്ടും തീർപ്പുണ്ടാകാത്തതിനെ തുടർന്ന് തോട്ടം ഉടമകളുടെ രണ്ടാം സംഘം അതേ നിവേദനവുമായി വീണ്ടും പോയി. പരിശോധിച്ചുകൊണ്ടിരിക്കുകയാണ്, പരിഹരിക്കാം എന്നായിരുന്നു അപ്പോഴത്തെ മറുപടി.

നിരാശരായി തിരിച്ചുപോരുമ്പോൾ സി പി രാമസ്വാമി അയ്യരെ ഓർത്തുപോയി വക്കൻ. പരാതി നൽകി വീട്ടിൽ മടങ്ങിയെത്തുംമുമ്പ് പ്രശ്നം പരിഹൃതമാക്കിയ സി പി തിരിച്ചുപോയ തിരുവനന്തപുരത്തെ പെരുവഴി വക്കനെ നോക്കി ഗൂഢമായി ചിരിച്ചു.

തോട്ടം ഉടമകളുടെ നിർബന്ധത്തിനു വഴങ്ങിയും ഡസ്മണ്ടിന്റെ പ്രേരണയാലും പിന്നെയും പിന്നെയും മന്ത്രിമാരെ കാണാൻ പോയി വക്കൻ. ഉദ്ദേശിച്ച കാര്യത്തിൽ മാത്രം യാതൊരു പുരോഗതിയുമുണ്ടായില്ല.

എൺപത്തിരണ്ട്

മലമേഖലയിലേക്ക് കുടിയേറ്റക്കാർ കൂടുതലായി വന്നുകൊണ്ടിരുന്നു. സ്വന്തമായി വാങ്ങുന്നതിനു പുറമെ, സർക്കാർ പതിവിൽ ഭൂമി കിട്ടിയും വന്നു ചിലർ. അവർക്ക് സർക്കാർതലത്തിൽനിന്ന് പ്രോത്സാഹനവും ലഭിച്ചിരുന്നു. കർഷകർക്കു പുറമെ തൊഴിലന്വേഷിച്ചും കച്ചവടത്തിനുമായി എത്തിയവർ നിരവധിയാണ്.

മുണ്ടക്കയം, മൂവാറ്റുപുഴ, കോതമംഗലം പ്രദേശങ്ങളിൽനിന്ന് മലമേഖലയിലേക്ക് ഒട്ടേറെ റോഡുകൾ നീണ്ടുവന്നു. അവയിലൂടെ ഒഴുകി

വന്നവർക്ക് കണക്കില്ലായിരുന്നു. അവരിൽ ഭാഗ്യാന്വേഷികളും ഭാഗ്യംകെട്ട വരുമുണ്ടായിരുന്നു. ഈ ഒഴുക്കിനെ ആരോ പിന്തുണച്ചിരുന്നതായി വക്കൻ സംശയിച്ചു.

എൺപത്തിമൂന്ന്

മകന്റെ ദൗത്യം ഉടനെയൊന്നും ഫലം തരില്ലെന്ന് മാത്തന് അറിയാമാ യിരുന്നു. അതുകൊണ്ടുതന്നെ വിശദമായി അതേപ്പറ്റിയൊന്നും അന്വേ ഷിച്ചില്ല. എന്നാൽ ഇടയ്ക്കെപ്പോഴോ ഒരിക്കൽ മാത്രം ചോദിച്ചു:

പട്ടം താണുപിള്ള എന്തു പറഞ്ഞു.

വക്കന്റെ മറുപടി നിരാശ നിറഞ്ഞതായിരുന്നു:

മുല്ലപ്പെരിയാർ വിഷയത്തിൽ യാതൊരുറപ്പും അദ്ദേഹം തന്നില്ല.

അതല്ല, എന്താണ് അദ്ദേഹം പറഞ്ഞത്. എനിക്കു വിശദമായി അ റിയണം.

പട്ടവുമായുള്ള കൂടിക്കാഴ്ച അപ്പനുമുന്നിൽ പുനരവതരിപ്പിച്ചു വക്കൻ.

നിവേദകസംഘം പുറത്തേക്കിറങ്ങുമ്പോൾ പട്ടം വിളിച്ചു:

എടോ പ്ളാന്ററേ

എല്ലാവരും തിരിഞ്ഞുനോക്കി. കാരണം പ്ളാന്റർമാരല്ലാത്തവരായി ആരുമുണ്ടായിരുന്നില്ല അക്കൂട്ടത്തിൽ.

വാക്കാടനെയാണ് ഞാൻ വിളിച്ചത്.

മറ്റുള്ളവർ പുറത്തുപോയപ്പോൾ കുശലാന്വേഷണം പോലെ പട്ടം തിരക്കി:

മാത്തൻ എങ്ങനെയിരിക്കുന്നു?

സുഖമായിരിക്കുന്നു.

തോട്ടം നോക്കുന്നതാരാ?

എല്ലാം എന്നെ ഏല്പിച്ചു.

അയാൾ മലകേറാൻ പോയോ?

ഇല്ല. വിശ്രമത്തിലാണ്.

എന്റെ അന്വേഷണം അറിയിക്കണം.

അറിയിക്കാം.

അല്പനേരത്തെ ഇടവേളയ്ക്കുശേഷമായിരുന്നു അടുത്ത ചോദ്യം.

നിങ്ങളുടെ പ്രദേശത്ത് ഭൂമിക്ക് എന്താ മതിപ്പുവില?

വില നിലവാരം പറഞ്ഞു കഴിഞ്ഞപ്പോൾ അടുത്ത ചോദ്യമായി.

അവിടെ ഭൂവുടമകളാരാ?

മനസ്സിലായില്ല.

തമിഴരോ?മലയാളികളോ?

രണ്ടു കൂട്ടരുമുണ്ട്.

കൂടുതൽ?

മലയാളികളാ.

വൻകിട തോട്ടങ്ങളുടെ മാത്രമല്ല, ചെറുകിടയും തുണ്ടുഭൂമികളും?

അതും രണ്ടുകൂട്ടർക്കുമുണ്ട്.

കൂടുതൽ?

കൂടുതൽ മലയാളികളാ.

ഒട്ടൊന്നാലോചിച്ചശേഷമായിരുന്നു അളന്നുമുറിച്ചുള്ള ഉപദേശം

കൈവശമുള്ള ഭൂമിയൊന്നും വിൽക്കരുത്. കിട്ടാവുന്നത് പരമാവധി വാങ്ങണം. നിങ്ങൾ മാത്രമല്ല, നിങ്ങളുടെ ആൾക്കാരും.

ഉപദേശത്തിനുശേഷം വീണ്ടും ചോദ്യമായിരുന്നു.

അവിടുത്തെ തൊഴിലാളികളും കുടിയേറ്റക്കാരും ആരാ?

തോട്ടങ്ങളിൽ തമിഴരും കുടിയേറ്റക്കാരിൽ മലയാളികളുമാ കൂടുതൽ.

പിന്നേയും ചിന്തയിലാണ്ടശേഷം ഒരു നിരീക്ഷണമായിരുന്നു.

മലയാളികൾ നന്നായി പണിയെടുക്കുന്നവരാ.

ഇറങ്ങാൻ നേരം ഒരു സ്വകാര്യം കൂടി:

ഇത് നമ്മുടെ സ്വകാര്യസംഭാഷണമായിരുന്നു. നിങ്ങളുടെ കൂട്ടുകാർ അറിയേണ്ട കാര്യങ്ങളൊന്നും ഇതിലില്ലല്ലോ...

അവതരണം കഴിഞ്ഞു വക്കൻ അപ്പനോട്ചോദിച്ചു:

അപ്പന് വല്ലതും മനസ്സിലായോ; ആ സംഭാഷണത്തിന്റെ പൊരുൾ എന്തെന്ന് എനിക്കിപ്പോഴും മനസ്സിലായിട്ടില്ല.

എല്ലാം അറിഞ്ഞതുപോലെ മാത്തൻ ഊറിച്ചിരിച്ചു. എന്നിട്ടു മകനോടു പറഞ്ഞു:

ദീർഘവീക്ഷണമുള്ള തന്ത്രജ്ഞനാണ് അദ്ദേഹം. മുല്ലപ്പെരിയാറിനു ചുറ്റും തമിഴ് ഭൂരിപക്ഷപ്രദേശമാകുന്നതിലെ ഭവിഷ്യത്തുകൾ അദ്ദേഹം മുൻകൂട്ടി കണ്ടുകാണും.

അപ്പന്റെ അനുഭവം അനുവദിച്ചുകൊണ്ട് ഈ സംഭവം ചൂണ്ടിക്കാട്ടിയപ്പോൾ അത് നിഷേധിക്കാനാവുമോ എന്നു ചോദിച്ചുകൊണ്ട് ചന്ദ്രമോഹൻ നിരത്തിയത് കണക്കായിരുന്നു. ഇടുക്കി ജില്ലയിലെ മറയൂർ, വണ്ടിപ്പെരിയാർ, ദേവികുളം, പീരുമേട്, മൂന്നാർ പ്രദേശങ്ങളിൽ

പകുതിയിലേറെയും ശാന്തൻപാറ, കമ്പംമേട്, കുമളി ഭാഗങ്ങളിൽ പകുതിയോളവും രാജാക്കാട്, നെടുങ്കണ്ടം, ഉപ്പുതറ മേഖലകളിൽ പകുതിയോടടുത്തും തമിഴ് വംശജരാണ്.മുല്ലപ്പെരിയാർ വിഷയം ആളിക്കത്തിയപ്പോൾ എത്രപെട്ടെന്നാണ് മൂന്നാറിൽ കേരളത്തിനെതിരെ തമിഴ് യുവാക്കൾ പ്രകടനം നടത്തിയത്...

മൂന്നാർ ദേവികുളം പ്രദേശങ്ങൾ തമിഴ്നാടിന്റെ ഭാഗമാക്കണമെന്നുള്ള പ്രക്ഷോഭങ്ങൾക്ക് തൊട്ടുപിന്നാലെ വണ്ടിപ്പെരിയാറും പീരുമേടും ഉൾപ്പടെ ഇടുക്കിയുടെ ഒരു ഭാഗം തമിഴ്നാടിനോടു ചേർക്കണമെന്ന കരുണാനിധിയുടെ ആവശ്യത്തിലെ ന്യായീകരണം ചരിത്രപരമായ കാരണത്താൽ എന്നതിനേക്കാൾ തമിഴ് ഭൂരിപക്ഷമേഖല എന്നായിരുന്നു.

മോഹനചന്ദ്രനിലെ പത്രപ്രവർത്തകന്റെ നിരീക്ഷണം ശ്രദ്ധേയമാണെന്ന് ഡോക്ടർ മാത്യു വർഗീസ് തോമസ് പണിക്കർക്ക് തോന്നി.

എൺപത്തിനാല്

പ്ലാന്റർ പോത്തൻ ജോസഫ്, ഭാര്യ മറിയക്കുട്ടി, അവർക്ക് മുന്നിൽ അവരുടെ മൂന്ന് ആൺകുട്ടികൾ. അങ്ങനെയാണ് ഏറാട്ട് കുടുംബം ഇംഗ്ളീഷ് ക്ളബ്ബിലേക്ക് വന്നത്. അവർ പടികയറുമ്പോൾ ക്ളബ് ഹാളിലിരിക്കുകയായിരുന്ന ഉണ്ണൂണ്ണിയുടെ പരിഹാസം:

എന്നതാടീ മറിയക്കുട്ടി നീയും നിന്റെ കെട്ട്യോനും കറുത്തിരിക്കുന്നു; നിന്റെ പിള്ളേരെല്ലാം ചുവന്നുതുടുത്ത് സായിപ്പിനെപ്പോലെ...

മറിയക്കുട്ടി ചൂളി. മുഖം തിരിച്ച് ഒന്നു നോക്കിയിട്ട് കുട്ടികളേയും കൂട്ടി വേഗം അകത്തേക്കു പോകുമ്പോൾ ഉണ്ണൂണ്ണി ചുറ്റും നിന്നവരോടു പറഞ്ഞു ചിരിക്കുന്നു:

പിള്ളേർക്ക് ഒരു മക്കൻസി മുഖം...

ചിരിപടർന്നത് പോത്തനും കേട്ടിട്ടുണ്ടാവും. പക്ഷേ പ്രതികരിക്കാൻ ശേഷിയില്ലാതെ തിരക്കിനിടയിലേക്ക് അയാൾ ബോധപൂർവ്വം അലിയുകയായിരുന്നു.

എല്ലാം കണ്ടുകൊണ്ടുനിന്ന വക്കൻ, ഉണ്ണൂണ്ണിയുടെ അരികിൽച്ചെന്ന് അയാളെ വിളിച്ച് മാറ്റിനിർത്തി തീരെ പതിഞ്ഞ സ്വരത്തിൽ പറഞ്ഞു:

മര്യാദയ്ക്കു പെരുമാറണം; ഇത് ക്ളബ്ബാണ്. നിന്റെ അപ്പൻ ഇറച്ചി വെട്ടുന്ന നെല്ലിക്കുഴി ചന്തയല്ല.

ഉണ്ണൂണ്ണിക്ക് അത് നന്നായി ഏറ്റു. കോതമംഗലത്തിനടുത്തുള്ള നെല്ലിക്കുഴി ചന്തയിലെ ഇറച്ചിവെട്ടുകാരനായിരുന്നു ഉണ്ണൂണ്ണിയുടെ പിതാവ് ഉടുമ്പ് ഉതുപ്പാൻ. ഉടുമ്പിനെ തോലുപൊളിച്ച് വെട്ടിയൊരുക്കുന്നതിൽ

അതിവിദഗ്ദ്ധനായിരുന്നതുകൊണ്ടാണ് അയാൾക്ക് അങ്ങനെയൊരു പേരു വീണത്.

ഉടുമ്പുതുപ്പിന്റെ ഇറച്ചിവെട്ടിനു ചുറ്റുമായിരുന്ന ഉണ്ണൂണ്ണിയുടെ ബാല്യ കൗമാരയൗവന ചന്തജീവിതങ്ങളൊക്കെ ഇന്നത്തെ വാർഷികയോഗ ത്തിൽ പരസ്യമായി വിവരിക്കുമെന്ന് വക്കൻ പറഞ്ഞപ്പോൾ, ഒലത്തും എന്നായിരുന്നു ഉണ്ണൂണ്ണിയുടെ ധിക്കാരം നിറഞ്ഞ മറുപടി.

അതുകേട്ടതോടെ ക്ളബ്ബ് പ്രസിഡന്റ് പ്ളാന്റർ വാക്കാട് വർഗീസ് ജോർജ് പണിക്കർ വെറും വക്കനായി. വാക്കാട് വക്കൻ. കൂടെ നിന്ന വർക്കുപോലും ശ്രദ്ധിക്കാനുള്ള സാവകാശം കൊടുക്കാതെ ഉണ്ണൂണ്ണി യുടെ പൊക്കിൾച്ചുഴി നോക്കി മടിക്കുത്തിൽ പിടിച്ചെടുത്ത് ക്ളബ്ബിനു പിന്നിലേക്ക് അയാളെയും കൊണ്ട് വക്കൻ മറഞ്ഞു.

ഒരുകയ്യും മുഖവുമൊഴികെ മറ്റെല്ലാം ക്ളബ്ബിനു പിന്നിലെ അത്യഗാ ധമായ കിണറ്റിലേക്ക് തള്ളിക്കൊണ്ട് ഉണ്ണൂണ്ണിയോട് വക്കൻ ചോദിച്ചു:

അപമാനിക്കപ്പെടുന്നതിന്റെ വേദന നിനക്കറിയാമോ? നിന്നോടെന്തു ദ്രോഹം ചെയ്തിട്ടാണ് ഭർത്താവിന്റെയും നാട്ടുകാരുടേയും മുന്നിൽ നിസ്സ ഹായായ ആ സ്ത്രീയെ നീ അപമാനിച്ചത്? അവളുടെ ഭർത്താവിന്റെ സ്ഥാനത്ത് ഞാനായിരുന്നെങ്കിൽ...

വക്കന് കോപമടക്കാൻ കഴിഞ്ഞില്ല.

കിണറോട് ചേർത്തമർത്തിയിരുന്ന ഉണ്ണൂണ്ണിയുടെ പുറത്തുള്ള ഒരേ ഒരു കൈ വക്കന്റെ ഇടംകാലിനുള്ളിൽ അമർന്നൊടിയാൻ തുടങ്ങി. അയാൾ വേദന കൊണ്ട് പുളഞ്ഞു.

ഞാൻ കാലൊന്നയച്ചാൽ നീ കിണറ്റിൽക്കിടക്കും.

എന്നെ കൊല്ലരുതേ...

അതു മാത്രമായിരുന്നു ഉണ്ണൂണ്ണിയുടെ അപേക്ഷ.

കൊല്ലാതിരിക്കാനൊരു നിബന്ധന വച്ചു വക്കൻ:

തൽക്കാലം കൊല്ലില്ല. ഞാൻ എഴുതിത്തരുന്ന പ്രസംഗം നീ വാർഷി കയോഗത്തിൽ വായിക്കുകയും അതോടൊപ്പം ഒരു ചടങ്ങ് നടത്തുകയും ചെയ്തതിനുശേഷം കൊല്ലണോ വേണ്ടയോ എന്നു തീരുമാനിക്കാം.

ഉണ്ണൂണ്ണി എന്തിനും തയ്യാറായിരുന്നു.

മുതലാളി പറയുന്നതെന്തും ഞാൻ അനുസരിക്കും.

ഇംഗ്ലീഷ് ക്ളബ്ബിലെ ബഹുമാന്യനായ ഒരംഗം വേലക്കാരനെപ്പോലെ പ്രസിഡന്റിനെ മുതലാളി എന്നു വിളിച്ചതിലെ രസികത്തം ആ ഘട്ട ത്തിലും വക്കൻ ഗൂഢമായി ആസ്വദിച്ചു.

ആ ലഹരിയിൽ ഉണ്ണൂണ്ണിയെ കിണറ്റിൽ നിന്ന് പൊക്കിയെടുത്ത് സഹായിയെ ഏൽപ്പിച്ച്, ഇവനെ വേഷം മാറ്റി വേദിയിലേക്കു കൊണ്ടു

വരണമെന്ന് നിർദ്ദേശം നൽകി, തുറന്നുകിടന്ന പിൻവാതിലിലൂടെ അകത്തേക്കു കടക്കാനാഞ്ഞപ്പോൾ വാതിൽപ്പടിയിൽ നിന്ന്, അതുവരെ കേട്ടിട്ടില്ലാത്ത ശബ്ദത്തിൽ ഒരു വിളി.

വക്കച്ചായാ...

വാക്കാട് വക്കനെ അതിനുമുമ്പ് ആരും അങ്ങനെ വിളിച്ചിട്ടില്ല. ഇതാരാണ് ഇപ്പോൾ ഇങ്ങനെ?

ആകാംക്ഷയോടെ നോക്കുമ്പോൾ-

മറിയക്കുട്ടി!

ഇവൾ ഇതെല്ലാം കാണുകയും കേൾക്കുകയുമായിരുന്നോ?

വക്കൻ അവളെ നോക്കി.

കണ്ണുകൾ പിൻവലിക്കാൻ തോന്നിയില്ല വക്കന്. അവളുടെ കണ്ണുകളിൽ കാന്തമുണ്ടോ? ഒരു നിമിഷം ആ കണ്ണുകളിലുടക്കിപ്പോയ വക്കൻ അതിശയിച്ചു- പ്രകാശം പരത്തുന്ന കണ്ണുകളോ ഇവൾക്ക്! അതോ നിറഞ്ഞിട്ടും തുളുമ്പാതെ തുളുമ്പുന്ന നീർത്തുള്ളികളുടെ തിളക്കമോ ഇവളുടെ കണ്ണുകളിൽ.

വിധേയത്വം വിലയിച്ച ലാസ്യമായി അവളങ്ങനെ നിൽക്കുന്നതുകണ്ടപ്പോൾ ചില സ്ത്രീകളിൽ ചിലതുണ്ട് എന്ന മക്കൻസിയുടെ വാക്കുകൾ വക്കന് ഓർമ്മ വന്നു. അപ്പോഴേക്കും പനമ്പൂങ്കുലയുടെ ഗന്ധം പരക്കുകയും പൂവിതളുകൾ പൊഴിയുകയും ചെയ്യുന്നതായി വക്കനു തോന്നി. പിന്നെ അവിടെ നിൽക്കാൻ കഴിഞ്ഞില്ല.

മറിയക്കുട്ടിയെ കടന്ന് അകത്തേക്കു പോകുമ്പോൾ മറ്റൊന്നും ഓർക്കാതിരിക്കാനായി ഉണ്ണൂണ്ണിയുടെ പ്രസംഗത്തിനുവേണ്ട വാക്കുകൾ മാത്രം പരതിയ വക്കന്റെ മനസ്സിൽ തെളിഞ്ഞുവന്നത് മക്കൻസിയുടെ ഒരേ ഒരു വാചകമായിരുന്നു- ചില സ്ത്രീകളിൽ ചിലതുണ്ട്.

പ്ലാന്റർ ഉണ്ണൂണ്ണി ഉതുപ്പിന്റെ അറിയിപ്പ് കേട്ട് സദസ്യർ ഒന്നടങ്കം ഒരു നിമിഷം ഞെട്ടിപ്പോയി. അത്രയ്ക്കും അവിശ്വസനീയമായിരുന്നു അത്. ഹൈറേഞ്ചിലെ ഒട്ടുമിക്ക തോട്ടം ഉടമകളും അവരുടെ കുടുംബാംഗങ്ങളും ഉദ്യോഗസ്ഥപ്രമുഖരും സന്നിഹിതരായിരുന്ന സദസിനിടയിലൂടെ രണ്ടു സഹായികളുടെ അകമ്പടിയോടെ വേദിയിലേക്ക് കയറിയ ഉണ്ണൂണ്ണി എഴുതി തയ്യാറാക്കിയ പ്രസംഗം വായിക്കുകയായിരുന്നു:

...നിങ്ങളെ അതിശയിപ്പിക്കാനായി ഇതുവരെ രഹസ്യമാക്കിവച്ചിരുന്ന സുപ്രധാനമായ ഒരു കാര്യം ഞാനിവിടെ പ്രഖ്യാപിക്കുന്നു. അതിനുമുമ്പ് ആമുഖമായി ഇത്രയും പറഞ്ഞുകൊള്ളട്ടെ. സ്ത്രീകളെ ആദരിക്കുന്നിടത്താണ് പുരുഷന്മാരുടെ അഭിമാനം വിടരുന്നത്. എന്നാൽ കാര്യപ്രാപ്തി കൊണ്ട് നേട്ടങ്ങളുണ്ടാക്കുന്ന സ്ത്രീകളെ നിരുത്സാഹപ്പെടുത്താനാണ്

അസൂയമൂത്ത പലരുടെയും താത്പര്യം. അതിനുവേണ്ടി ഹീനമായ അപഖ്യാതികൾ പോലും മഹത്വമുള്ള അത്തരം സ്ത്രീകൾക്കെതിരെ പ്രചരിപ്പിക്കാൻ അവർ മടിക്കില്ല. ഇങ്ങനെ പ്രതികൂല സാഹചര്യങ്ങളെ അവഗണിച്ച് മുന്നേറുന്ന സ്ത്രീകളെ, സ്ത്രീരത്നം എന്ന ബഹുമതി നൽകി ആദരിച്ച് സമൂഹത്തിന് മാതൃക കാട്ടാൻ എന്റെ പ്രത്യേക താല്പര്യപ്രകാരം ഇംഗ്ളീഷ് ക്ളബ്ബിലേയും തോട്ടം ഉടമകളുടെ സംഘടനയിലേയും തെരഞ്ഞെടുക്കപ്പെട്ട അംഗങ്ങളുടെ ഒരു പ്രത്യേകഗ്രൂപ്പ് തീരുമാനിക്കുകയുണ്ടായി.

ഇങ്ങനെ പറഞ്ഞശേഷമായിരുന്നു അതീവരഹസ്യമായി വച്ചിരുന്ന സുപ്രധാന അറിയിപ്പ്:

ഞങ്ങൾ, സംഘാടകരുടെ ഒരു പ്രത്യേക സമിതി, മററ് അംഗങ്ങൾപോലുമറിയാതെ അതീവരഹസ്യമായി നിരീക്ഷിച്ച് ബഹുമതി നൽകാനായി കണ്ടെത്തിയിരിക്കുന്ന കുലീനയും സ്ഥിരോത്സാഹിയുമായ ആ മഹതി മറ്റാരുമല്ല– നമ്മുടെ എറിയാട് പ്ളാന്റേഷൻസിന്റെ എല്ലാമെല്ലാമായ മറിയം ജോസഫ്. ആദരവിന്റെ അടയാളമായ സ്ത്രീരത്നം ബഹുമതി ഏറ്റുവാങ്ങുന്നതിനായി മിസ്സിസ് മറിയം ജോസഫിനെ നിങ്ങൾക്കെല്ലാവർക്കും വേണ്ടി ഞാൻ വേദിയിലേക്കു ക്ഷണിക്കുന്നു.

ഉണ്ണൂണ്ണിയുടെ വിറയാർന്ന ശബ്ദം വിളിക്കുന്നത് മറിയക്കുട്ടിയെയാണെന്ന് വിശ്വസിക്കാൻ സദസ്യർക്കെന്നല്ല; മറിയക്കുട്ടിക്കു പോലുമായില്ല.

ശങ്കിച്ചുനിന്ന അവളെ വേദിയിലേക്ക് ആനയിക്കാൻ രണ്ടു പ്രൗഢകളെ നിയോഗിച്ചത് വക്കനായിരുന്നു.

പരിഭ്രാന്തിയിലാണ്ട മറിയക്കുട്ടി വേദിയിലേക്കു കയറാനാഞ്ഞപ്പോൾ പ്രസിഡന്റ് പ്ളാന്റർ വർഗീസ് ജോർജ് പണിക്കർ എഴുന്നേറ്റനിന്ന് ആദരവോടെ കയ്യടിച്ചു. അതുകണ്ട് സദസ്യർ ഒന്നടങ്കം എഴുന്നേറ്റ് വക്കന്റെ കയ്യടിയിൽ പങ്കുചേർന്നു.

സ്റ്റേജിൽ കയറിയ മറിയക്കുട്ടി വികാരാധീനയായിരുന്നു. അവൾ ആദ്യം ചെയ്തത് വക്കന്റെ പാദങ്ങളിൽ തൊടുകയായിരുന്നു. അപ്പോൾ അവ ചെറുതായി നനഞ്ഞു. അവളിൽ നിന്ന് ഒരു തുള്ളി കണ്ണുനീർ അടർന്ന് സ്വന്തം പാദങ്ങളിൽ വീണോ എന്നു വക്കന് സംശയം.

ചന്ദനത്തിൽ കൊത്തിയെടുത്തു നടുവിൽ രത്നം പതിപ്പിച്ച താമര ശില്പം സ്ത്രീരത്നം ബഹുമതിയായി സമ്മാനിച്ചതും ഉണ്ണൂണ്ണി തന്നെയായിരുന്നു.

ഔദ്യോഗികവസതി ക്ളബ്ബിന് വിട്ടുകൊടുക്കുമ്പോഴും സ്വാതന്ത്ര്യപ്രഖ്യാപനത്തെത്തുടർന്ന് ഇന്ത്യ വിട്ടുപോകുമ്പോഴും അലൻ ആൻഡ്രുവിന്റെ സ്വകാര്യശേഖരത്തിലുണ്ടായിരുന്ന ആ ശില്പം ചുവരലമാരയിൽ നിന്നെടുക്കാതെ ഇവിടെ ഉപേക്ഷിച്ചത് എന്നെങ്കിലുമൊരുനാൾ ഇങ്ങനെ

യൊരാവശ്യം വരുമെന്നും തിരക്കിട്ട് ഒരുപഹാരം തിരയുന്ന ഒരാൾ അത് കണ്ടെത്തുമെന്നും കാലം മുൻകൂട്ടി കണ്ടതുകൊണ്ടാണെന്ന് വിശ്വസിക്കാൻ വക്കന് തോന്നി.

പ്രതികരണമായി മിസ്സിസ് മറിയം ജോസഫ് എന്തെങ്കിലും പറയണമെന്ന് സദസ്യർ ആവശ്യപ്പെട്ടപ്പോൾ അവൾ പറഞ്ഞത് രണ്ടേരണ്ടു വാചകങ്ങൾ മാത്രം:

എന്റെ ബാല്യത്തിൽ, പാടത്ത് പണിയില്ലാത്ത ദിവസങ്ങളിൽ, അത്താഴത്തിന് അരി വാങ്ങാൻ ചെല്ലുമ്പോൾ കടംതരില്ലെന്ന് പറഞ്ഞ് കടക്കാരൻ അപമാനിച്ചയക്കുമ്പോഴൊക്കെ എന്റെ അമ്മ പറയുമായിരുന്നു- അപമാനിക്കപ്പെടുന്നവരുടെ അരികിലേക്ക് ആശ്വാസവുമായി ദൈവം ഇറങ്ങിവരുമെന്ന്. പലസന്ദർഭങ്ങളിൽ അപമാനിക്കപ്പെട്ടപ്പോഴൊക്കെ വരുമെന്ന് കരുതിയിരുന്ന ആ ദൈവത്തെ ഞാനിന്നു കണ്ടു...

അപ്പോഴേക്കും വിങ്ങിപ്പോയ മറിയക്കുട്ടിക്കു തുടർന്നു സംസാരിക്കാൻ കഴിഞ്ഞില്ല.

ഉപഹാരം മാറിലടുക്കി വേദിയിൽ നിന്നിറങ്ങിയ അവളെ ഇതുവരെ മറിയക്കുട്ടി എന്നു വിളിച്ചവർ മിസിസ്സ് മറിയം ജോസഫ് എന്നു പറഞ്ഞ് അനുമോദനങ്ങൾകൊണ്ട് പൊതിയുന്നതു കണ്ടപ്പോൾ അതുവരെ പതുങ്ങിയിരുന്ന പോത്തൻ ജോസഫ് എഴുന്നേറ്റുനിന്ന് ആദ്യമായി കാണുന്നതുപോലെ ആൾക്കൂട്ടത്തിനു നടുവിൽ നിൽക്കുന്ന ഭാര്യയെ ആദരവോടെ നോക്കി.

വാർഷികാഘോഷങ്ങൾക്ക് പുതുമ പകർന്ന ഉണ്ണൂണ്ണിയെ പ്രശംസിച്ചും ഹസ്തദാനം ചെയ്തും അംഗങ്ങൾ അനുമോദിച്ചപ്പോൾ അയാൾക്ക് വേദനിക്കുകയായിരുന്നു; ശരീരവും ഒപ്പം മനസ്സും.

സംഭവബഹുലമായ ചടങ്ങുകൾക്കുശേഷം അംഗങ്ങളുൾപ്പടെയുള്ള സദസ്യർ തീറ്റയിലേക്കും കുടിയിലേക്കും തിരിഞ്ഞപ്പോൾ വക്കൻ പ്രസിഡന്റിന്റെ മുറിയിലേക്കു പോയി. അതു ശ്രദ്ധിച്ചു പിന്തുടർന്നു വന്നതുപോലെ വാതിലിൽ ഒന്നുമുട്ടുകപോലും ചെയ്യാതെ മറിയക്കുട്ടി അകത്തേക്കു കയറിവന്ന് എന്തു പറയണമെന്നറിയാതെ മൂലയിൽ ഒതുങ്ങിനിന്നു. വക്കൻ അതു ശ്രദ്ധിച്ചിരുന്നില്ല.

വക്കച്ചയാ എന്ന വിളികേട്ടു നോക്കുമ്പോൾ കണ്ണുകളിൽ മാത്രമല്ല മുഖത്തും ശരീരമാസകലവും കാന്തമുള്ള അവളുടെ കാന്തികശബ്ദം വീണ്ടും കേട്ടു:

വക്കച്ചായനാണ് എന്റെ ദൈവം...

എന്തു പറയണമെന്നറിയാതെ കുഴങ്ങിയ വക്കന്റെ കാതിൽ വീണ്ടും കാന്തികധ്വനി:

വക്കച്ചായൻ ഏറാട്ടേക്കു വരുമോ അതോ ഞാൻ തോട്ടത്തിലേക്കു വരണോ?

പെട്ടെന്നാണ് പനമ്പൂങ്കുലയുടെ ഗന്ധം പരന്നതും പൂവിതളുകൾ പൊഴിഞ്ഞതും. പിന്നെ പിടിച്ചുനിൽക്കാൻ വക്കന് കഴിഞ്ഞില്ല. മറിയക്കുട്ടിയെ അവഗണിച്ച് വേഗം പുറത്തേക്കിറങ്ങിയ വക്കൻ വാക്കാട്ടെത്തി ഉറങ്ങിക്കിടക്കുകയായിരുന്ന ഗീവർഗീസച്ചനെ വിളിച്ചുണർത്തി പറഞ്ഞു:

എനിക്ക് പെണ്ണുകെട്ടണം. അല്ലെങ്കിൽ ഞാൻ വഴിതെറ്റും...

എൺപത്തിയഞ്ച്

ഗീവർഗീസച്ചൻ പെണ്ണിനെ കാട്ടിക്കൊടുത്തു. വക്കന് അവളെ ഇഷ്ടപ്പെട്ടു. കല്യാണവും നടന്നു.

ഹൈറേഞ്ച് കണ്ട ഏറ്റവും കേമപ്പെട്ട വിവാഹമായിരുന്നു അത്. തോട്ടം തൊഴിലാളികൾ മുതൽ മന്ത്രിമാർ വരെ പങ്കെടുത്ത വിവാഹമാമാങ്കം.

ഭാഗ്യം ചെയ്ത കൊച്ചാ. സൽക്കാരത്തിനിടയിൽ പുതുപ്പെണ്ണ് ശ്രദ്ധിക്കാതെ മറിയക്കുട്ടി എന്ന മറിയം ജോസഫ് അസൂയ കലർന്ന പരിഭവത്തോടെ വക്കനോട് പറഞ്ഞു.

എന്നാലും ഏറാട്ടേക്ക് എപ്പോൾ വേണമെങ്കിലും വക്കച്ചായന് വരാം. അല്ലെങ്കിൽ ഞാൻ തോട്ടത്തിലേക്ക്...

ഇത്തവണ മറിയക്കുട്ടി അടുത്തുവന്നിട്ടും അവളുടെ ശബ്ദം കേട്ടിട്ടും പനമ്പൂങ്കുലയുടെ ഗന്ധം പ്രസരിച്ചില്ല. പൂവിതളുകൾ പൊഴിഞ്ഞതുമില്ല. അത് പുതുപ്പെണ്ണിനെ ഉരുമ്മി നിന്നതുകൊണ്ടാണെന്ന് വക്കന് തോന്നി.

സാധാരണയിൽ കവിഞ്ഞ മനസാന്നിധ്യം വക്കനിൽ വന്നു നിറഞ്ഞപ്പോൾ അയാൾ മറിയക്കുട്ടിയുടെ അടുത്തേക്ക് നീങ്ങിച്ചെന്ന് അവളെ മാറ്റിനിർത്തി തീരെ പതിഞ്ഞ സ്വരത്തിൽ, എന്നാൽ തികഞ്ഞ ഗൗരവത്തോടെ പറഞ്ഞു:

മറിയക്കുട്ടിയിൽ നിന്ന് മറിയം ജോസഫിലേക്കുള്ള നിന്റെ പരിണാമം ഒരു ദാനമാണ്. അത് ത്യജിക്കരുത്.

തികച്ചും അപ്രതീക്ഷിതമായതു കേട്ടതിലുള്ള ഞെട്ടലിൽ തരിച്ചു നിന്ന അവളോട് ഉപദേശരൂപേണ വക്കൻ തുടർന്നു പറഞ്ഞു:

മാനം കാത്തവർക്കുള്ള പ്രതിഫലമാകരുത് നിന്നിലുള്ളതൊന്നും. ഇനി ഒരിക്കൽ കൂടി നീ അതു ത്യജിച്ചാൽ പിന്നീടൊരിക്കലുമത് തിരിച്ചു കിട്ടില്ല.

പ്രസരിപ്പോടെ ഓടി നടന്നിരുന്ന മറിയക്കുട്ടി സൽക്കാരം തീരുവോളം ചിന്താമഗ്നയായി ഒരു മൂലയ്ക്ക് ഒതുങ്ങിയിരിക്കുന്നത് അതിഥികളെ സ്വീകരിക്കുന്ന തിരക്കിനിടയിലും വക്കൻ കണ്ടു.

എൺപത്തിയാറ്

വാക്കാടിന്റെ വരദാനമായിരുന്നു പുതുപ്പെണ്ണ്.

ചുരുണ്ടിരുണ്ട് മുട്ടോളമെത്തുന്ന മുടിയും വിടർന്ന താമരപ്പൂപോലുള്ള മുഖവും തികഞ്ഞ അവയവഭംഗിയുമുള്ള കരുണാമ്മ എപ്പോഴും പ്രസന്നവതിയായിരുന്നു. വക്കൻ എന്താഗ്രഹിക്കുന്നുവോ അത് നിർവഹിക്കുന്ന ഭാര്യയായിരുന്നു കരുണാമ്മ.

അലട്ടുന്ന കാര്യങ്ങളൊന്നും അവൾ വക്കനോടു പറഞ്ഞില്ല. അഹിതമായതും ഹിതമായി ചൊല്ലിയും പെരുമാറിയും അവളുള്ള കിടപ്പറയാണ് യഥാർത്ഥ സ്വർഗമെന്ന് വക്കനെക്കൊണ്ട് അവൾ പറയിപ്പിച്ചു.

ഭർത്താവിനു മാത്രമല്ല ഭർതൃവീട്ടുകാരെ സംബന്ധിച്ചിടത്തോളവും പേരുപോലെതന്നെ കാരുണ്യം നിറഞ്ഞവളായിരുന്നു കരുണാമ്മ. ഭർത്താവിന്റെ അപ്പനേയും അമ്മയേയും സ്വന്തം മാതാപിതാക്കളായി കരുതണമെന്നുള്ള കാരക്കുന്നേലെ നിബന്ധന അവൾ കർശനമായി പാലിച്ചു. കാരണവരായ മാത്തൻ മുതൽ കാവൽക്കാരനായ മുനിയാണ്ടിവരെയുള്ളവരുടെ ശീലങ്ങൾ അവൾ മനസ്സിലാക്കി പെരുമാറി.

പത്തുപ്രമാണങ്ങളും പാലിക്കാൻ ഔതക്കുട്ടി അവളെ ശീലിപ്പിച്ചിരുന്നു. വാക്കാടിന് അപചിതമായിരുന്ന സന്ധ്യാപ്രാർത്ഥന കരുണാമ്മയുടെ വരവോടെ അവിടെ മുഴങ്ങി. അവൾ പ്രകാശം പ്രസരിപ്പിച്ചപ്പോൾ മാത്തൻ ആശിച്ചു, എത്രയുംവേഗം മകന് അവളിൽ ഒരു കുഞ്ഞുണ്ടാകണം.

ആശിച്ചതെല്ലാം നേടിയിട്ടുണ്ട് മാത്തൻ. വിവാഹം കഴിഞ്ഞ് ഒരു വർഷവും മൂന്നുമാസവും പതിനേഴു ദിവസവും പൂർത്തിയായപ്പോൾ വക്കന്റെ ഭാര്യ പ്രസവിച്ചു– ഒരാൺകുഞ്ഞ്. വല്യപ്പന്റെ കുഞ്ഞൂഞ്ഞായി അവൻ വളരുമ്പോൾ ഹൈറേഞ്ചിൽ വൻമാറ്റങ്ങളുടെ കാഹളമുയരുകയായിരുന്നു.

എൺപത്തിയേഴ്

അയൽവാസിയുമായി വഴക്കടിക്കുന്ന ചിന്നയെ നോക്കി നിജാദും ഫൗസിയയും നെടുവീർപ്പിട്ടു. നല്ലചുക്കുകാപ്പിതരാം സായിപ്പേ, മദാമ്മേ എന്നു പറഞ്ഞു വഴിതടയുന്ന അവരുടെ നാവിൽ നിന്ന് ഇപ്പോൾ ഉയർന്നുകേൾക്കുന്നത് അത്ര നല്ല പദങ്ങളല്ല.

ജലസസ്യങ്ങളെ തേടിയുള്ള യാത്രക്കിടയിൽ ചിന്നയുടെ ചുക്കുകാപ്പി പതിവായിരിക്കുകയാണ്. സ്വദേശികളല്ലാത്ത ആരും അവർക്ക് സായിപ്പും മദാമ്മയുമാണ്.

നാലുസെന്റിലിരിക്കുന്ന അവരുടെ കാപ്പിക്കടയ്ക്ക് മേലേയ്ക്ക് അയൽവാസിയുടെ മരക്കൊമ്പ് ചാഞ്ഞതാണ് പ്രശ്നം. എത്ര നാളായി പറയുന്നു വെട്ടിക്കളയാൻ. അനുസരിച്ചില്ല. ഞാനും ഇതുപോലൊന്ന് അവന്റെ കൂരയുടെ മേലേയ്ക്ക് ചായുന്ന രീതിയിൽ വച്ചുപിടിപ്പിക്കും.

വഴക്കിൽ നിന്നു കച്ചവടത്തിലേക്കു വന്ന ചിന്ന ആശ്വാസം കൊണ്ടു.

മുല്ലപ്പെരിയാർ തകർന്നാൽ ആദ്യം ഒലിച്ചുപോവുക ചിന്നയുടെ കാപ്പിക്കടയാണ്. ഒരു മരക്കൊമ്പു ചാഞ്ഞതിന് വഴക്കടിക്കുന്ന അവരറിയുന്നുണ്ടോ എണ്ണായിരം ഏക്കറിലായി പരന്നുകിടക്കുന്ന ജലസംഭരണി തകർന്നാൽ എന്തു സംഭവിക്കുമെന്ന്?

നദിയുടെ ഇരുകരയിലുമായി നൂറുകണക്കിനു കുടുംബങ്ങളാണ് ഇവിടെ താമസിക്കുന്നത്. അണക്കെട്ടു തകർന്നാൽ സെക്കന്റുകൾക്കകം ഇവർ തുടച്ചുനീക്കപ്പെടും എന്നോർത്തപ്പോൾ നിജാദ് ഞെട്ടി. വാക്കാട് ബംഗ്ളാവിരിക്കുന്ന വണ്ടിപ്പെരിയാർ, ഉപ്പുതറ പ്രദേശങ്ങളും തൊട്ടുപിന്നാലെ വെള്ളത്തിനടിയിലാവും.

തിരിച്ചുചെല്ലുമ്പോൾ സായാഹ്നകൂട്ടായ്മയിൽ മോഹനചന്ദ്രൻ ഒരു പഴയ സംഭവം വിവരിക്കുകയായിരുന്നു.

1989ൽ മുല്ലപ്പെരിയാർ ഒരടി തുറന്നുവിട്ടപ്പോൾ വള്ളക്കടവിലെ പല ഭാഗങ്ങളും ഒട്ടേറെ വീടുകളും വെള്ളത്തിനടിയിലായി.

വാക്കാട്ടെ അതിഥികളായ നിജാദും ഫൗസിയയും നാട്ടുകാർക്ക് ബഹുമാനിതരായിരുന്നു. അണക്കെട്ടിലിറങ്ങാത്ത ദിവസം വെറുതെ ചുറ്റിയടിക്കുന്ന അവർ വളരെ വേഗമാണ് നാട്ടിലലിഞ്ഞത്. പലരുടെയും ആശങ്കകൾ അവരുമായി പങ്കുവച്ചു. നിഷ്കളങ്കനായ ഒറ്റക്കാലൻ ജോസഫും സിസിലിയും സെബാസ്റ്റ്യനും പൗലോയും കുട്ടിയമ്മയുമൊക്കെ ചിരപരിചിതരായ സുഹൃത്തുക്കളോടെന്നപോലെയാണ് അവരോട് പെരുമാറിയത്.

ഒരു ദിവസം ഒറ്റക്കാലൻ ജോസഫ് പറഞ്ഞു.

ഞാൻ മലയാറ്റൂരിനു പോവുകയാ–

മുല്ലപ്പെരിയാർ അണക്കെട്ട് പൊട്ടുമെന്ന ഭീതി സഹിക്കാനാവാതായപ്പോഴാണ് ജോസഫ് അത് പറഞ്ഞത്. തീർത്ഥാടനവും മലകയറ്റവും സുരക്ഷിതമായ താളവവും– അതായിരുന്നു അയാളുടെ ലക്ഷ്യം.

മുളവടിയൂന്നി നടന്നുനീങ്ങിയ ജോസഫിനെ സഹതാപത്തോടെ നോക്കിനിന്നപ്പോൾ നിജാദിനൊരു സംശയം അയാൾ വടിയിടിച്ച് അധികദൂരമെത്തുംമുമ്പ് അണ തകർന്നാലോ?

മറ്റൊരു ദിവസം കുടിശടിയിൽ മെഴുകുതിരി കത്തിച്ചു നിവർന്ന വള്ളക്കടവിലെ സിസിലി എന്ന പെൺകുട്ടി പറഞ്ഞു. അണപൊട്ടിയാൽ

മാതാവ് കാക്കും. കഴിഞ്ഞദിവസം വഴിയിൽ മെഴുകുതിരി കത്തിച്ചു നിന്ന് പ്രതിഷേധിച്ച പെൺകുട്ടികളുടെ സംഘത്തിൽ അവളുമുണ്ടായിരുന്നു.

പള്ളിപോലും ചുഴറ്റിക്കൊണ്ടാവും മുല്ലപ്പെരിയാറിലെ വെള്ളം പാഞ്ഞുപോകുന്നതെന്ന് അവൾക്കറിയില്ലല്ലോ എന്ന് നിജാദ് ആശങ്കപ്പെട്ടു.

മകന്റെ കൈപിടിച്ച് തിരക്കിട്ട് നടക്കുന്നതിനിടയിൽ സെബാസ്റ്റ്യൻ എന്ന അദ്ധ്യാപകൻ പറഞ്ഞു. മോനെ കോട്ടയത്ത് ഒരു സൈക്യാട്രി സ്റ്റിനെ കാണിച്ചിട്ട് വരികയാണ്. അണക്കെട്ടു പൊട്ടുമെന്ന ഭീതിയിൽ ഉറക്കത്തിൽ ഞെട്ടിയുണർന്നു കരയുന്നത് ഇപ്പോൾ അവനൊരു ശീല മാക്കിയിരിക്കുന്നു.

പഠിത്തം മാത്രമല്ല ദിനചര്യകളാകെ താളംതെറ്റിയ അവനെപ്പോലെ ഒട്ടേറെ കുട്ടികൾ ഇവിടെയുണ്ട്.

അതുംപറഞ്ഞ് നടന്നുമറഞ്ഞ അദ്ധ്യാപകൻ അറിയുന്നില്ലല്ലോ അയാൾ വീണ്ടും വന്നിരിക്കുന്നത് ആ ഭീതിയുടെ നിഴലിലേക്കുതന്നെ യാണെന്ന്.

തേനിയിൽ അളിയന്റെ കരിമ്പുപാടം കത്തിച്ചു: കമ്പത്ത് തട്ടേലെ ജോസിന്റെ കോഴിഫാം തീയിട്ടു; അതൊന്നും പോരാഞ്ഞ് അതിർത്തി യിൽ വന്ന് അവർ ബഹളം കൂട്ടുന്നു. ഇനി ഇങ്ങോട്ടെങ്ങാനും വരുമോ? ഉണക്കുമുറ്റിയ ഏലച്ചാക്ക് നാനൂറെണ്ണമാ ഇരിക്കുന്നത്. ഒരു തീപ്പൊരി വീണാമതി.

ഒരാഴ്ചയായി ഉറങ്ങാതിരിക്കുന്ന ഏലം വ്യാപാരി പീലിപ്പോസിന്റെ ഉത്കണ്ഠ മനോരോഗത്തോളമെത്തിയിരിക്കുന്നു.

പൗലോയും കുട്ടിയമ്മയും ഉറങ്ങിയിട്ട് നാളുകളായെന്ന് ഇന്നലെ സ്വകാര്യമായി പറഞ്ഞു. അണക്കെട്ടു പൊട്ടുന്നതിന്റെ ശബ്ദത്തിനായി കാതോർത്തിരിക്കുകയാണ് അവർ. ആകെയുള്ളതെല്ലാം ഇവിടെയാണ്. ചെന്നു കേറാൻ അവർക്ക് വേറൊരിടമില്ല.

പാഞ്ഞുവരുന്ന ജലഭിത്തിക്കു മുന്നിൽ ആ വൃദ്ധദമ്പതികൾക്കെന്തു ചെയ്യാനാവുമെന്ന് നിജാദ് സ്വയംചോദിച്ചു.

അപ്പൻ അതും കേട്ടുകാണുമോ?

അവൾ വന്നാൽപ്പിന്നെ ആർക്ക് എന്തു ചെയ്യാനാവും? അപ്പൻ അക ത്തുകിടന്ന് പുലമ്പി.

എൺപത്തിയെട്ട്

ഏന്നെ ആരോ വിളിക്കുന്നതായി തോന്നുന്നുവെന്ന് മാത്തൻ പറഞ്ഞ പ്പോൾ വക്കൻ അതവഗണിച്ചു. പാതിരാത്രിയിൽ വാക്കാട്ടുവന്ന് അപ്പനെ ആരു വിളിക്കാനാണ്. അപ്പന്റെ വിചിത്രമായ അനുഭവത്തിന് അമ്മ കൂടി

സാക്ഷ്യം പറഞ്ഞപ്പോൾ വക്കന് പരിഭ്രമമായി. ആകാശത്തിനു താഴെ മേഘങ്ങൾക്ക് മേലെ നിന്ന് രൂപമില്ലാത്ത അരൂപി മാത്തനെ പേരെടുത്തു വിളിച്ച്, നിനക്കെല്ലാം തന്ന എന്റെ മക്കളെ നീ എന്തു ചെയ്തു എന്ന് ചോദിച്ചത്രേ! കുറെനാൾ ഉൾവലിഞ്ഞിരുന്നതിനുശേഷം കുഞ്ഞിന്റെ വരവോടെ ഉത്സാഹം പ്രകടിപ്പിച്ച മാത്തന് പെട്ടെന്നായിരുന്നു ഈ വെളിപാട്. സത്യം, സത്യമായുമുള്ളതാണ്. അപ്പന്റെ അനുഭവങ്ങളെന്ന് അമ്മ സാക്ഷ്യം പറയുമ്പോൾ അതിവിചിത്രമായ ഒരാവശ്യം മകനോട് ഉന്നയിക്കുകയായിരുന്നു മാത്തൻ.

എൺപത്തിയൊമ്പത്

വാക്കാട്ടെ മേൽത്തോട്ടത്തിന്റെ കന്നികോൺ വിചിത്രമായൊരു ചടങ്ങിന് വേദിയായി. എല്ലാ തോട്ടങ്ങളിലുമുണ്ടായിരുന്ന നീരാലിന്റെ അവശിഷ്ടങ്ങൾ ശേഖരിച്ച് മുല്ലപ്പെരിയാറിൽ മുക്കിയെടുത്ത് ഏഴുദിവസം വെയിലേല്പിച്ച് മനുഷ്യാകൃതിയിൽ വെട്ടിയൊരുക്കിയ വലിയൊരു കുഴിയിൽ അടുക്കിവച്ചിരുന്നതിനു മേലേയ്ക്ക് പാദം മുതൽ ശിരസുവരെ എന്ന ക്രമത്തിൽ ഭക്ത്യാദരപൂർവ്വം നെയ് വീഴ്ത്തിക്കൊണ്ട് പ്രദക്ഷിണം വയ്ക്കുന്ന അപ്പനെ സഹതാപത്തോടെ നോക്കിനിന്നു വക്കൻ.സഹായികളായി ഒട്ടേറെ പണിക്കാരുണ്ടായിരുന്നിട്ടും സ്വയമതു ചെയ്യുന്ന അപ്പന് മനോനില തെറ്റിയോ എന്നുപോലും ഒരുവേള വക്കൻ സംശയിച്ചു.

ഒരാഴ്ച മുമ്പ് അരൂപിയുടെ വിളിയെത്തുടർന്ന് നീരാലിന്റെ സംസ്കാരം നടത്തണമെന്ന വിചിത്രമായ ആഗ്രഹം പ്രകടിപ്പിച്ചപ്പോഴും അപ്പന്റെ മനോനിലയെക്കുറിച്ച് വക്കന് ആശങ്കയുണ്ടായിരുന്നു. എന്നാൽ അപ്പന്റെ ആഗ്രഹം വക്കനെ സംബന്ധിച്ചിടത്തോളം അനുസരിക്കപ്പെടേണ്ട ആജ്ഞയായതിനാൽ മറുചോദ്യമുണ്ടായില്ല.

ഏഴുകുടം നെയ് വീത്തിക്കഴിഞ്ഞപ്പോൾ മാത്തൻ കൈനീട്ടി, കർപ്പൂരം നിറച്ച മുള്ളമുറം കൈമാറുമ്പോൾ അപ്പൻ ജപിക്കുകയായിരുന്നു. അർത്ഥം തിരിയാത്ത ഏതോ മന്ത്രം. ഒരുവാക്കുപോലും ഓർത്തെടുക്കാനാവാത്തതായിരുന്നു മാത്തന്റെ ചുണ്ടുകൾക്ക് മാത്രം കേൾക്കാൻ പാകത്തിൽ ഓതിക്കൊണ്ടിരുന്നത്.

ഏഴുകുടം നെയ്യും ഏഴുമുറം കർപ്പൂരവും ഏഴു പന്തങ്ങളുമാണ് അപ്പൻ ആവശ്യപ്പെട്ടിരുന്നത്. കർപ്പൂരം വിതറിക്കഴിഞ്ഞപ്പോഴും മാത്തൻ കൈനീട്ടി. കത്തിച്ച ആദ്യപന്തം ഏറ്റുവാങ്ങി കുഴിക്കു ചുറ്റും ഇരുപത്തിയൊന്നുപ്രദക്ഷിണം വച്ചശേഷം പന്തം ആകാശത്തേക്കെറിഞ്ഞു. വായുവിൽ അത് ഏറെ ഉയർന്നു പൊങ്ങുമ്പോൾ കുഴിക്കു മുന്നിൽ പാദത്തിന്റെ ഭാഗത്ത് മാത്തൻ മുട്ടുകുത്തി. ആകാശത്തിന്റെ അതിരിൽ നിന്ന് എരിഞ്ഞടർന്നുവീഴുന്ന വാൽനക്ഷത്രംപോലെ പന്തം അഗ്നിനാമ്പായി

കുഴിയുടെ പാദഭാഗത്തേക്ക് പതിച്ചു. ആളിപ്പടർന്ന അഗ്നിപ്രഭയിൽ, മറ്റൊരു ജ്വാലയായി മാത്തൻ കണ്ണടച്ച് എഴുന്നേറ്റു. അപ്പോഴും അദ്ദേഹം ജപിക്കുകയായിരുന്ന മാത്തനിൽനിന്ന് വൃക്ഷരാജാ... എന്നൊരു വാക്കു മാത്രമേ അവ്യക്തമായി കേട്ടുള്ളു.

മനുഷ്യാകൃതിയിലുള്ള കുഴിയിലേക്ക് പാദമൊഴികെ കാല്, കയ്യ്, അരക്കെട്ട്, ഉടൽ, കഴുത്ത്, ശിരസ് എന്നീ ക്രമത്തിലാണ് വക്കൻ ആകാശത്തേക്കെറിഞ്ഞ മറ്റ് ആറ് പന്തങ്ങളും വന്നുവീണത്. ആളിപ്പടർന്ന അഗ്നിജ്വാലകൾക്കുമുന്നിൽ നമ്രശിരസ്കനായി നിന്ന മാത്തൻ വീണ്ടും മുട്ടുകുത്തി. കൈകൾ മാറോടമർത്തി അനന്തതയോടും മകനോടുമായി മന്ത്രിച്ചു:

...ജലമാണ് സർവതിലും ശ്രേഷ്ഠമെന്ന് ഞാനറിയുന്നു; ജലത്തിന്റെ ഇരിപ്പിടമായ നീരാലേ, നീ അഗ്നിയിൽ തപിച്ച് ആവിയായുയർന്ന് എന്റെ മണ്ണിലേക്ക് തന്നെ പെയ്തിറങ്ങിയാലും എന്നർത്ഥം വരുന്ന മന്ത്രം ആവർത്തിച്ചു ചൊല്ലി ചിതയിലേക്ക് ഹൃദയമർപ്പിച്ചു.

അദ്ഭുതം എന്നല്ലാതെ എന്തുപറയാൻ– തികച്ചും അപ്രതീക്ഷിതമായി പെട്ടെന്ന് മഴ പെയ്തു. തെളിഞ്ഞ ആകാശത്തേക്കുയരുന്ന പുകപടലങ്ങൾക്കിടയിലൂടെ ആദ്യമഴത്തുള്ളി ദേഹത്തു പതിച്ചപ്പോൾ മാത്തൻ മകനോടു പറഞ്ഞു

എല്ലാം സ്വീകരിച്ചിരിക്കുന്നു. നമുക്ക് പോകാം.

തൊണ്ണൂറ്

രാത്രിയിൽ വാക്കാട്ടെ അറയിലേക്ക് വിളിപ്പിക്കുമ്പോൾ അപ്പന് പറയാനുള്ളത് എന്താണെന്ന് വക്കന് ഒരൂഹവുമില്ലായിരുന്നു. എന്നാൽ, മാത്തൻ ഉറച്ച തീരുമാനമെടുത്തിട്ടാണ് മകനെ വിളിപ്പിച്ചത്. അമ്മയും അരികിലുണ്ടായിരുന്നു.

കണ്ടപാടെ യാതൊരു മുന്നറിയിപ്പുമില്ലാതെ മാത്തൻ മകനോട് പറഞ്ഞു.

എനിക്കും ഇവൾക്കും സമയമായി. ഇക്കണ്ടതെല്ലാം നിനക്കുള്ളതാണ്. എന്നാൽ ഞാൻ ഇപ്പോൾ തരുന്നത് ഇനി വരാനിരിക്കുന്ന നിന്റെ തലമുറകൾക്കു കൂടിയുള്ളതാണ്.

അതുപറഞ്ഞശേഷം അദ്ദേഹം എഴുന്നേറ്റ് ഇരിപ്പിടമായിരുന്ന ഇലപ്പലക വക്കന് കൈമാറിക്കൊണ്ട് ആ നിഗൂഢരഹസ്യം വെളിപ്പെടുത്തി:

ഇത് പ്രകൃതിയുടെ പ്രതിരൂപമാണ്. ആദ്യ നീരാലിന്റെ അവസാന ഇല. ഇതിനുള്ളിൽ ജലപ്രളയമാണ്.

അതുകേട്ടപ്പോൾ അപ്പനും അമ്മയും ഒന്നാകുന്നതുപോലെയും അവർ തീരെ അപരിചിതരാകുന്നതുപോലെയും വക്കന് തോന്നി.

തൊണ്ണൂറ്റിയൊന്ന്

ഹൈറേഞ്ചിലാകെ കരിങ്കൊടി പാറി. വാക്കാട് പ്ളാന്റേഷൻസിന് അന്ന് സ്വയം അവധിയായിരുന്നു. തോട്ടം തൊഴിലാളികൾ പണിക്കു പോയില്ല. എല്ലാവഴികളും വാക്കാട്ടേക്കായിരുന്നു.ഒഴുകിവന്നുകൊണ്ടിരുന്ന ജനം പരസ്പരം പറഞ്ഞു, മരിക്കുന്നെങ്കിൽ ഇങ്ങനെ ഒന്നിച്ച് മരിക്കണം; ഉറക്കത്തിൽ ഒന്നുമറിയാതെയുള്ള മരണം സുകൃതമാണ്.

അപ്പനമ്മമാരുടെ ശവമഞ്ചങ്ങൾക്കടുത്ത് പ്രാർത്ഥനയുടെ ആർദ്രപദങ്ങളിൽ സ്വയമലിഞ്ഞ് നിൽക്കുകയായിരുന്ന വക്കനെ ഒരുപാട് ചോദ്യങ്ങൾ അലട്ടിക്കൊണ്ടിരുന്നു.

മരണത്തെ മുൻകൂട്ടി കാണാൻ മനുഷ്യന് കഴിയുമോ? തലേരാത്രിയിലെ വാക്കുകളിൽ അതിന്റെ വ്യക്തമായ സൂചന കൈമാറാൻ അപ്പന് എങ്ങനെ സാധിച്ചു? ഉറങ്ങുംമുമ്പ് കുഞ്ഞൂഞ്ഞ് ഉൾപ്പടെയുള്ള കുടുംബാംഗങ്ങളെയെല്ലാം വിളിച്ച് പതിവില്ലാതെ ശുഭരാത്രി ആശംസിച്ചതെന്തിനായിരുന്നു? ഒറ്റയ്ക്കു പോകാൻ മടിച്ചിട്ടാണോ അമ്മയെക്കൂടി കൂടെ കൂട്ടിയത്? മനുഷ്യരെ മറവു ചെയ്യുന്നതുപോലെ നീരാലുകളുടെ അവശിഷ്ടങ്ങൾ സംസ്കരിച്ചതിലും ഇലപ്പലക കൈമാറിയതിലും ജലമന്ത്രം ഓതിയതിലും ദുരൂഹതകളൊളിപ്പിച്ചു വച്ചത് എന്തിനായിരുന്നു?

ആശങ്കകൾക്ക് വിരാമമിട്ടത് ഡസ്മണ്ടിന്റെ ഇടപെടലായിരുന്നു. പ്രധാനമന്ത്രിയുടെ അനുശോചനസന്ദേശം വന്നിരിക്കുന്നു എന്നു പറഞ്ഞുകൊണ്ട് അനുവാദത്തിന് കാത്തുനിൽക്കാതെ ഏതോ മഹാദൗത്യം നിർവ്വഹിക്കുന്നതുപോലെ അയാൾ അതു പതുക്കെ വായിച്ചു:

കേരളത്തിലെ തോട്ടം മേഖലയുടെ കുലപതിയായ പ്ളാന്റർ വാക്കാട് മാത്യു തോമസ് പണിക്കരുടെയും പ്രിയപത്നിയുടെയും വിയോഗത്തിൽ അഗാധമായ ദുഃഖം രേഖപ്പെടുത്തുന്നു...

തുടർന്നുള്ള വാക്കുകൾ വക്കൻ കേട്ടില്ല. വാക്കാട്ടു മുറ്റത്തേക്കെത്തിയ കാടരുടെ ചാവുപാട്ടിൽ അനുശോചനസന്ദേശം അലിഞ്ഞുപോയി.

കാത്തോണേ മലദൈവങ്ങളെ
മാത്തനെ മലമാത്തനെ!
കാത്തോണേ മലദൈവങ്ങളെ
മാത്തന്റെ പെണ്ണായ പെണ്ണിനെ!

തൊണ്ണൂറ്റിരണ്ട്

തോട്ടം തൊഴിലാളികളുടെ അനിഷേധ്യനേതാവും എം.എൽ എയുമായ സഖാവ് സി. കെ. തങ്കപ്പൻ പറഞ്ഞത്, വാക്കാടിന്റെ നിലനില്പിനെ

ത്തന്നെ ബാധിക്കുന്ന പ്രശ്നമായിരുന്നു. ഭൂപരിഷ്കരണനിയമം കൊണ്ടുവരാൻ പാർട്ടി ആലോചിക്കുന്നു. അതു നടപ്പിലായാൽ കൈവശം വയ്ക്കാവുന്ന ഭൂമിക്ക് പരിധി വരും. അക്കാര്യം അറിയിച്ചശേഷം സഖാവ് സി.കെ ചോദിച്ചു:

ഒരാൾക്ക് കൈവശം വയ്ക്കാവുന്ന ഭൂമിയുടെ പരിധി പതിനഞ്ച് ഏക്കറാക്കണമെന്നാണ് പാർട്ടി ഇപ്പോൾ ആലോചിക്കുന്നത്. അതുകൊണ്ട് പലരുടെ പേരിലായി നമ്മുടെ തോട്ടങ്ങൾ എഴുതിവച്ചാലോ?

നോക്കെത്താതെ കിടക്കുന്ന വാക്കാട്ടെ തോട്ടങ്ങൾക്കുള്ളിൽ അതിരുവരുന്നതോ അവ വിഭജിച്ചു പോകുന്നതോ വക്കന് സങ്കല്പിക്കാൻ പോലുമാവുമായിരുന്നില്ല. നിസ്സഹായതയോടെ ചോദിച്ചുപോയി:

മറ്റൊരുവഴിയുമില്ലേ?

സഖാവ് സി.കെ എന്തിനും തയ്യാറായിരുന്നു.

എന്താ ചെയ്യേണ്ടത് ?പറഞ്ഞോളു...

ഞാൻ വക്കീലിനോടൊന്നു ആലോചിക്കട്ടെ...

അതായിരുന്നു വക്കന്റെ മറുപടി.

വക്കീൽ എന്നു കേട്ടതോടെ സഖാവിന്റെ തലച്ചോറിലെന്തോ മിന്നി. ഉടൻ തന്നെ വക്കനെ സംബന്ധിച്ചിടത്തോളം ആശ്വാസകരമാവുന്ന ഒരു പ്രതികരണം അയാളിൽ നിന്നുണ്ടായി:

വേറെ വക്കീലിനെ കാണേണ്ട കാര്യമില്ല. ഇതിന്റെ കരട് നിർദ്ദേശങ്ങൾ തയ്യാറാക്കാൻ പാർട്ടി ചുമതലപ്പെടുത്തിയിരിക്കുന്നതു തന്നെ ഒരു വക്കീലിനെയാണ്. ഞാൻ അയാളെ കാണാം. കടിക്കാൻ വരുന്ന പട്ടി തന്നെ തീരുമാനിക്കട്ടെ കടിക്കണോ കമ്മണോ നക്കണോ എന്ന്.

അതത്രയ്ക്കങ്ങ് വിശ്വാസം വരാഞ്ഞ് വക്കൻ ചോദിച്ചു:

നടക്കുന്ന കാര്യമാണോ?

സഖാവ് സി.കെ യെ സംബന്ധിച്ചിടത്തോളം അത് ആത്മാഭിമാനത്തിന്റെ പ്രശ്നമായിരുന്നു. പാർട്ടിയുടെ നേതാവും എം എൽയുമൊക്കെയാണെങ്കിലും സഖാവ് സി.കെ തങ്കപ്പൻ വാക്കാട്ടെ വാതിലിൽ പഴയ തങ്കനാണ്. തീപ്പൊരി തങ്കൻ.

അതനുസ്മരിച്ചുകൊണ്ട് അയാൾ വക്കനോടു പറഞ്ഞു:

വാക്കാടിനുവേണ്ടി മുല്ലപ്പെരിയാർ അണക്കെട്ടു തകർക്കാൻ തയ്യാറായ ആ പഴയ തീപ്പൊരി ഇന്നും കെടാതെ എന്റെ ഉള്ളിലുണ്ട്. അഭയംതേടി വാക്കാട്ടേക്കു വന്ന എന്നെ അന്ന് അവഗണിച്ചിരുന്നെങ്കിൽ ഇന്നു ഞാനുണ്ടാവുമായിരുന്നില്ല. ഇവിടുന്ന് ദാനം തന്നതാണ് എന്റെ ജീവിതം. അതുകൊണ്ട് ഇവിടുത്തേക്കെന്തെങ്കിലും പ്രയോജനമുണ്ടാ

യില്ലെങ്കിൽപ്പിന്നെ എന്നെ എന്തിനു കൊള്ളാം. ഇനി കാര്യം സാധിച്ചിട്ടു കാണാം...

സഖാവ് സി കെ പോയപ്പോൾ വക്കന്റെ ഉള്ളിൽ തെളിഞ്ഞുവന്നത് അയാളുടെ പരിണാമത്തിന്റെ ഘട്ടങ്ങളായിരുന്നു. ഗീവർഗീസച്ചന്റെ ളോഹയ്ക്കുള്ളിൽ ഒളിച്ചുവന്ന സ്വാതന്ത്ര്യസമരസേനാനി പുറത്തിറങ്ങാൻ കൊടുത്ത പഴുതിലൂടെ തോട്ടം തൊഴിലാളികളെ സംഘടിപ്പിക്കുകയും അവർക്ക് സ്വാതന്ത്ര്യത്തിന്റെ സന്ദേശം പകർന്നു നൽകുകയും ചെയ്തത് വാക്കാട്ടെ മണ്ണിൽ നിന്നായിരുന്നു. സ്വാതന്ത്ര്യാനന്തരം നേതാക്കൾക്കൊപ്പം നാട്ടിലേക്കുപോയ തങ്കൻ കോൺഗ്രസിന് വീര്യം പോരാ എന്നു പറഞ്ഞ് തിരിച്ചുവന്നതും വാക്കാട്ടേക്കുതന്നെ. തോട്ടം തൊഴിലാളികളെ സംഘടിപ്പിച്ച് കമ്യൂണിസ്റ്റായതും തെരഞ്ഞെടുപ്പിൽ മത്സരിച്ച് എം. എൽ എ ആയതും ഇവിടെ നിന്നുതന്നെ. വന്നുകേറിയവനാണെങ്കിലും അവനിൽ നന്മയുണ്ടെന്ന് അപ്പൻ പറഞ്ഞത്, എത്ര ശരി. അഭയം തേടി വരുന്നവരെ ആട്ടി ഓടിക്കരുത്; അവരെക്കൊണ്ട് എന്നെങ്കിലുമൊരുനാൾ എന്തെങ്കിലുമൊരു പ്രയോജനമുണ്ടാവും.

തൊണ്ണൂറ്റിമൂന്ന്

മുല്ലപ്പെരിയാർ പ്രശ്നത്തിൽ ആരും ഒന്നും ചെയ്യുന്നില്ലാ എന്ന് ഡസ്മണ്ട് ഓർമ്മിപ്പിച്ചുകൊണ്ടിരുന്നു. ജലസേചനത്തിനുള്ള വെള്ളമുപയോഗിച്ച് വൈദ്യുതി ഉല്പാദിപ്പിക്കുന്ന പരിപാടി വിപുലപ്പെടുകയാണെന്നും അയാൾ പറഞ്ഞു. വക്കനിൽ നിന്ന് പ്രതികരണമൊന്നുമില്ലെന്നു കണ്ടപ്പോൾ മാറിമാറിവരുന്ന നമ്മുടെ സർക്കാരുകൾക്കെന്തുപറ്റി എന്ന ആശങ്ക പകർന്ന് ഡസ്മണ്ട് മടങ്ങാനൊരുങ്ങിയപ്പോൾ വക്കൻ വിശദമായ വിവരങ്ങൾ അയാളിൽനിന്ന് ശേഖരിച്ചു .

മേൽത്തോട്ടങ്ങളിൽ അടിനനവുമാത്രമേ പ്രശ്നമുള്ളു. കീഴ്ത്തോട്ടങ്ങളിൽ അതല്ല കാര്യം. ജലനിരപ്പ് അധികരിച്ച് അണക്കെട്ടിൽ ചോർച്ച കൂടുകയോ അതു തകരുകയോ ചെയ്താൽ കീഴ്ത്തോട്ടങ്ങൾ അപ്പാടെ ഒലിച്ചുപോകും. അതിനാൽ അണക്കെട്ടിലെ ജലസംഭരണത്തിന്റെ തോതു കുറയ്ക്കണം.

പ്ളാന്റേഴ്സ് അസോസിയേഷന്റെ യോഗത്തിലും അത് ചർച്ചാവിഷയമായി. പ്രസിഡന്റിന്റെ ഉദാസീനതയാണ് സർക്കാരിനെ ചലിപ്പിക്കാത്തതെന്ന് ഉണ്ണൂണ്ണി വിമർശിച്ചപ്പോൾ വക്കൻ ശ്രദ്ധിച്ചത്, ആ വിഷയമല്ലായിരുന്നു. മറിയക്കുട്ടി സംഭവത്തോടെ ഒതുങ്ങിയിരുന്ന അവൻ വീണ്ടും തലപൊക്കണമെങ്കിൽ വാക്കാട്ട് എന്തെങ്കിലും ക്ഷീണം സംഭവിച്ചിരിക്കണം. അല്ലെങ്കിൽ സംഭവിക്കുമെന്ന് അവൻ പ്രതീക്ഷിക്കുന്നുണ്ടാവണം. അങ്ങനെ വക്കൻ ദുർബലനാകുമെന്നും അവൻ കരുതുന്നു.

തൊണ്ണൂറ്റിനാല്

ഒരാഴ്ചക്കുള്ളിൽ വിജയശ്രീലാളിതനായിവന്ന സഖാവ് സി.കെ ഉറപ്പിച്ചു പറഞ്ഞു:

തോട്ടങ്ങളെ ഭൂപരിഷ്കരണനിയമത്തിന്റെ പരിധിയിൽ നിന്നൊഴിവാക്കും. നമുക്ക് നെൽവയലുകളില്ലല്ലോ- ഉണ്ടെങ്കിൽ അതും ഒഴിവാക്കാമായിരുന്നു.ബില്ല് തയ്യാറാക്കി പാർട്ടിയെക്കൊണ്ട് അംഗീകരിപ്പിച്ച് സർക്കാരിൽ കൊടുത്തിട്ടാണ് ഞാൻ വരുന്നത്.

ശ്രമകരമായ ദൗത്യത്തിൽ വക്കീലിന്റെ പൂർണ്ണസഹകരണമുണ്ടായിരുന്നതാണ് സഖാവ് സി.കെയെ അതിശയിപ്പിച്ചത്. പാർട്ടിയിൽ നിന്ന് ഉത്തരവാദപ്പെട്ട ആരുടെയെങ്കിലും പിന്തുണ ഈ ഭേദഗതിക്ക് തേടിയിരിക്കുകയായിരുന്നു അദ്ദേഹം. അതിനുകാരണം വേണ്ടപ്പെട്ട ചിലരുടെ തോട്ടങ്ങളെ സംരക്ഷിക്കേണ്ടത് വക്കീലിന്റെയും ആവശ്യമായിരുന്നു. തോട്ടങ്ങളെ മാത്രമല്ല, ചില ഭൂവുടമകളേയും അദ്ദേഹം മുൻകൂട്ടി വിവരം നൽകി സഹായിച്ചിരുന്നതായി സി.കെ. മനസ്സിലാക്കി. എന്നാൽ തോട്ടങ്ങൾ മുതലാളിമാരുടേതായതിനാൽ പാർട്ടി വഴങ്ങില്ലാ എന്നു കരുതി അടങ്ങിയിരിക്കുകയായിരുന്നു.

കേവലം കാർഷികമേഖലയല്ല തോട്ടമെന്നും അത് വ്യവസായമാണെന്നും അവിടുത്തെ തൊഴിലാളികൾ പാർട്ടിയുടെ വോട്ടുബാങ്കാണെന്നും നേതൃത്വത്തെ ധരിപ്പിക്കാൻ ഉപദേശിച്ചത് വക്കീലായിരുന്നു. ഒരു കനൽ ഒരായിരം തീപ്പൊരിയാക്കുന്ന തീപ്പൊരിതങ്കൻ എന്ന സഖാവ് സി കെ തങ്കപ്പന് ആ ദൗത്യം അനായാസമായിരുന്നു; പ്രത്യേകിച്ചും അദ്ദേഹം കൂടി ഉൾപ്പെട്ടതായിരുന്നു പാർട്ടി നേതൃത്വം.

തൊണ്ണൂറ്റിയഞ്ച്

അധികവരുമാനമുണ്ടാകുമ്പോൾ അതിലൊരുപങ്ക്, അങ്ങനെ വരുമാനമുണ്ടാക്കിക്കൊടുക്കുന്നവർക്ക് അവകാശപ്പെട്ടതല്ലേ?

തോട്ടം തൊഴിലാളി യൂണിയന്റെ നിർവ്വാഹകസമിതിയോഗത്തിൽ ഇടക്കുടി ജോസഫ് എന്ന പ്രാദേശിക നേതാവ് അങ്ങനെ ചോദിച്ചപ്പോൾ സഖാവ് സി.കെ.തങ്കപ്പൻ, താത്പര്യപൂർവ്വം പ്രോത്സാഹിപ്പിച്ചു:

പറയൂ; സഖാവ് ഉദ്ദേശിക്കുന്ന കാര്യങ്ങളെല്ലാം വിശദമായി പറയൂ.

ഹൈറേഞ്ചിലെ തോട്ടങ്ങളിൽ ഏറ്റവുമേറെ ലാഭമുണ്ടാക്കുന്നത് വാക്കാട് പ്ളാന്റേഷൻസാണ്.

ചില രേഖകൾ ഉയർത്തിക്കാട്ടി കഴിഞ്ഞവർഷത്തേക്കാൾ ഇരുപത്തിയേഴു ശതമാനമാണ് ഈ വർഷം അവരുടെ ലാഭവർദ്ധനവെന്ന് ഇടക്കുടി ജോസഫ് പറഞ്ഞു.

തൊഴിലാളികളുടെ വിയർപ്പിന്റെ വിലയാണ് ഈ അമിതലാഭം. അതിനാൽ അധികലാഭമുണ്ടാക്കുന്ന തോട്ടങ്ങൾ അതനുസരിച്ച് തൊഴിലാളികൾക്ക് കൂലിയും ബോണസും നൽകണം. ഇക്കാര്യം ഉന്നയിച്ച് പണിമുടക്ക് നോട്ടീസ് നൽകരുതോ?

ഇടക്കുടി ജോസഫിന്റെ ആവശ്യം അതായിരുന്നു.

അതിനു മറുപടി പറയാതെ, ഇടക്കുടി ജോസഫിന്റെ പക്കലുള്ള രേഖകൾ സഖാവ് സി കെ വാങ്ങി. ഇത് പ്രത്യേകം ചർച്ച ചെയ്യേണ്ട വിഷയമാണ്. യോഗം അവസാനിച്ചതിനുശേഷമാവാം അതെന്നു പറഞ്ഞു.

ഇടക്കുടി ജോസഫിന്റെ പക്കലുണ്ടായിരുന്ന രേഖകൾ വാക്കാട് പ്ളാന്റേഷൻസിന്റെ പ്രവർത്തനറിപ്പോർട്ടാണ്. അതിൽ വരുമാനവർദ്ധനവ് പരമാർശിക്കുന്ന പട്ടിക പ്രത്യേകം അടയാളപ്പെടുത്തിയിരുന്നു.

കർക്കശക്കാരനായ അദ്ധ്യാപകനെപ്പോലെ സഖാവ് സി കെ ഇടക്കുടി ജോസഫിനെ നേരിട്ടു:

തോട്ടം തൊഴിലാളികളുടെ കൂലി നിജപ്പെടുത്തിയിട്ടുണ്ട്. ബോണസിനു പൊതുമാനദണ്ഡമാണ്. ഒരേ തൊഴിലെടുക്കുന്ന ഭിന്ന തോട്ടങ്ങളിലെ തൊഴിലാളികളെ വരുമാനത്തിന്റെ തട്ടിൽ ഉയർന്നവരെന്നും താഴ്ന്നവരെന്നും വേർതിരിച്ച് ഭിന്നിപ്പിക്കാനുള്ള ഈ ആശയം ആരുടേതാണ്? ഇതെവിടെ നിന്നു കിട്ടി ?ആരുടെതാണ് പണിമുടക്കു നോട്ടീസിന്റെ ബുദ്ധി- എന്നൊക്കെ വിശദമായിത്തന്നെ ജോസിനോട് സഖാവ് സി.കെ. ചോദിച്ചപ്പോൾ എന്തോ പന്തികേടു മണത്തതിനാലാവാം അയാൾ കാര്യങ്ങളെല്ലാം തുറന്നു പറഞ്ഞു- കല്ലേലി എസ്റ്റേറ്റ്സ് ഉടമ ഉണ്ണൂണ്ണിയെന്ന്.

മുതലാളിമാർ ഒരേ വർഗമാണ്. അവർ നമ്മെ ഭിന്നിപ്പിക്കാൻ നോക്കും. ആ കെണിയിൽ വീഴരുത് എന്ന് ഉപദേശിച്ചശേഷം തൊഴിലാളികളുടെ അവകാശങ്ങൾ സംരക്ഷിക്കാൻ നേതൃത്വമുണ്ടെന്ന് സഖാവ് സി.കെ. അല്പം കർശനമായിത്തന്നെ ജോസഫിനെ ഓർമ്മിപ്പിച്ചു.

ഉണ്ണൂണ്ണിയുടെ വിദ്വേഷത്തിന്റെ കാരണം തിരക്കിയ സഖാവ് സി കെയോട് വക്കൻ മനസ്സ് തുറന്നു. ഏറ്റവുമൊടുവിലുണ്ടായ മറിയക്കുട്ടി സംഭവം മുതൽ മുല്ലപ്പെരിയാർ വിഷയത്തിലെ കുറ്റപ്പെടുത്തൽ വരെ അതു നീണ്ടു.

തൊണ്ണൂറ്റിയാറ്

കല്ലേലി എസ്റ്റേറ്റ്സിനു പുതിയ അവകാശികളെത്തിയത് പെട്ടെന്നായിരുന്നു.

കുന്താപ്പുരയ്ക്കടുത്ത് ആവനഹള്ളിയിൽനിന്ന് ഒരമ്മയും ഏഴു മക്കളും. ദുരൂഹ സാഹചര്യത്തിൽ കൊല്ലപ്പെട്ട രാമണ്ണയുടെ ഭാര്യയും

മക്കളുമായിരുന്നു അത്. അവർക്കൊപ്പം പോലീസും ഉദ്യോഗസ്ഥരുടേ തുൾപ്പടെ ഒരു സംഘമുണ്ടായിരുന്നു. വ്യാജരേഖ ചമച്ച് ഉണ്ണൂണ്ണി കൈവശം വച്ചിരിക്കുന്ന കല്ലേലി എസ്റ്റേറ്റിന്റെ പകുതി തേടിവന്നവർക്ക് ഹൈറേഞ്ചിൽ ശക്തമായ പിൻബലമുണ്ടായത് എങ്ങനെയെന്ന് ആർക്കും അറിയില്ല. ഭരണകക്ഷിയിലെ നേതാക്കളും പോലീസും വ്യാജരേഖയുടെ തെളിവുകൾ നിരത്തി അനന്തരനടപടികളുടെ ദുരന്തം ചൂണ്ടിക്കാട്ടിയപ്പോൾ എസ്റ്റേറ്റിന്റെ പകുതി വിട്ടുകൊടുക്കേണ്ട സാഹചര്യം അവിടെ സൃഷ്ടിക്കപ്പെടുകയായിരുന്നു.

ഒരു തോട്ടം ഉടമയെ സംബന്ധിച്ചിടത്തോളം പരിപാലിക്കുന്ന തോട്ടത്തിൽ നിന്ന് ഒരു മരമോ ഒരു തരി മണ്ണോ നഷ്ടപ്പെടുന്നത് സ്വന്തം ശരീരത്തിലെ ഒരവയവം പോകുന്നതിന് തുല്യമാണ്.

ഉണ്ണൂണ്ണിക്ക് പാതിശരീരം നഷ്ടപ്പെട്ട അവസ്ഥയാണെന്ന് വക്കന് അറിയാമായിരുന്നു. ശത്രുവാണെങ്കിലും സഹതാപം തോന്നി. ഇത്ര വേണ്ടായിരുന്നു എന്നുമാത്രം സഖാവ് സി കെയോടു പറഞ്ഞു.

ഇതൊരു തുടക്കം, ആ എസ്റ്റേറ്റ് വിട്ടൊഴിഞ്ഞ് പഴയ ഇറച്ചിക്കടയിലേക്ക് അവനെ ഓടിച്ചിട്ടേ തീപ്പൊരി തങ്കന് വിശ്രമമമുള്ളു എന്നായിരുന്നു സഖാവ് സി.കെയുടെ മറുപടി.

വക്കൻ വിയോജിച്ചു:

എനിക്കത്ര പക തോന്നുന്നില്ല; ഇതുമതി.

ഇവിടേക്ക് ഇതുമതിയായിരിക്കാം. പഴയ തീപ്പൊരി തങ്കന് അതുപോരാ എന്നു പറഞ്ഞുകൊണ്ട് ഉണ്ണൂണ്ണി നടത്തിയ ഹീനമായ ഗൂഢാലോചനയുടെ ചുരുൾ സഖാവ് സി.കെ. നിവർത്തി.

സമരാവശ്യത്തിൽ നിന്നു പിന്തിരിഞ്ഞുപോയ സഖാവ് ഇടക്കുടി ജോസഫിനെ അങ്ങനെയങ്ങ് വിട്ടിരുന്നില്ല സി.കെ. ചെറിയപുകയ്ക്കു പിന്നിൽ ഒരു തീപ്പൊരിയെങ്കിലും കാണുമെന്ന് സി കെ ഊഹിച്ചിരുന്നു. അടുത്തദിവസംതന്നെ ജോസഫിനെ വരുത്തി, ഉണ്ണൂണ്ണിയുമായുള്ള ഗൂഢാലോചനയുടെ മുഴുവൻ വിവരങ്ങളും പറയാനാവശ്യപ്പെട്ടു.

വർഗശത്രുവിനുവേണ്ടി പാർട്ടിയെ കരുവാക്കാൻ ശ്രമിച്ചുവെന്ന ഒറ്റ കുറ്റത്തിന് പാർട്ടിയിൽ നിന്ന് പുറത്താകുമെന്നുമാത്രമല്ല, ഒറ്റപ്പെട്ട് വർഗശത്രുവായി ഹൈറേഞ്ച് വിടേണ്ടിവരുമെന്നുമുള്ള ഭീഷണിക്കു മുന്നിൽ ജോസഫ് കീഴടങ്ങി. കുമ്പസാരത്തിലെന്നപോലെ അവന്റെ മനസ്സ് തുറന്നു.

സമരത്തിന്റെ മറവിൽ വാക്കാട് പ്ളാന്റേഷൻസ് പൂട്ടിക്കുക; സമരം അക്രമാസക്തമാക്കി ഉടമയായ വക്കനെ മാരകമായി പരിക്കേൽപ്പിക്കുക. ഈ രണ്ടാവശ്യങ്ങളും നിറവേറ്റിക്കഴിഞ്ഞാൽ നെല്ലിക്കുഴിയിൽ നാലേക്കർ സ്ഥലം ജോസഫിന് കൊടുക്കാം. നാലു പെങ്ങന്മാരുള്ളതാ.

കെട്ടിച്ചയക്കാൻ മറ്റൊരുവഴിയുമില്ലാത്തതിനാൽ സമ്മതിച്ചതാണെന്ന് ജോസ് തുറന്നു പറഞ്ഞു.

വർഗശത്രുക്കൾ ഇങ്ങനെ പല പ്രലോഭനങ്ങളും കാട്ടി പ്രസ്ഥാനത്തെ തകർക്കാൻ ശ്രമിക്കും. വാക്കാട് പ്ളാന്റേഷൻസ് പൂട്ടിയാൽ പാർട്ടിയുടെ ശക്തിയും സമ്പത്തുമായ എത്ര തൊഴിലാളികളാണ് പട്ടിണിയിലാവുക; അനുബന്ധമേഖലകളിൽ പണിയെടുക്കുന്ന പാർട്ടി അനുഭാവികളായ അനേകരല്ലേ തൊഴിൽരഹിതരാകുന്നത് എന്നിങ്ങനെ ചോദിച്ച ശേഷം ഒട്ടുംതന്നെ കുറ്റപ്പെടുത്താത്ത രീതിയിൽ ജോസഫിനോടു സഖാവ് സി.കെ പറഞ്ഞു.

പ്രലോഭനങ്ങൾ നേരിടേണ്ടി വന്നിട്ടില്ലാത്ത നേതാക്കളില്ല. ആദ്യത്തെ പ്രലോഭനത്തെ അതിജീവിച്ചാൽ പിന്നീടൊരിക്കലും വീണു പോകില്ല. ഈ തുറന്നു പറച്ചിലിലൂടെ ജോസഫ് വർഗശത്രുവിന്റെ പ്രലോഭനങ്ങളെ അതിജീവിച്ചിരിക്കുകയാണ്. ഇനി പ്രലോഭനങ്ങൾക്ക് കീഴടക്കാനാവാത്ത യഥാർത്ഥ കമ്യൂണിസ്റ്റാണെന്ന് വർഗശത്രുവിന് കാട്ടിക്കൊടുക്കണം. അപ്പോഴാണ് വിജയം പൂർണ്ണമാകുന്നത്.

എന്തിനും തയ്യാറായ സഖാവ് ഇടക്കുടി ജോസഫിനെ മുൻനിർത്തിയായിരുന്നു കല്ലേലി തോട്ടത്തിന്റെ യഥാർത്ഥ അവകാശികളെ കണ്ടെത്തിയത്.

ദുർവൃത്തികളിലൂടെ ദാരിദ്ര്യത്തിന്റെ പടുകുഴിയിലായ രാമണ്ണ, വിദ്യാഭ്യാസമോ ലോകപരിചയമോ ഇല്ലാത്ത ഭാര്യയേയും ഏഴുമക്കളേ യും ജീവിതകാലം മുഴുവൻ കബളിപ്പിക്കുകയായിരുന്നു. ജീവിക്കാൻ ഒരുഗതിയുമില്ലാതെയായപ്പോൾ അപ്പന്റെ സമ്പാദ്യത്തിന്റെ ഒരുതരി എവിടെയെങ്കിലുമുണ്ടോ എന്ന് ആർത്തിയോടെ തേടിക്കൊണ്ടിരുന്ന രാമണ്ണയുടെമക്കളേയും ഭാര്യയേയും ഹൈറേഞ്ചിലെത്തിച്ച് എല്ലാറ്റിനും പിൻബലം നൽകാൻ തോട്ടം തൊഴിലാളികളെയും പാർട്ടിയേയും ഭരണകൂടത്തെയും സഖാവ് സി കെ സജ്ജമാക്കിയിരുന്നു.

പിടിച്ചുനിൽക്കാൻ പഴുതുകളെല്ലാം തേടിയശേഷമാണ് ഉണ്ണൂണ്ണി കീഴടങ്ങിയത്.

വാങ്ങിയത് തിരിച്ചുകൊടുത്തേ പറ്റൂ. എപ്പോഴെങ്കിലും കൊടുക്കുന്നത് എവിടേയെങ്കിലും മടക്കിക്കിട്ടും. അങ്ങനെ സമാധാനിക്കാൻ ഉണ്ണൂണ്ണിക്കായില്ല.

എല്ലാം കേട്ട് നിശ്ശബ്ദനായിരുന്ന വക്കൻ ചിന്തിച്ചത്, ഉണ്ണൂണ്ണിയുടെ ചതിയെപ്പറ്റിയോ രാമണ്ണയുടെ കുടുംബത്തിന് അർഹതപ്പെട്ട എസ്റ്റേറ്റ് തിരിച്ചുകിട്ടിയതിനെക്കുറിച്ചോ തീപ്പൊരി തങ്കൻ എന്ന സഖാവ് സി.കെ. തങ്കപ്പൻ എം. എൽ. എ യുടെ ആത്മാർത്ഥതയെപ്പറ്റിയോ ആയിരുന്നില്ല; പകരം അപ്പന്റെ ഒരു വാചകത്തെകുറിച്ചായിരുന്നു പെണ്ണിന്റെ മുന്നിൽ അപമാനിതനാകുന്ന ആണിന്റെ പക അടങ്ങില്ല.

ഉണ്ണൂണ്ണിയെ അടക്കാൻ തന്നെയായിരുന്ന സഖാവ് സി കെയുടെ തീരുമാനം.വേണ്ടാ പാതി വെന്തതിന് തുല്യമാണ് പാതിതോട്ടം പോയ പ്ളാന്റർ. അവനെ വിട്ടേക്ക് എന്നു പറഞ്ഞു വക്കൻ.

ഇല്ലാ എന്നായിരുന്നു സഖാവ് സി.കെയുടെ പ്രതികരണം. ഇവിടുത്തോക്കെതിരെ ചിന്തിച്ചവൻ ഇനി ഹൈറേഞ്ചിൽ വേണ്ടാ.

തീപ്പൊരി തങ്കനെ പിന്തിരിപ്പിക്കാവില്ലെന്നു കണ്ടപ്പോൾ ഭേദഗതികളോടെ വക്കൻ അനുവദിക്കുകയായിരുന്നു.

കൊല്ലണ്ടാ...

തൊണ്ണൂറ്റിയേഴ്

കൊല്ലാതെ കൊല്ലുകയായിരുന്നു ഉണ്ണൂണ്ണിയെ. പാതിവെന്തശരീരവുമായി പറക്കാനാവാതെ കൂട്ടിൽ കുടുങ്ങിയ പക്ഷിയെ കമ്പിട്ടു കുത്തുന്നതുപോലെയായിരുന്നു രാമണ്ണകൊലക്കേസ് അന്വേഷിക്കാൻ വന്ന ക്രൈംബ്രാഞ്ച് പോലീസ് സൂപ്രണ്ട് പി ആർ നാരായണന്റെ ചോദ്യം ചെയ്യൽ.

രാമണ്ണയെ കൊന്നതിന്റെ ലക്ഷ്യം തോട്ടത്തിലെ അയാളുടെ ഭാഗം തട്ടിയെടുക്കാനാണെന്ന് തെളിഞ്ഞിട്ടുണ്ട്. അതിനുവേണ്ടി വ്യാജരേഖ തയ്യാറാക്കാൻ ആരൊക്കെ നിങ്ങളെ സഹായിച്ചു? തോട്ടം തിരിച്ചുകൊടുത്തതിലൂടെ നിങ്ങളാണ് കൊലപാതകിയെന്നും ബോധ്യമായി. സഹായികളായി ആരെല്ലാം ഉണ്ടായിരുന്നു. ദൃക്സാക്ഷിയായ ഏലം വേലു എന്ന നിങ്ങളുടെ പഴയ വാച്ചർ വേലുച്ചാമി പറയുന്നത് പാറപ്പുറത്തു നിന്ന് തള്ളിയിട്ടുകൊന്നതാണെന്നാണ്. തള്ളിയിട്ടാൽ അയാൾ മരിക്കുമെന്ന് നിങ്ങൾക്കുറപ്പുണ്ടായിരുന്നോ?

ചോദ്യങ്ങളിങ്ങനെ അസഹ്യമായപ്പോൾ പിടിച്ചു നിൽക്കാനാവില്ലെന്ന് ഉണ്ണൂണ്ണിക്ക് ബോധ്യമായി. വാച്ചർ വേലുച്ചാമിയിൽ നിന്ന് അവരെല്ലാം ചോർത്തിയിരിക്കുന്നു.

രാമണ്ണയെ മദ്യം കൊടുത്ത് മത്തനാക്കിയശേഷം പാറപ്പുറത്ത് തലയിടിച്ച് കൊന്ന് താഴേക്കു വലിച്ചെറിയുകയായിരുന്നു എന്ന യാഥാർത്ഥ്യം വിളിച്ചുപറഞ്ഞ് ഈ കൊല്ലാക്കൊല അവസാനിപ്പിക്കണമെന്നുപോലും ചോദ്യം ചെയ്യലിന്റെ ഒരു ഘട്ടത്തിൽ ഉണ്ണൂണ്ണിക്ക് തോന്നി. പക്ഷേ നാവിൽ നിന്ന് പുറത്തുവന്നത് രക്ഷപ്പെടാൻ ഒരു വഴിയുമില്ലേ സാർ എന്ന അപേക്ഷ കലർന്ന ചോദ്യമായിരുന്നു.

ഉണ്ണൂണ്ണി അകപ്പെട്ടിരിക്കുന്ന കുരുക്കിന്റെ സങ്കീർണ്ണതയും വധശിക്ഷക്കുള്ള സാധ്യതയും ചൂണ്ടിക്കാട്ടി കൂടുതൽ ഭയപ്പെടുത്താനാണ് പോലീസ് ഓഫീസർ ശ്രമിച്ചത്.

ഒരു ചോദ്യത്തിനും വ്യക്തമായ മറുപടി പറയാതെ രക്ഷപ്പെടാനുള്ള വഴി യാചിച്ചുകൊണ്ടിരുന്ന ഉണ്ണൂണ്ണിയോട് ഓഫീസർ കർശനമായി പറഞ്ഞു.

എനിക്ക് നിങ്ങളെ കസ്റ്റഡിയിലെടുത്ത് ചോദ്യം ചെയ്യണം. എങ്കിലേ നിങ്ങൾ സത്യം പറയൂ. അതുപോലെ സംഭവസ്ഥലത്തുകൊണ്ടുപോയി കൃത്യം നടത്തിയ രീതിയും കാണണം.

ഉണ്ണൂണ്ണി വിറച്ചുപോയി. അയാൾ ഓഫീസറുടെ കാലിൽ തൊട്ടു:

എങ്ങനെയെങ്കിലും എന്നെ രക്ഷിക്കണം.

യാചന അങ്ങനെ തുടർന്നപ്പോൾ ഓഫീസർ ഒന്നയഞ്ഞു. ഒടുവിൽ ദയ തോന്നി ഇത്രമാത്രം പറഞ്ഞു:

ഭരിക്കുന്നവർ പറഞ്ഞാൽ അന്വേഷിക്കാതിരിക്കാൻ ഞങ്ങൾക്കു പറ്റുമോ? അന്വേഷിക്കണ്ടാ എന്നു പറയാനും അവർക്ക് അധികാരമുണ്ട്. ഞങ്ങൾ കേവലം ഉപകരണങ്ങൾ മാത്രം...

ആശ്വാസത്തിന്റെ നേരിയൊരു കാറ്റൂതിയശേഷം ഓഫീസർ കൊടുങ്കാറ്റഴിച്ചു വിട്ടു:

പക്ഷേ ഈ കേസിൽ നിങ്ങൾ തൂങ്ങുമെന്നുറപ്പാണ്...

പോലീസുകാർ തെളിവെടുപ്പിനു വിലങ്ങുവച്ച് കൊണ്ടുപോകുന്ന സ്വന്തം രൂപം സങ്കല്പിക്കാൻപോലും അയാൾക്കാകുമായിരുന്നില്ല.

ഉണ്ണൂണ്ണി ഒന്നുകൂടി തകർന്നു. ആ തകർച്ചയിലും ഭരണക്കാരുടെയും നേതാക്കളുടെയും മുഖങ്ങൾ അയാളുടെ മനസ്സിലേക്കു മിന്നിമറഞ്ഞു.എം എൽ എ യും പാർട്ടി ഭാരവാഹിയും തോട്ടം തൊഴിലാളികളുടെ അനിഷേധ്യ നേതാവുമായ സഖാവ് സി.കെ. തങ്കപ്പനിൽ അതുടക്കി നിന്നു. ഹൈറേഞ്ചിലെ ഒരു കേസ് ഒതുക്കാൻ സഖാവ് സി കെ യുടെ ഇടപെടലില്ലാതെ സാധ്യമല്ല എന്ന പ്രായോഗികബുദ്ധി അയാൾ ശരിക്കും ഉൾക്കൊണ്ടു. മാത്രമല്ല, ഇപ്പോഴത്തെ സാഹചര്യത്തിൽ നേരിട്ട് ബന്ധപ്പെടാവുന്നതും പരിചയമുള്ളതും അദ്ദേഹത്തെ മാത്രമാണ്.

ഒരാളെ ബന്ധപ്പെടാൻ അനുവദിക്കണമെന്നാവശ്യപ്പെട്ടുകൊണ്ട് സഖാവ് സി.കെയുടെ പേരു പറഞ്ഞപ്പോൾ ആദ്യം എതിർത്തെങ്കിലും ഒടുവിൽ ഒരു മുന്നറിയിപ്പോടെ ഓഫീസർ സമ്മതിച്ചു:

അതുവഴി മുങ്ങാനാണ് ഭാവമെങ്കിൽ എവിടുന്നാണെങ്കിലും ഞാൻ നിങ്ങളെ പൊക്കിയിരിക്കും.

ആസൂത്രണംചെയ്തതുപോലെ തന്നെ വിശ്വസ്ഥനായ പോലീസ് ഓഫീസർ പ്രവർത്തിച്ചതിൽ സഖാവ് സി.കെ. സന്തുഷ്ടനായി.

തൊണ്ണൂറ്റിയെട്ട്

മറ്റാരുമില്ലാതിരുന്ന നേതാവിന്റെ ഓഫീസ് മുറിയിലെ കസേരയിൽ സഖാവ് സി.കെ ക്കു മുന്നിൽ പരവശനായി ഇരിക്കാതെ ഇരുന്ന ഉണ്ണൂണ്ണിക്ക് പറയാനുണ്ടായിരുന്നത് രക്ഷിക്കണം എന്നു മാത്രമായിരുന്നു.

രക്ഷിക്കാൻ ഞാനാര് ദൈവമോ എന്ന് ഉണ്ണൂണ്ണിയെ പരിഹസിച്ചെങ്കിലും അയാൾക്ക് പറയാനുള്ളത് മുഴുവൻ കേൾക്കാൻ സഖാവ് സി.കെ സന്നദ്ധനായി.

പരിഹാരമെന്തെങ്കിലും നിർദ്ദേശിക്കുന്നതിനുമുമ്പ് എഴുന്നേറ്റുകൊണ്ട് സഖാവ് സി. കെ പറഞ്ഞു:

നിങ്ങൾക്കുവേണ്ടി സമയമത്രയും കളഞ്ഞു.സംഘടനയുടെ ചുമതല കൂടിയുള്ള ആഭ്യന്തരമന്ത്രി എന്നെ കാത്തിരിക്കുകയാണ്. തൊഴിലാളികൾക്കുവേണ്ടി തൊഴിലാളികൾ നടത്തുന്ന ഒരു തോട്ടം ഹൈറേഞ്ചിലുണ്ടാവണം. അതു നോക്കാനാണ് അദ്ദേഹം വന്നിരിക്കുന്നത്.

ഉണ്ണൂണ്ണി കെഞ്ചി :

എന്റെ കാര്യത്തിലൊരു പരിഹാരം ...

സഖാവ് സി കെയുടെ ഭാവം പെട്ടെന്ന് മാറി:

എനിക്കെല്ലാം നേർവഴിയാ- ഒറ്റവാക്കേയുള്ളു. എട്ടിമട കണ്ട മുത്തു തേവരിൽ നിന്ന് നിങ്ങളുടേയും രാമണ്ണയുടെയും പേരിൽ വാങ്ങിയ തോട്ടത്തിനു മുടക്കിയ പണം മുഴുവൻ രാമണ്ണയുടേതാണെന്ന് എനിക്കറിയാം. ഇത്രയുംകാലം അതിൽ നിന്നുള്ള ആദായം നിങ്ങളെടുത്തത്. ഞാനവ ഗണിക്കുന്നു. ആ കുടുംബത്തിനു കൊടുത്തതിന്റെ ബാക്കിയുള്ള ഭാഗം ഇങ്ങ് തന്നേക്ക്. നിങ്ങൾ കൊലക്കേസിലെന്നല്ല വ്യാജരേഖക്കേസിലും പ്രതിയാവില്ല. ഞങ്ങൾക്ക് വേറെ തോട്ടം നോക്കാനും പോകണ്ടാ.

ഒരുവാചകംകൂടി പറഞ്ഞു സഖാവ് സികെ:

പക്ഷേ തോട്ടം കൈമാറിയാൽപ്പിന്നെ നിങ്ങളെ ഹൈറേഞ്ചിൽ കണ്ടേക്കരുത്.

ഉണ്ണൂണ്ണി സ്തംഭിച്ചുനിന്നുപോയി.

വിലങ്ങുവച്ച് തെളിവെടുപ്പിനും വിചാരണക്കും കൊണ്ടുപോയി ഒടുവിൽ കൊലമരത്തിലേക്കു പോകുണോ? അതോ എല്ലാറ്റിലും നിന്ന് മുക്തനായി എന്നെങ്കിലും തിരിച്ചുകിട്ടാൻ സാധ്യതയുള്ള തോട്ടമുടമയായി പ്ലാന്ററുടെ പരിവേഷം പ്രതീക്ഷിച്ചു കഴിയണോ?

വേഗം തീരുമാനിക്കണം, എനിക്കു നേരമില്ല.

സഖാവ് സി കെ തിരക്കുകൂട്ടി.

സമ്മതിച്ചു.

ഉണ്ണൂണ്ണി അറിയാതെ അയാളിൽ നിന്നു വന്ന വാക്കുകളായിരുന്നു അത്.

സഖാവ് സി കെ പെട്ടെന്ന് ഇരുന്നു.

കാര്യങ്ങൾ തീർപ്പായ സ്ഥിതിക്ക് ഒന്നു ചോദിച്ചോട്ടെ, തോട്ടത്തിൽ നിങ്ങളുടെ ഭാഗത്തിന് എന്തു മതിപ്പു വില വരും...

നാല്...അഞ്ച്

കൃത്യമായി പറയൂ

മൂന്നുകോടി രൂപവരും.

അത്രേയുള്ളോ? നിങ്ങളുടെ ജീവന് അതിനേക്കാൾ വിലയുണ്ടെന്ന് തോന്നുന്നെങ്കിൽ നാളെത്തന്നെ തോട്ടം കൈമാറിയിട്ട് നെല്ലിക്കുഴിക്ക് പൊയ്ക്കോ. അവിടെ ജോസഫിന് വാഗ്ദാനം ചെയ്ത നാലേക്കറില്ലേ, അതിൽ കൃഷി ചെയ്തു ജീവിക്കാം. മേലിൽ ഒരാവശ്യത്തിനും ഹൈറേഞ്ചിൽ കാലുകുത്തരുത്.

നിബന്ധനകൾ രണ്ടും സമ്മതിച്ച് ഉണ്ണൂണ്ണി പോയിക്കഴിഞ്ഞപ്പോൾ വാക്കാട്ടെത്തി വിവരം പറഞ്ഞ സഖാവ് സി.കെയോട് വക്കൻ ചോദിച്ചു:

ഇത്രയ്ക്ക് വേണമായിരുന്നോ?

വേണം. അവശേഷിക്കുന്ന ഒരു തരിമണ്ണിന്റെ പേരുപറഞ്ഞുപോലും അവനിനി ഹൈറേഞ്ചിൽ കാലുകുത്തരുത്.

തുടർന്നായിരുന്നു സുപ്രധാനമായ തീരുമാനം സഖാവ് സി കെ വെളിപ്പെടുത്തിയത്:

തോട്ടം രജിസ്റ്ററാക്കുന്നത് വാക്കാട് പ്ളാന്റേഷൻസിന്റെ പേരിലാണ്...

അതുകേട്ടതോടെ പെട്ടെന്ന് അകത്തേക്കുപോയ വക്കൻ അല്പം കഴിഞ്ഞ് ഭാരിച്ചൊരു തുണിക്കെട്ടുമായി തിരിച്ചുവന്നു. എന്നിട്ട് യാതൊരു ഭാവവ്യത്യാസവുമില്ലാതെ പറഞ്ഞു:

തോട്ടം രജിസ്റ്റർ ചെയ്യുന്നത്, തോട്ടം തൊഴിലാളി യൂണിയന്റെ പേരിൽ. അതിനൊരു പുതിയ പേരും നൽകണം – ഹൈറേഞ്ച് ലേബർ യൂണിയൻ എസ്റ്റേറ്റ്.

അതുകേട്ട് അല്പനേരം സ്തംഭിച്ചുനിന്ന സഖാവ് സി കെ ആശങ്കപ്പെട്ടു:

അതു നടക്കുന്ന കാര്യമല്ല. പാർട്ടിയുടെ മുൻകൂട്ടിയുള്ള അനുവാദം വേണ്ട പ്രശ്നമാണിത്.

വക്കന്റെ മുഖം പെട്ടെന്ന് ഗൗരവമാർന്നു. അദ്ദേഹം വാക്കാട് വക്കനായി. തീപ്പൊരി തങ്കന്റെ പഴയ രക്ഷകൻ.

അന്യന്റെ മുതൽ എനിക്കു വേണ്ട; നിനക്കും വേണ്ടാ. നമുക്കു വേണ്ടതെല്ലാം ഇവിടുണ്ട്.

തുണിക്കെട്ട് നീട്ടിക്കൊണ്ട് വക്കൻ ആജ്ഞാപിക്കുകയായിരുന്നു.

ഇതിൽ അഞ്ചു കോടി രൂപയുണ്ട്. അവന്റെ പരമാവധി പ്രതീക്ഷ അതാണല്ലോ. അതു കൊടുത്തിട്ടു വേണം തോട്ടത്തിന്റെ കൈമാറ്റം.

ഒന്നു നിർത്തി വക്കൻ തുടർന്നു:

പാർട്ടിയോട് പറയൂ. പാർട്ടിക്കുവേണ്ടി തൊഴിലാളികളുടെ പേരിൽ വാക്കാട് പ്ളാന്റേഷൻസ് പുതിയൊരു തോട്ടം വാങ്ങി ലേബർ യൂണിയൻ എസ്റ്റേറ്റെന്ന് പേരിട്ട് തന്നിരിക്കുകയാണെന്ന്. സ്വീകരിക്കണോ വേണ്ടായോ എന്ന് പാർട്ടിയോട് നീ ചോദിക്കണം. ആക്ഷേപമല്ല, അഭിമാനമാവും നിനക്കതുണ്ടാക്കുക; പാർട്ടിയിലും തൊഴിലാളികൾക്കിടയിലും.

വാക്കുകൾ മുട്ടിപ്പോയ പഴയ തീപ്പൊരി അടങ്ങി:

ഇവിടുത്തേക്കുറിച്ച് ഇനിയും ഞാൻ മനസ്സിലാക്കേണ്ടിയിരിക്കുന്നു.

വക്കൻ ചിരിച്ചു:

നീ എന്റെ മകനോ അനുജനോ? ഒരു മകനും ജന്മം മുഴുവൻ കൂടെക്കഴിഞ്ഞാലും പിതാവിനെ പൂർണ്ണമായും മനസ്സിലാക്കിയെന്നുവരില്ല. അതുപോലെ ഒരനുജൻ ജേഷ്ഠനെയും പൂർണ്ണമായും അറിഞ്ഞുകൊള്ളണമെന്നില്ല.

ശബ്ദങ്ങൾ നിലച്ചുപോയ സഖാവ് സി കെ, ആദ്യമായി കാണുന്നതുപോലെ വക്കനെ നോക്കി അങ്ങനെ നിന്നുപോയി.

തൊണ്ണൂറ്റിയൊമ്പത്

തൊഴിലാളികളുടെ നിലയ്ക്കാത്ത മുദ്രാവാക്യം വിളികൾക്കിടയിൽ കല്ലേലി എസ്റ്റേറ്റ്സിന്റെ കവാടത്തിൽ പുതിയൊരു ബോർഡുയർന്നു- ലേബർ യൂണിയൻ എസ്റ്റേറ്റ്. അപ്പോൾ മലയിറങ്ങുകയായിരുന്നു ഉണ്ണൂണ്ണിയും അയാളുടെ ജംഗമങ്ങളും.

നൂറ്

രാത്രിയുടെ ഏതോ ഒരുയാമത്തിൽ കിടക്കവിട്ടെഴുന്നേറ്റ് ആട്ടുകട്ടിലിൽ ചെന്നിരുന്ന വക്കന്റെ മുന്നിൽ തറയിൽ ചാഞ്ഞിരുന്ന് ആ മടിയിലേക്ക് തലചായ്ച്ച് കരുണാമ്മ ചോദിച്ചു:

എന്നെക്കൊണ്ട് ശമിപ്പിക്കാൻ പറ്റാത്ത ചൂട് ഈ മനസ്സിലുണ്ടോ?

അവളുടെ സമൃദ്ധമായ മുടിയിഴകളിൽ വിരലോടിച്ചുകൊണ്ട് വക്കൻ പറഞ്ഞു:

നിന്റെ മുന്നിൽ മാഞ്ഞുപോകാത്തതൊന്നുമില്ലെനിക്ക്, പക്ഷേ...

വക്കൻ നിർത്തിയതിനെ തുടർന്ന് ആ പക്ഷെയുടെ കാരണം അഹിതമാകാവുന്നതെന്തെങ്കിലുമാണെന്നു കരുതി അവൾ ചോദിക്കില്ലെന്നുറപ്പുള്ളതുകൊണ്ടുതന്നെ അയാൾ പറഞ്ഞു:

ഉറക്കം വരുന്നില്ല. .. അണക്കെട്ടിലെ വെള്ളത്തിന്റെ കാര്യമോർക്കുമ്പോൾ വല്ലാത്തൊരാശങ്ക...അതെങ്ങാനും പൊട്ടിയാൽ ... നമ്മളും നമ്മുടെ തോട്ടങ്ങളും എല്ലാം ഒറ്റയടിക്കങ്ങ് ഒലിച്ചുപോകും...

അതുകേട്ടതോടെ അവൾ വക്കന്റെ മടിയിലേക്ക് മുഖമമർത്തി കുലുങ്ങിച്ചിരിച്ചു. ചിരിയുടെ അലകൾ അഴിഞ്ഞുലഞ്ഞ ചുരുൾമുടിയിളക്കിയപ്പോൾ പെട്ടെന്ന് മുഖമുയർത്തി അവൾ പറയുകയായിരുന്നു:

ഇപ്പോൾ ഞാനുറക്കാം; നാളെ നമ്മുടെ കാട്ടുതോട്ടത്തിലേക്കുപോയി വെള്ളത്തോടു പറയാം ഇവിടുത്തെ ആഗ്രഹമെന്താണോ അതുനിറവേറ്റാൻ... അനുസരിക്കുന്നില്ലെങ്കിൽ ഇവിടുത്തേക്കുവേണ്ടി ഞാൻ ആ വെള്ളത്തിലിറങ്ങും...നിങ്ങളുടെ കാലത്തോളം അണപൊട്ടാതെ ഞാൻ കാക്കും. കാലമാകുമ്പോൾ നിങ്ങൾക്കൊപ്പം ഞാനും വരും...

അവൾ പെട്ടെന്ന് പുളയുന്ന ജലസർപ്പത്തെപ്പോലെ ആട്ടുകട്ടിലിലേക്ക് ഇഴഞ്ഞു കയറി. എന്നിട്ട് വക്കന്റെ മുഖത്തിനുനേരെ ഫണമുയർത്തി ചീറ്റി. അപ്പോൾ ജലസർപ്പത്തിന്റെ ഉടൽ അനങ്ങാനാവാത്തവിധം വക്കനെ ചുറ്റിവരിയുകയായിരുന്നു.

നൂറ്റിയൊന്ന്

അവൾ വാക്കുപാലിച്ചു.

കുടിശ്ശികയായ ഏതോ കടം പലിശസഹിതം ബലമായി തിരിച്ചെടുക്കുന്നതുപോലെയോ ഒടുങ്ങാതെ കിടന്ന ഒരു കൊടുംപക ക്രൂരമായി വീട്ടുന്നതുപോലെയോ ആയിരുന്നു മുല്ലപ്പെരിയാർ അവളെ അപഹരിച്ചത്. കാട്ടുതോട്ടം കണ്ടിറങ്ങുമ്പോൾ ഒരു കൗതുകത്തിന് അണക്കെട്ടിൽ നിന്ന് എത്തിനോക്കിയെന്നാണ് കൂടെപ്പോയ പണിക്കാർ പറഞ്ഞത്. മൂന്നു ദിവസം മുങ്ങിത്തപ്പിയിട്ടാണ് മൃതദേഹം കിട്ടിയത്.

കരുണാമ്മയുടെ മരണം വക്കന്റെ സമനില തെറ്റിച്ചു. ഒന്നിനും ഒരർത്ഥവുമില്ലെന്ന് പറഞ്ഞുകൊണ്ടിരുന്ന വക്കൻ മകനെപ്പോലും ശ്രദ്ധിച്ചില്ല.

വർഷങ്ങളോളം അതായിരുന്നു അവസ്ഥ. ഒടുവിൽ പ്ളാന്തോട്ടത്തിലച്ചന്റെ പ്രാർത്ഥനയും നിരന്തരമായ പ്രേരണയും വക്കനെ പതിയെ ജീവിതത്തിലേക്ക് തിരിച്ചുകൊണ്ടുവന്നുവെങ്കിലും അയാൾ ഇടയ്ക്കിടെ പറയുമായിരുന്നു. കാലത്തിന് ഉണക്കാൻ കഴിയാത്ത മുറിവുകളില്ലാ

എന്നു പറയുന്നത് വെറുതെയാണ്. ചില മുറിവുകൾ ഒരിക്കലും ഉണങ്ങില്ല. ഉണങ്ങിയെന്ന് പുറമെ തോന്നുമെങ്കിലും അകം പഴുത്തുകൊണ്ടിരിക്കും...

നൂറ്റിരണ്ട്

കൊടൈക്കനാലിലെത്തിയപ്പോൾ മകന്റെ കാര്യത്തിൽ വക്കന് വല്ലാത്ത കുറ്റബോധം തോന്നി. ഏഴുവർഷമായി അവൻ പഠിക്കുന്ന സ്കൂൾ കണ്ടിട്ടേയില്ല. ഗീവർഗീസച്ചനും ഡസ്മണ്ടും കൂടി അവനെ കൊണ്ടുവന്ന് ചേർക്കുകയായിരുന്നു. അപ്പനും അമ്മയും എവിടെ എന്ന് മദർ സുപ്പീരിയർ ചോദിച്ചത്രേ. കരുണാമ്മയുണ്ടായിരുന്നെങ്കിൽ അമ്മയുടെ കുറവെങ്കിലും പരിഹരിക്കാമായിരുന്നു. അവളെ അടക്കുമ്പോൾ മണ്ണിനടിയാൽ നിന്ന് അമ്മ എപ്പോൾ മടങ്ങിവരുമെന്ന് വേർതിരിവറിയാത്ത ആ പ്രായത്തിൽ അവൻ ചോദിച്ചുകൊണ്ടിരുന്നു. വേർതിരിവറിയാൻ തുടങ്ങിയപ്പോൾ പഠനത്തിനായി അകന്നുപോയ അവൻ അവധിക്കാലത്തുപോലും വാക്കാട്ടെ അതിഥി മാത്രമായിരുന്നു.

ബാല്യകാലങ്ങളിലൊന്നും മകനെ ലാളിക്കാൻ കഴിയാഞ്ഞതിൽ വക്കന് കുറ്റബോധം തോന്നി. അതിനുനേരം കിട്ടിയിരുന്നില്ല എന്നതാണ് നേര്. രാത്രി വളരെ വൈകി വന്നു കേറുമ്പോൾ ചെവി തറയോടു ചേർത്ത്, ഇടതുവശം ചരിഞ്ഞുറങ്ങുന്ന മകനെയാണ് വക്കൻ കണ്ടിരുന്നത്. എടുത്ത് കട്ടിലിൽ മെത്തമേൽ കിടത്തുന്നതായിരുന്നു അവനുവേണ്ടി ചെയ്യുന്ന ഏക കാര്യം. ആയമാർ രണ്ടുപേരുണ്ടെങ്കിലും ഉറക്കത്തിനിടയിൽ കട്ടിലിൽ നിന്ന് താഴെയിറങ്ങി ചെവി തറയോടു ചേർത്ത് കിടന്നുറങ്ങുന്നതാണ് അവന്റെ ശീലമെന്ന് ക്രമേണ അറിഞ്ഞു. സ്കൂളിൽ പോകുമ്പോൾ മാറുമെന്ന് കരുതി. പക്ഷേ, ഇപ്പോഴും അതു തുടരുകയാണെന്നറിയുന്നത് പുതിയ വാർഡന്റെ സന്ദേശം കിട്ടിയപ്പോഴാണ്. രക്ഷിതാവ് നിർബ്ബന്ധമായും വരണം. അവനെ ചികിത്സിക്കേണ്ടതിനെക്കുറിച്ച് ആലോചിക്കണമെന്നുകൂടി സന്ദേശത്തിലുണ്ടായിരുന്നു.

വർഷങ്ങൾക്കുമുമ്പേ അന്ന് ഹോസ്റ്റലിലുണ്ടായിരുന്നവർ ശ്രദ്ധിക്കുകയും വിവരമറിയിക്കുകയും ചെയ്തപ്പോൾ അത് ചെറുതിലെ ഉള്ള ശീലമാണ് ഗൗനിക്കേണ്ടതില്ലെന്ന് നിങ്ങൾക്കുവേണ്ടി ഫാദർ ഗീവർഗീസ് അറിയിച്ചിരുന്നതായി ഇവിടുത്തെ രേഖകളിലുണ്ടെങ്കിലും വർഷങ്ങൾ പലതു കഴിഞ്ഞിട്ടും അവൻ ആ ശീലം തുടരുകയാണെന്നുള്ള കാര്യം പുതുതായി വന്ന എന്റെ ശ്രദ്ധയിൽപ്പെടുകയും അത് രോഗമാണെന്നും ഗൗനിക്കേണ്ടതാണെന്നും ചികിത്സിക്കേണ്ടതാണെന്നും എനിക്കു ബോധ്യമാവുകയും ചെയ്തതിനാലാണ് രക്ഷിതാവിനെത്തന്നെ വരുത്തിയതെന്ന ഒറ്റവാചകത്തിലെ ദീർഘമായ ആമുഖത്തോടെ വാർഡൻ പറഞ്ഞത്, അവനെ അടിയന്തിരമായി ഒരു ഡോക്ടറെ കാണിക്കണമെന്നാണ്.

ശീലങ്ങൾ രോഗമാണെന്നുള്ളത് വക്കന് പുതിയ അറിവായിരുന്നു. എങ്കിലും മകന്റെ കാര്യമായതുകൊണ്ട് മറ്റ് പരിപാടികൾ റദ്ദാക്കി, കൊടൈക്കനാലിൽ തങ്ങി. അവനെ ഡോക്ടറെ കാണിച്ചു. രോഗലക്ഷണമോ രോഗമോ അദ്ദേഹം അവനിൽ കണ്ടില്ല. കാര്യം പറഞ്ഞിട്ടും വാർഡന് തൃപ്തിയായില്ല. മധുരയിലെ മറ്റൊരു ഡോക്ടറെ കാണിക്കാനായിരുന്നു അടുത്ത നിർദ്ദേശം.

മകനുമായി മധുരയിലെത്തി വക്കൻ കണ്ടത് ഡോക്ടർ അമുതത്തെയായിരുന്നു. ശിശുമനശ്ശാസ്ത്രവിദഗ്ദ്ധയായ അമുതം, മുത്തുനായകത്തിന്റെ സഹോദരിയുടെ മകളാണ്. വാക്കാടിന് അവൾ അന്യയല്ലായിരുന്നു. അതുകൊണ്ടുതന്നെ സകലചരിത്രവും അവൾക്കറിയാം. ആ അറിവിന്റെ വെളിച്ചത്തിൽ വിശദമായി പരിശോധിക്കുകയും ദീർഘമായി സംസാരിക്കുകയും ചെയ്ത ഡോക്ടർ അമുതത്തിനും അവനിൽ പ്രത്യേക രോഗലക്ഷണങ്ങളൊന്നും കാണാൻ കഴിഞ്ഞില്ല. എന്നാൽ അവന്റെ മനസ്സിന്റെ ആഴങ്ങളിലേക്കിറങ്ങിപ്പോയി അതിനടിയിലുള്ളത് പുറത്തെടുക്കാൻ ഡോക്ടർക്ക് കഴിഞ്ഞു. വിശ്രാന്തിയുടെ ദീർഘനിദ്രയിൽ അവൻ പറയുന്നതുകേട്ട് വക്കൻ ഞെട്ടിപ്പോയി:

ഉറങ്ങാൻ കിടക്കുമ്പോൾ അമ്മയെ കാണണമെന്നുതോന്നും, അമ്മയുടെ ശബ്ദം കേൾക്കണമെന്നും. അമ്മ മണ്ണിനടയിലുണ്ട്. ചെവി ചേർത്തുവച്ചാൽ അമ്മയുടെ ശബ്ദം കേൾക്കാം.

പരിശോധന മതിയാക്കി വക്കനെ മാറ്റിനിർത്തി ഡോക്ടർ അമുതം പറഞ്ഞു.

അവനൊരമ്മയെ ആവശ്യമാണ്. ആയമാരെയല്ല.

ഡോക്ടർ ഉദ്ദേശിച്ചത് രണ്ടാം വിവാഹമായിരുന്നു. വക്കനാൽ സാധിക്കുന്ന കാര്യമായിരുന്നില്ല അത്.

മാസത്തിലൊരിക്കലെങ്കിലും മകനെ ചികിത്സയ്ക്ക് കൊണ്ടുവരണം. അപ്പനോ അമ്മയോ കൂടെ വേണ്ടതാണ്. ഇവിടെ അമ്മയില്ലാത്തതുകൊണ്ട് അപ്പനെങ്കിലും വരണമെന്ന നിർദ്ദേശം കർശനമായി പാലിച്ചുകൊള്ളാമെന്ന ഉറപ്പിലാണ് വക്കൻ മടങ്ങിയത്.

ആറുമാസത്തിനിടയിൽ അടുപ്പിച്ച് രണ്ടുപ്രാവശ്യം ആ സന്ദർശനം മുടങ്ങി. ഫാദർ ഗീവർഗീസിനെയോ ഡസ്മണ്ടിനേയോ അയക്കാമെന്ന് ചിന്തിച്ചെങ്കിലും അമുതത്തിന്റെ നിർദ്ദേശം മാനിച്ച് അത് ഒഴിവാക്കുകയായിരുന്നു.

ഏഴാംമാസത്തിൽ അവനുമായി ചെല്ലുമ്പോൾ വക്കനെ അതിശയിപ്പിച്ചുകൊണ്ട് ഡോക്ടർ അമുതത്തിനരികിലുണ്ടായിരുന്നു മറിയക്കുട്ടി. അവളൊരു പ്രൗഢസുന്ദരിയായിരിക്കുന്നു. കാലം അവളിൽ നിന്ന് ഒന്നുംതന്നെ ചോർത്തിക്കളഞ്ഞിട്ടില്ല. എന്നുമാത്രമല്ല; പ്രത്യേകമായൊരു

കാന്തികവലയം അധികമായി അവൾക്ക് ചുറ്റും സൃഷ്ടിക്കുകയും ചെയ്തിരിക്കുന്നു.

ഡോക്ടർ അമുതത്തിൽ നിന്ന് വിവരങ്ങളറിഞ്ഞ് സഹായസന്നദ്ധയായി വന്നതാണ് മറിയക്കുട്ടി.

തിരക്കിനിടയിൽ വക്കച്ചായൻ ബുദ്ധിമുട്ടണമെന്നില്ല; മൂന്നുമക്കളുള്ള എനിക്ക് നാലാമത്തെ മകനായി ഇവനെ കാണാൻ കഴിയും.

അങ്ങനെയായിരുന്നു മറിയക്കുട്ടിയുടെ വിശദീകരണം.

മാന്യമായി അതു നിരസിച്ചിട്ടും മറിയക്കുട്ടി പിന്തിരിഞ്ഞില്ല.

വക്കച്ചായനോട് പ്രത്യുപകാരം ചെയ്യാൻ ഇങ്ങനെയെങ്കിലുമൊരവസരം തരണമെന്നായി അവൾ.

വക്കൻ അസ്വസ്ഥനായി. അവളോട് മാത്രമല്ല അമുതത്തോടും നീരസം തോന്നി. അത് പ്രകടിതമാകുംമുമ്പ് അമുതത്തിനരികിൽ നിന്ന് മറിയക്കുട്ടിയെ അടുത്തമുറിയിലേക്കു കൂട്ടിക്കൊണ്ടുപോയി സ്വകാര്യമായിട്ടാണെങ്കിലും വക്കൻ പറഞ്ഞത് അല്പം കടുത്തുപോയി:

നീ ഉദ്ദേശിക്കുന്ന തരത്തിലുള്ള ആളല്ല ഞാൻ. ഒരിക്കൽ മാന്യമായി ജീവിക്കാൻ നിന്നെ ഉപദേശിച്ചു അങ്ങനെ നീ ജീവിക്കുകയാണെന്നാണ് ഞാൻ കരുതിയത്. മകനിലൂടെ എന്നിലേക്ക് കയറിപ്പറ്റാനുള്ള വിഫലശ്രമം ഉപേക്ഷിച്ചേക്കുക.

തികച്ചും അപ്രതീക്ഷിതമായി മറിയക്കുട്ടി വിങ്ങിപ്പൊട്ടി:

ഒരിക്കൽ വീണ ചീത്തപ്പേര് പിന്നീടൊരിക്കലും മായില്ല. വിശുദ്ധമാണെങ്കിലും വിധേയത്വം കലർന്ന സ്നേഹം വിലമതിക്കപ്പെടില്ല.

ഒരു നിമിഷത്തേക്കേ ഉണ്ടായിരുന്നുള്ളു അവളുടെ വിങ്ങൽ. പെട്ടെന്നുതന്നെ ഭാവം മാറ്റിയ അവളുടെ സ്വരത്തിന് വല്ലാത്ത ദൃഢതയായിരുന്നു.

മിസ്സിസ് മറിയം ജോസഫാണ് ഞാൻ. വഴിതെറ്റിപ്പോകുമായിരുന്ന എന്നെ തടഞ്ഞുനിർത്തി നേർവഴി കാട്ടിത്തന്ന ഒരു ദൈവമുണ്ടെനിക്ക്. ആ ദൈവം കാട്ടിയ വഴിയിലൂടെയായിരുന്നു പിന്നീടുള്ള എന്റെ സഞ്ചാരം. നഷ്ടപ്പെട്ടത് ഓരോന്നായി നേടുമ്പോഴും ഞാൻ എന്റെ ദൈവത്തെ ഓർത്തു. ഉപകാരസ്മരണയ്ക്കുള്ള പ്രാർത്ഥന ദാരിദ്ര്യകാലംമുതൽ ഞാൻ ശീലിച്ചുപോന്നതാണ്. ഇപ്പോൾ എന്റെ ആ പ്രാർത്ഥനയും തെറ്റിദ്ധരിക്കപ്പെട്ടത് വിധിയായിരിക്കാം... എന്നാൽ ഒരു കാര്യം ഉറപ്പാണ്. ആരു വിചാരിച്ചാലും ഇനി എനിക്കു വഴിതെറ്റില്ല. തെറ്റായ വഴിയിലൂടെ സഞ്ചരിച്ച് മറ്റൊരു ജീവിതത്തിലേക്ക് ഞാൻ ചെന്നെത്തുകയുമില്ല...

മറിയക്കുട്ടി എന്ന മറിയം ജോസഫിന്റെ വാക്കുകൾ വക്കനെ വല്ലാതെ ഉലച്ചു.വക്കനറിയാതെ വാക്കുകൾ അയാളിൽ നിന്നടർന്നു വീണു:

മകനോടുള്ള നിന്റെ സ്നേഹം എന്റെ മനസ്സ് മാറ്റിയേക്കും; നിന്നെ ഞാൻ സ്നേഹിച്ചേക്കും. കാമിച്ചേക്കും. ഞാനത് ഭയപ്പെടുന്നു.

എന്തു പറയണമെന്നറിയാതെ മറിയക്കുട്ടി നിശ്ശബ്ദം നിന്നപ്പോൾ തുറന്നു പറയാതിരിക്കാൻ വക്കന് കഴിഞ്ഞില്ല.

എന്നാലും എനിക്ക് നിന്നോട് എന്തോ ഒരിഷ്ടമുണ്ട്...അതാണെന്റെ ഭയം...

മറിയക്കുട്ടി പെട്ടെന്ന് ഉന്മേഷവതിയായി.

എനിക്കു തൃപ്തിയായി. കേൾക്കാൻ ആഗ്രഹിച്ചതു ഞാൻ കേട്ടു. വക്കച്ചായൻ ഭയപ്പെടണ്ടാ. ആ നോക്കുവട്ടത്തുപോലും ഇനി ഞാൻ വരില്ല.

അമുതത്തോടു യാത്ര പോലും പറയാതെ മറിയക്കുട്ടി ഇറങ്ങിപ്പോകുന്നത് കണ്ടുകൊണ്ടാണ് മകൻ കടന്നു വന്നത്.

നൂറ്റിമൂന്ന്

തിരിച്ചുപോകുമ്പോൾ വക്കനെ ഞെട്ടിച്ചുകൊണ്ടായിരുന്നു മകന്റെ വാക്കുകൾ അടർന്നുവീണത്:

അപ്പാ എന്റെ അസുഖത്തെപ്പറ്റി ആശങ്ക വേണ്ട. അതേപ്പറ്റി ഇനി ആരോടും പറയേണ്ട. കലഹിക്കുകയും വേണ്ട. എനിക്കു ചികിത്സയും വേണ്ട.

മകന്റെ വാക്കുകൾ ആശ്ചര്യത്തോടെ കേട്ടിരിക്കെ അവൻ തുടരുകയായിരുന്നു.

എനിക്ക് മനോരോഗമൊന്നുമില്ല. അമ്മയെ അടക്കിയ മണ്ണ് എനിക്കമ്മയാണ്. തറയിലേക്ക് ഞാൻ ചെവിചേർത്ത് കാതോർക്കുമ്പോൾ അമ്മയുടെ ശബ്ദം കേൾക്കാം. മറ്റാർക്കും ബുദ്ധിമുട്ടുണ്ടാക്കാതെ ആ ശബ്ദത്തിലെ സാന്ത്വനം ഞാനനുഭവിക്കുന്നത് തടസ്സപ്പെടുത്തണമെന്ന് അപ്പന് നിർബ്ബന്ധമാണോ?

ആ നിമിഷത്തിൽ, അതുവരെയില്ലാതിരുന്നതിനപ്പുറം മകനോട്, അതിരില്ലാത്ത അനുകമ്പ തോന്നിയ വക്കന് പക്ഷേ എന്തു പറയണമെന്ന് അറിയില്ലായിരുന്നു.

മറുപടി പ്രതീക്ഷിക്കാത്തതുപോലെയായിരുന്നു അവന്റെ സംസാരം.

ഇനി ഞാൻ കരുതലോടെ പെരുമാറാം. മറ്റാരുടെയും ശ്രദ്ധയിൽപ്പെടാതെ എന്റെ സ്വകാര്യ ആനന്ദം ഞാനനുഭവിച്ചോളാം.

ആ യാത്രയിൽ പറഞ്ഞ സ്വകാര്യ ആനന്ദം അനുഭവിക്കുന്നതിൽ നിന്ന് അവനെ വിലക്കാനായില്ല വക്കന്. അത് അപ്പോഴത്തേക്കെന്നു മാത്രമല്ല എപ്പോഴത്തേക്കും അങ്ങനെതന്നെയിരുന്നു.

സ്കൂളിലെ പഠനം കഴിഞ്ഞപ്പോൾ അവൻ തന്നെയാണ് തുടർന്നു പഠിക്കേണ്ട വിഷയവും കോളേജും തെരഞ്ഞെടുത്തത്.

തോട്ടം പരിപാലിക്കാനുള്ള ഭരണവൈദഗ്ദ്ധ്യവും നേടി മകൻ സമർത്ഥനാകണമെന്നായിരുന്നു വക്കന്റെ ആഗ്രഹം. മകനാകട്ടെ ഭൂമി ക്കടിയിലെ ശബ്ദങ്ങളും ചലനങ്ങളും അവയുടെഉറവിടവുംതേടിയുള്ള പഠനത്തിലായിരുന്നു കമ്പം. അതിനു സാധ്യതയുള്ള സർവ്വകലാശാല കളും ഗവേഷണകേന്ദ്രങ്ങളും തേടി അവൻ അലഞ്ഞുകൊണ്ടേയിരുന്നു. ചിലയിടങ്ങളിൽ പഠനം, മറ്റു ചിലയിടങ്ങളിൽ ഗവേഷണം. ഒരിക്കലും അവസാനിക്കാത്ത രീതിയിൽ അതു തുടരുകയായിരുന്നു.

ആദ്യകാലങ്ങളിൽ വാക്കാട്ടെ പണം അവനെ തേടി ചെല്ലാത്ത വിദേശ സർവകലാശാലകൾ അപൂർവ്വമായിരുന്നു. പിന്നെ അവനായിട്ട് പണത്തെ വിലക്കിയപ്പോൾ വക്കൻ ചോദിച്ചു:

മകനെ നിനക്കല്ലാതെ മറ്റാർക്കുവേണ്ടിയാണ് ഈ സമ്പത്ത്. പണം സ്വീകരിച്ച് അല്ലലില്ലാതെ ജീവിക്കുക. അല്ലെങ്കിൽ തിരിച്ചുവന്ന് തോട്ട ങ്ങളുടെ ചുമതലയേറ്റ് സമൃദ്ധിയിൽ ഇവിടെ കഴിയുക.

അതിന് അവൻ മറുപടി പറഞ്ഞില്ല. പകരം ഒരു പത്രത്താള് അപ്പന്റെ പേരിൽ അയക്കുകയായിരുന്നു.

പത്രത്തിൽ അവന്റെ വലിയ ചിത്രത്തോടൊപ്പം മുഴുത്ത അക്ഷര ങ്ങൾ വക്കൻ കണ്ടു:

ഭൂമിയുടെ വിലാപം ശ്രദ്ധിക്കുന്ന സിസ്മോളജിസ്റ്റ്: ബലാൽക്കാര ത്തിനു വിധേയമായ പ്രകൃതിയുടെ പ്രതികരണത്തെപ്പറ്റി ഇന്റർനാഷ ണൽ സിസ്മോളജിക്കൽ സ്റ്റഡീസിലെ പ്രമുഖ ശാസ്ത്രജ്ഞൻ ഡോക്ടർ വാക്കാട് മാത്യു തോമസ് വർഗീസ് പണിക്കർ സംസാരിക്കുന്നു.

മകന് പറയാനുള്ളത് പത്രത്താളിൽ നിന്നല്ല അവനിൽ നിന്നു തന്നെ കേൾക്കണമെന്നു വക്കന് നിർബ്ബന്ധമായിരുന്നു.

നാലാണ്ടിനുശേഷം വാക്കാട്ടു വന്ന മകൻ പറഞ്ഞതത്രയും ഭൂമിക്കു പറയാനുള്ളതായിരുന്നു. ഭൂമിക്കടിയിൽ, ഭൂമിയിലലിഞ്ഞ അവന്റെ അമ്മ അവനോടു കാതിൽ പറഞ്ഞ രഹസ്യങ്ങളായിരുന്നു അത്. നിയതമാ യൊരു സന്തുലനത്തിലായിരുന്നു ഭൂമി. മനുഷ്യശരീരത്തിൽ അവയവ ങ്ങൾപോലെ കടലും കാടും ഒഴുകുന്ന നദിയും നിശ്ചലമായ തടാകങ്ങളും, വേണ്ടിടത്ത് വേണ്ടപോലെ ക്രമപ്പെട്ട് ഭൂമി സമ്പൂർണ്ണ സന്തുലനാവ സ്ഥയിലായിരുന്നു. ഭൂമിയിൽ മനുഷ്യൻ വരുത്തുന്ന മാറ്റിമറിച്ചിലുകളും ഇളക്കിപ്രതിഷ്ഠകളും ആന്തരികമായി ഭൂമിയുടെ സന്തുലനതാളം തെറ്റി ക്കുകയാണ്. കുന്നിടിച്ച് കുഴിയാക്കിയും കുഴി നികത്തി കുന്നാക്കിയും ഒഴുകുന്ന നദിയെ തടഞ്ഞുനിർത്തി ഒരു ഭാഗത്തുമാത്രം ഭാരം അധികരി പ്പിക്കുന്ന തടാകമാക്കിയും സർവത്ര താളം തെറ്റിക്കുന്നു. കൈകാലുകൾ

സ്ഥാനം തെറ്റിയ മനുഷ്യശരീരത്തിന്റെ അവസ്ഥയിലായിരിക്കുകയാണ് ഭൂമി ഇപ്പോൾ.

ഭൂമിയുടെ വേദന അവന്റെ വിങ്ങലായി:

ഏതുവേദനയും സഹിക്കുന്നതിന് ഒരു പരിധിയുണ്ട്. സർവംസഹ യായ ഭൂമി എന്നിട്ടും സഹിക്കുകയാണ്.

താങ്ങാനാവാത്ത വേദന എന്ന് ഭൂമിക്കടിയിൽ നിന്ന് അമ്മ കരയു ന്നത് ഞാൻ കേൾക്കുന്നു. പൊറുക്കുക, സഹിക്കുക എന്നല്ലാതെ ഞാൻ എങ്ങനെ ആശ്വസിപ്പിക്കും.

സഹനത്തിന്റെ പാരമ്യത്തിൽ കയ്യോ കാലോ ഉടലോ ഒന്നിളകിയെ ന്നിരിക്കും. അത്രമാത്രം. അതിനെ ഭൂചലനമെന്നും അനങ്ങിയ ഭാഗത്തെ പ്രഭവകേന്ദ്രമെന്നും വ്യാഖ്യാനിക്കുന്നത് കേട്ടിട്ടില്ലേ എന്ന് ചോദിച്ച മകൻ, അപ്പന്റെ തോട്ടങ്ങൾക്കുചുറ്റും അങ്ങനെ ഭൂമിക്കു വേദനിക്കുന്ന ചില ഭാഗ ങ്ങളുണ്ട് എന്നു പറഞ്ഞപ്പോൾ വക്കൻ ശരിക്കും ഞെട്ടി. അതേപ്പറ്റി അറി യാൻ കാതുകൂർപ്പിച്ച വക്കൻ കേട്ടത് ശാസ്ത്രത്തിന്റെ വ്യാഖ്യാനമാണ്.

മനുഷ്യശരീരത്തിലെ വൈകല്യങ്ങൾപോലെ ഭൂമിക്കടിയിലെ പാറ കൾക്കിടയിൽ വിടവുകളുണ്ടാവും. ഇങ്ങനെയുള്ള രണ്ട് വിടവുകൾ ഇന്ത്യാ മേഖലയിലുമുണ്ട്. പശ്ചിമബംഗാളിനും അസമിനുമിടയിലുള്ള സിലിഗു രിയിലും കേരളത്തിൽ പാലക്കാടിനും നെല്ലിയാമ്പതിക്കുമിടയിലും .കേര ളത്തിലെ അടിപ്പാറ വിള്ളലിന്റെ ദക്ഷിണഭാഗമാകെ ഉറപ്പുകുറഞ്ഞവയാ ണ്. അതിനാൽ അവിടങ്ങളിൽ അമിതഭാരം കയറ്റിവെക്കാൻ പാടില്ല. പക്ഷേ, ആഴത്തിലുള്ള ഭാരമേറിയ നിർമ്മിതളേറെയും ഈ മേഖലയിലാണ് .

ഭൂമിയുടെ ഓരോ ഭാഗവും ഓരോ അവയവമാണ്. അവയിൽ ദുർബ്ബ ലമേറിയതും വൈകല്യം ബാധിച്ചതുമുണ്ട്. യാതൊരു ദയവുമില്ലാതെ ദുർബലഭാഗത്തേക്ക് താങ്ങാവുന്നതിലേറെ ഭാരം കയറ്റിവച്ചാൽ ഭൂമിയെ ങ്ങനെ സഹിക്കും.അമിതഭാരം താങ്ങിതളരുമ്പോൾ ഒന്നനങ്ങാതിരിക്കാൻ കഴിയുമോ? അപ്പൻ ഭയക്കുന്ന ചെറുചലനങ്ങളെല്ലാം ഈ അനക്ക മാണ്.

അതുപറഞ്ഞുകൊണ്ട് അവൻ ചോദിച്ചു:

അപ്പന്റെ തോട്ടങ്ങളുള്ള ഹൈറേഞ്ച് മേഖല ഉൾക്കൊള്ളുന്ന ഇടുക്കി ജില്ലയുടെ ആകെ വിസ്തൃതിയായ അയ്യായിരം ചതുരശ്രകിലോമീറ്ററി നുള്ളിലെ ആയിരത്തിലേറെ ചതുരശ്രകിലോമീറ്റർ പ്രദേശവും അണ ക്കെട്ടുകൾ തീർത്ത ജലാശയങ്ങളാണെന്നുള്ള കാര്യം അപ്പനറിയാമോ? അവയിലെ ജലത്തിന്റെ അളവും ഭാരവും അപ്പന് തിട്ടമുണ്ടോ? തലയി ലൂടെ ദേഹമാകെ വഹിക്കേണ്ട ഭാരം വിരൽത്തുമ്പിലേറ്റിവച്ചാൽ ആ വിരൽ അനങ്ങാതെ നിവർന്നിരിക്കുമോ?

മകന്റെ മുന്നറിയിപ്പ് സൃഷ്ടിച്ച ആശങ്കകൾ ഉള്ളിലൊതുക്കി വിഷയംമാറ്റി എന്താ നിന്റെ ഉദ്ദേശ്യം എന്നു മകനോട് തെളിച്ചു ചോദിക്കാനാണ് വക്കന് തോന്നിയത്.

ചോദിച്ചു.

ഉറച്ചതായിരുന്നു മറുപടി.

ഭൂമിയുടെ ഉള്ളം അവനെ നിരന്തരം വിളിക്കുകയാണത്രെ. മലരാണ്യം മുതൽ ഹിമപാളികൾക്കിടയിൽ നിന്നു വരെ അവന് ആ വിലാപം കേൾക്കാം. സാന്ത്വനവുമായി ഓടിയെത്താതിരിക്കാൻ കഴിയുന്നില്ല.

അപ്പനും അപ്പന്റെ സ്നേഹവും പണവും പൂർവ്വികരായി ഉണ്ടാക്കിയ തോട്ടങ്ങളും വിളിക്കുന്നത് നീ കേൾക്കുന്നില്ലേ എന്നു ചോദിച്ചപ്പോൾ സത്വരം സാന്ത്വനം വേണ്ട വിലാപങ്ങളല്ലേ നമ്മുടെ കാതിൽ ആദ്യം പതിയുക എന്നായിരുന്നു അവന്റെ മറുപടി. ഇവിടെ അത്തരം വിലാപങ്ങൾ നീ കേൾക്കുന്നില്ലേ എന്ന് നേരിയ പരിഹാസത്തോടെ വക്കൻ ചോദിച്ചുപോയി. തീർച്ചയായും ഞാൻ അതേപ്പറ്റി ഗൗരവപൂർവം ആലോചിക്കുകയാണ്. അതായിരുന്നു അവന്റെ മറുപടി.

ആ മറുപടി തന്നെ അവൻ ഏറെനേരം ആവർത്തിച്ചു കൊണ്ടിരുന്നു.

മകന്റെ മനസ്സ്, ചിന്ത, ജീവിതവീക്ഷണം, കാഴ്ചപ്പാട് ഇവയൊന്നും വക്കന് ഉൾക്കൊള്ളാവുന്നതിനുമപ്പുറമായിരുന്നു. സൗഭാഗ്യങ്ങളുപേക്ഷിച്ച് അവൻ തിരയുന്നതെന്താണെന്നുപോലും വക്കന് മനസ്സിലായില്ല. ഒടുവിൽ നിസ്സഹായ നിലവിളിപോലെ വക്കൻ ചോദിച്ചുപോയി :

നിന്നെ ആകർഷിക്കുന്നില്ലെങ്കിൽ എന്തിന് ഞാനീ സൗഭാഗ്യങ്ങൾക്ക് കാവലിരിക്കുന്നു...

അപ്പന്റെ കൈപിടിച്ചുകൊണ്ട് അവൻ പറഞ്ഞു:

ആത്മസംതൃപ്തി തരുന്നതെന്തോ അതാണ് സൗഭാഗ്യം. എന്നെ സംബന്ധിച്ചിടത്തോളം എന്റെ ഗവേഷണം, ആ മേഖലയിലെ പ്രവർത്തനങ്ങൾ, അതിന് ലഭിക്കുന്ന അംഗീകാരം- അതൊക്കെയാണ് ആത്മസംതൃപ്തി തരുന്നത്.അതിനാൽ സ്വാഭാവികമായും അവയാണെന്റെ സൗഭാഗ്യങ്ങൾ.

പറഞ്ഞുതീരുംമുമ്പ് വക്കന് ചോദിക്കാതിരിക്കാനായില്ല:

അതിനിടയിൽ അപ്പനെന്തു പ്രസക്തി? അപ്പൻ കാവലിരിക്കുന്ന മുതലിനെന്തു കാര്യം?

മകൻ അപ്പനിലേക്ക് നീങ്ങിച്ചെന്നു.

അപ്പനാണ് എന്റെ എല്ലാം; അല്ലെങ്കിൽ ഞാനെന്തിനിങ്ങോട്ടുവരുന്നു.

അപ്പന്റെ മുഖത്തേക്കു തുറിച്ചുനോക്കി അവൻ തുടർന്നു.

ഞാനൊരു പരിത്യാഗിയൊന്നുമല്ല. അപ്പൻ കാത്തുസൂക്ഷിക്കുന്നതൊന്നും എനിക്കു വേണ്ടെന്നും ഞാൻ പറഞ്ഞില്ല. സംഭാഷണം

അങ്ങനെ നീണ്ടെങ്കിലും അതിന്റെ ഒരു ഘട്ടത്തിലും പരസ്പരം ബോധ്യപ്പെടാനോ ബോധ്യപ്പെടുത്താനോ രണ്ടുപേർക്കും കഴിഞ്ഞില്ല. അതിനാൽ അവസാനം അപ്പനും മകനും തമ്മിലൊരു ധാരണയിലെത്തി. എത്ര തിരക്കുണ്ടെങ്കിലും എവിടെയാണെങ്കിലും ആണ്ടിൽ രണ്ടുമാസം മകൻ വാക്കാട്ടുവന്നു താമസിക്കും.

ആണ്ടിലെ ആ രണ്ടുമാസം വക്കന് ഉത്സവമായിരുന്നു. മറ്റുകാര്യങ്ങളൊന്നും ശ്രദ്ധിക്കില്ല. മകനുമായി സുദീർഘസംഭാഷണങ്ങളിലേർപ്പെടും. അവന്റെ സുഹൃത്തുക്കളെ വിളിച്ചുകൂട്ടി സൽക്കരിക്കും. അപൂർവ്വമായി തോട്ടങ്ങളിൽ ചുററിയടിക്കുകയും ചെയ്യും.

അലസമായ ആ യാത്രക്കിടയിൽ തോട്ടങ്ങളുടെ അതിരും വീതിയും മകനെ ബോധ്യപ്പെടുത്താൻ വക്കൻ കൗശലപൂർവ്വം ശ്രദ്ധിക്കുമായിരുന്നു.മിക്കപ്പോഴും മകന്റെ ഗവേഷകസംഘത്തിലെ സുഹൃത്തുക്കളോ ശിഷ്യരോ കൂടെക്കാണും. അവർക്ക് ശ്രദ്ധിക്കാൻ മറ്റു കാര്യങ്ങൾ ധാരാളമായി വാക്കാട്ടെ തോട്ടങ്ങളിലുണ്ടായിരുന്നു.

ഒരിക്കൽ തോട്ടത്തിൽ ചുറ്റിയടിച്ചുവരുമ്പോൾ മണ്ണിൽ ഒരു നേർത്ത വിള്ളൽ കാണുകയും മകൻ അതിൽ ചെവിചേർത്ത് ചരിഞ്ഞു കിടക്കുകയും ചെയ്തു.

നിന്റെ ആ പഴയശീലം മാറിയില്ലേ എന്ന് ചോദിച്ചു തീരുംമുമ്പ് അവൻ അപ്പനോട് അന്വേഷിക്കുകയായിരുന്നു:

ഞാനന്ന് പറഞ്ഞത് അപ്പൻ ഒട്ടും ഗൗരവമായെടുത്തില്ലേ? അപ്പന്റെ മണ്ണിനും ഉള്ളു വേദനിക്കുന്നു...

എന്തുകൊണ്ടാണത്? പരിഹാരം വല്ലതുമുണ്ടോ?

വക്കൻ ചോദിച്ചു.

വേദാന്തിയെപ്പോലെയായിരുന്നു അവന്റെ മറുപടി:

മലമടക്കുകൾ രൂപപ്പെട്ടിരിക്കുന്നത് മലമടക്കുകളായിരിക്കാനാണ്, നദികൾ ഒഴുകാനും. ഒഴുകേണ്ട നദിയെ തടഞ്ഞുനിർത്തി മലമടക്കുകളിൽ വെള്ളം സംഭരിച്ചു നിർത്തിയാൽ ആ ഭാരം താങ്ങാൻ ഭൂമിക്കാകുമോ? മുല്ലപ്പെരിയാർ മാത്രമല്ല പത്തോളം അണക്കെട്ടുകൾ നമ്മുടെ തോട്ടങ്ങളുള്ള ജില്ലയിൽത്തന്നെയുണ്ട് .മുല്ലപ്പെരിയാറിനു പുറമെ ഇടുക്കി, ചെറുതോണി, കുളമാവ്, മലങ്കര, പൊന്മുടി, ലോവർ പെരിയാർ, കുണ്ടള, മാട്ടുപ്പെട്ടി,അഴുത, ചെങ്കളം, ആനയിറങ്കൽ, കല്ലാർ, കല്ലാർകുട്ടി, ഇരട്ടയാർ എന്നീ അണക്കെട്ടുകളിൽ സംഭരിച്ചു നിർത്തിയിരിക്കുന്ന വെള്ളത്തിന്റെ ഭാരം എത്രയെന്നറിയാമോ?

അവയിലെ വെള്ളം കുറേശ്ശെ ഒഴുക്കിവിട്ട് ഭാരം കുറയ്ക്കുക. അല്ലെങ്കിൽ താങ്ങാനാവാത്ത ഭാരം മലമടക്കുകളുടെ ഉള്ളു വിറപ്പിച്ചെന്നിരിക്കും. അതിന്റെ പ്രത്യാഘാതം പ്രവചനാതീതമായിരിക്കും. അമിതഭാരം താങ്ങുന്ന മുല്ലപ്പെരിയാറിന്റെ കാര്യത്തിലെങ്കിലും എന്തെങ്കിലും ചെയ്യാൻ ശ്രമിക്കുക...

നൂറ്റിനാല്

സർ സി പിയുടെ കാലംമുതൽ മുല്ലപ്പെരിയാർ പ്രശ്നത്തിന് പരിഹാരം തേടുന്ന വക്കനെ ജനാധിപത്യഭരണത്തിലെ തിക്താനുഭവങ്ങൾ നിരാശനാക്കിയിരുന്നു.

നോക്കാം, വരട്ടെ, പരിശോധിക്കാം എന്നതിനപ്പുറം മറ്റൊരു മറുപടി ആരിൽ നിന്നും കിട്ടിയിട്ടില്ല. ഇനി കിട്ടുമെന്നും തോന്നുന്നില്ല. അതുകൊണ്ടുതന്നെ മകന്റെ ഉപദേശം മനസ്സിൽതന്നെ സൂക്ഷിച്ചു.

നൂറ്റിയഞ്ച്

കാട്ടിലെ മേൽതോട്ടങ്ങളെല്ലാം നേരത്തെ തന്നെ വെള്ളത്തിലായിരുന്നു. അടിവാരത്തിലെ കീഴ്ത്തോട്ടങ്ങളിൽ വീണ്ടും വരൾച്ച കണ്ടു തുടങ്ങിയപ്പോൾ ഡസ്മണ്ട് പറഞ്ഞു. അണകെട്ടി നദി തടയപ്പെട്ടിരിക്കുന്നതിനാൽ നീരൊഴുക്കുകുറവാണ്. ഭാവിയിൽ ഒരു വരൾച്ച നാം പ്രതീക്ഷിക്കണം. അധികജലം താങ്ങാനാവാതെ അണക്കെട്ടു തകർന്നാൽ പ്രളയവും.

ആ വാക്കുകൾ വക്കന് ആധിയായി.

അതിനിടയ്ക്കാണ് മറ്റൊരാധിയായി പ്രൊഫ, ഹരോൾഡ് നോർമാൻ വന്നത്. ഇന്റർനാഷണൽ ഇൻസ്റ്റിറ്റ്യൂട്ട് ഓഫ് വാട്ടർ റിസോഴ്സസ് ആന്റ് ഹൈഡ്രോപവറിലെ മുതിർന്ന ശാസ്ത്രജ്ഞനായ അദ്ദേഹം ഇന്ത്യയിൽ ഒഴിവുകാലം ചെലവഴിച്ച് മടങ്ങുംവഴി മകന്റെ സുഹൃത്ത് എന്ന നിലയിൽ വാക്കാട്ട് വന്ന് ഒരാഴ്ച താമസിച്ചു. ഇടയ്ക്ക് തോട്ടങ്ങളും മുല്ലപ്പെരിയാറും കണ്ടുവന്ന് അദ്ദേഹം ആശങ്കയോടെ പറഞ്ഞു:

അൻപതുവർഷത്തെ കാലാവധി നിശ്ചയിച്ച ഒരണക്കെട്ട്, താങ്ങാനാവാത്ത ജലഭാരവുമായി നിൽക്കുന്നതു കണ്ടില്ലേ? അതെങ്ങാനും പൊട്ടിയാൽപ്പിന്നെ വാക്കാടും വണ്ടിപ്പെരിയാറുമൊന്നും കാണില്ല. അല്പാല്പമായി വെള്ളം ചോർത്തിക്കളഞ്ഞ് ഡാം, ഡീ കമ്മീഷൻ ചെയ്യാൻ നിങ്ങളുടെ സർക്കാരിനോടു പറയുക.

അതുകൂടി കേട്ടതോടെ ഇക്കാര്യത്തിൽ അടിയന്തിരമായി എന്തെങ്കിലുംനടപടി വേണമെന്ന് വക്കന് വാശിയായി.

തോട്ടം ഉടമകളല്ലാത്ത കർഷകർക്കും ഇക്കാര്യത്തിൽ ആശങ്കയുണ്ടായിരുന്നു. അവരും ഒപ്പം കൂടാമെന്നറിയിച്ചപ്പോൾ പഴയ തിക്താനുഭവങ്ങൾ വിസ്മരിച്ച് ഒരിക്കൽ കൂടി സർക്കാരിനെ സമീപിക്കാമെന്ന് വക്കൻ തീരുമാനിച്ചു.

പ്ലാന്റേഴ്സ് അസോസിയേഷന്റെ യോഗം വിളിച്ചു കൂട്ടി വിഷയം അവതരിപ്പിച്ചപ്പോൾ നാലുപേർക്ക് അകാരണമായ വിയോജിപ്പ്. കാര്യം

ചികഞ്ഞ വക്കന് വിയോജിപ്പിന്റെ രഹസ്യം കണ്ടെത്തൽ അധികം ക്ളേശിക്കേണ്ടിവന്നില്ല.

മുല്ലപ്പെരിയാറിലെ വെള്ളം പോകുന്ന വഴിനോക്കി തമിഴ്നാട്ടിൽ വൻതോതിൽ ഭൂമി വാങ്ങിക്കൂട്ടി പുതിയ തോട്ടങ്ങളുണ്ടാക്കിയ അവർ ഒഴുക്കിനൊപ്പമായിരുന്നു.

ഭിന്നിപ്പിന്റെ സ്വരവുമായി സർക്കാരിനെ സമീപിക്കുന്നതിലെ വൈരുദ്ധ്യം വക്കനെ ധർമ്മസങ്കടത്തിലാക്കി. അതിനിടയിലാണ് ആകെ നിരാശ പടർത്തിയ ആ അഭ്യൂഹം പരന്നത്.

ജലസേചനത്തിനു മാത്രമെന്ന കർശനവ്യവസ്ഥയിൽ കൊടുത്ത ജലം വ്യവസ്ഥ ലംഘിച്ച് വൈദ്യുതി ഉല്പാദപ്പിക്കാൻ ഉപയോഗിച്ചതിനാൽ റദ്ദാക്കാനിരുന്ന മുല്ലപ്പെരിയാർ കരാർ. മുൻകാലപ്രാബല്യത്തോടെ പുതുക്കാൻ പോകുന്നു. അതിനുള്ള അണിയറ ചർച്ചകളെല്ലാം പൂർത്തിയായിക്കഴിഞ്ഞു.

പിന്നൊട്ടും താമസിച്ചില്ല. സന്നദ്ധരായ തോട്ടം ഉടമകൾക്കൊപ്പം കർഷകപ്രതിനിധികളേയും കൂട്ടി വക്കൻ പുറപ്പെട്ടു.

സൗമ്യനും ശാന്തനും ദീർഘവീക്ഷണമുള്ള ഭരണനിപുണനുമായ മുഖ്യമന്ത്രി അച്യുതമേനോനെ കണ്ട് കാര്യങ്ങൾ ഗ്രഹിപ്പിച്ചാൽ ഫലമുണ്ടാകുമെന്നു തന്നെയായിരുന്നു വക്കന്റെ വിശ്വാസം. പക്ഷേ മുഖ്യമന്ത്രിയെ കാണുംമുമ്പുതന്നെ കരാർ ഒപ്പിട്ട വാർത്ത വക്കൻ കേട്ടു.

നന്മയുടെ വിശേഷണങ്ങളെല്ലാം മനസ്സിൽ ചാർത്തിക്കൊടുത്തിരുന്ന വിഗ്രഹത്തിന്റെ മുഖത്തുനോക്കി വക്കൻ രോഷം ചീറ്റി:

ഇതൊരു കൊടുംചതിയായിപ്പോയി; ഞങ്ങളോടു മാത്രമല്ല, കേരളത്തോടു തന്നെയുള്ള ചതി.

സമചിത്തത വെടിയാതെ മുഖ്യമന്ത്രി പറഞ്ഞു:

പ്ളാന്ററേ, നമുക്കൊരു മതിൽ കെട്ടാം.

വക്കനും നിവേദകസംഘവും അതിന്റെ പൊരുളറിയാതെ അന്തിച്ചു നിൽക്കെ സൗമ്യവും ദൃഢവുമാർന്ന വാക്കുകളാണ് അദ്ദേഹത്തിൽ നിന്ന് കൃത്യതയോടെ അടർന്നുവീണത്:

നമ്മുടെ വായു അങ്ങോട്ടു കടക്കാതെയും അവിടുത്തെ വായു ഇങ്ങോട്ടു കയറാതെയും നമുക്ക് സംരക്ഷിക്കാം.

ആരും ഒന്നും ശബ്ദിച്ചില്ല. കനത്ത നിശ്ശബ്ദതയിൽ അദ്ദേഹത്തിന്റെ വാക്കുകൾ മുഴങ്ങി:

ജീവവായുവിനും ജീവജലത്തിനും അതിരിടുന്നത് പ്രായോഗികമല്ല, ശരിയുമല്ല. വേണ്ടിടത്തേക്ക് അത് വീശിയും ഒഴുകിയുമെത്തും.

ഭാവിയിലെ യുദ്ധങ്ങളെല്ലാം ജലത്തിനുവേണ്ടിയായിരിക്കുമെന്ന് മനസ്സിലാക്കുന്ന ഞാൻ വരാനിരിക്കുന്ന ഒരു കലഹമെങ്കിലും ഒഴിവാക്കുകയായിരുന്നു. കാലം അത് നിങ്ങളെ ബോധ്യപ്പെടുത്തും.

മറുപടി പറയാതെ നിന്ന വക്കനോടും സംഘത്തോടും മിതഭാഷിയായ അച്ചുതമേനോൻ യാത്ര പറഞ്ഞു.

പ്ളാന്റർക്ക് പോകാം.

അച്യുതമോനോനെ കണ്ടശേഷം ആരോടും അതേപ്പറ്റി ഒന്നും പറഞ്ഞില്ലെങ്കിലും ഡയറിയിൽ വക്കൻ കുറിച്ചിട്ടു: ആ വലിയ മനുഷ്യൻ എന്നെ ആശയക്കുഴപ്പത്തിലാക്കി.അനുബന്ധമായി ഇത്രകൂടി എഴുതി : ബ്രിട്ടീഷുകാർ പോയതോടെ സാധുത നഷ്ടപ്പെട്ട കരാർ 1970 മേയ് 29നു പുതുക്കി.1954 മുതൽ മുൻകാലപ്രാബല്യത്തോടെ നടപ്പാക്കിയ കരാറനുസരിച്ചു പാട്ടത്തുക ഏക്കറിനു മുപ്പതുരൂപയായും ലോവൽ ക്യാംപിൽ മുല്ലപ്പെരിയാർ വെള്ളമുപയോഗിച്ച് ഉൽപാദിപ്പിക്കുന്ന വൈദ്യുതിക്കു കിലോവാട്ട് ഇയറിനു 12 രൂപയായും നിശ്ചയിച്ചു.

നൂറ്റിയാറ്

മോഹനചന്ദ്രൻ പറയുകയായിരുന്നു ,2000ൽ വീണ്ടും പുതുക്കേണ്ടിയിരുന്ന കരാർ ഇതുവരെ പുതുക്കിയിട്ടില്ലെങ്കിലും പഴയനിരക്കിൽത്തന്നെ തമിഴ്നാട് കേരളസർക്കാരിലേക്കു മുടങ്ങാതെ പണം അടയ്ക്കുന്നുണ്ട്. ഡാമിന്റെ വസ്തുക്കരമായ രണ്ടരലക്ഷം രൂപയും വൈദ്യുതി ഉൽപാദിപ്പിക്കുന്ന ഇനത്തിൽ റോയൽറ്റിയായി ഏഴരലക്ഷം രൂപയും ചേർത്ത് ഒരുവർഷം പത്തുലക്ഷംരൂപ.

കേരളത്തിന്റെ നഷ്ടം കോടികളുടേതാണെന്നു പറഞ്ഞുകൊണ്ട് അയാൾ കണക്കുനിരത്തി. ഒരുവർഷം ശരാശരി 60 വീതം 115 വർഷം കൊണ്ട് തമിഴ്നാട് 6950 ടി എംസി വെള്ളം കൊണ്ടുപോയിട്ടുണ്ട്. ഇപ്പോഴത്തെ കണക്കനുസരിച്ച് ഇതിന്റെ വില ഏഴായിരം കോടിരൂപയോളം വരും. മുല്ലപ്പെരിയാറിലെ ഈ വെള്ളം ഉപയോഗിച്ച് തമിഴ്നാട് പ്രതിവർഷം 600 കോടിരൂപയുടെ വൈദ്യുതി ഉൽപാദിപ്പിക്കുന്നു. 50 വർഷത്തെ കണക്കെടുത്താൽത്തന്നെ ഇപ്പോഴത്തെ വിലയനുസരിച്ച് ഏകദേശം മുപ്പതിനായിരം കോടിരൂപയുടെ വൈദ്യുതി ഉൾപ്പെടെ കേരളത്തിന്റെ ആകെ നഷ്ടം ഏകദേശം37,000 കോടിരൂപ വരും.

കാര്യം പറയുന്നതിനേക്കാൾ എളുപ്പം കണക്കുകൂട്ടുന്നതാണ്. അക്കങ്ങൾക്ക് അക്ഷരങ്ങളേക്കാൾ വിശ്വാസ്യതയുള്ള കാലമാണിത്.

അപ്പന്റെ ശബ്ദം ദൃഢപ്പെട്ടു വന്നു:

അക്കങ്ങളും അക്ഷരങ്ങളുമൊന്നും അവൾക്ക് പ്രശ്നമല്ല...

നൂറ്റിയേഴ്

മനസ്സറിയുന്ന യന്ത്രം ഉള്ളിലൊളിപ്പിച്ചാണ് നേതാക്കൾ പാർട്ടി വ്യത്യാസമില്ലാതെ തെരഞ്ഞെടുപ്പുഫണ്ടിലേക്ക് പണം വാങ്ങാൻ വാക്കാട്ടു വന്നത്. വക്കൻ ആഗ്രഹിച്ചിരുന്ന കാര്യങ്ങൾ അവർ ഇങ്ങോട്ടു പറഞ്ഞു.

ഞങ്ങൾ ജയിച്ചാൽ മുല്ലപ്പെരിയാർ പ്രശ്നം പരിഹരിക്കാം.

ഞങ്ങളുടെ പ്രധാന വാഗ്ദാനം മുല്ലപ്പെരിയാർ പ്രശ്നത്തിന് പരിഹാരം കാണുമെന്നുള്ളതാണ്.

ഇരുമുന്നണികളുടെയും വാഗ്ദാനം പുറത്തുവന്നപ്പോൾ സഖാവ് സി കെ സ്വകാര്യമായി പറഞ്ഞു:

ഇരുമുന്നണികളുടെയും തലപ്പത്ത് ദേശീയ കക്ഷികളാണ്. കേരളവും തമിഴ്നാടും ഉൾപ്പടെ എല്ലാ സംസ്ഥാനങ്ങളും അവർക്കാവശ്യമാണ്. അതിനാൽ ഇക്കാര്യത്തിൽ ഏതെങ്കിലും സംസ്ഥാനത്തെ പിണക്കിക്കൊണ്ട് ഏകപക്ഷീയമായ ഒരു തീരുമാനവും അവരിൽനിന്നു പ്രതീക്ഷിക്കണ്ടാ.

തെരഞ്ഞെടുപ്പ് കഴിഞ്ഞ് അധികാരത്തിൽ വന്നവർ പറഞ്ഞത്, ഇരു സംസ്ഥാനങ്ങളും തമ്മിലുള്ള ബന്ധം ഉലയാതെ എങ്ങനെ ഈ പ്രശ്നം പരിഹരിക്കാമെന്ന് ഞങ്ങൾ നോക്കുകയാണെന്നായിരുന്നു. അങ്ങനെ നോക്കിയിരുന്ന് അവരുടെ കാലം കഴിഞ്ഞു. അടുത്തതായി വന്നവരും അതിനുശേഷം അധികാരമേറ്റവരും അതേ പല്ലവി പാടി അവരുടെ കാലം കഴിച്ചു. ഇതിനിടയിൽ മുല്ലപ്പെരിയാർ പ്രശ്നം സത്വരം പരിഹരിക്കണമെന്ന ചില ഒറ്റപ്പെട്ട ശബ്ദം മാത്രം വല്ലപ്പോഴും കേട്ടുകൊണ്ടിരുന്നു. അപ്പോഴും മുല്ലപ്പെരിയാർ അണക്കെട്ടു നിറഞ്ഞു കൊണ്ടേയിരുന്നു; പെരിയാർ മെലിഞ്ഞുണങ്ങിവന്നു. മുല്ലപ്പെരിയാറിലെ ജലമുപയോഗിച്ച് തമിഴ്നാട്ടിലെ നാലു ജില്ലകളിൽ കൃഷി തഴച്ചു. ആ വെള്ളം കിട്ടേണ്ട കേരളത്തിലെ നാലു ജില്ലകൾ വരണ്ടുണങ്ങി. മുല്ലപ്പെരിയാറിലെ വെള്ളം കൊണ്ട് തമിഴ്നാട്ടിൽ വൈദ്യുതി ഉല്പാദിപ്പിച്ചപ്പോൾ കേരളം അതു വിലക്കുവാങ്ങി ഇരുളകറ്റി.

നൂറ്റിയെട്ട്

ഒരു ചെറുസംഘത്തിന്റെ അകമ്പടിയോടെയാണ് അന്നുരാത്രി നിജാദും ഫൗസിയയും വാക്കാട്ടേക്കു വന്നത്.

പേടിക്കാനൊന്നുമില്ല, ഒരു വള്ളിക്കെട്ടൻ മദാമ്മയെ പേടിപ്പിച്ചു.

നിജാദും ഫൗസിയയും പൂമുഖത്തേക്കു കയറിയപ്പോൾ മുറ്റത്തുനിന്ന സംഘത്തിൽ നിന്ന് ചിന്ന വിളിച്ചുപറഞ്ഞു.

ഭയത്തേക്കാളേറെ അമ്പരപ്പും അത്ഭുതവുമായിരുന്നു നിജാദിനും ഫൗസിയയ്ക്കും. ചപ്പാത്തിലെ ഇരുണ്ടവഴിയിൽ ചവുട്ടിയപ്പോഴാണ് പാമ്പ് കാലിൽ ചുറ്റിയത്; നന്നായി കടിക്കുകയും ചെയ്തു. ഭയന്നു നിലവിളിച്ച അവർക്കരികിലേക്ക് ആദ്യം ഓടിയെത്തിയ ചിന്ന മരക്കൊമ്പിലെ കെട്ടഴിച്ചു മാറ്റുന്ന ലാഘവത്തോടെ പാമ്പിന്റെ തലയമർത്തി ചുറ്റഴിച്ചെടുത്ത് അതിനെ കാട്ടുപൊന്തയിലേക്ക് വിട്ടുകൊണ്ട് ഫൗസിയയോടു പറഞ്ഞു: പെടുത്തു കുടിക്ക്.

പാമ്പുകടിച്ചാൽ പ്രതിവിധി ഉടനെ മൂത്രമൊഴിച്ചു കുടിക്കലാണെന്ന കാട്ടറിവ് പ്രാവർത്തികമാക്കാൻ വിസമ്മതിച്ചുനിന്ന ഫൗസിയയുടെ കാൽവണ്ണയിലേക്ക് വായമർത്തി ഒരുകവിൾ ചോര വലിച്ചെടുത്തു തുപ്പിക്കളഞ്ഞു ചിന്ന. ഓടിക്കൂടിയവരിൽ പിലിപ്പോസ് ഉടുമുണ്ടിന്റെ കോന്തല കീറി ഫൗസിയയുടെ കാൽവണ്ണക്കുമുകളിൽ അമർത്തിക്കെട്ടി. സിസിലി അവളെ താങ്ങി വിഷഹാരിയുടെ വീട്ടിലേക്കു നയിച്ചു.

ആശുപത്രിയിൽ പോകണം. ഡോക്ടറെ കാണണമെന്നായിരുന്നു നിലവിളിയോടെയുള്ള ഫൗസിയയുടെ ആവശ്യം.

നടുവഴിയിൽ നിന്നുതന്നെയായിരുന്നു സംഘം ആശുപത്രിയിലേക്ക് പോയത്. ചേടത്തി കടയടച്ചില്ല എന്ന് സിസിലി ഓർമ്മിപ്പിച്ചപ്പോൾ പീലിപ്പോസാണ് മറുപടി പറഞ്ഞത്: കടയുടെ കാര്യം കള, ആശുപത്രി അടച്ചോന്ന് നോക്കു പെണ്ണേ...

ആശുപത്രിയിലെ പരിശോധനയിൽ മുറിപ്പാടല്ലാതെ വിഷം ഉള്ളിൽച്ചെന്ന ലക്ഷണമില്ലായിരുന്നു. നല്ല കടിയാണ്. വിഷം വ്യാപിക്കാതെ പെട്ടെന്ന് തടഞ്ഞതുകൊണ്ട് രക്ഷപ്പെട്ടു. അതായിരുന്നു ഡോക്ടറുടെ ആദ്യ പ്രതികരണം.

ഒരു കുഴപ്പവുമില്ലെന്ന് ഡോക്ടർ വീണ്ടും പറയുമ്പോൾ എന്റെ മാതാവേ, പാൽ അടുപ്പത്തു വച്ചിട്ടാ ഞാൻ പോന്നത് എന്ന് ചിന്നയും ഏലക്കാർക്ക് കൊടുക്കാനുള്ള കാശിരിപ്പുണ്ട്; പണപ്പെട്ടി പൂട്ടിയില്ലാ എന്ന് പീലിപ്പോസും പറഞ്ഞു. എന്നെ കാണാഞ്ഞ് അപ്പൻ വിഷമിക്കുമോ എന്നായിരുന്നു സിസിലിയുടെ ആശങ്ക.

അങ്ങനെയൊക്കെ പറഞ്ഞെങ്കിലും അത്യാവശ്യങ്ങളിലേക്ക് തിരിഞ്ഞുപോകാതെ വാക്കാട്ടെ പൂമുഖംവരെ അനുഗമിക്കാൻ അവരെ പ്രേരിപ്പിച്ച ഘടകമെന്തെന്ന് നിജാദിനും ഫൗസിയയ്ക്കും മനസ്സിലായില്ല.

ഒരാപത്ഘട്ടം വന്നപ്പോൾ എല്ലാം ഇട്ടെറിഞ്ഞ് കൂടെവന്നവരെ നന്ദിയോടെ യാത്രയാക്കുമ്പോൾ ഫൗസിയ ഓർത്തത്, ഈ നന്മകളെയാകെ ഒഴുക്കിക്കൊണ്ടായിരിക്കുമല്ലോ മുല്ലപ്പെരിയാറിന്റെ പ്രയാണമെന്നായിരുന്നു; നിജാദും അതുതന്നെ ചിന്തിക്കുകയായിരുന്നു.

നൂറ്റിയൊമ്പത്

പ്രയോജനരഹിതമായ പ്രയത്നങ്ങളിൽ നിന്നെല്ലാം പിൻവലിഞ്ഞ് സ്വന്തം കാര്യം നോക്കണമെന്ന് വക്കന് തോന്നിത്തുടങ്ങി. മകന്റെ വിവാഹം. അവന്റെ കുട്ടികൾ.വാക്കാട്ടെ തോട്ടങ്ങൾ. അങ്ങനെ ചില കാര്യങ്ങളിലേക്ക് തിരിഞ്ഞപ്പോഴാണ് മകന്റെ മനസ്സറിയുന്നത്. അവന് വിവാഹമേ വേണ്ട. വാക്കാട്ടെ പാരമ്പര്യം നിലനിർത്തണമെങ്കിൽ ദത്തെടുക്കാമെന്ന് കൂടി അവൻ അഭിപ്രായപ്പെടുകയും ചെയ്തു. ഫാദർ ഗീവർഗീസും ഡസ്മണ്ടും കുടുംബസുഹൃത്തുക്കളുമൊക്കെ നിർബന്ധിച്ചപ്പോൾ അപ്പനെ കാണാനുള്ള ആണ്ടുവരവ് അവസാനിപ്പിക്കണോ എന്നായിരുന്നു അവന്റെ ഭീഷണി.

അന്യനാട്ടിൽ വല്ല പെണ്ണുങ്ങളും കാണും എന്ന് ഗീവർഗീസച്ചൻ അടക്കം പറഞ്ഞപ്പോൾ വക്കൻ ആ സാധ്യത തള്ളിക്കളഞ്ഞില്ല. സൗകര്യത്തിന് കിട്ടിയപ്പോൾ അവസാന ശ്രമമെന്നനിലയിൽ വക്കൻ മകനോടു പറഞ്ഞു:

എന്റെ മകൻ ചൂണ്ടിക്കാണിക്കുന്ന പെണ്ണാണ് വാക്കാട്ടെ വധു. അവൾ നീഗ്രോയാണെങ്കിലും വെള്ളക്കാരിയോ ചീനക്കാരിയോ ആണെങ്കിലും നാലു പെറ്റവളാണെങ്കിലും എന്റെ മോന് ബോധിച്ചവൾ എന്റെ മരുമകളായിരിക്കും.

മകൻ ചിരിച്ചു. അപ്പനും മകനും തമ്മിൽ അകലമേ ഇല്ലാതായി. അവർ അടുത്തസുഹൃത്തുക്കളായി. എന്തും പരസ്പരം പങ്കുവയ്ക്കുന്നവർ. ഒരാൾ മറ്റൊരാളിനോട് മനസ്സുതുറന്നു. അതിലൂടെ മകനെ അറിയുകയായിരുന്നു അപ്പൻ.

മണ്ണിനോടുള്ളതുപോലെ പെണ്ണിനോടും ഇഷ്ടമാണ്. അടുക്കാനും തൊടാനും അനുഭവിക്കാനും ശ്രമിച്ചിട്ടുണ്ട്. പലരാജ്യങ്ങളിൽ പലതരത്തിലുള്ള സ്ത്രീകൾ. പുരുഷനെ കാമത്തിന്റെ കാണാക്കയങ്ങളിലാഴ്ത്താൻ കഴിവും തഴക്കവുമുള്ളവർ. പക്ഷേ അപ്പോഴൊക്കെയും മണ്ണിനടിയിലുള്ള അമ്മയായിരിക്കും അരികിൽ. സന്നദ്ധയായ സ്ത്രീയുമായി സഹശയനത്തിനുള്ള ശ്രമം അമ്മയുടെ സാമീപ്യമായി അനുഭവപ്പെടുന്ന പ്രത്യേക മനോനിലയിൽ നിന്നും മുക്തിനേടാനായി കാണാത്ത മനശ്ശാസ്ത്രവിദഗ്ദ്ധരില്ല. അമ്മയില്ലാതെ അനാഥമാക്കപ്പെട്ട ബാല്യത്തിൽ അഭയസങ്കല്പമായ സ്ത്രീത്വങ്ങളെല്ലാം അമ്മയാണെന്ന് ധരിച്ചുപോയ മനസ്സിനെ പഴിച്ചിട്ടെന്തുകാര്യം? സങ്കല്പങ്ങൾ പ്രതീകങ്ങളായി ഉറച്ചുപോയ മനസ്സിൽ സ്ഥാനഭ്രംശത്തിനും സാധ്യതയില്ല. അതിനുള്ള ശ്രമങ്ങൾ പോലും അപകടമുണ്ടാക്കും. ഇപ്പോഴത്തെ ലഘുമനോരോഗിയുടെ സ്ഥാനത്ത് ഭീകരനായ ലൈംഗിക കുറ്റവാളിയോ ലൈംഗിക കൊലപാതകിയോ ഉയർത്തെഴുന്നേൽക്കാം.

ചികിത്സകരുടെയല്ലാതെ മറ്റാരുടെയും മുന്നിൽ അനാവൃതമാകാത്ത മനസ്സ് തുറന്നുകാട്ടി മകൻ അപ്പനോടു ചോദിച്ചു:

അപകടകാരിയായ ലൈംഗിക കുറ്റവാളിയേക്കാൾ അപ്പനിഷ്ടം അവിവാഹിതനായിരിക്കുന്ന മാന്യനായ മകനെയല്ലേ?

വക്കൻ മരവിച്ചിരിക്കുകയായിരുന്നു.

വാക്കാട് വക്കന്റെ സംഭവബഹുലമായ ജീവിതത്തിൽ ഇത്രയേറെ തകർന്ന മറ്റൊരു സന്ദർഭമുണ്ടായിട്ടില്ല.

വിവാഹത്തെപ്പറ്റി അപ്പനും മകനും പിന്നീട് സംസാരിച്ചിട്ടേയില്ല.

അകന്നുനിന്നിരുന്ന ആലസ്യം വക്കനിൽ പ്രവേശിച്ചത് പെട്ടെന്നായിരുന്നു. ശരീരത്തിനു മാത്രമല്ല മനസ്സിനും തളർച്ച. എണ്ണയിട്ട ചക്രത്തിലെന്നപോലെ പ്ളാന്റേഷൻസിന്റെ ഭരണയന്ത്രം വിദഗ്ദ്ധരായ മാനേജർമാർ ചലിപ്പിച്ചതിനാൽ വാക്കാട് പ്ളാന്റേഷൻസിനെ ആലസ്യം ബാധിച്ചില്ല. അതുകൊണ്ടുതന്നെ വക്കന്റെ അവസ്ഥ പുറത്താരും അറിഞ്ഞതുമില്ല. എന്നാൽ ഫാദർ ഗീവർഗീസും ഡസ്മണ്ടും അതറിഞ്ഞു, വല്ലാത്തൊരു വല്ലായ്മ വക്കനെ ബാധിച്ചിട്ടുണ്ടെന്ന്. പക്ഷേ അവർക്കാർക്കും അതിന്റെ പൊരുൾ കണ്ടെത്താനായില്ല.

പാഴായിപ്പോയൊരു ജന്മമാണ് മകന്റേതെന്ന് വക്കൻ പരിതപിച്ചു. അപ്പന്റെ അശ്രദ്ധ അതിനൊരു നിമിത്തമായെങ്കിലും അമ്മയില്ലാതായതാണ് അവന് സംഭവിച്ച ദുരന്തങ്ങളുടെ മൂലഹേതു. മുല്ലപ്പെരിയാർ അണക്കെട്ട് ചതിച്ചില്ലായിരുന്നെങ്കിൽ ഇങ്ങനെയൊന്നുമാകുമായിരുന്നില്ല അവന്റെ ജീവിതം.

അണക്കെട്ടുയരാതിരിക്കാൻ ശ്രമിച്ച് അവിടെ ജീവിതം ഹോമിച്ച വല്യപ്പനെയും വല്യമ്മച്ചിയെയും പണിക്കിടയിൽ അണക്കെട്ടു തകർക്കാൻ പലവട്ടം ശ്രമിച്ച അപ്പനേയും അണക്കെട്ടിനെക്കുറിച്ചുള്ള ആശങ്കകളേറിയ ഭർത്താവിനുവേണ്ടി ജലജയിലിൽ തടവിൽ കഴിയുന്ന കരുണാമ്മയെയും ഇതെല്ലാം ഓർത്തുവിങ്ങുന്ന സ്വന്തം മനസ്സിനേയും കണ്ട് കണ്ണടച്ചപ്പോൾ, അടഞ്ഞ കൺപോളകൾക്കു പിന്നിൽ മകനുശേഷം മായ്ക്കപ്പെടുന്ന വാക്കാടിന്റെ ചരിത്രത്തിനുമീതെ മുല്ലപ്പെരിയാർ അണക്കെട്ട് മഹാപ്രളയം സൃഷ്ടിക്കുന്നതാണ് വക്കൻ കണ്ടത്. അതായിരുന്നു വക്കന്റെ ആദ്യപ്രളയാനുഭവം.

നൂറ്റിപ്പത്ത്

മുല്ലപ്പെരിയാർ അണക്കെട്ടിന്റെ നിർമ്മാണത്തിൽ സാങ്കേതിക തകരാറുണ്ടെന്ന പുതിയൊരു കണ്ടെത്തലുമായാണ് ചന്ദ്രമോഹൻ വന്നത്. വിദഗ്ദ്ധനായ എഞ്ചിനീയറെപ്പോലെയായിരുന്നു ജേർണലിസ്റ്റായ അയാളുടെ വാക്കുകൾ. ഇരുവശങ്ങളിലും കല്ലുകെട്ടി അതിൽ സുർക്കി എന്ന മിശ്രിതം

നിറച്ചാണ് അണക്കെട്ടു നിർമ്മിച്ചിരിക്കുന്നത്. പൊടിച്ച കൽക്കരിയും വിറകുമായിരുന്നു മിശ്രിതം തയ്യാറാക്കാനുള്ള ഇന്ധനം. കൽക്കരിയും വിറകും ഉപയോഗിച്ചതിനാൽ 400 ഡിഗ്രിയോളം ചൂടിൽ മാത്രമാണ് മിശ്രിതം ഉരുകിയത്.യഥാർത്ഥ ഉറപ്പുലഭിക്കണമെങ്കിൽ 1400 ഡിഗ്രിയോളം ചൂടിൽ മിശ്രിതം ഉരുക്കണമായിരുന്നു. അന്നത് ചെയ്യാൻ ആവുമായിരുന്നില്ല. അതിനാൽ പാതിവെന്ത മിശ്രിതമാണ് മുല്ലപ്പെരിയാർ അണക്കെട്ട് നിർമ്മിക്കാൻ ഉപയോഗിച്ചത്.

പണ്ടുപയോഗിച്ച സുർക്കി ഇപ്പോൾ പുനഃസൃഷ്ടിച്ച് ബലപരീക്ഷണം നടത്താൻ തുടക്കമിട്ടു കഴിഞ്ഞതായും അയാൾ പറഞ്ഞു. ഗൂഢല്ലൂരിൽനിന്ന് ചുണ്ണാമ്പും മുല്ലക്കുടിയിൽ നിന്ന് മണലും കമ്പത്തുനിന്ന് ചെങ്കല്ലുമാണ് പണ്ട് സുർക്കി നിർമ്മാണത്തിന് ഉപയോഗിച്ചത്. ഇതേ പ്രദേശങ്ങളിൽനിന്ന് സാമ്പിളുകളെടുത്ത് ചെങ്കല്ല് പൊടിച്ച് മണൽ, ശർക്കര, ചുണ്ണാമ്പ് എന്നിവ ചേർത്ത് വേവിച്ചാണ് സുർക്കി പുനഃസൃഷ്ടിക്കുന്നത്.

പ്രതികരണത്തിനു ശ്രദ്ധിക്കാതെ അയാൾ ഏറ്റവും പുതിയ വിവരങ്ങൾ കൂടി നൽകി:

അണ്ടർ വാട്ടർ റിമോട്ട് വെഹിക്കിൾ ഉപയോഗിച്ച് നടത്തിയ പരിശോധനയിൽ അണക്കെട്ടിൽ നിരവധി ദ്വാരങ്ങൾ കണ്ടെത്തുകയും കൽക്കെട്ട് ഇടിഞ്ഞനിലയിലാണെന്ന് വ്യക്തമാവുകയും ചെയ്തിരിക്കുകയാണ്.

അണക്കെട്ടിന്റെ മുകളിൽ നിന്ന് താഴോട്ടു പകുതിയോളം ആഴത്തിൽ കുഴിച്ചുനോക്കിയിട്ടും സുർക്കി മിശ്രിതം ഉടയാതെ ലഭിച്ചില്ലെന്നു പറഞ്ഞുകൊണ്ട് ദൃക്സാക്ഷിയെപ്പോലെ ചന്ദ്രമോഹൻ അറിയിച്ചു: പലഭാഗത്തും സുർക്കി ഇല്ലാത്തതിനാൽ തുളയ്ക്കൽ യന്ത്രം പൊടുന്നനെ താഴ്ന്നു പോകുന്നു. ബോർ ഹോൾ പരിശോധനയ്ക്കായി 70 അടിയോളം തുരന്നെങ്കിലും പൊടിയാതെ ലഭിക്കേണ്ട സുർക്കി മിശ്രിതം അല്പം പോലും ലഭിച്ചില്ല. ബോർഹോളിലൂടെ പൊടിയും മെറ്റലുമാണു പുറത്തു വരുന്നത്.

അണക്കെട്ടിന്റെ ബലക്ഷയത്തെക്കുറിച്ച് ആശങ്കപ്പെട്ടിരുന്ന സുഹൃത്തുക്കൾ ഉത്കണ്ഠയുടെ മൗനത്തിലേക്ക് മുങ്ങിയപ്പോൾ അകത്തുനിന്ന് അപ്പന്റെ ജല്പനമുയർന്നു:

ബന്ധിച്ചിരിക്കുന്ന അഴികൾ ദുർബ്ബലമാകുമ്പോൾ മോചനം ആയാസരഹിതമാകുന്നു... അവളുടെ വഴി അതാ തുറക്കാൻ പോകുന്നു...

നൂറ്റിപ്പതിനൊന്ന്

അണക്കെട്ട് പൊട്ടി എന്നലറിവിളിച്ച് ഞെട്ടി എഴുന്നേറ്റ വക്കനുമുന്നിൽ ഗീവർഗീസ് അച്ചനും കർഷകസംഘത്തിന്റെ ഭാരവാഹികളും ഒന്നമ്പരന്നു.

വാക്കാട്ടെ പൂമുഖത്ത് ചാരുകസേരയിൽ ഉച്ചമയക്കത്തിലായിരുന്ന വക്കനെ അലോസരപ്പെടുത്തേണ്ടെന്ന് കരുതി അകന്നിരിക്കുകയായിരുന്നു അവർ.

ഗീവർഗീസ് അച്ചന്റെ വാക്കുകളാണ് അന്തരീക്ഷത്തിന്റെ പിരിമുറുക്കം അയച്ചത്:

നിങ്ങളിപ്പോൾ ഈ പ്രശ്നവുമായി വന്നു. ഇവിടെ ഒരാൾക്ക് ഊണിലും ഉറക്കത്തിലും ഈ ഒരു ചിന്തയേ ഉള്ളൂ. ഇപ്പോൾതന്നെ കണ്ടില്ലേ?

മുല്ലപ്പെരിയാർ അണക്കെട്ട് പൊട്ടിവന്ന് വാക്കാട്ടുബംഗ്ളാവുൾപ്പടെ കീഴ്ത്തോട്ടങ്ങളെ അപ്പാടെ ചുഴററിക്കൊണ്ടുപോകുന്ന കാഴ്ചയുടെ ഭീതി വിട്ടു മാറാതെ അച്ചനേയും അതിഥികളേയും വക്കൻ തുറിച്ചുനോക്കി.

വാക്കാട് വക്കനെ അതിനുമുമ്പ് ഇങ്ങനെയൊരു പരവശനിലയിൽ അവിടെയുണ്ടായിരുന്നവരാരും കണ്ടിട്ടില്ലായിരുന്നു.

കേസിന്റെ കാര്യം പറയാൻ വന്നതാണെന്ന് പറഞ്ഞ് അച്ചൻ അതിഥികളെ വക്കനുമുന്നിലേക്ക് നീക്കിനിർത്തി.

മുല്ലപ്പെരിയാർ അണക്കെട്ടിലെ ജലവിതാനം സംബന്ധിച്ച കേരള തമിഴ്നാട് ഹൈക്കോടതികളിലുള്ള ഹർജികളുടെ കാര്യമാണ് അവർ വിശദീകരിച്ചത്. അതേപ്പറ്റി അപ്പോൾ ഒന്നും പ്രതികരിച്ചില്ലെങ്കിലും അന്ന് ഡയറിയിലെഴുതേണ്ട ആദ്യവാചകം വക്കൻ മനസ്സിൽ കുറിച്ചു: 1997 എന്നെ സംബന്ധിച്ചിടത്തോളം ഏറ്റവും മോശമായ വർഷമാണെന്നു തോന്നുന്നു.

ആണ്ടു,മാസ, തീയതി സഹിതം 1997 മുതലുള്ള കേസിന്റെ നാൾവഴി അപ്പന്റെ ഡയറിയിലിരുന്നു പരിഹസിക്കുകയായിരുന്നു. 99ൽ ഹർജി പരിഗണനക്കെടുത്തതും കോടതി ഉത്തരവിനെത്തുടർന്ന് 2000 ഏപ്രിൽ അഞ്ചിന് തമിഴ്നാട് കേരള മുഖ്യമന്ത്രിമാർ മുല്ലപ്പെരിയാർ വിഷയം ചർച്ച ചെയ്തതും 2000 ജൂൺ 14ന് കേന്ദ്രസർക്കാർ ജലകമ്മീഷന്റെ നേതൃത്വത്തിൽ വിദഗ്ദ്ധസമിതിയെ നിയോഗിച്ചതും വിശദമായി എഴുതിയിരിക്കുന്നു. ഡോ. ബി.കെ. മിത്തലിന്റെ നേതൃത്വത്തിലുള്ള സമിതി മുല്ലപ്പെരിയാർ ഡാം പരിശോധിച്ചകാര്യവും 2006 ഫെബ്രുവരി 27ന് ജലനിരപ്പ് 142 അടിയായി ഉയർത്താനുള്ള തീരുമാനവും ദുഃഖകരം എന്ന വിശേഷണത്തോടെയാണ് രേഖപ്പെടുത്തിയിരിക്കുന്നത്. കേരള ഇറിഗേഷൻ ആന്റ് വാട്ടർ കൺസർവേഷൻ ആക്ട് ഭേദഗതി ചെയ്തതിനെയും അതിനെതിരെ തമിഴ്നാട് സുപ്രീംകോടതിയിൽ പോയതിനെയും കേസിന്മേൽ കേസ് എന്ന വിശേഷണത്തോടെ കുറിച്ചിട്ടുണ്ട്. പതിനൊന്നു വിഷയങ്ങൾ സുപ്രീംകോടതി പരിഗണിക്കുന്നു എന്ന മുഖവുരയോടെയാണ് 2007ലെ കേസ് വിശേഷങ്ങൾ സമാപിക്കുന്നത്. 2008ൽ ജസ്റ്റിസ്

അനിൽദേവ് സിംഗിനെ കമ്മീഷനായി നിയമിച്ചതും തെളിവെടുപ്പും ഫെബ്രുവരി 2,4,16,17,18 തീയതികളിൽ സുപ്രീംകോടതിയുടെ ഭരണഘടനാ ബഞ്ച് കേസ് കേട്ടതും ഒരഭിഭാഷകന്റെ വൈദഗ്ദ്ധ്യത്തോടെ എഴുതിയിട്ടുണ്ട്. സുപ്രീംകോടതിയുടെ നിർദ്ദേശപ്രകാരം എം പവേർഡ് കമ്മിറ്റി രൂപീകരിച്ചതും 2011 ആഗസ്റ്റ് 24ന് അതിന്റെ കാലാവധി നീട്ടിയതും എഴുതിയശേഷം 2012 ൽ എന്തു സംഭവിക്കുമെന്നാണ് എന്റെ ആശങ്കയെന്ന് കുറിച്ചിരിക്കുന്നു.

പ്രളയസ്വപ്നങ്ങളിലൊഴുകി നടക്കുമ്പോഴും അപ്പൻ ഈ കേസിന്റെ പുരോഗതി നിരീക്ഷിച്ചുകൊണ്ടിരിക്കുകയായിരുന്നുവെന്ന് തെല്ലൊരാശ്ചര്യത്തോടെ ഡോ. മാത്യു തോമസ് വർഗീസ് പണിക്കർ ഓർത്തു.

നൂറ്റിപ്പന്ത്രണ്ട്

ആണ്ടിലൊരിക്കൽ എന്ന ഇടവേളകളൊക്കെതെറ്റി നാലും അഞ്ചും പ്രാവശ്യം ഒരാഴ്ച മുതൽ ഒരുമാസം വരെ അപ്പനോടൊപ്പം വാക്കാട്ടു വന്ന് തങ്ങേണ്ട അവസ്ഥ കഴിഞ്ഞ പതിനഞ്ചുവർഷങ്ങൾക്കിടയിലുണ്ടായി.

പരിപൂർണ്ണവിശ്രമത്തിന്റെ പേരുപറഞ്ഞ് ഇതിനിടയിൽ പ്ലാന്റേഴ്സ് അസോസിയേഷന്റെയും ക്ളബ്ബിന്റെയും ഭാരവാഹിത്വം ഒഴിഞ്ഞ അപ്പൻ തോട്ടങ്ങളിലൊ വാക്കാട് പ്ലാന്റേഷൻസിന്റെ ആസ്ഥാന ഓഫീസിലോ പോയിരുന്നില്ല. ഒരനുഷ്ഠാനം പോലെ ഇതിനിടെ പുതിയൊരു ശീലവും അപ്പനുണ്ടായി വന്നു. അമ്മയുടെ ആണ്ടിന് കുഴിമാടത്തിൽ പോകുന്നതിനു പകരം മുല്ലപ്പെരിയാറിൽ ചെന്ന് അണക്കെട്ടിനു മുകളിൽ നിന്ന് അമ്മയെ അപഹരിച്ച ജലപ്പരപ്പിലേക്ക് നോക്കിനിൽക്കും. അത് മൗന പ്രാർത്ഥനയാണെന്നാണ് ഗീവർഗീസച്ചൻ പറഞ്ഞത്.

വിചിത്രമായ ഈ അനുഷ്ഠാനത്തിനുശേഷം തിരിച്ചുവരുമ്പോൾ ഒരിക്കൽ ഗീവർഗീസച്ചനോട് അപ്പൻ പറഞ്ഞത്രെ. അവളുടെ മൃതദേഹമേ നമുക്കവിടെ നിന്നു കിട്ടിയുള്ളു. തലേരാത്രിയിൽ അവളെനിക്കൊരു വാക്കു തന്നിരുന്നു...ആ വാഗ്ദാനവുമായി അവളിപ്പോഴും ആ ജലജയിലിലുണ്ട്. എത്ര ശക്തമാണെങ്കിലും അണയുടെ ജയിൽഭിത്തി തകർത്തുകൊണ്ട് ഒരുനാൾ അവൾ എന്നിലേക്ക് വരും. അപ്പോൾ പ്രളയമായിരിക്കും.

പ്രളയം പ്രതീക്ഷിച്ചുകൊണ്ടിരുന്ന വക്കൻ അണപൊട്ടി എന്നതിനു പകരം അവൾ വരുന്നു എന്നു പറഞ്ഞാണ് ഞെട്ടിയുണർന്ന് അലറിയിരുന്നത്.

ഗീവർഗീസച്ചൻ വല്ലാതെ ഭയന്ന നാളുകളായിരുന്നു അവ. ഒരുദിവസം ഇങ്ങനെ അലറിയശേഷം എനിക്ക് ഉടനെ കുഞ്ഞൂഞ്ഞിനെ കാണണമെന്ന് നിർബ്ബന്ധം പിടിച്ചു. മകൻ, അകലെയാണെന്നറിയാമെങ്കിലും

അതൊന്നും അറിയാത്തതുപോലെയായിരുന്നു വക്കന്റെ വാശി. അച്ചന്റെ അടിയന്തരസന്ദേശത്തെത്തുടർന്ന് വാക്കാട്ടെത്തിയപ്പോൾ വിചിത്രമായ വിൽപ്പത്രവും ഇലപ്പലകയും കൈമാറിയശേഷം, അവൾ വരും വരാതിരിക്കില്ല. നീ കൂടി ഉള്ളതല്ലേ, ഇന്നുതന്നെ അവൾ വരും എന്ന പ്രവചനമാണ് അപ്പനിൽ നിന്ന് കേട്ടത്.

നൂറ്റിപ്പതിമൂന്ന്

ആയുധമെടുക്കുംമുമ്പേ പരാജയം സമ്മതിച്ചു കീഴടങ്ങിയവരോട് യുദ്ധം ചെയ്യുന്നതുപോലെയാണ് ഇപ്പോൾ എന്റെ ദൗത്യം. എനിക്കതിൽ താല്പര്യമില്ല. അല്ലെങ്കിൽത്തന്നെ പ്രാണന്റെ പാതിപോയവന്റെ പ്രയത്നത്തിനെന്തുവില?

നിജാദിന്റെ വാക്കുകളുടെ പൊരുൾ ഡോക്ടർ മാത്യുതോമസ് വർഗീസ് പണിക്കർക്ക് മനസ്സിലായില്ല. അക്കാര്യം തുറന്നു പറഞ്ഞപ്പോൾ അതിനേക്കാൾ ദുരൂഹതയുണർത്തുന്നതായി അയാളുടെ വിശദീകരണം:

സാഹസികരെ തീവ്രവാദികൾ എന്നു വിളിക്കുന്നത് ശരിയല്ല. ഏറ്റവും വീര്യമേറിയ ലഹരിയാണ് സാഹസികത സമ്മാനിക്കുന്നത്. അതിഷ്ടപ്പെടുന്ന ഞാൻ ഗവേഷകന്റെ വേഷംകെട്ടി ഇവിടെ വന്നത് വീര്യം വമിക്കുന്ന ലഹരിക്കുവേണ്ടി മാത്രമായിരുന്നു. എന്നെ അയച്ചവർ എന്തു ധരിച്ചാലും എന്റെ ഉള്ളിന്റെ ഉള്ളിലെ ദാഹം അതു മാത്രമായിരുന്നു.

എന്നിട്ടും ഒന്നും മനസ്സിലാക്കാതെ ഡോക്ടർ മാത്യു തോമസ് വർഗീസ് പണിക്കർ നിജാദിനെ തുറിച്ചുനോക്കി.

അണക്കെട്ടു തകർന്നാൽ താഴെ സംഭവിക്കുന്ന ദുരന്തങ്ങളുടെ വ്യാപ്തി അറിയാവുന്നതുകൊണ്ടുമാത്രമാണ് മുകളിൽ കൊടൈക്കനാലിൽ തന്നെ തങ്ങണമെന്ന് ഞങ്ങളോട് നിർദ്ദേശിച്ചിരുന്നത്. അതിനുള്ള പോക്കുവരവിനിടയിലാണ് അതിർത്തിയിലും അകത്തും ജനങ്ങളുടെ വികാരപ്രകടനങ്ങൾ കണ്ടത്. ആളിപ്പടർന്നുവരുന്ന പ്രതിഷേധാഗ്നിയുടെ ചൂടും ഞങ്ങൾ അനുഭവിച്ചു.

ജലബോംബിനടിയിലിരുന്ന്, അതെന്നെങ്കിലും പൊട്ടുമോ എന്ന് ഭീതിയോടെ ചോദിച്ച ചപ്പാത്തിലെ ചായക്കടക്കാരി ചിന്ന, അണക്കെട്ടു പൊട്ടിയാൽ നീന്താനാവില്ലല്ലോ എന്നു വിലപിച്ച് നേരത്തെ തന്നെ മലയാറ്റൂർക്ക് നടക്കാൻ തുടങ്ങിയ ഒറ്റക്കാലൻ ഔസേപ്പ്, അണക്കെട്ടുപൊട്ടല്ലേയെന്ന് മെഴുകുതിരി കത്തിച്ച് പ്രാർത്ഥിച്ച സിസിലി, അണപൊട്ടുമെന്ന ഭീതിയിൽ മനോരോഗിയായിത്തീർന്ന പീലിപ്പോസ് , അണക്കെട്ടിന്റെ സുരക്ഷിതത്വം ഉറപ്പാക്കാനായി വർഷങ്ങളായി സമരം ചെയ്യുന്ന നാട്ടുകാരുടെ വിങ്ങൽ- ഇതൊന്നും ദൗത്യശ്രമത്തിനുമുമ്പ് ഞങ്ങളുടെ ഭാവനയിൽപ്പോലുമുണ്ടായിരുന്ന കാര്യങ്ങളല്ല. എന്നാൽ ദൗത്യത്തിന്റെ അവസാനനിമിഷങ്ങളിൽ അവ ഞങ്ങളെ സ്വാധീനിച്ചോ എന്നും തിട്ടമില്ല.

ഇത്രയൊക്കെ പറഞ്ഞിട്ടും നിജാദ് ഉദ്ദേശിക്കുന്നതെന്താണെന്ന് ഡോക്ടർ മാത്യു തോമസ് വർഗീസ് പണിക്കർക്ക് മനസ്സിലായില്ല.

അതുഗ്രഹിച്ചാവാം നിജാദ് തുറന്നുപറഞ്ഞു:

സംശയിക്കേണ്ട, ജലസസ്യഗവേഷണത്തിന്റെ മറവിൽ മുല്ലപ്പെരിയാർ അണക്കെട്ടു തകർക്കാൻ വന്നതായിരുന്നു ഞാനും ഫൗസിയയും. ഞങ്ങളെ നിയോഗിച്ച ഗ്രീൻഫൗണ്ടേഷൻ, ഇന്ത്യാവിരുദ്ധ അന്താരാഷ്ട്ര ചാരസംഘടനയുടെ സഹായത്തോടെ പ്രവർത്തിക്കുന്ന പരിസ്ഥിതി പഠന സ്ഥാപനമാണ്. മത, ധർമ്മ, സാംസ്കാരിക സ്ഥാപനങ്ങളുടെ മുഖംമൂടിയണിഞ്ഞ് അവർ യഥേഷ്ടം നിങ്ങളുടെ നാട്ടിലും വിഹരിക്കുന്നുണ്ടെന്ന് ഞങ്ങൾക്കിവിടെ കിട്ടിയ പിൻബലത്തിൽ നിന്ന് ബോധ്യമായിട്ടുണ്ട്.

ഞെട്ടിത്തരിച്ചിരുന്ന ഡോക്ടർ മാത്യു തോമസ് വർഗീസ് പണിക്കർ നിജാദിന്റെ വാക്കുകളുടെ അഴികൾ തീർത്ത ജയിലിനകത്തായി.

അതിസാഹസികതയെ അതിരുവിട്ടു സ്നേഹിച്ചിരുന്ന നിജാദ് അതിലേറെ പ്രണയിച്ചിരുന്നു ഫൗസിയയെ. ആഴക്കടലിൽ കപ്പലിനടിയിൽ ടൈമർ വയ്ക്കാൻ വേണ്ട ഡൈവിംഗ് വൈദഗ്ധ്യം നിരവധി തവണ തെളിയിച്ച അവൾക്ക് മുല്ലപ്പെരിയാർ അണക്കെട്ട് ചിരപരിചിതമായ നീന്തൽക്കുളമായിരുന്നു.

അതുപറയുമ്പോൾ ദുഃഖത്തേക്കാൾ നിജാദിന്റെ വാക്കുകളിൽ മുഴച്ചുനിന്നത് അഭിമാനമായിരുന്നു.

സസ്യഗവേഷണത്തിനുപോയ പതിമൂന്നുദിവസങ്ങൾകൊണ്ട് നൂറ്റിമുപ്പത് അടി ആഴത്തിൽ ഇരുപത്തിയാറ് ബ്ളോകളും ടൈമറുകളും സ്ഥാപിച്ച ഞങ്ങൾ റിമോട്ടുമായി നിങ്ങളുടെ പണിക്കാർക്കൊപ്പം കരയിൽ കാട്ടിലും മേട്ടിലും നാട്ടിലും കറങ്ങിനടന്നു.അതിനിടയിലാണ് ഇരുഭാഗത്തെയും പ്രശ്നങ്ങൾ നേരിൽ കണ്ടത്.

അണക്കെട്ടു തകർന്ന് സൃഷ്ടിക്കപ്പെടുന്ന സർവനാശമല്ലായിരുന്നു. ഞങ്ങളെ നിയോഗിച്ചവരുടെ ഉദ്ദേശം; ഇരുസംസ്ഥാനങ്ങളിലേയും ജനങ്ങൾക്കിടയിലുണ്ടാകുന്ന ഭീതിയും ഭിന്നിപ്പും പരസ്പരവിശ്വാസമില്ലായ്മയും അതുവഴി ആളിപ്പടരുന്ന ആഭ്യന്തരകലാപവുമായിരുന്നു അവരുടെ പരമമായ ലക്ഷ്യം.

അണക്കെട്ടിനെപ്പറ്റിയുള്ള ഭീതിപ്രചാരണം ദൗത്യത്തെ നിഷ്പ്രഭമാക്കുന്നതായിരുന്നു. ഞങ്ങളെ നിയോഗിച്ചവർ അതു നിരീക്ഷിക്കുന്നുണ്ടായിരുന്നു. ശ്രമകരമായ ദൗത്യം ഫലപ്രാപ്തിയിലെത്തുന്നതിനുമുമ്പു തന്നെ ലക്ഷ്യം കണ്ട സ്ഥിതിക്ക് സാഹസികതയുടെ ലഹരി കൊതിക്കുന്നവരെ സംബന്ധിച്ചിടത്തോളം ശവത്തെ വധിക്കുന്നതുപോലെയാണ് പിന്നീടുള്ള ഏതു ശ്രമവും. ആത്മസംതൃപ്തി തരാത്ത ഒരുതരം അത്യദ്ധ്വാനം. എന്നാലും ശവത്തെ വധിക്കാൻ തന്നെ ഞങ്ങൾ തീരുമാനിച്ചു.

അതിനുള്ള മുന്നൊരുക്കങ്ങളുടെ പരിശോധനയ്ക്കായി ഒരിക്കൽകൂടി മുല്ലപ്പെരിയാറിലെത്തി.

അണക്കെട്ടിന്റെ ഏറ്റവും അടിയിൽ സ്ഥാപിച്ച ടൈമറിൽ തൊട്ടനേരം അതുവരെ കാണാതിരുന്ന ഒരു ജലവള്ളി, എന്നെ അറിയില്ലേ ഇത് പൊട്ടാതെ കാക്കുന്ന കാവലാണെനിക്ക് എന്ന ജലശബ്ദത്തിന്റെ അകമ്പടിയോടെ ഫൗസിയയെ ചുറ്റിവരിയാൻ തുടങ്ങി.

ഏതെന്ന് തിട്ടപ്പെടുത്താനാവാത്ത, പരിചിതമായ ശബ്ദമായിരുന്നു അത്. പാമ്പുകടിച്ചപ്പോൾ ഫൗസിയയുടെ മുറിവിൽ നിന്ന് വിഷം വലിച്ചെടുത്ത ചിന്നയുടെയോ ആശ്വാസവുമായി ഒപ്പം വന്ന സിസിലിയുടെയോ ഒച്ച. അതുമല്ലെങ്കിൽ ഞങ്ങൾ കേൾക്കാൻ കൊതിച്ച കേൾക്കുമെന്ന് പ്രതീക്ഷിച്ച ആരുടേയോ ശബ്ദം... ഏതായാലും അത് അന്യമല്ലാത്ത ശബ്ദമായിരുന്നു എന്നെനിക്കുറപ്പുണ്ട്. ആ ജലവള്ളിക്ക് സ്ത്രീ രൂപമായിരുന്നോ പുരുഷപ്രകൃതിയായിരുന്നോ എന്ന് തിട്ടമില്ല. ഏതായാലും പരിചിതമായൊരു മുഖം അതിനുണ്ടായിരുന്നു. ചപ്പാത്തിലെ സമരപന്തലിൽ കണ്ട നിശ്ചയദാർഢ്യമാർന്ന ഏതോ ഒരു മുഖം...

കലഹമെന്ന പരമമായ ലക്ഷ്യത്തിന് വിത്തിട്ട സ്ഥിതിക്ക് പാഴ്ദൗത്യത്തിനെന്തു പ്രസക്തി എന്നുചോദിച്ച്, ബ്ലോവറിനെ അനുസരിപ്പിക്കാനുള്ള റിമോട്ട് ഇവളുടെ കൈവശമായതുകൊണ്ട് ഒരിക്കലും മടക്കിത്തരാതെ ഞാനിവളെ കൊണ്ടുപോകുന്നു എന്നു ദൃഢമായി പറഞ്ഞുകൊണ്ടാണ് എന്റെ കൈക്കരുത്തിനെ തോല്പിച്ച് ആ ജലവള്ളി ഫൗസിയയെ വരിഞ്ഞുമുറുക്കി താഴേക്ക് ചെളിയും മണലുമടിഞ്ഞ തടാകത്തിന്റെ അടിത്തട്ടിലേക്ക് കൊണ്ടുപോയത്.

ജലവള്ളി മുളച്ചുപൊന്തിവന്ന വിടവിലൂടെത്തന്നെ അവളെ കൊണ്ടുപോകുന്നത് ഞാൻ വ്യക്തമായും കണ്ടു.പരിഭ്രമത്തോടെ അടിത്തട്ടാകെ അരിച്ചുപെറുക്കിയിട്ടും അവളെയോ ആ ജലവള്ളിയേയോ പിന്നെ കണ്ടില്ല. അങ്ങനെയൊരു ജലവള്ളി ഞാനിതിനുമുമ്പും കണ്ടിട്ടില്ല. അണ്ടർവാട്ടർ ക്രീപ്പർ എന്നറിയപ്പെടുന്ന ഗണത്തിലൊന്നും അങ്ങനെയൊന്നുള്ളതായി എനിക്കറിവില്ല. അതിനുമുമ്പ് അങ്ങനെയൊരു ജലശബ്ദം ഞാൻ കേട്ടിട്ടുമില്ല. എന്തായാലും ആ ജലശബ്ദം ഇപ്പോൾ എന്റെ ആത്മാവിന്റെ ഭാഷയായിരിക്കുന്നു. പ്രാണന്റെ പാതിപോയവന്റെ ശബ്ദമില്ലാത്ത ഭാഷ; അല്ലെങ്കിൽ വീൺവാക്കുകൾ...

അത് വീൺവാക്കുകളല്ല; നിങ്ങളുടെ കാലത്തോളം അണപൊട്ടാതെ ഞാൻ കാക്കും. കാലമാകുമ്പോൾ നിങ്ങൾക്കൊപ്പം ഞാനും വരും എന്ന് അപ്പന് അമ്മ നൽകിയ വാഗ്ദാനമാണതെന്ന് നിജാദിനെ അറിയിക്കാനുള്ള പദങ്ങൾ തേടി പരാജയപ്പെടുകയായിരുന്ന ഡോക്ടർ മാത്യു തോമസ് വർഗീസ് പണിക്കർ തുടർന്ന് കേട്ടത് നിജാദിന്റെ ശബ്ദം തന്നെയാണോയെന്ന് ഒരുനിമിഷം ശങ്കിച്ചു:

ഇനി ഞാൻ എവിടേക്കു പോകണം.ഫൗസിയ കഴിയുന്ന ജലജയിലിലേക്കോ? അല്ലെങ്കിൽ ഒരുനാൾ ജലജയിൽ തകർത്ത് ജലവള്ളികൾക്കടിയിൽനിന്ന് അവൾ വരുമെന്ന് കരുതി കാത്തിരിക്കണോ?

നൂറ്റിപ്പതിനാല്

അപ്പന്റെ മതിഭ്രമത്തിൽ നിന്നും നിജാദിന്റെ കുമ്പസാരവിഭ്രമത്തിൽനിന്നും മുക്തനാവാതെ സുഹൃത്തുക്കളുടെ സജീവചർച്ചയിലേക്കു ചെന്ന ഡോ. മാത്യു തോമസ് വർഗീസ് പണിക്കർ കേട്ടത് ഒരു സംഭാഷണത്തിന്റെ തുടർച്ചയായിരുന്നു.

...അദ്ദേഹം പറഞ്ഞത് ശരിയായിരിക്കും. റിക്ടർ സ്കെയിലിൽ അഞ്ചിനുമേൽ തീവ്രതയുള്ള ഭൂചലനമുണ്ടായാൽ മുല്ലപ്പെരിയാർ ഡാം തകരും. പിന്നെ നമ്മളിരിക്കുന്ന വാക്കാട് ബംഗ്ളാവെന്നല്ല, വണ്ടിപ്പെരിയാർ തന്നെ അറബിക്കടലിലായിരിക്കും....

പാരമ്പര്യസ്വത്തായി അപ്പൻ സമ്മാനിച്ച ഇലപ്പലകമേലിരുന്ന് തോറയുടെ ലഹരിയിൽ സുഹൃത്തുക്കളിലേക്കലിയുമ്പോൾ ഡോക്ടർ മാത്യു തോമസ് വർഗീസ് പണിക്കർ മണ്ണിനടിയിൽനിന്ന് അമ്മയുടെ ശബ്ദം കേട്ടു.

അതൊരു താരാട്ടായിരുന്നോ: വിലാപമായിരുന്നോ?

ഏതെന്ന് തിരിച്ചറിയുംമുമ്പ് മകന്റെ കണ്ണുകളടഞ്ഞുവരികയും കാതിൽ വിങ്ങുന്ന വേദനയുടെ സ്വരം മുഴങ്ങുകയും ചെയ്തു:

...വയ്യ ഈ ഭാരം താങ്ങി അനങ്ങാതെ ഇങ്ങനെ നിൽക്കാൻ എനിക്കിനി വയ്യ. ഞാനൊന്നനങ്ങിക്കോട്ടെ മോനേ...

ആ ശബ്ദത്തിനൊപ്പം അകത്തെ മുറിയിൽ നിന്ന് അപ്പന്റെ മതിഭ്രമജല്പനങ്ങൾ:

അവൾ വരും... വരാതിരിക്കാൻ അവൾക്ക് കഴിയില്ല... അപ്പോൾ പ്രളയമായിരിക്കും...

അവൾ എന്ന് അപ്പൻ ഉദ്ദേശിച്ച അമ്മ വരിക തന്നെ ചെയ്തു.

അടഞ്ഞ കൺപോളകൾക്കുള്ളിൽ മകൻ അമ്മയെ കണ്ടു.

അപ്പന്റെ ജല്പനങ്ങൾ അപ്പോൾ ഉച്ചത്തിലായി.

അവൾ ഇതാ വന്നു കഴിഞ്ഞു...

മഹാപ്രവാഹമായിരുന്നു അമ്മ.

മകനെ മാത്രമല്ല, അപ്പനേയും അവരുണ്ടായിരുന്ന വാക്കാട് ബംഗ്ളാവിനെയും അത് നിന്നിരുന്ന വണ്ടിപ്പെരിയാറിനെത്തന്നെയും വഹിച്ചുകൊണ്ടൊരു പ്രയാണമായിരുന്നു പിന്നീട്. അതവസാനിച്ച കരകാണാ

ക്കടലിനു നടുവിൽ പൊങ്ങുപലകയായിക്കിടന്ന ഇലപ്പലകമേലിരുന്ന് ഡോക്ടർ മാത്യു തോമസ് വർഗീസ് പണിക്കർ എന്ന സിസ്മോളജിസ്റ്റ് സ്വയം ചോദിച്ചുപോയി:

സ്വപ്നങ്ങൾക്കുള്ളിൽ സ്വപ്നങ്ങളുണ്ടോ? ഒരാളിൽ നിന്ന് മറ്റൊരാളിലേക്കു സ്വപ്നങ്ങൾ പകർന്നാട്ടം നടത്തുമോ?

അപ്പോഴും ഇലപ്പലകമേൽ ഇളകിയാടുകയായിരുന്ന അദ്ദേഹം, അപ്പന്റെ വിൽപത്രത്തിലെ ആദ്യവാചകം അല്പം ഭേദഗതികളോടെ കേട്ടു:

കെട്ടിയടച്ചതൊക്കെ ഒരുനാൾ പൊട്ടിത്തകരും. വെട്ടിപ്പിടിച്ചതൊക്കെ വിട്ടുകൊടുക്കേണ്ടിവരും; അല്ലെങ്കിൽ വീണ്ടെടുക്കപ്പെടും...

■

ഗ്രീൻ ബുക്സ് പ്രസിദ്ധീകരിച്ച എസ്. മഹാദേവൻതമ്പിയുടെ ഇതര കൃതികൾ

അധിനിവേശം (കഥ)

വർത്തമാനകാലത്തിന്റെ ദുരന്തമുഖങ്ങളെ പ്രതിഫലിപ്പിക്കുന്ന കണ്ണാടിയാണ് എസ്. മഹാദേവൻ തമ്പിയുടെ കഥകൾ. കാലത്തിന്റെ അന്തമില്ലാത്ത ഗതിവേഗത്തിൽ കടലെടുക്കുന്ന ജീവിതങ്ങളെ അവ നോക്കിക്കാണുന്നു. മുറിഞ്ഞ ഞരമ്പുകളിൽനിന്നും സംഗീതവും രക്തവും ഒരുപോലെ ഒലിച്ചിറങ്ങുന്ന നവഭാവുകത്വത്തിന്റെ ഗതിവിന്യാസങ്ങളെ ഒരേസമയം അവ അടയാളപ്പെടുത്തുന്നു.

അതിരുകൾ (കഥ)

പുതിയ ലോകക്രമത്തിലെ ചതിക്കുഴികളേയും മരണക്കെണികളേയും കാഴ്ച മറയ്ക്കുന്ന പൊള്ളത്തരങ്ങളേയും അവ ചൂണ്ടിക്കാണിക്കുന്നു. കൃത്രിമമായ പൂക്കാലങ്ങളെ പരിഹസിക്കുന്നു ഇതിലെ കഥകൾ. യാഥാർത്ഥ്യത്തിന്റെ കണ്ണീർത്തടങ്ങളിലേയ്ക്ക് നമ്മെ എടുത്തെറിയുകയും ചെയ്യുന്നു.

അലകളില്ലാത്ത കടൽ (നോവൽ)

ശ്രീലങ്കൻ തീരങ്ങളിലേക്കുള്ള കടൽപ്പാത നിണമണിഞ്ഞതാണ്. കടലെല്ലാമറിയുന്നു, കടലെല്ലാം മായ്ക്കുന്നു. എന്നിട്ട് അലകളില്ലാതെ നിശ്ശബ്ദമായി ഒഴുകുന്നു. പിന്നെ കടൽ താണ്ടി ഭീകരത്താവളങ്ങളിലേക്കെത്തുമ്പോഴേക്കും ഒരു യുദ്ധത്തിന്റെ എല്ലാ കിടിലതയും രൗദ്രതയും വായനക്കാരൻ അനുഭവിക്കുകയായി. മഹാദേവൻതമ്പി നമ്മോടു പറയുന്നത് ജീവിതത്തിന്റെ അപസർപ്പക കഥകളാണ്.

ആകാശങ്ങളുടെ അവകാശികൾ (കഥ)

കാടച്ചൻ എന്ന ആദിവാസിയുടെ എരിഞ്ഞടങ്ങിയ ഗദ്ഗദം അമേരിക്കൻ ഭൂഖണ്ഡങ്ങളിൽ തിമർത്താടിയ ആ പഴയ റെഡ് ഇന്ത്യക്കാരന്റേതുതന്നെ. ജുവനൈൽ ഹോമിലെ ബാലു പാരീസിലെ തെരുവീഥികളിൽ വെറുക്കപ്പെട്ട അതേ ഴാങ് വാൽ ഴാങ് തന്നെ. പ്രകൃതിയും ജീവിതവുമായി ഇഴചേർന്ന കഥകൾ. എന്നാൽ അവ നമ്മെ സംഭ്രമിപ്പിക്കുന്നു.

ആസാദി (നോവൽ)

കാശ്മീരിന്റെ പശ്ചാത്തലത്തിലൂടെ ഒരു സമൂഹത്തിന്റെ അന്തഃച്ഛിദ്രതകളുടെയും ശൈഥില്യങ്ങളുടെയും വേരുകൾ അന്വേഷിക്കുകയാണ് 'ആസാദി'. ചരിത്രത്തിൽ പുരണ്ട രക്തക്കറകളുടെ യാഥാർത്ഥ്യം എന്താണെന്നും ഇത് അന്വേഷിക്കുന്നു. കാശ്മീരിന്റെ മണ്ണിൽ അസമാധാനത്തിന്റെ വിത്തു വിതയ്ക്കുന്നവർക്ക് നൽകുന്ന താക്കീതുകൂടിയാണ് മഹാദേവൻതമ്പിയുടെ ഈ നോവൽ.

അപരാഹ്നത്തിൽ അവസാനിക്കുന്ന ഒരു ദിവസം (കഥ)

വ്യക്തിവ്യഥകളും സമൂഹവ്യഥകളും തിരഞ്ഞു ചെല്ലുന്ന ഒരു കഥാകാരന്റെ അസ്വസ്ഥമനസ്സാണ് ഈ സമാഹാരത്തിൽ നിറഞ്ഞുനിൽക്കുന്നത്. വ്യത്യസ്തമായ പ്രമേയങ്ങളുടെ ഉള്ളറകളിലേക്കു നീണ്ടു ചെല്ലുന്ന കഥാകൗശലം പുലർത്തുന്നു ഈ രചനകൾ.

കണ്ടൽക്കാട് (കഥ)

പരിസ്ഥിതി പ്രമേയമായി വരുന്ന കഥകളാണ് ഈ സമാഹാരം. വേരറ്റുപോകുന്ന ഒരു സംസ്കൃതിയുടെ രോദനം ഈ കഥകളിൽ കേൾക്കാം. മണ്ണും മനുഷ്യനും പ്രകൃതിയും ഉൾച്ചേർന്നൊരു വാഴ്വാണ് നമുക്കു വേണ്ടതെന്ന് ഈ കഥകൾ പ്രഖ്യാപിക്കുന്നു.